AF529743

इतकी आनंददायी आणि चटपटीत कादंबरी या आधी वाचल्याचं मला आठवत नाही. यातलं जग इतकं हुबेहुब आहे, की मी विसरतच होते. ही एक काल्पनिक कादंबरी आहे आणि यातली पात्र इतकी विस्मयकारक आहेत की ते माझे प्रत्यक्षातले मित्र किंवा शेजारी नाहीत याचाच मला विसर पडला. कृपया या मेजवानीचा आस्वाद घ्या. याची शिफारस करायला माझे शब्दही तोकडे पडतायत.

- एलिझाबेथ गिलबर्ट

मेरी ॲन शॅफर व ॲनी बरोज न एक अद्‌भूत मन प्रसन्न करणारं मर्मभेदक पुस्तक लिहिलं आहे. अंशत: जेन ऑस्टीनच्या शैलीतलं, अंशत: इतिहासाचा पाठ असलेलं. यातली पत्र वाचकांना संबोधून नसली तरी ती वाचकांसाठीच आहेत. प्रत्येकानं वाचलंच पाहिजे असं हे पुस्तक. एक परिपूर्ण खजिना.

- सारा ॲलन

हे पुस्तक कुणाला आवडेल या विषयी...ते सर्वजण जे ''वाचन, मूर्खपणा पासून दूर ठेवतं.'' या विधानाशी पूर्णपणे सहमत आहेत त्यांना! गर्नसी वाचक मंडळ या पुस्तकाचे वाचन म्हणजे शुद्ध आनंद! झणझणीत मेजवानी असलेलं हे पुस्तक अंतरंगाचे यथार्थ ज्ञान करून देणारं आणि तरीही मजेदार आहे.

- मेरी रसेल

आपल्या हृदयावर हात ठेवा. अन्यथा मेरी ॲन शॅफर आणि ॲनी बरोज न गर्नसी वाचक मंडळ या पुस्तकात निर्मिलेल्या सुंदर जादुई बेटावर ते चोरीला जाईल. सुंदर लेखन, उत्कट भावना, संस्मरणीय नेपथ्य आणि आश्चर्यकारक पात्र या साऱ्यांचं मिळून छानसं रसायन बनलंय. या शिवाय ज्या प्रकारे ही पात्र जीवनाला सामोरी जातात ते वाचत असताना प्रत्येक पानावर वाचक त्यांच्या प्रेमात पडेल.

- क्रीस रॅडीश

मंत्र मुग्ध करणारे - इतके कौशल्यपूर्ण - इतके अस्सल आणि विचार प्रवृत्त करणारे

- पब्लिशर्स विकली

विस्मयजनक - हेलेन हांफच्या ''८४, चेरिंग क्रॉस रोड'' ची आठवण करून देणारी स्नेहाद्र, मजेदार नाजूक आणि निखळ करमणूक करणारे हे पुस्तक म्हणजे लिखित शब्दाच्या सामर्थ्याचा उत्सव!

- लायब्ररी जरनल

नक्कीच हे पुस्तक वाचकांचं मन जिंकून घेईल.

- किर्कस रिव्ह्यूज

निखळ आनंदासाठी गर्नसी वाचक मंडळ या वर्षीच्या सर्वोत्तम पुस्तकांपैकी एक आहे. एक आनंददायी अविस्मरणीय कादंबरी.

- बुक पेज

एक मौल्यवान रत्न. मर्मभेदी व सूक्ष्म निरीक्षण असलेले गर्नसी वाचक मंडळ ही प्रेम, युद्ध तसेच चांगले मित्र आणि चांगल्या पुस्तकांवर माणूस कसा उत्तम पोसला जातो. हे सांगणारी उत्कृष्ट वाङ्मय निर्मिती.

- पिपल

पुस्तक प्रेमींसाठी पर्वणी. काही वेळा; सुचकतेने तर कधी अगदी स्पष्टपणे वाङ्मयाचे गायलेले यशोगीत.

- शिकागो, सन टाइम्स

स्नेहार्द. जीवनावर प्रेमकरणाऱ्या शैलीत लिहिलेलं गद्य. वाचक मंडळांसाठी एक आदर्श निवड.

- सेंट पिटर्स बर्ग टाइम्स

गर्नसी वाचक मंडळ वाचत असताना जितक्या तीव्रतेने एखाद्या वाचक मंडळाचा सभासद व्हावसं वाटत तितकं यापूर्वी कधीच वाटलं नव्हतं. आकर्षक.

- क्रिस्चन सायन्स मॉनीटर

पारंपरिक तरीही टवटवीत, रोमँटिक तरीही भाबडे नाही. ‘अनमोल रत्न’ वगैरे सारखे विशेषण वापरायचा मोह होतो यासारखे पुस्तक वाचताना पण त्या अर्थाने ‘गर्नसी वाचक मंडळ’ मौल्यवान नाही. शेकोटीच्या बाजूला बसून किंवा दूरवरच्या ट्रेनच्या प्रवासात वाचण्यास योग्य असे हे पुस्तक आहे. त्यातली पात्र ज्या पुस्तकांविषयी आपलं प्रेम व्यक्त करतात त्या पुस्तकांइतकेच ते सुंदर आणि चिरंतन आहे.

- सॅन फ्रान्सिस्को क्रॉनिकल बुक रिव्ह्यू

दुसऱ्या महायुद्धाचे इंग्लंड वरील दुष्परिणाम अधोरेखित करीत असताना दुसरीकडे ही कादंबरी एक असंभवनीय प्रेमकथा, शौर्यगाथा आणि युद्धातून वाचलेल्यांचे शब्दचित्र बनून येते. साहित्याने जुळून येणाऱ्या बंधांचा केलेला हा सत्कार आहे.

- शॅरलेट ऑब्झर्व्हर

या कादंबरीतील पत्र चॅनल आयर्लंडच्या रहिवाशांना नाझी अमलाखाली जे भोगावं लागलं त्यावर प्रकाश टाकतात. पण त्याचबरोबर या पुस्तकात विनोदाचाही बळकट धागा आहे. गर्नसीला ज्युलिएट तिच्या पुस्तकाचं काम करण्यासाठी येते आणि मग तिला ते बेट आणि तिथले नवे मित्र यांना सोडून जाणं अशक्य होतं. हीच भावना कदाचित ही मनोवेधक कादंबरी वाचल्यावर वाचकांच्या मनातही उमटेल.

- बॉस्टन ग्लोब

एकदा हातात घेतलं आणि संपूर्ण वाचून होईपर्यंत मी हे पुस्तक खाली ठेवू शकलो नाही . माझ्या सर्व मित्रांना मी या पुस्तकाची शिफारस केली आहे.

- न्यूज डे

'द गर्नसी लिटररी अँड पोटॅटो पील पाय सोसायटी'
या इंग्रजी पुस्तकाचा मराठी अनुवाद

गर्नसी वाचक मंडळ

मेरी ॲन शाफर

ॲनी बरोज

अनुवाद

मैत्रेयी जोशी

मेहता पब्लिशिंग हाऊस

The Guernsey Literary and Potato Peel Pie Society
by MARY ANN SHAFFER AND ANNIE BARROWS

Translated in Marathi Language by Maitrayi Joshi

गर्नसी वाचक मंडळ / अनुवादित कादंबरी

अनुवाद : मैत्रेयी जोशी
२०१, श्री मांगल्य, प्लॉट नं. ७, नौपाडा हायवे को-ऑप हौ.
सोसायटी, एस.व्ही. रोड, ठाणे – ४००६०२.

प्रकाशक : सुनील अनिल मेहता, मेहता पब्लिशिंग हाऊस,
१९४१, सदाशिव पेठ, माडीवाले कॉलनी,
पुणे – ४११०३०. ✆ : ०२०-२४४७६९२४
Website : www.mehtapublishinghouse.com
E- mail : info@mehtapublishinghouse.com

मुद्रक : स्पेक्ट्रम ऑफसेट,
डी-२/४, सत्यम इस्टेट, सीडीएसएसच्या मागे,
एरंडवणे, पुणे – ४११००४.

मुखपृष्ठ : चंद्रमोहन कुलकर्णी

प्रथमावृत्ती : जून, २०११

किंमत : ₹ २५०/-

ISBN 978-81-8498-248-0

माझी आई एडना फियरी मॉर्गन आणि माझी प्रिय मैत्रीण
ज्यूलिया पॉपी हिला प्रेमपूर्वक अर्पण.
एम.ए.एस.
आणि
माझी आई सिंथिया फियरी बरोज हिला
ए.बी

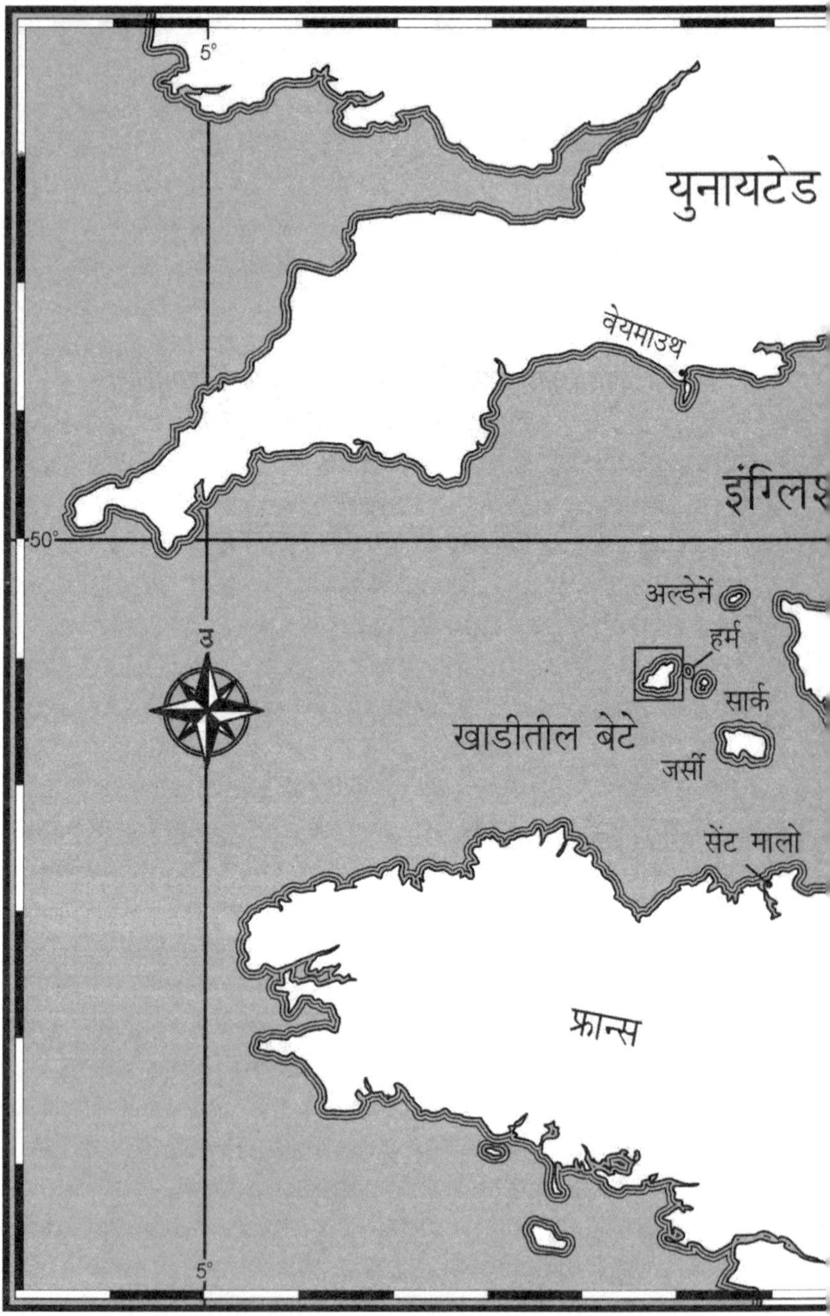
5°
युनायटेड
वेयमाउथ
इंग्लि
50°
अल्डेर्नें
हर्म
उ
सार्क
खाडीतील बेटे
जर्सी
सेंट मालो
फ्रान्स
5°

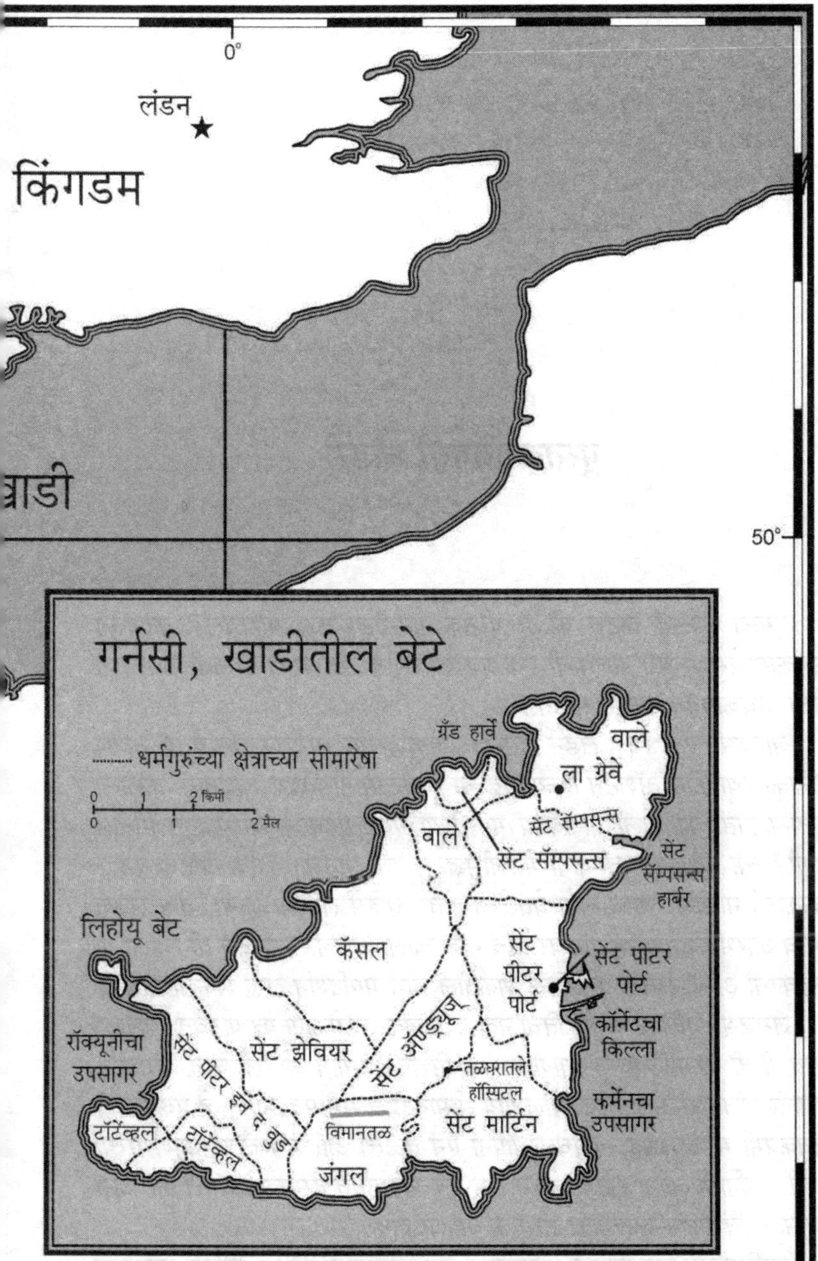
0°
लंडन
किंगडम
खाडी
50°
गर्नसी, खाडीतील बेटे
धर्मगुरुंच्या क्षेत्राच्या सीमारेषा
0 1 2 किमी
0 1 2 मैल
ग्रँड हार्वे
वाले
ला ग्रेवे
सेंट सॅम्पसन्स
वाले
सेंट सॅम्पसन्स
सेंट सॅम्पसन्स हार्बर
लिहोयू बेट
कॅसल
सेंट पीटर पोर्ट
सेंट पीटर पोर्ट
कॉर्नेटचा किल्ला
रॉक्यूनीचा उपसागर
सेंट पीटर इन द वुड
सेंट झेवियर
सेंट ॲण्ड्र्यूज
तळघरातले हॉस्पिटल
फर्मेनचा उपसागर
टॉर्टेव्हल
टॉर्टेव्हल
विमानतळ
सेंट मार्टिन
जंगल
0°

पुस्तकाविषयी थोडेसे

''मला आश्चर्य वाटतं की हे पुस्तक गर्नसीला कसं पोहोचलं? कदाचित पुस्तकांमध्येसुद्धा घरी जाण्याची एक प्रकारची सुप्त अंत:प्रेरणा असावी जी त्यांना योग्य वाचकांपर्यंत आणून सोडते.''

जानेवारी १९४६, लंडन दुसऱ्या महायुद्धाच्या छायेतून वर येतंय आणि लेखिका ज्युलिएट ॲशटन हिच्या पुढच्या पुस्तकासाठी विषय शोधतीय. कुणाला कल्पना होती की तिला तो विषय गर्नसीच्या एका रहिवाशाच्या पत्रातून मिळेल अशी? त्या माणसाला ती कधी भेटलीसुद्धा नव्हती. गर्नसी – एक ब्रिटिश बेट... एकेकाळी नाझींनी त्याचा ताबा घेतलेला होता. चार्ल्स लँबच्या जुन्या, वापरलेल्या ग्रंथाच आरंभीच्या कोऱ्या पानावर तिचं नाव त्याला दिसलं. कदाचित ती त्याला या लेखकाची अन्य पुस्तकं कुठे मिळू शकतील याचं मार्गदर्शन करू शकली असती.

जसजसे ज्युलिएट आणि तिचा नवा पत्रलेखक एकमेकांना पत्रं पाठवत राहतात, तसतशी ती या माणसांच्या आणि त्याच्या मित्रांच्या जगात ओढली जाते. सगळे – 'द गर्नसी लिटररी अँड पोटॅटो पील पाय सोसायटी'चे सभासद आहेत. हे एक विशेष पुस्तकप्रेमी मंडळ आहे, ज्याची स्थापना ऐन वेळेला अतिशय वैशिष्ट्यपूर्ण रित्या झाली. जर्मनांनी त्यांना अटक करून नेऊ नये यासाठी ते दुसरीकडेच गेले होते असं सांगून त्यांचं रक्षण करण्याचा तो एक बहाणा होता.

ज्युलिएटचा उल्लेखनीय पत्रव्यवहार त्या मंडळाच्या लोभस, गहिरी माणुसकी

असलेल्या सभासदांबरोबर सुरू होतो. त्या सभासदांमध्ये डुक्करपालन करणाऱ्यापासून ते मस्तिष्कसामुद्रिकापर्यंत सगळे साहित्यप्रेमी येतात.

त्यांच्या पत्रांमधून तिला त्या बेटाविषयी, त्यांच्या पुस्तकांच्या आवडीविषयी, आणि नुकत्याच घडलेल्या जर्मनांच्या ताब्यामुळे त्यांच्या जीवनावर कसे प्रभावी बदलात्मक परिणाम घडवून आणलेत याविषयी कळतं. त्यांच्या कथांनी मंत्रमुग्ध झालेली ज्युलिएट गर्नसीच्या जलप्रवासाला निघते आणि तिथे तिला जे काही दिसतं त्यानं ती अमूलाग्र बदलते.

अनुवादिकेचं मनोगत

'मला आश्चर्य वाटतं की हे पुस्तक गर्नसीला कसं पोहोचलं? कदाचित पुस्तकांमध्येसुद्धा घरी जाण्याची एक प्रकारची सुप्त अंत:प्रेरणा असावी, जी त्यांना योग्य वाचकांपर्यंत आणून सोडते.'

'द गर्नसी लिटररी अँड पोटॅटो पील पाय सोसायटी' हे पुस्तक वाचून संपवलं आणि त्यातल्या ज्युलिएटच्या वरील वाक्याची यथार्थता पटली.

'द गर्नसी लिटररी अँड पोटॅटो पील पाय सोसायटी' अशाच काहीशा अंत:प्रेरणेनं माझ्याकडे आलं असणार. इतकं सुंदर पुस्तक, तेही अनुवादासाठी आपल्याकडेच यावं, हा सुयोग नाहीतर काय? माझं अनुवादाच्या क्षेत्रात टाकलेलं हे पहिलंच पाऊल. पहिलंच अपत्य असल्याने विशेष लाडकं. या अनुवादाच्या कामी 'लिझ'नं केलेलं मोलाचं सहकार्य माझ्या सदैव लक्षात राहील.

श्री. सुनील मेहतांनी माझ्यावर विश्वास ठेवला आणि मला ही संधी दिली त्याबद्दल मनापासून त्यांचे आभार मानते. राजश्रीच्या सहकार्यासाठी तिलाही धन्यवाद देते. तसेच माझ्या कुटुंबीयांचा खंबीर पाठिंबा, ज्याशिवाय हे पुस्तक पूर्णत्वास पोहोचलं नसतं... त्यांच्या ऋणात राहणंच मी पसंत करीन.

रसिक वाचकांना माझी ही कलाकृतीदेखील आवडेल असा विश्वास वाटतो.

– मैत्रेयी जोशी

भाग १

८ जानेवारी १९४६

श्रीयुत सिडने स्टार्क, प्रकाशक
स्टीफन्स आणि स्टार्क मर्या.,
२१, सेंट जेम्स प्लेस,
लंडन साऊथ वेस्ट १,
इंग्लंड.

प्रिय सिडने,

सुझन स्कॉट हे एक विलक्षण रसायन आहे. आम्ही पुस्तकाच्या चाळीसच्या वर प्रती विकल्या. हे फारच सुखद होतं; पण माझ्या दृष्टीनं त्याहून रोमहर्षक काय असेल तर ते जेवण. मेरियांगसाठी[1] आयसिंग शुगर आणि खऱ्या खुऱ्या अंड्यांची रेशनची कूपन्स मिळवण्यात सुझन यशस्वी झाली होती. तिची सगळी साहित्यिक भोजनं अशी उंची गाठणार असतील तर देशभर फिरायला माझी काहीच हरकत नाही. तुला असं वाटतं का, की एखादा घसघशीत बोनस तिला लोणी मिळवण्यासाठी प्रवृत्त करेल? प्रयत्न करू या आपण. ते पैसे तू माझ्या मानधनातून कापू शकतोस.

आणि आता अप्रिय बातमी! माझ्या नवीन पुस्तकाचं काम कुठवर आलंय, असं तू मला विचारलं होतंस. सिडने, याचं उत्तर 'कुठवरच नाही' असंच आहे.

'इंग्लिश फॉईबल्स' सुरुवातीला खूपच आश्वासक वाटलं. शेवटी काय, इंग्लिश बनीचा उदो उदो करण्याचा निषेध करणाऱ्या संस्थेबद्दल कोणालाही तावच्या

ताव भरून लिहिता येईल. मी 'उपद्रवी प्राण्यांचे निर्मूलन करणाऱ्या' व्यावसायिकांच्या संघटनेचा फोटो कुठूनसा शोधून काढला होता. ऑक्सफर्ड स्ट्रीटवर ते निदर्शनं करत असतानाचा तो फोटो होता. त्यांच्या हातातील फलकही किंचाळत होते, 'बिआट्रिक्स पॉटर मुर्दाबाद!' पण या सचित्र शीर्षकानंतर लिहिण्यासारखं काय आहे? काही नाही; हेच.

मला यापुढे हे पुस्तक लिहायचं नाही. माझी बुद्धी आणि माझं मनही त्यात रमत नाहीये. इझी बिकरस्टाफ मला प्रिय होती आणि आहे... त्यामुळे त्या नावाने मला दुसरं काही लिहायचं नाहीये. यापुढे मला हलकं-फुलकं लिहिणारी पत्रकार म्हणून ओळखलं

१. मेरियांग : अंड्यातील पांढरे व साखर बेक करून बनवलेला, क्रीम घालून सजवलेला छोटा केक.

जावं, असं अजिबात वाटत नाही. मला माहितीये, वाचकांना खो-खो हसवणं.... कमीतकमी गालातल्या गालात हसायला लावणं... तेही युद्धकाळात! ही काही साधीसुधी गोष्ट नाही. परंतु मला यापुढे तसं करायचं नाही. त्यासाठी वृत्तीचा जो समतोल साधावा लागतो, तो साधण्याच्या अवस्थेत मी सध्यातरी नाही आणि त्याशिवाय कुणी विनोदी लिहू शकत नाही, हे परमेश्वरालाही ठाऊक आहे.

दरम्यान *'इझी बिकरस्टाफ गोज टू वॉर'* या पुस्तकावर 'स्टीफन्स आणि स्टार्क' खोऱ्याने पैसे मिळवताहेत याचा मला आनंद वाटतो. त्यामुळे माझ्या ॲनी ब्राँटच्या चरित्राची जी दाणादाण उडाली होती, त्याविषयी वाटणारी बोच हलकी झालीये.

सर्व गोष्टींसाठी आभार आणि प्रेमपूर्वक
ज्युलिएट

ता. क. – मी मिसेस मोंटाग्यूचा संग्रहित पत्रव्यवहार वाचतीये. तुला माहितीये त्या उदासवाण्या स्त्रीनं जेन कार्लाइलला काय लिहिलं होतं? 'माझी प्रिय छोटी जेन, प्रत्येक जण एक व्यवसाय घेऊनच जन्माला येतो आणि तुझा व्यवसाय हाच आहे की तू छोटी, सुंदर स्फुटं लिहावीस.' मला आशा आहे, जेन थुंकली असेल तिच्यावर.

सिडनेकडून ज्युलिएटला

१० जानेवारी १९४६

कुमारी ज्युलिएट ॲशटन
२३, ग्लेब प्लेस,
चेल्सी,
लंडन साऊथ वेस्ट ३.

प्रिय ज्युलिएट,

अभिनंदन! सुझन स्कॉट म्हणाली, तू भोजन समारंभातील उपस्थित श्रोत्यांना भारून टाकलंस; अगदी एखाद्या मद्यप्याला रमनं भारून टाकावं तसं आणि त्यांनी तुला! तेव्हा कृपया पुढील आठवड्यातील तुझ्या दौऱ्याची चिंता करणं थांबव. मला तुझ्या यशाविषयी तिळमात्र शंका नाही. तुझा अठरा वर्षांपूर्वीचा 'द शेफर्ड बॉय सिंग्ज इन दि व्हॅली ऑफ ह्यूमिलिएशन'चा प्रयोग मी अनुभवला होता. त्यामुळे प्रेक्षकांना

तू तुझ्या तालावर धुंद करू शकतेस हे मला ठाऊक आहे. एक सूचना : या प्रकरणात मात्र तुझं भाषण संपल्यावर पुस्तक श्रोत्यांकडे फेकण्यापासून तू स्वत:ला आवरावंस.

बाथपासून यॉर्कशायरपर्यंत सगळ्या पुस्तकांच्या दुकानांमध्ये तुझ्या श्रोत्यांशी भेटीगाठी घडवून आणण्यास सुझन कमालीची उत्सुक आहे आणि अर्थातच हा दौरा स्कॉटलंडपर्यंत वाढवावा यासाठी सोफीने लकडा लावला आहे.

मी तिचा मोठा भाऊ असल्यानं जरा 'दादागिरीने'च दटावलं की अजून ते ठरायचं आहे. तिला तुझी खूप आठवण येते. मला माहीत आहे, पण 'स्टीफन्स आणि स्टार्क'ने अशा सवलती देता कामा नये.

नुकतेच लंडन आणि आजूबाजूच्या परगण्यांमधले 'इझी'चे विक्रीचे आकडे मला मिळाले आहेत. ते उत्कृष्ट आहेत. पुन्हा एकदा अभिनंदन!

'इंग्लिश फॉईबल्स'विषयी नाराज होऊ नकोस. तुझा उत्साह आत्ताच मावळला हे बरं झालं. बनी सशांविषयी लिहायला सुरुवात करून, पुढे त्यात सहा महिने घालवून, नंतर तो उत्साह मावळण्यापेक्षा हे बरं. एकंदरीत या कल्पनेच्या व्यावसायिक शक्यता आकर्षक होत्या, पण मी सहमत आहे तुझ्याशी. हा विषय दुर्दैवाने लवकरच कालबाह्य झाला असता. तुला आवडेल असा दुसरा विषय कधीतरी सुचेल तुला.

तू जाण्यापूर्वी एकदा डिनरला भेटू या का? कधी ते सांग.

प्रेमपूर्वक,
सिडने

ता. क. – तुझी छोटी छोटी टिपणं सुरेख, मनमोहक असतात.

ज्युलिएटकडून सिडनेला

११ जानेवारी १९४६

प्रिय सिडने,

हो, मस्तच... ते कुठेतरी नदीकिनारी शक्य आहे का? मला ऑयस्टर्स, शँपेन आणि मिळालं तर रोस्ट (भाजलेलं) बीफ हवंय. नसेल तर चिकन चालेल. 'इझी'चा खप तडाखेबंद होतोय हे ऐकून आनंद झाला. पण तो पुरेसा चांगला आहे का? नाहीतर मला बॅग भरून लंडन सोडावं लागेल.

तू आणि एस. अँड एस.नं माझं एका माफक यशस्वी लेखकात रूपांतर केलं असल्याने हे डिनर, मी दिलेली पार्टी असेल.

प्रेमपूर्वक,
ज्युलिएट

ता. क. – 'द शेफर्ड बॉय सिंग्ज इन द व्हॅली ऑफ ह्यूमिलिएशन' हे पुस्तक मी श्रोत्यांमध्ये फेकलं नाही, तर त्या कार्यक्रमाच्या आयोजिकेकडे फेकलं... मला तिच्या पायांवर ते टाकायचं होतं पण नेम चुकला.

ज्युलिएटकडून सोफी स्ट्रॅचनला

१२ जानेवारी १९४६

मिसेस अलेक्झांडर स्ट्रॅचन
फिओचॅन फार्म,
बाय ओबन,
अर्गिल.

प्रिय सोफी,

अर्थातच मला तुला भेटायला आवडेल. पण मी आत्मा, इच्छा हरवलेली यंत्रवत अशी झालेली आहे. सिडनेनं मला बाथ, कॉल्चेस्टर, लीड्स आणि इतर अनेक रमणीय स्थळी जाण्याची आज्ञा दिली आहे, जी मला या क्षणी आठवत नाहीत. ते टाळून मी स्कॉटलंडला जाऊ शकत नाही. सिडनेची भुवई वक्र होईल, डोळे आकुंचित होतील, तो दाणदाण पाय आपटत चालत जाईल आणि तुला तर माहितीये, सिडने असा चालायला लागला की ते तुमची कसोटी पाहणारं असतं.

माझी इच्छा मात्र आहे... हळूच निसटून तुझ्या शेताकडे यावं आणि तुझ्याकडून माझे भरपूर लाड करून घ्यावेत. तू मला माझे पाय सोफ्यावर ठेवू देशील नं? नंतर तू मला ब्लँकेटमध्ये गुरफटून टाकशील आणि चहा आणून देशील. सोफ्यावर एक कायमचा रहिवासी आला तर अलेक्झांडरची त्याला हरकत नसेल नं? तसं तू मला सांगितलंस की, तो एक सहनशील पुरुष आहे. पण कदाचित त्याला ते त्रासदायक वाटेल.

मी इतकी खिन्न, दु:खी का आहे? मला खरं तर रंगून गेलेल्या श्रोतृवृंदापुढे 'इझी'चं वाचन करण्याच्या कल्पनेनं आनंद वाटायला पाहिजे. तुला माहितीये, पुस्तकांविषयी बोलायला, तसंच लोकांकडून स्तुती-सुमनं उधळून घ्यायला मला खूप आवडतं. मला तर स्फुरणच चढलं पाहिजे, पण सत्य हे आहे की मी दु:खी आहे.... अगदी युद्धकाळातही कधी नव्हते इतकी दु:खी. सगळं काही इतकं भंगलं आहे; रस्ते, इमारती, माणसं! विशेषत: माणसं!

कदाचित काल रात्री मी एका अतिशय वाईट डिनर पार्टीला गेल्याचा हा परिणाम असावा. जेवण भयानक होतं, पण ते अपेक्षितच होतं. मी तिथे आलेल्या पाहुण्यांमुळे

खचूनच गेले होते. आत्तापर्यंत भेटलेल्या पाहुण्यांपैकी कुठलाच घोळका माझं मनोधैर्य खच्ची करणारा नव्हता. गप्पा चालल्या होत्या, बॉम्ब आणि उपासमारीविषयी... म्हणजे युद्धाविषयी. तुला सारा मोरक्रॉफ्ट आठवते का गं? ती तिथं होती... मारे लिपस्टिक वगैरे लावून एकाग्र चित्ताने ऐकत होती. ती सुंदर दिसायची नाही पूर्वी? केंब्रिजपर्यंत पोहोचलेल्या, अश्वारोहण करणाऱ्या त्या माणसाच्या प्रेमात ती पागल झाली होती नाही? तो कुठेच दृष्टिपथात नव्हता. तिनं एका करड्या रंगाच्या डॉक्टरशी लग्न केलंय, जो बोलण्यापूर्वी जिभेने टक् असा आवाज करतो (तो तर त्याच्या पासंगालाही पुरत नाही) आणि माझ्या नृत्यातल्या डिनर पार्टनरशी तुलना करता तो आडदांड प्रणयाची प्रतिमाच होता. माझा पार्टनर तर एक ब्रह्मचारी निघाला. अरे देवा! किती दीनवाणी, क्षुद्र वृत्तीची वाटतीये नं मी!

शपथ घेऊन सांगते सोफी, मला वाटतं माझं काहीतरी बिनसलंय. मला भेटणाऱ्या कोणत्याच पुरुषाला मी सहन करू शकत नाही. कदाचित माझ्या अपेक्षा थोड्या कमी केल्या पाहिजेत, पण थोड्याशाच कमी. अर्थात, इतक्याही नाही की तो भुऱ्या रंगाचा टक् आवाज करणारा डॉक्टरही (किंवा त्याच्यासारखा) मला चालेल. मी याचं खापर युद्धावरपण फोडू शकत नाही. पुरुषांशी मी कधीच धड वागले नाही, नाही का?

तुला वाटतं माझं खरं प्रेम सेंट स्विदिनच्या लोहारावर होतं? मी त्याच्याशी कधीच बोलले नाही, त्यामुळे तसं नसावं. पण कमीतकमी ती भावना (कधीच न बोलल्यामुळे) निराशेने रक्तबंबाळ न होता सुरक्षित तरी राहिली आणि त्याचे ते सुंदर काळेभोर केस. त्यानंतर तुला आठवतं; कवींचं वर्ष आलं. सिडने त्या कवींशी त्याच्या प्रतिष्ठेला न शोभेलसं वागला होता, पण का ते कळत नाही. कारण त्यानेच तर माझा त्यांच्याशी परिचय करून दिला होता. नंतर बिचारा ॲड्रियन. त्या सगळ्या तापदायक माणसांची-घटनांची तुझ्याजवळ उजळणी करायची गरज नाही. पण सोफी, मला झालंय तरी काय? मी फार चोखंदळपणा दाखवतीये का? मला केवळ लग्नासाठी लग्न करायचं नाही. उर्वरित आयुष्य अशा माणसासमवेत घालवायचं नाही, ज्याच्याशी मी बोलू शकत नाही किंवा याहून वाईट म्हणजे त्याच्याबरोबर शांतपणे राहू शकत नाही – याहून अधिक एकाकीपणा काय असेल?

काय हे भयानक, तक्रारींचा पाढा वाचणारं पत्र! बघितलंस? ते वाचून ही स्कॉटलंडला थांबणार नाही या जाणिवेनं तुला हुश्श वाटावं... तसं वाटू देण्यात मी यशस्वी झाले, नाही का?

पण तरीसुद्धा, मी कदाचित येईनही. माझं भवितव्य सिडनेवर अवलंबून आहे.

डॉमनिकचा माझ्या वतीने पापा घे आणि त्याला सांग, मी काही दिवसांपूर्वी टेरियरएवढा मोठ्ठा उंदीर पाहिला.

अलेक्झांडरला प्रेमपूर्वक शुभेच्छा आणि तुला अधिकच,

ज्युलिएट

डॉसी ॲडॅम्स, गर्नसी,[२] चॅनेल आयलंड्स इथून ज्युलिएटला

१२ जानेवारी १९४६

मिस ज्युलिएट ॲशटन
८१, ओक्ले स्ट्रीट,
चेल्सी,
लंडन साऊथ वेस्ट ३.

प्रिय मिस ॲशटन,

माझं नाव डॉसी ॲडम्स आणि मी सेंट मार्टिनच्या चर्चच्या आवारात असलेल्या माझ्या शेतावर राहतो. मी तुम्हाला ओळखतो, कारण माझ्याकडे एक जुनं पुस्तक आहे, जे एके काळी तुमच्या मालकीचं होतं... त्याचं नाव आहे 'द सिलेक्टेड एसेज ऑफ एलिया'. पुस्तकाच्या लेखकाचं मूळ नाव चार्ल्स लॅंब आहे. मुखपृष्ठाच्या आत तुमचं नाव आणि पत्ता लिहिला होता.

मी स्पष्ट व सरळ बोलतो... मला चार्ल्स लॅंब खूप आवडतो. माझ्याकडे असलेल्या पुस्तकाच्या यादीत 'द सिलेक्टेड' आहे, तर त्याने इतरही बरंच काही लिहिलं असेलच ना? हे निबंध मला वाचायचे आहेत आणि जरी जर्मन्स आता इथून गेले असले, तरी गर्नसीवर आता पुस्तकांची दुकानं शिल्लक राहिली नाहीत.

कृपा करून माझं एक काम कराल का? लंडनमधल्या एखाद्या पुस्तकाच्या दुकानाचं नाव व पत्ता पाठवू शकाल का? चार्ल्स लॅंबचं इतर लेखन मला पोस्टानं मागवायला आवडेल. मला हेही विचारायला आवडेल की कोणी त्याचं चरित्र लिहिलं आहे का? आणि असेल तर माझ्यासाठी एखादी प्रत मिळू शकेल का?

मला वाटतं अतिशय तल्लख बुद्धी आणि तरल असं मन असूनही, श्रीयुत लॅंबच्या वाट्याला खूप दुःख आलं असणार.

जर्मनांनी जेव्हा बेटाचा ताबा घेतला होता तेव्हा चार्ल्स लॅंबनं मला हसवलं होतं, विशेषत: जेव्हा त्यानं भाजलेल्या डुकराविषयी लिहिलं तेव्हा. 'द गर्नसी लिटररी ॲंड

---

२. गर्नसी चॅनेल आयलंड्स – यु.के. आणि फ्रान्सला जोडणाऱ्या इंग्लिश खाडीवरील काही बेटं, ज्यात गर्नसी हे एक बेट आहे.

पोटॅटो पील पाय सोसायटी' अस्तित्वात आली, तीच मुळी एका भाजलेल्या डुकरामुळे... जे आम्हाला जर्मन सैनिकांपासून लपवून ठेवावं लागलं. म्हणून मला श्रीयुत लँबविषयी एक वेगळाच जिव्हाळा वाटतो.

तुम्हाला त्रास देताना वाईट वाटतंय, पण लँबविषयी अधिक जाणून न घेण्याचं मला अजूनच वाईट वाटलं असतं. कारण त्याच्या लिखाणातून मला एक मित्र मिळालाय.

आशा आहे तुम्हाला यापुढे त्रास देणार नाही.
डॉसी ॲडॅम्स

ता. क. – माझी मैत्रीण मिसेस मॉगरीने एक छोटीशी पुस्तिका विकत घेतली. तीसुद्धा एके काळी तुमचीच होती. तिचं नाव *'वॉज देअर अ बर्निंग बुश? अ डिफेन्स ऑफ मोझेस अँड द टेन कमांडमेंट्स'*. तिला तुमची समासातील नोंद आवडली. 'देवाचा शब्द की गर्दीचा ताबा?' तुम्ही कधी ठरवलंत का, यातलं काय समर्पक आहे?

ज्युलिएटकडून डॉसीला

१५ जानेवारी १९४६

श्री. डॉसी ॲडॅम्स
लेस ऑक्स्लॉरेन,
ला बूवे,
सेंट मार्टिनस, गर्नसी.

प्रिय मि. ॲडॅम्स,

मी ओक्ले स्ट्रीटवर सध्या राहत नाही. पण मला याचा आनंद वाटतो की, तुमच्या पत्राने मला शोधून काढलं आणि माझ्या पुस्तकाने तुम्हाला! 'सिलेक्टेड एसेज ऑफ एलिया'चा वियोग होणं हे फार दु:खद होतं. माझ्याकडे त्याच्या दोन प्रती होत्या आणि पुस्तकांचं कपाट ठेवण्यासाठी खोलीची नितांत गरज होती. पण ते विकताना मला एखाद्या राजद्रोह्यासारखं अपराधी वाटलं होतं. तुम्ही माझ्या वेदनेवर फुंकर घातली आहे आणि माझं दु:ख हलकं केलं आहे.

मला आश्चर्य वाटतं, हे पुस्तक गर्नसीला कसं पोहोचलं? कदाचित पुस्तकांमध्येसुद्धा

घरी जाण्याची एक प्रकारची सुप्त अंत:प्रेरणा असावी, जी त्यांना योग्य वाचकांपर्यंत आणून सोडते. हे जर खरं असतं तर किती बहार आली असती!

पुस्तकांच्या दुकानातून फेरफटका मारण्याखेरीज मी फारसं काही करत नाही, म्हणून मी तुमचं पत्र मिळाल्याबरोबर तत्काळ 'हेस्टिंग्ज अँड सन्स'कडे गेले. मी त्यांच्याकडे वर्षानुवर्षं जाते आणि तिथे मला हवं ते पुस्तक नेहमी मिळालं आहे. आणि नंतर अशीही तीन पुस्तकं मिळाली आहेत, जी मला हवी आहेत याची मलाही कल्पना नव्हती. मी श्री. हेस्टिंग्जना सांगितलं, तुम्हाला *'मोअर एसेज ऑफ एलिया'*ची चांगली, स्वच्छ प्रत हवी आहे. (दुर्मीळ आवृत्ती नव्हे.) ते तुम्हाला स्वतंत्र पोस्टाने पाठवतील. (सोबत पाठवीत असलेल्या पुस्तकाची किंमतही जोडतील.) त्यांना तुम्हीसुद्धा चार्ल्स लँबचे चाहते आहात, हे ऐकून आनंद झाला. ते म्हणाले, लँबचं सर्वोत्कृष्ट चरित्र ई.व्ही. लुकास यांनी लिहिलंय आणि त्याचीही एक प्रत ते तुमच्यासाठी मिळवून ठेवतील. मात्र त्याला थोडा वेळ लागेल.

तोपर्यंत तुम्ही माझी ही छोटीशी भेट स्वीकाराल का? ही त्याची *'निवडक पत्रं'* आहेत... मला वाटतं कुठल्याही चरित्रातून कधी सांगितलं नसेल इतकं ती पत्रं तुम्हाला त्याच्याविषयी सांगतील. ई.व्ही. लुकास फारच थोर वाटतो. त्यानं माझा आवडता परिच्छेद लँबच्या चरित्रात समाविष्ट केला आहे–

'गूं गूंऽऽऽऽ घर्र घर्र घर्र, खळ्ळ, खळ्ळ, कुर्रम् कुर्रम् .... विविध आवाज मस्तकात घुमताहेत माझ्या. सरतेशेवटी माझा नक्कीच धिक्कार होईल. सतत दोन दिवस मी पितो आहे. माझ्या नीती-अनीतीच्या कल्पना पार लयास गेल्या आहेत आणि माझ्या धर्मविषयक कल्पना धूसर होताहेत.'

तुम्हाला हा परिच्छेद पत्रांमध्ये पाहायला मिळेल (पृष्ठ क्र. २४४ वर). मी लँब प्रथम वाचला तो या ओळींमध्ये. आणि मला सांगायला लाज वाटते की, मी हे पुस्तक एवढ्याचसाठी खरेदी केलं होतं. कारण मी कुठेतरी वाचलं होतं, की लँब नावाचा माणूस तुरुंगात त्याच्या मित्राला, ली हंटला, भेटायला गेला होता. लीनं 'प्रिन्स ऑफ वेल्स'ची बदनामी करणारा लेख लिहिला होता.

तिथे असताना लँबनं ली हंटला त्याच्या कोठडीचं छत रंगवायला मदत केली होती; आकाशी निळा रंग आणि पांढरे ढग. नंतर त्यांनी एका भिंतीवर गुलाबाच्या वेलीला आधार देणारा लाकडी मांडव रंगवला होता. मला हेदेखील कळलं, की लँबनं तुरुंगाबाहेर असलेल्या ली हंटच्या कुटुंबाला आर्थिक मदत केली होती... जरी तो स्वत: कंगाल होता तरी. हंटच्या सर्वांत धाकट्या मुलीला त्याने ईश्वराची प्रार्थना शेवटाकडून सुरुवातीपर्यंत उलट क्रमाने म्हणायला शिकवली होती. अशा माणसाविषयी साहजिकच, तुम्हाला जेवढं कळेल तेवढं हवंच असतं.

मला वाचनाचं हेच आवडतं. एखाद्या छोट्या गोष्टीमुळे तुम्हाला एक पुस्तक वाचावसं वाटतं आणि ती छोटी गोष्ट तुम्हाला दुसऱ्या आणि त्यातली छोटी गोष्ट

तुम्हाला तिसऱ्या पुस्तकाकडे घेऊन जाते. हे भौमितीय वेगाने विकसित होणारं आहे... ज्याचा अंत लागत नाही आणि जे निखळ आनंद देत राहतं.

मुखपृष्ठावरचा लाल डाग जो रक्तासारखा दिसतोय; ते रक्तच आहे. माझा कागद कापायच्या सुरीबाबतचा निष्काळजीपणाच नडला. सोबत पाठवलेलं पोस्टकार्ड लँबच्या मित्राने, विल्यम हॅझलिटने, त्याचं जे चित्र काढलं, त्या चित्राची नक्कल आहे.

तुम्हाला जर माझ्याशी पत्रव्यवहार करण्यास वेळ असेल तर माझ्या अनेक प्रश्नांची उत्तरं तुम्ही देऊ शकाल का? खरं तर तीन प्रश्नांची :

१. भाजलेल्या डुकराची मेजवानी गुप्त का ठेवावी लागली?

२. एका डुकरामुळे तुमचं वाचक मंडळ कसं काय सुरू झालं?

३. आणि सर्वांत महत्त्वाचा प्रश्न 'पोटॅटो पील पाय' म्हणजे काय? आणि ते तुमच्या मंडळाच्या नावात समाविष्ट का केलंय?

मी २३, ग्लेब प्लेस, चेल्सी, लंडन साऊथ वेस्ट– ३ इथे फ्लॅट भाड्याने घेतलाय. माझा ओक्ले स्ट्रीटवरचा फ्लॅट १९४५ मध्ये झालेल्या बॉम्बवर्षावात उद्ध्वस्त झाला आणि त्याची मला अजून आठवण येते. ओक्ले स्ट्रीटवरचा तो फ्लॅट मस्तच होता. माझ्या घराच्या तीन खिडक्यांमधून मला थेम्स नदीचं दर्शन होई. मला माहिती आहे, लंडनमध्ये राहण्यासाठी एखादी जागा आहे हेच माझं सुदैव आहे. पण मी माझी सुखं मोजण्यापेक्षा रडगाणं गाणंच पसंत करते!

तुम्ही *'एलिया'*चा शोध घेण्यासाठी माझा विचार केलात याबद्दल मला आनंद झाला.

मन:पूर्वक तुमची,
ज्युलिएट ॲशटन

ता. क. – मोझेसविषयी मी कधीच निर्णय घेऊ शकले नाही, ही गोष्ट माझ्या मनाला अजून त्रास देत आहे.

ज्युलिएटकडून सिडनेला

१८ जानेवारी १९४६

प्रिय सिडने,

हे पत्र नव्हे तर क्षमायाचना आहे. तू *'ईझी'*प्रीत्यर्थ आयोजित केलेल्या चहापान, भोजन समारंभाविषयी मी कुरकुर केली त्याबद्दल मला क्षमा कर. मी तुला जुलमी म्हटलं का? मी ते सगळं मागे घेते. मला लंडनच्या बाहेर पाठवल्याबद्दल मी 'स्टीफन्स आणि स्टार्क'वर प्रेम करते.

बाथ हे वैभवशाली शहर आहे. जिथे एके काळी लंडनसारख्या काळ्या, भकास इमारती किंवा त्याहून वाईट इमारती होत्या, त्या जागी दगडमातीच्या ढिगाऐवजी सुंदर, शुभ्र, कमानदार घरांची रांग दिमाखात उभी आहे. जिथे कोळशाचा धूर नाही अथवा धूळ नाही अशा स्वच्छ, ताज्या हवेत श्वास घेणं हे स्वर्गीय सुख आहे. हवा थंड आहे, पण ती लंडनसारखी दमट, ओलसर थंड नाही. रस्त्यावरची माणसंसुद्धा वेगळी दिसतात. ताठ, सरळ, त्यांच्या घरांसारखी. लंडनवासीयांसारखी करडी आणि पोक आलेली नव्हे!

सुझन म्हणाली, ॲबॉट्स या पुस्तकाच्या दुकानातल्या चहापार्टीतल्या पाहुण्यांनी खूप धमाल केली आणि मला माहितीये मीही! पहिले काही क्षण माझी जीभ टाळूला चिकटलेली होती नंतर मी बोलायला सुरुवात केली आणि मग माझा वेळ मस्त मजेत गेला.

सुझन आणि मी उद्या कॉल्चेस्टर, नॉर्विच, किंग्ज लीन, ब्रॅडफोर्ड आणि लीड्स इथल्या पुस्तकांच्या दुकानांना भेटी देणार आहोत.

धन्यवाद!

प्रेमपूर्वक,
ज्युलिएट

ज्युलिएटकडून सिडनेला

२१ जानेवारी १९४६

प्रिय सिडने,

रात्रीच्या वेळी आगगाडीचा प्रवास करणं पुन्हा एकदा विलक्षण सुंदर झालंय... खूप छान वाटतंय! पॅसेजमध्ये तासन्तास तिष्ठत राहणं नाही, सैनिकांची गाडी जाणार असली तर तिला वाट देण्यासाठी बाजूला होणं नाही आणि या सर्वांवर कडी म्हणजे ब्लॅक-आऊट करणारे पडदे नाहीत. आम्ही जिथून गेलो तिथल्या सगळ्या खिडक्या प्रकाशमान होत्या आणि मी सवयीनुसार पुन्हा एकदा गुपचूप पाळत ठेवू शकले. या साऱ्या गोष्टींची युद्धकाळात मला इतकी उणीव भासत होती. मला वाटतं आपण सगळेच जण शेपूट घालून आपापल्या बिळात पळणाऱ्या चिचुंद्र्या झालो होतो. मी स्वत:ला खरीखुरी, जातिवंत चोरनजर टाकणारी समजत नाही; ते लोक बेडरूममध्ये चोरून पाहतात. पण मला प्रेरित करतात ती कुटुंबं... दिवाणखान्यात बसलेली, किचनमधली, त्यांची पुस्तकांची कपाटं, लिहिण्याचं टेबल, पेटवलेल्या मेणबत्त्या

किंवा चमकदार सोफा कुशन्सवरून टाकलेल्या एका नजरेवरून मी त्यांचं संपूर्ण जीवन कसं असेल याची कल्पना करू शकते.

आज टिलमनच्या पुस्तकांच्या दुकानात एक नाठाळ संभावित भेटला. माझं *'ईझी'*वरील भाषण संपल्यावर मी विचारलं, कुणाला काही प्रश्न विचारायचेत का म्हणून. त्याने अक्षरश: त्याच्या खुर्चीवरून उडी मारली. तो माझ्याशी भांडण्याच्याच पवित्र्यात होता. 'मी एक स्त्री असूनही आयझॅक बिकरस्टाफचं नाव बदनाम करण्याचं धैर्य कसं करू शकते?' असं त्यानं विचारलं. 'खरा आयझॅक बिकरस्टाफ – प्रसिद्ध पत्रकार – छे! छे! तो तर १८ व्या शतकातील साहित्यातलं चैतन्य होता. तो आता मेलाय आणि त्याचं नाव तू अपवित्र केलंयस!'

मी काही बोलण्याआधीच मागच्या रांगेतली एक स्त्री उडी मारून उभी राहिली, 'खाली बसा! जो कधीच अस्तित्वात नव्हता त्याला तुम्ही मलिन करूच शकत नाही. तो मेला नाहीये कारण तो कधीच जिवंत नव्हता. आयझॅक बिकरस्टाफ हे जोसेफ ॲडिसनने 'स्पेक्टॅटर' सदरासाठी घेतलेलं टोपण नाव होतं. मिस ॲशटन तिला हवं ते नाव घेऊ शकते. तेव्हा गप्प बसा.'

केवढी पराक्रमी कैवारी माझी! तो घाईघाईने दुकानातून सटकला.

सिडने, तुला मार्कहॅम व्ही. रेनॉल्ड्स (ज्युनिअर) या नावाचा माणूस माहितीये का? नसेल तर माझ्याकरिता त्याचा शोध घेशील का? *'हूज हू'*, *'द डूम्सडे बुक'* किंवा स्कॉटलंड यार्डमध्ये? यात नाही मिळाला तर टेलिफोन डिरेक्टरीमध्ये नक्की सापडेल... त्याने माझ्यासाठी वसंत ऋतूतल्या फुलांचा गुच्छ बाथमधल्या हॉटेलमध्ये पाठवला. डझनभर पांढरे गुलाब माझ्या आगगाडीत पाठवले, नॉर्विचला लाल गुलाबांची रास आणि हे सगळं संदेशाविना! फक्त त्यावर त्याचं धातूवर कोरीव काम केलेलं कार्ड.

मी आणि सुझन कुठल्या हॉटेलमध्ये उतरतोय, कुठच्या गाडीनं जाणार आहोत, हे त्याला कसं कळतं? त्याची सगळी फुलं मला माझ्या आगमनाच्या वेळीच मिळाली आहेत. मला कळत नाहीये, या त्याच्या कृतीनं फुशारून जावं की कुणी आपल्या मागावर आहे असं वाटून घ्यावं.

प्रेमपूर्वक,
ज्युलिएट

ज्युलिएटकडून सिडनेला

२३ जानेवारी १९४६

प्रिय सिडने,

सुझनने नुकतेच मला *'इझी'*च्या विक्रीचे आकडे दिले. माझा विश्वासच बसत नाहीये. मला प्रामाणिकपणे वाटलं होतं की, प्रत्येक जण युद्धाला इतका कंटाळला असेल की कुणाला त्याची आठवणही नको असेल. आणि पुस्तकातून तर नक्कीच नाही. आनंदाची गोष्ट; पुन्हा एकदा तू बरोबर होतास आणि मी चूक. (हे कबूल करताना मी अर्धमेली झालीये.)

प्रवास करणं, एका मंत्रमुग्ध झालेल्या श्रोतृवृंदासमोर बोलणं, पुस्तकांवर सह्या करणं आणि अपरिचित व्यक्तींना भेटणं हे सगळं उल्हसित करणारं आहे. मला भेटलेल्या स्त्रियांनी त्यांच्या स्वत:च्या अशा युद्धाच्या कहाण्या सांगितल्या आहेत, की मला अगदी प्रकर्षानं माझं सदर परत लिहायला मिळावसं वाटलं. काल एका नॉर्विच स्त्रीबरोबर छान, खमंग गप्पा झाल्या. तिच्या चार मुली टीनएजर आहेत आणि गेल्याच आठवड्यात तिच्या सर्वांत मोठ्या मुलीला लष्करी विद्यालयात चहासाठी आमंत्रण आलं. तिच्या सर्वांत सुंदर फ्रॉकमध्ये सजून-धजून, पांढरे शुभ्र हातमोजे घालून ती मुलगी शाळेकडे जाऊ लागली. शाळेच्या प्रवेशद्वाराशी थांबून एक नजर तिने तिथल्या तिच्या समोरच्या विद्यार्थ्यांच्या चमकदार चेहऱ्यांवर टाकली आणि चक्कर येऊन पडली बिचारी! त्या बिचारीनं तिच्या आयुष्यात एकाच ठिकाणी इतके पुरुष कधीच पाहिले नव्हते. विचार कर... एक संपूर्ण पिढी 'नाच, चहा किंवा नखरे करून मन वेधून घेणं' या यौवनसुलभ भावनांशिवाय वाढली आहे.

पुस्तकांची दुकानं पाहणं आणि विक्रेत्यांना भेटणं मला आवडतं. पुस्तक विक्रेते ही खरोखरीच एक विशेष जमात आहे. पगारासाठी म्हणूनही पुस्तकांच्या दुकानात कारकुनाचं काम कुणी शहाणा स्वीकारणार नाही आणि कुणा शहाण्याला एखादं बुकस्टोअर आपल्या मालकीचं असावं असं वाटणार नाही – त्यात फायद्याचं प्रमाण इतकं कमी आहे – वाचकांचं आणि वाचनाचं प्रेम असणाराच कुणी हे करू शकतो. त्याचबरोबर नव्या पुस्तकांवर पैसाही खर्चावा लागतो.

तुझ्या बहिणीला आणि मला लंडनमध्ये जी पहिली नोकरी मिळाली ती तुला आठवते का? हिरवट श्रीयुत हॉकच्या जुन्या पुस्तक भांडारातली? मी त्याच्यावर

किती प्रेम करायची! तो फक्त पुस्तकांचा पेटारा उघडायचा. एखाद् दुसरं आमच्या हातात द्यायचा आणि म्हणायचा, 'सिगारेटची राख नको... हात स्वच्छ हवेत आणि कृपया ज्युलिएट, तुझ्या समासातल्या नोंदी नकोत. सोफी डिअर, तिला वाचत असताना कॉफी प्यायला देऊ नकोस.' आणि मग आम्ही नवी पुस्तकं वाचायला घेऊन जायचो.

मला तेव्हाही आश्चर्य वाटायचं आणि अजूनही वाटतं; ते या गोष्टीचं, की पुस्तकांच्या दुकानात येणारी इतकी लोकं जी पुस्तकं धुंडाळत दुकानात फिरत राहतात, त्यांना खरंच माहिती नसतं आपण काय शोधतोय. केवळ इकडेतिकडे पाहायचं असतं आणि त्या वेळी आकर्षून घेईल असं एखादं पुस्तक दृष्टीस पडेल अशी आशा असते. पुन्हा त्यातही, प्रकाशकाच्या मनोगतावर विश्वास न ठेवण्याइतके ते हुशार असल्यामुळे दुकानातल्या विक्रेत्याला विचारतील –

१) ते पुस्तक कशाविषयी आहे? २) तुम्ही ते वाचलंय का? ३) ते खरंच चांगलं होतं का? सोफी आणि माझ्यासारखे रंग न बदलणारे विक्रेते खोटं बोलू शकत नाहीत.

आमचे चेहरे नेहमीच पुस्तकं कमी किमतीत विक्रीला काढल्यासारखे असतात. एखादी उंचावलेली भुवई किंवा मुडपलेला ओठ सांगून जातो, की ही एखाद्या पुस्तकासाठी लंगडी सबब आहे. त्या हुशार गिऱ्हाइकांना त्याऐवजी शिफारस हवी असते. आम्ही मात्र त्यांना बकोट पकडून एखाद्या विशिष्ट ग्रंथाकडे घेऊन जातो आणि तो वाचण्यासाठी फर्मावतो. त्यांनी तो वाचला पण त्यांना आवडला नाही, तर ते पुन्हा कधीच येणार नाहीत. पण समजा आवडला, तर ते आयुष्यभरासाठी आमचं गिऱ्हाईक होतात.

तू टिपणं घेतोयस का? मग तू या गोष्टींची दखल घ्यावीस की प्रकाशकानं एखाद्या पुस्तक भांडारात एकच वाचकप्रत पाठवून उपयोग नाही, तर बऱ्याच पाठवल्या पाहिजेत. म्हणजे तेथला संपूर्ण कर्मचारी वर्गसुद्धा ते पुस्तक वाचू शकेल.

मि. सेटन आज मला म्हणाले, 'ज्यांना दुसऱ्या कुणाला काही करून गिफ्ट द्यायचीच आहे, अशांसाठी तुझं पुस्तक *'इझी बिकरस्टाफ'* अगदी आदर्श भेटवस्तू आहे... जे तुम्हाला आवडतात; आणि जे तुम्हाला आवडत नाहीत, पण भेटवस्तू देणं भाग असतं, अशा दोघांसाठी.' त्यांनी असाही दावा केला की, विकत घेतलेल्या सर्व पुस्तकांपैकी ३०% पुस्तकं भेट देण्यासाठी खरेदी केलेली असतात. ३०%??? ते खरं सांगतायात?

आमच्या दौऱ्याव्यतिरिक्त सुझनने आणखी कोणत्या गोष्टी सांभाळल्या आहेत हे तिनं तुला सांगितलं का? तिनं मलाच सांभाळलं आहे. अर्ध्या तासापूर्वी मी तिला ओळखत नव्हते असंच आता म्हणायला हवं. ती मला म्हणाली की, तुझा मेकअप, तुझे कपडे, तुझे केस आणि तुझे बूट सगळं काही सौंदर्यरहित, कंटाळवाणं आहे. युद्ध संपलेलं तुझ्या कानावर आलं नाहीये का?

ती मला मादाम हेलेनाकडे केस कापायला घेऊन गेली. आता ते पूर्वीसारखे लांबसडक नाहीत, तर आखूड आणि कुरळे आहेत. तिनं ते हलकेच धुतलेही. सुझन आणि मादाम दोघी म्हणाल्या की, त्यामुळे माझ्या तांबूस-पिंगट, कुरळ्या केसांना सोनेरी छटा येईल.

पण मला चांगलं माहितीये, काही पांढरे केस डोकावू लागले आहेत. (मी मोजले तेव्हा चार होते.) ते लपवण्यासाठी हा सारा खटाटोप. मी चेहऱ्याला फासायच्या क्रीमची एक बाटली, एक सुंदर सुगंधी हँड लोशन, एक नवी लिपस्टिक आणि पापण्यांना वळण देणारा कर्लर अशी खरेदीसुद्धा केली... जेव्हा जेव्हा मी तो कर्लर वापरते तेव्हा तेव्हा माझे डोळे तिरळे होतात.

नंतर सुझननं एक नवीन पोशाख पसंत केला. मी तिला आठवण करून दिली, की राणीसुद्धा तिचे १९३९ सालातले कपडे आनंदाने परिधान करीत होती, तर मग मी का नको? यावर सुझन म्हणाली की अनोळखी, परक्या व्यक्तींवर प्रभाव पाडण्याची राणीला गरज नाही, पण मला आहे. मला तर राजमुकुट आणि देशाशी राजद्रोह केल्यासारखं वाटलं. कोणत्याही शालीन, सुशील स्त्रीकडे नवीन कपडे नाहीत... पण मी हे सगळं स्वत:ला आरशात पाहताक्षणी विसरले. चार वर्षांतला माझा हा पहिला नवा पोशाख आणि तोही असा! त्याचा रंग तंतोतंत पिकलेल्या पीचसारखा आहे आणि मी हालचाल करते तेव्हा त्याला सुंदर घड्या पडतात. तिथली स्त्री विक्रेती म्हणाली की, त्या ड्रेसमध्ये फ्रेंच लावण्य आहे आणि तो घातल्यावर मी पण तशीच स्टायलिश, सौंदर्यवती दिसेन, म्हणून मी तो खरेदी केला. नवीन बुटांसाठी मात्र थोडं थांबावं लागेल, कारण जवळजवळ पूर्ण वर्षाची वस्त्रांची कूपनं मी या एका ड्रेसवर खर्च केली आहेत.

माझे केस, माझा चेहरा यांमुळे मी आता मंद, कंटाळलेली, थकलेली ३२ वर्षांची प्रौढा दिसत नाही, तर जिवंत, चैतन्याने रसरसलेली, उच्चभ्रू वस्त्र निर्मात्यांचे कपडे घातलेली (हे जर फ्रेंच क्रियापद नसेल तर ते तसं असायला हवं) अशी तिशीतली स्त्री वाटते.

माझा ड्रेस नवा आणि बूट मात्र जुने; युद्धकाळात होतं त्यापेक्षा कडक रेशनिंग आत्ता युद्धसमाप्तीनंतर आहे, हे धक्कादायक वाटत नाही का? मला कळतंय की हजारो, लाखो माणसं युरोपमध्ये सर्वदूर विखुरलेली आहेत. त्यांना जेवू घालायला हवं, घरं द्यायला हवीत, कपडे पुरवायला हवेत, पण खाजगीमध्ये मी या गोष्टीचा निषेध करते, कारण त्यांच्यापैकी बरेच जर्मन आहेत.

मला लिहायचंय त्या पुस्तकाविषयी; अद्यापि एकही कल्पना सुचलेली नाही. या गोष्टीमुळे मला नैराश्य येऊ लागलंय. तू काही सुचवू शकशील का?

माझ्या अंदाजाप्रमाणे मी सध्या उत्तरेला आहे, तेव्हा आज रात्री मी स्कॉटलंडमध्ये सोफीला ट्रंक कॉल लावणार आहे. काही निरोप तुझ्या बहिणीसाठी? तुझा मेव्हणा, तुझ्या भाच्यासाठी?

आत्तापर्यंत लिहिलेल्या पत्रांपैकी हे सर्वांत प्रदीर्घ पत्र... तू तसंच लिहायची जरूर नाही.

प्रेमपूर्वक,
ज्युलिएट

सुझन स्कॉटकडून सिडनेला

२५ जानेवारी १९४६

प्रिय सिडने,

वर्तमानपत्रातल्या अहवालांवर विश्वास ठेवू नकोस. ज्युलिएटला अटकही झाली नाही किंवा हातात बेड्या ठोकून तिला घेऊनही गेले नाहीत. तिची एका ब्रॅडफोर्डच्या हवालदारानं फक्त खरडपट्टी काढली आणि तो मोठ्या मुश्किलीनं स्वतःचा चेहरा निर्विकार ठेवू शकला.

तिनं चहाची किटली गिली गिल्बर्टच्या डोक्याच्या दिशेनं फेकली, पण 'ज्युलिएटमुळे त्याला भाजलं' या त्याच्या विधानावर विश्वास ठेवू नकोस. चहा थंड होता. शिवाय ती त्याच्या दिशेनं भिरकावली नसून त्याला नुसता पुसटसा स्पर्श करून गेली होती. अगदी हॉटेलच्या मॅनेजरनेसुद्धा किटलीची नुकसान भरपाई घ्यायला नकार दिला. तिला फक्त थोडासा पोचा आला होता. मात्र गिलीच्या किंकाळ्यांनी त्याला पोलिसांना बोलावणं भाग पडलं.

खरी गोष्ट ही अशी आहे आणि मी त्याची पूर्ण जबाबदारी घेते. ज्युलिएटची मुलाखत घ्यायची गिलीची विनंती मी नाकारायला हवी होती. मला माहीत होतं तो किती घृणास्पद माणूस आहे ते. काही मानभावी, क्षुद्र किड्यांपैकी तो एक आहे, जे *'लंडन ह्यू अँड क्राय'*साठी काम करतात. मला हेही माहिती होतं की गिली आणि 'एल.एच. अँड सी.'ला 'स्पेक्टॅटर'मधील *'इझी'* सदराच्या यशाबाबत अतिशय मत्सर वाटत होता आणि ज्युलिएटचाही.

ज्युलिएटसाठी ब्रॅडी बुकस्मिथनं आयोजित केलेल्या पार्टीहून आम्ही नुकत्याच हॉटेलमध्ये परतलो होतो. दोघीही दमलो होतो आणि आमच्याच विचारांत मग्न होतो. तेवढ्यात प्रतीक्षालयातल्या एका खुर्चीतून अचानक गिली उठला. त्याने आम्हाला त्याच्याबरोबर चहा घ्यावा अशी विनंती केली. 'आमची खास उल्लेखनीय मिस ॲशटन किंवा असं म्हणू या, की इंग्लंडची इझी बिकरस्टाफ' अशा शब्दात मखलाशी करून त्याने ज्युलिएटनं छोटीशी मुलाखत द्यावी असं विनवलं. त्याच्या या खुशामतीनं मी खरं तर सावध व्हायला हवं होतं, पण तसं नाही झालं. मला निवांत बसून ज्युलिएटच्या यशाचा आनंद, जल्लोश त्याच्यापुढे हावऱ्यासारखा मिरवायचा होता आणि क्रीमयुक्त चहा प्यायचा होता.

म्हणून आम्ही बसलो. बोलणी पुरेशी संथपणे, निर्विघ्नपणे चाललेली होती आणि

माझं मन इतस्तत: भटकत होतं. तेवढ्यात माझ्या कानावर गिलीचे शब्द पडले, "तू स्वत: युद्धातली एक विधवा होतीस; नाही का? किंबहुना जवळजवळ तशीच. तू कुणा एका लेफ्टनंट रॉब दार्त्रीशी लग्न करणार होतीस नं? त्या समारंभासाठी तयारीपण केली होती, नाही?"

ज्युलिएट म्हणाली, "श्रीयुत गिल्बर्ट, मी तुमची क्षमा मागते." तुला तर माहितीच आहे ती किती सुसंस्कृत आहे.

"मी चुकीचं काही सांगत नाहीये... नाही का? तू आणि लेफ्टनंट दार्त्रीनं लग्नाचा परवाना मिळवण्यासाठी अर्ज केला होतात. १३ डिसेंबर १९४२ रोजी चेल्सीच्या नोंदणी कार्यालयात तुम्ही विवाहबद्ध होणार होतात. त्यासाठी तुम्ही अपॉईंटमेंट घेतली होती.... सकाळी ११ वाजताची. हॉटेल रिट्झमध्ये जेवणासाठी एक टेबलही राखून ठेवलं होतं. फक्त यातल्या कुठल्याच कार्यक्रमाला तुम्ही मुळीच फिरकला नाहीत. हे स्पष्टच आहे की तू त्याला, लेफ्टनंट दार्त्रीला, लग्नाचं वचन देऊन ऐन वेळी फसवलंस. गरीब बिचारा दार्त्री – त्याला अपमानित, एकाकी अशा अवस्थेत युद्धनौकेवर पाठवून दिलंस. भंगलेलं हृदय घेऊन तो ब्रह्मदेशात गेला. तिथे तीन महिन्यांच्या आतच तो मारला गेला."

मी ताठ होऊन बसले. तोंड आ वासलेलं. असहायपणे मी फक्त ज्युलिएटकडे बघितलं. ती सभ्यतेच्या मर्यादा न सोडण्याचा आटोकाट प्रयत्न करीत होती.

"मी त्याला लग्नाच्या मुहूर्तावर फसवलं नाही. ते आदल्या दिवशीच घडलं आणि त्याचा अपमान नव्हता झाला. उलट त्याची सुटका झाली होती. मी फक्त त्याला सांगितलं, की मला त्याच्याशी मुळीच लग्न करायचं नव्हतं... माझ्यावर विश्वास ठेवा गिल्बर्ट महाशय, तो तिथून निघताना आनंदात होता. माझ्या तावडीतून सुटल्याचा आनंद झाला होता त्याला. तो एकाकी, फसगत झालेला, गुपचूप नाही निघून गेला युद्धनौकेवर. तो सरळ सीसीबी क्लबला गेला आणि रात्रभर बेलिंडा ट्वायनिंगबरोबर नाचला."

खरंच सिडने, गिलीला आश्चर्य वाटलं, पण तो डगमगला नाही. त्याच्यासारखे क्षुद्र उंदीर कधीच मागे हटत नाहीत, नाही का? त्याने झटकन तर्क केला की त्याच्या दैनिकासाठी त्याला अजूनच खमंग, रसभरीत बातमी मिळणार होती. "ओहो!" त्याने मानभावी हास्य केलं. "मग काय होतं ते? ड्रिंक? दुसऱ्या स्त्रिया? अभिजात वाङ्मयाचा स्पर्श?" आणि तेव्हा ज्युलिएटने चहाची किटली फेकली. त्यानंतर जो गलबला माजला त्याची तू कल्पना करू शकतोस. स्वागतकक्ष चहा पिणाऱ्या माणसांनी पूर्ण भरला होता आणि म्हणून वर्तमानपत्रांना ही खबर लागली असावी अशी मला खात्री आहे. त्याचा मथळा कसा असेल असा विचार माझ्या मनात आला. *'इझी बिकरस्टाफ पुन्हा एकदा युद्धावर! हॉटेलमधल्या चकमकीत वार्ताहर जखमी.'* हे थोडंसं निर्दयी होतं पण अगदीच वाईट नव्हतं. पण *'ज्युलिएटचा पराभूत रोमिओ –*

ब्रह्मदेशात धारातीर्थी पडलेला नायक' हे शीर्षक उबग आणणारं होतं. अगदी गिली गिल्बर्ट आणि 'ह्यू अँड क्राय' करता सुद्धा!!

ज्युलिएटला तिच्यामुळे कदाचित 'स्टीफन्स अँड स्टार्क' अडचणीत आले असतील, याचीच काळजी वाटतीये. पण रॉब दार्त्रींचं नाव अशा प्रकारे गोवलं गेल्याने तिला धक्का बसल्यासारखं झालंय. मी तिच्याकडून इतकंच वदवून घेऊ शकले, की रॉब दार्त्री हा एक चांगला माणूस होता, अतिशय चांगला. त्या प्रकरणात त्याचा काही दोष नव्हता आणि हे सगळं त्याच्या बाबतीत घडायला नको होतं.

तू ओळखत होतास रॉब दार्त्रीला? अर्थात ते ड्रिंक, अभिजात वाङ्मयाचा स्पर्श ही निव्वळ मूर्ख बडबड आहे, पण ज्युलिएटनं लग्न का मोडलं? तुला माहितीये का? असेल तर मला सांगणार का? अर्थात, तू नाहीच सांगणार... मलाच कळत नाहीये की मी हे का विचारतीये?

अर्थात, या वावड्या कालांतराने शमतीलच, पण या धामधुमीत ज्युलिएटनं लंडनमध्ये असायलाच हवं का?

आम्ही आमचा दौरा स्कॉटलंडपर्यंत वाढवू का? मी कबूल करते, माझी मन:स्थिती द्विधा झालीय. लंडनमधल्या विक्रीने नेत्रदीपक पल्ला गाठलाय, पण ज्युलिएटनं या चहाच्या पार्ट्या आणि मेजवान्यांमध्ये खूप कष्ट घेतलेत. अनोळखी व्यक्तींनी गच्च भरलेल्या खोलीत त्यांच्यासमोर उभं राहून स्वत:विषयी, पुस्तकाविषयी स्तुतीपर बोलणं ही सोपी गोष्ट नाही. माझ्याप्रमाणे तिला कोलाहलाची सवय नाही आणि मला वाटतं ती फार दमली आहे.

रविवारी आम्ही लीड्समध्ये असू तेव्हा मला स्कॉटलंडबद्दल कळव.

गिली गिल्बर्ट अर्थातच अधम आणि नीच आहे आणि त्याचं वाटोळं व्हावं अशी माझी इच्छा आहे, पण त्याने *'इझी बिकरस्टाफ गोज टू वॉर'*ला बेस्ट सेलरच्या यादीत ढकललं आहे. मला त्याला आभारप्रदर्शक चिठ्ठी पाठवायचा मोह होतोय.

घाईघाईतच, तुझी
सुझन

ता. क. – मार्कहॅम व्ही. रेनॉल्ड्स कोण आहे? तू शोधून काढलंस का? त्याने ज्युलिएटला काल कॅमेलियाचं जंगलच पाठवलं.

ज्युलिएटकडून सिडनेला तार

तुला आणि 'स्टीफन्स अँड स्टार्क'ला अडचणीत आणल्याबद्दल मला खूप वाईट वाटत आहे. माफ कर.

प्रेमपूर्वक,
ज्युलिएट

सिडनेकडून ज्युलिएटला

२६ जानेवारी १९४६

मिस ज्युलिएट ॲशटन
द क्वीन्स हॉटेल,
सिटी स्क्वेअर,
लीड्स.

प्रिय ज्युलिएट,

गिलीबद्दल काळजी करू नकोस. तू एस. अँड एस.ला पेचात पाडलं नाहीस. मला एका गोष्टीचं मात्र वाईट वाटतंय की, चहा जास्त गरम नव्हता आणि तू अजून खाली नेम धरला नाहीस. प्रेस माझ्या मागे शिकारी कुत्र्यासारखी लागलीये. गिलीच्या आत्ताच्या चिखलफेकीबद्दल मी निवेदन द्यावं यासाठी. आणि मी त्यांना तसं देणार आहे. काळजी करू नकोस. ते सध्याच्या भ्रष्ट काळातल्या पत्रकारितेविषयी असेल; तुझ्याविषयी नाही किंवा रॉब दार्त्रीविषयीही नाही.

मी आत्ताच सुझनशी स्कॉटलंडच्या दौऱ्याविषयी बोललो आणि मला माहितीये, सोफी याबद्दल मला कधी माफ करणार नाही. तरीसुद्धा मी त्याविरुद्ध निर्णय घेतलाय. *'इझी'*चे विक्रीचे आकडे नवनवे उच्चांक गाठताहेत आणि मला वाटतं तू घरी यावंस.

*'टाइम्स'*ला तुझ्याकडून त्यांच्या पुरवणीसाठी प्रदीर्घ लेख लिहून हवाय... त्यांच्या पुढच्या सलग तीन अंकांमध्ये तीन भागांची मालिका प्रसिद्ध करण्याची त्यांची जी योजना आहे, त्यातला एक लेख. विषय सुचवून ते तुला आश्चर्यचकित करतील

आणि मी त्यांना तसं करू देईन. पण मी तुला याक्षणी तीन गोष्टींचं आश्वासन देऊ शकतो. त्यांना ते ज्युलिएट ॲशटनकडून लिहून हवंय... *'इझी बिकरस्टाफ'*कडून नको. विषय गंभीर आहे आणि तुला देण्यात येणारी रक्कम इतकी असेल, की तू तुझा फ्लॅट वर्षभर रोज ताज्या फुलांनी भरू शकशील, सॅटिनची दुलई खरेदी करू शकशील (लॉर्ड वूल्टन म्हणतात : नवीन चादरी खरेदी करायला यापुढे तुला बॉम्ब हल्ल्यात उद्‌ध्वस्त व्हायची जरूरी नाही.) आणि खऱ्या चामड्याचे बूट तू घेऊ शकशील; तुला कुठे मिळाले तर... तू माझी कूपन्स वापरू शकतेस.

*'टाइम्स'*ला लेख वसंतातल्या उत्तरार्धापूर्वी नकोय. म्हणून आपल्याकडे तुझ्यासाठी नव्या पुस्तकाच्या शक्यतेचा विचार करण्यासाठी अधिक वेळ असेल. तू लवकर परत यावंस म्हणून ही छान कारणं आहेत. पण सर्वांत मोठं कारण हे, की मला तुझी आठवण येतीये.

आता ज्युनियर मार्कहॅम व्ही. रेनॉल्ड्‌सविषयी. मला माहितीये तो कोण आहे ते आणि *'डूम्स डे बुक'*चा काही उपयोग होणार नाही. तो अमेरिकन आहे. सीनियर मार्कहॅम व्ही. रेनॉल्ड्‌सचा तो मुलगा आणि वारस आहे. अमेरिकेतल्या कागद गिरण्यांवर त्यांचा एकाधिकार होता आणि आता त्यातल्या बऱ्याचशा त्यांच्या मालकीच्या आहेत. रेनॉल्ड्‌स ज्युनियर कलासक्त मनाचा असल्याने तो कागद उत्पादनात त्याचे हात खराब करून घेत नाही. त्याऐवजी तो त्यावर अक्षरं छापतो. तो प्रकाशक आहे. *'द न्यूयॉर्क जर्नल'*, *'द वर्ड'*, *'व्ह्यू'* ही सगळी त्याची प्रकाशनं आहेत. तसंच त्याची कितीतरी छोटी छोटी मासिकंसुद्धा आहेत. मला माहितीये, तो लंडनमध्ये होता. अधिकृतरीत्या *'व्ह्यू'*चं लंडनमध्ये ऑफिस उघडण्यासाठी तो इथे आलाय. पण अफवा अशी पसरलीय, की त्यानं इथून पुस्तकं प्रकाशित करण्याचा निर्णय घेतलाय आणि इंग्लंडच्या सर्वोत्तम लेखकांना अमेरिकेतली समृद्धी आणि प्रगतीची स्वप्नं दाखवून भुलवण्यासाठी तो इथे आलाय. मला ठाऊक नव्हतं, त्याच्या या तंत्रात गुलाब आणि कॅमेलियाचासुद्धा समावेश आहे. पण मला या गोष्टीचं आश्चर्य नाही वाटलं. आपण ज्याला उर्मटपणा म्हणतो आणि अमेरिकन्स 'मी करू शकतो' हा बाणा म्हणतात, त्याचं तो नेहमीच भरपूर प्रदर्शन करत आलाय.

थोडी थांब त्याला भेटेपर्यंत. तुझ्यापेक्षा मनानं खंबीर स्त्रियांना तो फितवत आलाय, अगदी माझ्या सेक्रेटरीसकट! मला हे सांगायला खेद वाटतो की तिने तुझ्या प्रवासाची रूपरेषा *आणि* तुझा उतरण्याचा ठावठिकाणा, पत्ता त्याला दिला. त्या मूर्ख स्त्रीला वाटलं, की इतका सुंदर सूट घालून आणि हँडमेड बूट घालून तो किती देखणा दिसत होता. अरे देवा, आपण विश्वासार्हतेचा भंग करतोय हे तिच्या गावीही नव्हतं. म्हणून मला तिला कामावरून काढून टाकावं लागलं. ज्युलिएट, तो तुझ्या मागे लागलाय यात शंकाच नाही. मी त्याला द्वंद्वाचं आव्हान देऊ का? तो नि:संशय मला ठार मारेल, म्हणून नकोच. प्रिय ज्युलिएट, मी तुला सुबत्ता, समृद्धी किंवा अगदी

लोण्याचंही वचन देऊ शकत नाही, (युद्ध नुकतंच संपलंय, त्यामुळे बटरही दुर्मीळ झालंय) पण तुला पक्क माहीत आहे, की तू 'स्टीफन्स अँड स्टार्क'ची; विशेषत: स्टार्कची सर्वांत लाडकी लेखिका आहेस. हो नं?.... तू घरी आल्यावर पहिल्या रात्री डिनर घेऊ या?

प्रेमपूर्वक,
सिडने

ज्युलिएटकडून सिडनेला

२८ जानेवारी १९४६

प्रिय सिडने,

होऽऽ – अगदी आनंदानं डिनरला जाऊ या. मी माझा नवीन पोशाख घालीन आणि अगदी डुकरासारखी खात सुटेन.

गिली आणि किटली प्रकरणामुळे मी एस. अँड एस.ला संकटात टाकलं नाही याचा मला फार आनंद झालाय. मला घोर लागून राहिला होता. सुझननं सुचवलं, की रॉब दार्त्री आणि माझं लग्न का होऊ शकलं नाही याविषयी आत्मगौरवाला बाधा न आणणारं निवेदन मी प्रेसलाही द्यावं. मी हे असलं काही करण्याची शक्यता नव्हतीच. मला प्रामाणिकपणे वाटतं, की रॉबची प्रतिमा कलंकित होऊ नये म्हणून मी मूर्ख ठरले असते तरी ते मी फारसं मनावर घेतलं नसतं. पण प्रेसला निवेदन देण्याने नेमकं तसंच झालं असतं. रॉब अर्थातच अजिबात मूर्ख नव्हता, पण तो तसा दिसला असता. यापेक्षा काहीच न बोलता मौन धारण करणं आणि एक मठ्ठ, चंचल, निर्दयी स्त्री म्हणून जगासमोर दिसणं मी पसंत करेन.

परंतु तुला याचं कारण सांगायला मला आवडेल. मी तुला याआधीच सांगितलं असतं, पण १९४२ मध्येच तू नाविक दलातून बाहेर पडलास आणि रॉबला कधीच भेटला नव्हतास. सोफीदेखील त्याला कधी भेटली नाही. त्या पानगळीच्या ऋतूमध्ये ती तिकडे बेडफोर्डला होती आणि नंतर मी तिला याविषयी गुप्ततेची शपथ घातली. तुला हे सांगणं मी जितकं लांबवत गेले तितकं ते तुला समजणं कमी महत्त्वाचं होत गेलं. त्या घटनेनं माझी प्रतिमा एका वेडपट, मूर्ख मुलीची बनवली. मुळात रॉबशी वाङ्‌निश्चय होणं हेच मूर्खपणाचं होतं. त्यामुळे तुला सांगण्याइतपत ते फारसं महत्त्वाचं राहिलंच नाही.

मला वाटलं मी प्रेमात पडले होते. (माझी प्रेमात असण्याची कल्पना हा खरंच

करुणाजनक भाग होता). माझं घर नवऱ्याबरोबर वाटून घेण्याची मी तयारी सुरू केली. त्याला पाहुण्यासारखं वाटू नये म्हणून मी त्याच्यासाठी एक खोली रिकामी केली. माझे ड्रेसिंग टेबलचे खण निम्मे रिकामे केले. निम्मं कपाट रिकामं केलं. माझी औषधांची पेटी निम्मी रिकामी केली आणि माझं लिहिण्याचं टेबलही. मी माझे पॅडेड हँगर्स देऊन टाकले आणि ते जड लाकडी हँगर्स आणले. मी माझी काळ्या तोंडाची, वेडाविद्रा पोशाख केलेली, कुरळ्या केसांची बाहुलीही पोटमाळ्यावर टाकून दिली. आता माझा फ्लॅट एकाऐवजी दोघांसाठी योग्य, साजेसा झाला होता.

आमच्या विवाहाच्या आदल्या दिवशी दुपारी रॉब त्याचे राहिलेले कपडे आणि उरलेल्या चीजवस्तू इकडे आणत होता, तेव्हाच मी माझा 'इझी'चा लेख 'स्पेक्टॅटर'ला नेऊन दिला. जेव्हा माझं काम संपलं, मी घाईघाईने घरी गेले. पायऱ्या गाळतच वर गेले आणि दार उघडलं, तेव्हा रॉब एका छोट्या स्टुलावर बसलेला दिसला... माझ्या पुस्तकांच्या कपाटासमोर... भोवती सगळी खोकीच! शेवटचा खोका तो चिकटपट्टीने आणि दोरीने बांधून ठेवत होता. तिथे आठ खोकी पडली होती. आठ खोक्यांमध्ये माझी पुस्तकं कोंबलेली... तळघरात रवाना करण्यासाठी!

त्याने वर बघितलं आणि म्हणाला, ''हॅलो डार्लिंग, या पसाऱ्याचं फारसं मनावर घेऊ नकोस. हमाल म्हणाला, की ही खोकी तळघरात न्यायला तो मला मदत करेल.'' त्याने माझ्या पुस्तकांच्या कप्प्यांकडे पाहून मान हलवली आणि म्हणाला, ''आता ते छान दिसतंय की नाही?''

छान?? माझ्याजवळ शब्दच नव्हते. माझी तर पाचावर धारण बसली होती. मी काय बोलणार? सिडने, प्रत्येक कप्पा; जिथं माझी पुस्तकं असायची, आता ॲथलेटिक्समधल्या ट्रॉफीजनी भरला होता. चांदीचे चषक, सोन्याचे चषक, खेळाडूच्या ड्रेसवर लावायची गुलाबाच्या आकाराची आभूषणं, लाल रिबीनी. लाकडाच्या वस्तूने खेळता येतील अशा सर्व क्रीडा प्रकारातील बक्षिसं तिथे होती– क्रिकेट बॅट, स्क्वॅश रॅकेट, टेनिस रॅकेट, गोल्फ क्लब्ज, टेबल-टेनिसची वल्ही (!) धनुष्यबाण, स्नूकर क्यूज, लॅक्रोस काठ्या, हॉकीच्या काठ्या, पोलो मॅलेट्स (लाकडी ठोकण्या). घोड्यावरून किंवा स्वत:हून माणूस जिथून कुठून उडी मारू शकतो, अशा प्रत्येक खेळासाठी बक्षीस मिळालेले पुतळे तिथे होते. नंतर हजेरी लावली फ्रेम केलेल्या प्रशस्तिपत्रांनी! अमुक अमुक दिवशी मारलेले बरेचसे पक्षी, धावण्याच्या शर्यतीमध्ये पहिला नंबर; स्कॉटलंडविरुद्ध झालेल्या फालतू रस्सीखेच चढाओढीत शेवटपर्यंत उभा राहिलेला माणूस म्हणून...

मी फक्त इतकंच करू शकले... मी जोरात किंचाळले, ''तुझी हिंमत कशी झाली? तू हे काय केलंस? माझी पुस्तकं परत जागेवर ठेव.''

तर अशा रीतीने या प्रकरणाला सुरुवात झाली. सरतेशेवटी, 'अशा माणसाशी मी कधीच लग्न करू शकत नाही, ज्याची सुखाची कल्पना छोटे छोटे चेंडू टोलवणं आणि चिमुकल्या पक्ष्यांना मारणं ही आहे.' अशा अर्थाचं काहीतरी मी बोलले. त्यावर

रॉबनं प्रत्युत्तर म्हणून 'आली मोठी विदुषी, कर्कशा, चिचुंद्री' असे ताशेरे ओढले.

आणि तिथून सगळंच बिनसायला सुरुवात झाली. त्या वेळी एकच समान विचार आमच्या दोघांच्या मनात आला असावा. मागचे चार महिने आपण एकमेकांशी काय बोललो? खरंच काय? तो खवळला, संतापाने फूत्कारू लागला आणि माझ्यावर खेकसला... निघून गेला आणि मी माझी पुस्तकं त्या खोक्यांमधून बाहेर काढली.

गेल्या वर्षी माझ्या घरावर बॉम्ब पडला आणि ते भुईसपाट झालं, हे सांगायला जेव्हा तू मला ट्रेनमध्ये भेटला होतास, ती रात्र तुला आठवते का? तुला वाटलं मला दुःखाने उन्माद झाला म्हणून मी हसतीये? पण तसं नव्हतं. ते उपरोधिक हसणं होतं. मी जर रॉबला माझी सगळी पुस्तकं तळघरात ठेवायला आडकाठी केली नसती, तर त्यातलं प्रत्येक पुस्तक माझ्याजवळ असतं.

सिडने, आपल्या दीर्घ काळच्या मैत्रीचं प्रतीक म्हणून तू या प्रकरणावर भाष्य करायची गरज नाही. कधीच नाही. खरं तर तू तसं केलं नाहीस तर ते मला खूप आवडेल.

मार्कहॅम व्ही. रेनॉल्ड्सचा छडा लावल्याबद्दल धन्यवाद. आत्तापर्यंतची त्याची खुशामत केवळ फुलांचीच आहे. मी तुझ्याशी आणि राणीच्या साम्राज्याशीही प्रामाणिक आहे. तरीसुद्धा तुझ्या सेक्रेटरीविषयी मला सहानुभूतीच वाटते. मला आशा आहे, त्याने तिलाही या त्रासाबद्दल काही गुलाब पाठवले असावेत. कारण मला खात्री नाही, माझ्या मनातल्या संशयामुळे मी त्या हँडमेड बुटांचं दृश्य सहन करू शकले असते. मी कधी त्याला भेटलेच तर त्याच्या पायांकडे न बघण्याची काळजी घेईन. (किंवा ओडिससससारखी प्रथम ध्वजस्तंभाला घट्ट बांधून घेईन आणि मग हळूच नजर टाकीन.)

मी घरी यावं असं सांगितल्याबद्दल धन्यवाद. 'टाइम्स'चा जो लेखमालिकेविषयीचा प्रस्ताव आलाय त्याबद्दल मला उत्सुकता आहे. सोफीच्या मस्तकावर हात ठेवून तू सांगशील का, की तो विषय क्षुल्लक, किरकोळ नसेल म्हणून? ते मला 'डचेस ऑफ विंडसर'विषयी तर लिहायला सांगणार नाहीत ना?

प्रेमपूर्वक,
ज्युलिएट

ज्युलिएटकडून सोफी स्ट्रॅचनला

३१ जानेवारी १९४६

प्रिय सोफी,

लीड्सच्या तुझ्या धावत्या भेटीबद्दल आभार. त्या वेळी मला एका प्रेमळ मित्राची खरंच किती गरज होती, हे मी शब्दांत व्यक्त करू शकत नाही. खरंच सांगते त्या

वेळी शेटलँड्सला जाऊन संन्यासिनीचं जीवन स्वीकारायच्या बेतात होते मी. अशा वेळेला तू आलीस हे किती बरं झालं!

'लंडन ह्यू अँड क्राय'मध्ये मला बेड्या अडकवून घेऊन जात असतानाचं चित्र अतिशयोक्त होतं. मला अटकसुद्धा झाली नव्हती. मला माहितीये, डॉमनिकला त्याची गॉडमदर तुरुंगात गेलेली आवडली असती, पण या वेळी त्याला कमी नाट्यपूर्ण घटनेवर समाधान मानावं लागेल.

मी सिडनेला सांगितलं, की गिलीच्या कोडग्या, खोट्या आरोपांविषयी मी एकच गोष्ट करू शकते, ती म्हणजे आत्मसन्मान राखून मौन स्वीकारणं. तो म्हणाला की, मला हवं तर मी तसं करू शकते, पण 'स्टीफन्स अँड स्टार्क' तसं नाही करू शकणार.

त्याने पत्रकार परिषद बोलवली. 'इझी बिकरस्टाफ'च्या सन्मानाचा बचाव करण्यासाठी, ज्युलिएट ॲशटनच्या बचावार्थ आणि एकंदरीतच गिली गिल्बर्टसारख्या कचऱ्यापासून पत्रकारितेचा बचाव करण्यासाठी. स्कॉटलंडच्या वर्तमानपत्रांमध्ये ही बातमी झळकली होती का? नसेल तर या त्यातल्या ठळक घडामोडी. त्यानं गिली गिल्बर्टला वक्रमार्गी वीझेल[३] संबोधलं. (अं... कदाचित नेमक्या त्याच शब्दांत नाही, पण त्याचा अर्थ स्पष्ट होता) गिली खोटं बोलला. कारण वस्तुस्थिती जाणून घ्यायचा त्याला कंटाळा आला आणि त्याच्या खोटारडेपणापायी पत्रकारितेच्या उदात्त परंपरेचं किती नुकसान झालंय हे न समजण्याइतका तो बथ्थडही होता. ते भाषण सुंदर होतं.

सोफी, दोन मुलींना (आता स्त्रियांना) तुझ्या भावापेक्षा चांगला पाठीराखा कधी भेटलाय का? मला नाही वाटत तसं. त्यानं छान भाषण केलं. मात्र मधून मधून त्याला उमाळे आले हे कबूल केलंच पाहिजे. गिली गिल्बर्ट हा गवतात लपलेल्या

सापासारखा धोकादायक आहे. तो फूत्कार न सोडता तसाच सरपटत निघून जाईल यावर माझा विश्वास नाही.

याउलट सुझन म्हणाली, की गिली इतका भित्रट, किरकोळ माणूस आहे. त्याची हिंमत नाही होणार उट्टं काढायची. मला आशा वाटते तिचं बरोबर असेल म्हणून.

तुम्हा सर्वांना प्रेम,
ज्युलिएट

ता. क. – त्या माणसाने ऑर्किड्सचा दुसरा गुच्छ मला पाठवला. मी अस्वस्थ झालीये. त्याने त्याच्या अज्ञातवासातून बाहेर यायची आणि स्वतःचा परिचय करून द्यायची मी वाट बघतीये. तुला काय वाटतं हे त्याचे डावपेच आहेत?

---

३. वीझेल – एक चपळ मांसभक्षक लहान प्राणी.

डॉसीकडून ज्युलिएटला

३१ जानेवारी १९४६

प्रिय मिस ॲशटन,

काल तुम्ही पाठविलेलं पुस्तक मिळालं. तुम्ही चांगल्या आहात आणि मी तुमचे मनापासून आभार मानतो.

सेंट पीटर पोर्ट या बंदरावर माझी नोकरी आहे... जहाजांवरील माल उतरवून घेण्याची. त्यामुळे चहाच्या सुट्टीत मी वाचू शकतो. खरा चहा, ब्रेडबटर आणि आता – तुमचं पुस्तक, हातात असणं यासारखं सुख नाही. त्याचं कव्हर पातळ आहे, म्हणूनही मला ते आवडलं. त्यामुळे मी जिथे जातो तिथे ते माझ्या खिशात ठेवून जाऊ शकतो. मात्र मी एक काळजी घेतो, ते पुस्तक लवकर न संपवायची आणि चार्ल्स लँबच्या चित्राचा मी आदर करतो. त्याचं डोकं मोठं सुपीक होतं, नाही?

तुमच्याशी पत्रव्यवहार करणं मला आवडेल. तुमच्या प्रश्नांची शक्य तितकी चांगली उत्तरं मी देईन. इथे माझ्यापेक्षाही गोष्ट चांगली खुलवून सांगणारे अनेक जण असले तरी आमच्या भाजलेल्या डुकराच्या जेवणाविषयी मी तुम्हाला सांगीन.

माझं एक छोटंसं घर आहे आणि एक शेत आहे; माझ्या वडिलांच्या पश्चात माझं झालेलं. युद्ध सुरू होण्यापूर्वी मी डुकरं पाळायचो आणि सेंट पीटर्स पोर्टच्या मंडईत विकण्यासाठी भाज्या पिकवायचो, तसंच कॉव्हेंट गार्डनसाठी फुलशेती करायचो. बरेचदा मी सुतारकाम आणि छप्पर घालायचंही काम करायचो.

आता डुकरं गेली आहेत. जर्मन त्यांना युरोपमधील आपल्या सैनिकांना खिलवण्यासाठी घेऊन गेले आणि त्यांनी मला बटाट्याची लागवड करण्याचा हुकूम दिला. त्यांनी जे सांगितलं तेवढंच पीक घेणं भाग होतं. दुसरं तिसरं काही नाही. मला जर्मन माणसांना नीट ओळखता आलं नाही. कारण सुरुवातीला मला वाटलं की, मी स्वत:साठी थोडी डुकरं लपवून ठेवू शकेन. पण कृषी अधिकाऱ्याला त्यांचा बरोबर सुगावा लागला आणि तो त्यांना घेऊन गेला. तो फटकाच होता मला जबरदस्त, पण मला वाटलं भागू शकेल माझं. कारण बटाटे आणि टर्निप तर उदंड होते आणि तोपर्यंत मैदाही मिळायचा. पण मन अन्नावर कसं जातं हे बघणं चमत्कारिक आहे. सहा महिने टर्निपवर आणि थोड्याफार गोळाभर मांस-मटणावर (तेही कधीतरी) काढल्यानंतर

स्वादिष्ट, पोटभर, परिपूर्ण आहाराव्यतिरिक्त दुसरा विचार करण्यासही मी राजी नव्हतो.

एके दिवशी दुपारी माझी शेजारीण मिसेस मॉगेरीने मला एक चिठ्ठी पाठवली. त्यात 'लवकर ये' असं लिहिलं होतं आणि येताना खाटकाचा सुरा आण असंही. मी फारशी आशा न बाळगायचा प्रयत्न केला. पण तरीही तिच्या मॅनॉर हाऊसकडे[४] वेगाने निघालो. आणि ते खरंच होतं. तिच्याकडे एक डुक्कर होतं. एक लपवलेलं डुक्कर! आणि तिने मला तिच्या इतर मित्र-मैत्रिणींबरोबर मेजवानीत सामील व्हायचं आमंत्रण दिलं होतं.

मी खूप तोतरा बोलायचो, त्यामुळे वयात येताना मी खूप कमी बोलत होतो. (मी फारसं कधी बोलायचो नाही.) आणि डिनर पार्ट्यांची मला सवय नव्हती. खरं सांगायचं तर मिसेस मॉगेरी ही पहिली व्यक्ती होती जिनं मला आमंत्रित केलं होतं. मी हो म्हणालो, कारण मी त्या भाजलेल्या डुकराचाच विचार करीत होतो. पण तरी मला आपल्या वाटणीचा भाग (आपला वाटा) घरी आणून खाता आला तर बरं होईल, असंच वाटत होतं.

माझ्या सुदैवानं माझी इच्छा फलद्रूप नाही झाली, कारण ती 'गर्नसी लिटररी अँड पोटॅटो पील पाय सोसायटी'ची पहिली बैठक होती; आम्हाला जरी ते तेव्हा माहिती नसलं तरी! ते जेवण म्हणजे एक दुर्मीळ मेजवानी होतीच पण संगतही मोठी छान होती. गप्पा-गोष्टीत आणि खाण्या-पिण्यात आम्हाला काळ-वेळेचं आणि संचारबंदीचंही भान उरलं नव्हतं. अमेलियानं (म्हणजे मिसेस मॉगेरीनं) नऊचे टोले ऐकेपर्यंत आम्हाला तासभर उशीर झाल्याचंही लक्षात आलं नाही. हो आणि त्या सुंदर जेवणानं आमच्या अंगी धैर्यही आलं होतं. जेव्हा एलिझाबेथ मॅकिना म्हणाली, रात्रभर ॲमेलियाच्या घरात अंग चोरून बसण्यापेक्षा आपण आपल्या हक्काच्या घरी गेलेलं बरं, तेव्हा आम्हीही तयार झालो. पण संचारबंदी मोडणं हा अपराध होता. त्यासाठी अनेकांना तुरुंगात पाठविल्याचंही मी ऐकलं होतं. आणि डुक्कर बाळगणं हा त्याहूनही गंभीर अपराध होता. म्हणून आम्ही थोडी कुजबूज केली आणि शक्य तितक्या शांतपणे, आवाज न करता शेतांमधून मार्गक्रमण करू लागलो.

जॉन बुकरनं घोटाळा केला नसता तर आम्ही सरळपणे बाहेर आलो असतो. जेवणापेक्षाही त्यानं दारूच जास्त घेतली होती आणि आम्ही रस्त्याला लागलो तेव्हा तो भान विसरून चक्क गाणं गाऊ लागला. मी त्याचं बकोट पकडलं पण तोपर्यंत फार उशीर झाला होता. गस्त घालणारे सहा जर्मन अधिकारी एकाएकी झाडांमधून प्रगट झाले. पिस्तुलं रोखलेली आणि आमच्यावर ओरडू लागले. संचारबंदी सुरू झाल्यानंतरही आम्ही बाहेर का होतो? आम्ही कुठे गेलो होतो? कुठे चाललो होतो?

काय करावं मला सुचेना. मी पळालो असतो तर त्यांनी मला गोळी घातली

---

४. मॅनॉर हाऊस – जहागीर म्हणून मिळालेल्या जमिनीवरचं घर.

असती, इतकंच मला कळत होतं. माझं तोंड खडूसारखं शुष्क, कोरडं पडलं आणि मन सुन्न. म्हणून मी केवळ बुकरला धरलं आणि यातून निसटण्याची आशा करू लागलो.

तेव्हा एलिझाबेथनं दीर्घ श्वास घेतला आणि पुढे पाऊल टाकलं. ती काही उंच नाही, त्यामुळे ते पिस्तूल अगदी तिच्या डोळ्यांसमोरच रोखलेलं. पण तिची पापणीही लवली नाही. तिने ते पिस्तूल पाहिलंच नाही असा आविर्भाव आणला आणि मुख्य अधिकाऱ्याकडे ती चालत गेली व त्याच्याशी बोलू लागली. असं खोटं तुम्ही कधीच ऐकलं नसेल. आम्ही संचारबंदी मोडल्याचं तिला किती वाईट वाटत होतं. आम्ही कसे गर्नसी साहित्य संघाच्या सभेला गेलो होतो आणि आज संध्याकाळची 'एलिझाबेथ अँड हर जर्मन गार्डन' या पुस्तकावरची चर्चा इतकी आनंददायक होती की आम्ही स्थळकाळाचं भानही कसे विसरलो होतो. इतकं सुंदर पुस्तक त्यानं वाचलं होतं का? तिच्या सुरात सूर मिसळण्याइतपत प्रसंगावधानही आमच्याकडे नव्हतं. पण तो अधिकारी... त्याचा नाईलाज झाला आणि तिच्याकडे बघून त्याला हसावं लागलं. त्यानं आमची नावं लिहून घेतली आणि अतिशय सभ्यपणे दुसऱ्या दिवशी सकाळी कमांडंटपुढे हजर व्हायचा आदेश दिला. नंतर तो खाली झुकला आणि शुभरात्री म्हणाला. एलिझाबेथनं मान डोलावली. शक्य तितक्या रुबाबात आम्ही तिथून सटकलो. सशासारखे धावलो नाही इतकंच. बुकरलाही मागे टाकून मी झटकन घरी आलो.

तर ही आमच्या भाजलेल्या डुकराच्या मेजवानीची गोष्ट. मला तुम्हाला अजूनही माझा प्रश्न विचारायला आवडेल. सेंट पीटर्स पोर्ट बंदरावर दररोज गर्नसीला लागणाऱ्या असंख्य गोष्टी घेऊन जहाजं येतात. अन्न, वस्त्र, बी-बियाणं, नांगर, जनावरांसाठी खाणं, हत्यारं, अवजारं, औषधं. सर्वांत महत्त्वाचं म्हणजे आता आमच्याकडे खायला अन्न आहे आणि पादत्राणंही आहेत. युद्धाच्या अखेरीस बेटावर एकही बुटाची चांगली जोडी उरली असेल यावर माझा विश्वास बसत नाही.

यापैकी पाठवलेल्या काही वस्तू जुन्या वर्तमानपत्रांत आणि मासिकांच्या पानांत गुंडाळलेल्या असतात. माझा मित्र क्लोव्हिस आणि मी ती पानं सरळ करतो आणि घरी वाचायला घेऊन जातो. नंतर आम्ही ती आमच्या शेजाऱ्यांना देतो, जे आमच्यासारखेच गेल्या पाच वर्षांत बाहेरच्या जगातील कोणतीही बातमी समजण्यासाठी उत्सुक असायचे. केवळ बातमी किंवा फोटोच नाही तर– मिसेस सॉसीला पाककृती बघायच्या असतात. मादाम लेपेलला फॅशन पुरवण्या हव्या असतात (ती ड्रेसेस बनवते). मिस्टर ब्रौआर्ड मृत्युलेख वाचतात. (त्यांना आशा आहे 'ती' व्यक्ती जिवंत आहे म्हणून. पण ती कोण आहे हे ते कधीच सांगत नाहीत) क्लॉदिया रेनी रोनाल्ड कॉलमनचे फोटो शोधत राहते. श्रीयुत टाऊर्टेलना स्नानगृहातल्या सौंदर्यसम्राज्ञी न्याहाळायच्या असतात आणि माझी मैत्रीण इझोला – तिला लग्नसोहळ्यांवर वाचायला आवडतं.

युद्धकाळातील अनेक गोष्टींबद्दल आम्हाला जाणून घ्यावसं वाटत होतं. पण आम्हाला इंग्लंड किंवा अन्य कोणत्याही ठिकाणाहून पत्रं किंवा दैनिकं आणायला बंदी

होती. १९४२ मध्ये जर्मनांनी सगळे वायरलेस सेट मागवून घेतले. अर्थात काही लपवलेले होतेच... जे चोरून ऐकले जात असत. पण तुम्ही ऐकताना पकडले गेलात तर छळछावणीत तुमची रवानगी होण्याची शक्यता होती. यामुळेच आत्ता आम्ही जे वाचू शकतो त्यातल्या कित्येक गोष्टी आम्हाला उमगत नाहीत.

युद्धकालीन व्यंगचित्रं मला आवडतात, परंतु त्यातलं एक मला प्रचंड घाबरवतं. ते १९४४ च्या 'पंच'मध्ये आलं होतं आणि त्यात दहा किंवा तत्सम माणसं लंडनच्या रस्त्यावरून चालताना दाखवली आहेत. त्यातल्या मुख्य आकृती दोन पुरुष आहेत. गोलंदाज घालतात तशी हॅट घातलेले, ब्रीफकेस आणि छत्र्या घेतलेले... एक जण दुसऱ्याला सांगतोय, 'ह्या डूडलबग्जनी माणसांवर परिणाम केलाय असं सांगणं एकंदरीतच मूर्खपणाचं आहे.' व्यंगचित्रातल्या प्रत्येक माणसाला एक सर्वसाधारण आकाराचा कान आहे आणि डोक्याच्या दुसऱ्या बाजूला प्रचंड मोठा कान आहे, हे समजायला मला खूप क्षण लागले.

कदाचित तुम्ही याचं स्पष्टीकरण देऊ शकाल.

तुमचा मन:पूर्वक,
डॉसी ॲडॅम्स

ज्युलिएटकडून डॉसीला

३ फेब्रुवारी १९४६

प्रिय ॲडॅम्स महोदय,

तुम्ही लॅंबच्या पत्रांची आणि त्याच्या रेखाचित्राच्या प्रतीची मजा लुटताय हे वाचून मला खूप आनंद झाला. त्याचा चेहरा अगदी मी कल्पना केली होती तसाच आहे आणि तुम्हालासुद्धा तसंच वाटतंय याचा मला आनंद आहे.

तुमच्या भाजलेल्या डुकराची गोष्ट मला सांगितलीत त्याबद्दल आभारी आहे. पण असं समजू नका, की तुम्ही माझ्या केवळ एकाच प्रश्नाचं उत्तर दिलंय, हे माझ्या लक्षात आलेलं नाही. मला तुमच्या 'गर्नसी लिटररी अँड पोटॅटो पील पाय सोसायटी' विषयी अधिक जाणून घेण्याची उत्सुकता आहे. आणि हे फक्त रिकामटेकडी उत्सुकता शमवण्यासाठी नाहीये, तर अशी बारकाईने चौकशी करणं हे माझं व्यावसायिक कर्तव्यही आहे.

मी तुम्हाला, मी एक लेखिका असल्याचं सांगितलं का? 'स्पेक्टॅटर' या दैनिकासाठी मी युद्धकाळात एक साप्ताहिक सदर लिहित होते. 'स्टीफन्स अँड स्टार्क' या प्रकाशनानं सर्व लेख एका पुस्तकात एकत्र केले आणि 'इझी बिकरस्टाफ गोज

टू वॉर' या शीर्षकाखाली ते छापले. स्पेक्टॅटरनं माझ्यासाठी 'इझी' हे टोपणनाव निवडलं होतं आणि थँक गॉड, आता ती बिचारी चिरविश्रांती घेतीये आणि मी पुन्हा माझ्या स्वत:च्या नावाने लिहू शकते. मला एखादं पुस्तक लिहायला आवडेल, पण पुढे येणारी कित्येक वर्षं मी आनंदात, मजेत राहू शकेन असा विषय डोकं पिंजूनही मला सुचत नाहीये.

त्या दरम्यान 'टाइम्स'ने माझ्याकडे त्यांच्या साहित्य पुरवणीसाठी एक लेख लिहिण्याबद्दल विचारणा केली आहे. त्यांना 'वाचनाचे व्यावहारिक, नैतिक आणि तात्त्विक मूल्यांसंबंधी' लेख हवे आहेत. हे लेख तीन अंकांमध्ये छापले जातील आणि ते तीन वेगवेगळ्या लेखकांकडून मागवले आहेत. या चर्चेची तात्त्विक बाजू मी सांभाळणार आहे आणि आत्तापर्यंतचा माझा एकमेव विचार 'वाचाल तर वाचाल' हाच आहे. मला मदतीची किती आवश्यकता आहे, हे तुमच्या लक्षात आलेच असेल.

तुमच्या वाङ्मय मंडळाचा अशा एखाद्या लेखामध्ये अंतर्भाव झाला तर मंडळ त्या गोष्टीला हरकत घेईल, असं तुम्हाला वाटतं का? मला माहितीये मंडळाच्या स्थापनेची कहाणी 'टाइम्स'च्या वाचकांना नक्की आवडेल आणि मला तुमच्या सभांविषयी अधिक जाणून घ्यायला. पण ते तुम्हाला रुचणारं नसेल तर काही हरकत नाही. तुमचं उत्तर काहीही असलं तरी मला ते समजू शकेल आणि ते कसंही असलं तरी तुमच्याकडून पुन्हा ऐकायला आवडेल.

तुम्ही वर्णन केलेलं 'पंच'मधलं व्यंगचित्र मला चांगलंच आठवतंय आणि मला वाटतं 'डूडलबग' या शब्दाशी तुम्ही अडखळलात. माहिती आणि प्रसारण मंत्रालयाने सुचवलेला हा शब्द होता. 'हिटलरची V-1 रॉकेट्स' किंवा 'पायलटरहित बॉम्ब' या शब्दांपेक्षा तो कमी भयप्रद वाटावा असा त्यामागे हेतू होता.

रात्री होणाऱ्या बॉम्ब हल्ल्यांची आम्हा सगळ्यांना सवय झाली होती आणि त्यापाठोपाठ बघाव्या लागणाऱ्या दृश्यांचीही. पण आम्ही पूर्वी पाहिलेल्या कुठल्याही बॉम्बसारखे हे नव्हते. ते दिवसा यायचे आणि इतक्या वेगाने आदळायचे की हवाई हल्ल्यांचा इशारा देणारा भोंगा वाजवायला किंवा सुरक्षित, आडोशाच्या जागी पळायला अवसरही मिळायचा नाही. लांबट, काळ्या, टोकदार पेन्सिलीसारखे ते दिसायचे आणि तुमच्या डोक्यावरून येणारा त्याचा मंद, गुरगुरता आवाज; एखादी मोटार पेट्रोल संपत आल्यावर कशी आवाज करते तसा तो ध्वनी असायचा. तो फटफट असा आवाज तुम्हाला जोपर्यंत ऐकू येत असे तोपर्यंत तुम्ही सुरक्षित असायचा. तुम्हाला वाटायचं, 'थँक गॉड. तो मला ओलांडून पुढे जातोय. मी वाचलो.'

पण त्यांचा आवाज थांबला की समजायचं, आता तो वेगाने कोसळायला फक्त तीस सेकंदांचा अवधी आहे. म्हणून तुम्ही कान देऊन तो आवाज ऐकायचा... त्यांच्यातून निघणारा आवाज थांबताना अगदी लक्षपूर्वक, जिवाचा कान करून ऐकायचा. मी एकदा एक 'डूडलबग' पडताना पाहिला. तो जमिनीवर आदळला तेव्हा

मी बरीच दूर होते म्हणून मी स्वत:ला गटारीत झोकून दिलं आणि पाईपला घट्ट धरून बसले. त्या रस्त्यावरील एका उंच ऑफिसच्या इमारतीमधील सर्वांत वरच्या मजल्यावरच्या काही स्त्रिया हे दृश्य बघायला उघड्या खिडकीकडे आल्या होत्या. स्फोटाच्या हादऱ्याने त्या खिडकीबाहेर फेकल्या गेल्या.

अशा 'डूडलबग'चं एखाद्यानं व्यंगचित्र रेखाटलं असेल आणि अगदी माझ्यासकट प्रत्येक जण ते पाहून मनसोक्त हसला असेल हे आता अशक्य वाटतं. पण खरंच आम्ही हसलो. ती जुनी म्हण आहे नं, असह्य गोष्टी सहन करण्याचा सर्वांत उत्तम मार्ग आहे विनोद! कदाचित खरी असेल ती.

श्री. हेस्टिंग्ज तुम्हाला लुकासचं चरित्र पाठवणार होते, ते अजून त्यांना मिळालं की नाही?

तुमची मन:पूर्वक,
ज्युलिएट

ज्युलिएटकडून मार्कहॅम रेनॉल्ड्सला

४ फेब्रुवारी १९४६

श्री. मार्कहॅम रेनॉल्ड्स
६३, हॉकिन स्ट्रीट,
लंडन साऊथ वेस्ट १

प्रिय रेनॉल्ड्स महाशय,

तुमच्या निरोप्या मुलाला गुलाबी कार्नेशनची फुले माझ्या दाराच्या पायरीवर ठेवताना मी पकडला आणि तुमचा पत्ता सांगेपर्यंत त्याला सोडणार नाही, अशीच धमकी दिली.

हे बघा रेनॉल्ड्स महोदय, तुम्हीच एकटे असे नाही, जे साध्या भोळ्या नोकराचं असं विश्वासघातकी कृत्य करण्यासाठी मन वळवू शकता. मला आशा आहे तुम्ही त्याला कामावरून काढून टाकणार नाही. तो एक चांगला मुलगा वाटतो आणि त्याच्याकडे दुसरा पर्यायच नव्हता. 'रिमेम्ब्रन्स ऑफ थिंगज पास्ट' या पुस्तकावरून मी त्याला खूप छळलं.

आता मी तुमचे, मला डझनावारी फुलं पाठवल्याबद्दल आभार मानते. कित्येक वर्षांत मी असे गुलाब, कॅमेलिया, ऑर्किड्स पाहिले नव्हते आणि या कडाक्याच्या

थंडीत त्यांना बघून माझं मन कसं फुलून येतं याची तुम्हाला कल्पना नाही येणार. खराटे झालेल्या निष्पर्ण झाडांवर आणि वितळणाऱ्या बर्फावर इतरांना समाधान मानावं लागत असताना, मी एका बगिचात राहायला कशी काय पात्र आहे? मला माहिती नाही, परंतु मी त्याचा पुरेपूर आनंद उपभोगतीये.

तुमची मन:पूर्वक,
ज्युलिएट ॲशटन

मार्कहॅम रेनॉल्ड्सकडून ज्युलिएटला

५ फेब्रुवारी १९४६

प्रिय मिस ॲशटन,

मी त्या निरोप्या मुलाला कामावरून काढून टाकलं नाही, उलट त्याला पदोन्नती दिली. मी स्वत:साठी जे मिळवण्यात अपयशी ठरलो होतो, ते त्यानं मला मिळवून दिलं... तुमच्याशी परिचय! माझ्या दृष्टीने तुमची चिठ्ठी हे लाक्षणिक हस्तांदोलन आहे आणि आता प्राथमिक बाबी पूर्ण झाल्या आहेत. मला आशा आहे की तुम्हालाही असंच वाटत असेल. तसं असेल तर लेडी बेस्कॉमच्या पुढच्या डिनर पार्टीला लबाडीने निमंत्रण मिळवण्याचे माझे कष्ट तरी वाचतील. (तुम्ही योगायोगाने तिथे आलात तर भेटण्याची संधी मिळावी याकरिता करावे लागणारे कष्ट.) तुमचे मित्र खूपच संशयी स्वभावाचे आहेत, विशेषत: ते स्टार्क महाशय. ते म्हणाले, देण्याघेण्याचे व्यवहार पाहणं, हे माझं काम नाही आणि 'व्ह्यू'च्या कार्यालयात मी दिलेल्या कॉकटेल पार्टीला त्यांनी तुम्हाला घेऊन येण्यास नकार दिला.

माझा हेतू स्वच्छ आहे किंवा निदान स्वार्थी तरी नाही, हे ईश्वर जाणतो. यातलं साधं सत्य इतकंच की तुम्ही एकमेव स्त्री लेखिका आहात ज्या मला हसवतात. तुमची 'इझी बिकरस्टाफ'ची सदरं ही युद्धातून उद्भवलेली सर्वांत विनोदी कामगिरी होती आणि मला जिनं ही सदरं लिहिली, तिला भेटायचं आहे.

मी जर शपथ घेतली की मी तुम्हाला पळवून नेणार नाही, तर पुढच्या आठवड्यात माझ्याबरोबर डिनरला येऊन माझा सन्मान कराल का? तुम्ही कोणतीही संध्याकाळ निवडा. हा गुलाम पूर्णपणे तुमच्या सेवेस हजर आहे.

तुमचा
मार्कहॅम रेनॉल्ड्स

ज्युलिएटकडून मार्कहॅम रेनॉल्ड्सला

६ फेब्रुवारी १९४६

प्रिय रेनॉल्ड्स महाशय,

प्रशंसा मलाही आवडते. विशेषत: माझ्या लेखनाची केलेली प्रशंसा. तुमच्याबरोबर रात्रीचं जेवण घ्यायला मला आवडेल. पुढच्या गुरुवारी?

तुमची मन:पूर्वक,
ज्युलिएट ॲशटन

मार्कहॅम रेनॉल्ड्सकडून ज्युलिएटला

७ फेब्रुवारी १९४६

प्रिय ज्युलिएट,

गुरुवार तर खूप दूर आहे. सोमवारी? क्लॅरिजेसला? ७ वाजता?

तुझा,
मार्क

ता. क. – मला नाही वाटत तुझ्याकडे टेलिफोन आहे, आहे का?

ज्युलिएटकडून मार्कहॅमला

७ फेब्रुवारी १९४६

प्रिय श्री. रेनॉल्ड्स,

ठीक आहे. सोमवारी क्लॅरिजेसला, ७ वाजता. माझ्याकडे दूरध्वनी होता... ओक्ले रस्त्यावर दगड-विटांच्या राशीखाली जिथे माझा फ्लॅट होता. मी इथे पोटभाडेकरू

म्हणून राहते आणि माझी घरमालकीण मिसेस ऑलिव्ह बर्न्स या जागेतला एकमेव फोन बाळगून आहे. तुम्हाला तिच्याशी गप्पा मारायला आवडत असेल तर मी तिचा नंबर देऊ शकते.

मन:पूर्वक तुमची,
ज्युलिएट

डॉसीकडून ज्युलिएटला

७ फेब्रुवारी १९४६

प्रिय मिस ॲशटन,

मला खात्री आहे, तुम्ही 'टाइम्स'साठी लिहीत असलेल्या लेखात गर्नसी वाङ्मय मंडळाचा उल्लेख झाला तर नक्की आवडेल. मिसेस मॉगेरींना मी आमच्या मीटिंग्जविषयी तुम्हाला लिहायला सांगितलं आहे, कारण ती एक सुशिक्षित स्त्री आहे आणि माझ्यापेक्षाही तिचे शब्द एखाद्या लेखात अधिक सहज-सोपे वाटतील. मला नाही वाटत लंडनमधल्या साहित्य संस्थांसारखं आमचं मंडळ आहे.

श्रीयुत हेस्टिंग्जना लुकासच्या चरित्राची प्रत अजूनही मिळालेली नाही. पण त्यांच्याकडून मला एक पोस्टकार्ड आलं. त्यावर लिहिलं होतं, 'कसोशीनं पाठपुरावा करणं चालू आहे. आशा सोडू नका.' ते खरोखरच सज्जन गृहस्थ आहेत, नाही का?

क्राऊन हॉटेलच्या नव्या छपरासाठी मी स्लेट प्रकाराचा एक मऊ दगड खेचून नेतोय. मालकांना आशा आहे, की प्रवाशांना या उन्हाळ्यात पुन्हा इथे यावंसं वाटेल. या कामाचा मला आनंद आहे, पण लवकरच मला माझ्या स्वत:च्या जमिनीवर काम करण्यात अधिक सुख लाभेल.

संध्याकाळी थकून भागून घरी यावं आणि तुमचं पत्र पाहिलं की ताजंतवानं व्हावं!!

पुस्तक लिहावंसं वाटेल असा विषय तुम्हाला मिळो... त्याकरिता शुभेच्छा! गुडलक.

तुमचा मन:पूर्वक,
डॉसी ॲडम्स

ॲमेलिया मॉगेरीकडून ज्युलिएटला

८ फेब्रुवारी १९४६

प्रिय मिस ॲशटन,

डॉसी ॲडम्स नुकताच मला भेटायला येऊन गेला. तुमचं पत्र आणि तुम्ही पाठवलेली भेटवस्तू घेऊन... इतर कुठल्याही गोष्टीने तो इतका खूश झाला नव्हता जितका तो तुमच्या भेटवस्तूमुळे आणि पत्रामुळे झालाय. तुम्हाला मी पुढच्याच डाकेनं पत्र धाडावं हे मला पटवून देण्यात तो इतका गर्क झाला होता, की तो लाजायलाच विसरला. डॉसीला याची जाणीव नसावी कदाचित, पण त्याच्याजवळ मन वळवण्याची दुर्मीळ देणगी आहे. तो स्वत:साठी कधीही काही मागत नाही, म्हणूनच तो दुसऱ्यांसाठी जे मागतो ते करायला सगळे उत्सुक असतात.

तुमच्या प्रस्तावित लेखाबद्दल त्याने मला सांगितलं आणि विचारलं, की मी जर्मन अंमल असतानाच्या काळात आणि त्यामुळेच अस्तित्वात आलेल्या गर्नसी वाङ्मय मंडळाविषयी लिहीन का म्हणून. असं करण्यात मला आनंदच वाटेल, पण एक सूचना आहे.

माझ्या इंग्लंडच्या एका मैत्रिणीनं मला 'इझी बिकरस्टाफ गोज टू वॉर'ची एक प्रत पाठवली. पाच वर्षं आम्हाला बाहेरच्या जगात काय चाललंय याची गंधवार्ता नव्हती, त्यामुळे इंग्लंड स्वत: त्या काळामध्ये इतकं सगळं सोसून कसं उभं राहिलं हे वाचणं किती समाधानकारक होतं याचा तुम्हाला अंदाज येईल. तुमचं पुस्तक जितकं माहिती देणारं होतं तितकंच करमणूक करणारं आणि मनोरंजक होतं. पण त्या मनोरंजनाच्या सुराविषयीच माझा आक्षेप आहे.

मला समजतंय, आमच्या मंडळाचं 'द गर्नसी लिटररी अँड पोटॅटो पील पाय सोसायटी' हे एक अनोखं नाव आहे आणि सहज टिंगलीचा, चेष्टेचा विषय होऊ शकतं. तुम्हाला तसं करण्याचा मोह होणार नाही, असं आश्वासन तुम्ही मला द्याल का? मंडळाचे सभासद मला फार प्रिय आहेत आणि तुमच्या वाचकांनी त्यांची टर उडवावी अशी माझी मुळीच इच्छा नाही.

या लेखामागची तुमची भूमिका आणि तुमच्या स्वत:विषयीसुद्धा काही सांगण्यास तुम्ही तयार आहात का? माझ्या प्रश्नाचं महत्त्व तुम्हाला कळलं तर तुम्हाला आमच्या मंडळाविषयी सांगायला मला आनंदच वाटेल. तुमच्याकडून लवकरच उत्तर मिळेल अशी आशा आहे.

तुमची मन:पूर्वक,
ॲमेलिया मॉगेरी

ज्युलिएटकडून अ‍ॅमेलियाला

१० फेब्रुवारी १९४६

मिसेस अ‍ॅमेलिया मॉगेरी
विंडक्रॉस मॅनॉर,
ला बूव्ह,
सेंट मार्टिन्स, गर्नसी.

प्रिय मिसेस मॉगेरी,

तुमच्या पत्राबद्दल धन्यवाद. तुमच्या प्रश्नांना उत्तरं देताना मला खूप आनंद होतोय.

पुष्कळ युद्धकालीन प्रसंगांची मी खिल्ली उडवली. 'स्पेक्टॅटर'ला वाटलं, वाईट बातम्यांवर उतारा म्हणून असा हलकाफुलका दृष्टिकोन उपयोगी पडेल आणि विनोदामुळे लंडनवासीयांचं खचलेलं मनोधैर्य उंचावेल. 'इझी'ने तो हेतू साध्य झाला याचा मला खूप आनंद आहे, पण आता प्रतिकूलतेविरुद्ध विनोदी असण्याची गरज संपलीय – हुश्श! वाचनावर प्रेम करणाऱ्या कुणाचीही मी कधीही थट्टा करणार नाही, श्री. अ‍ॅडम्सचीसुद्धा. माझ्या काही पुस्तकांपैकी एक पुस्तक त्यांच्यासारख्या माणसाच्या हातात पडलं हे कळल्यावर मला समाधान वाटलं.

तुम्हाला माझ्याविषयी थोडंफार कळायलाच हवं यासाठी मी सेंट हिल्डा चर्चच्या रेव्हरंड सायमन सिम्प्लेक्स यांना तुम्हाला पत्र लिहिण्याविषयी सांगितलं आहे. हे चर्च बरी स्ट्रीट एडमंड्स, सफोकच्या जवळ आहे. ते मला लहान असल्यापासून ओळखतात आणि मी त्यांची खूप लाडकी आहे. मी लेडी बेला टाँटन हिलासुद्धा माझ्याविषयी माहिती देण्याबद्दल सांगितलं आहे. आम्ही १९४० च्या लंडनवरील हवाई हल्ल्यांच्या वेळी युद्धपातळीवर काम करणाऱ्या अग्निशामक दलामध्ये स्वयंसेविका होतो आणि ती माझा आत्यंतिक तिरस्कार करते. त्या दोघांच्या रेखाटनांमधून माझ्याविषयी योग्य ते चित्र तुमच्या समोर उभं राहील.

मी लिहिलेल्या अ‍ॅनी ब्राँटच्या चारित्र्याची एक प्रत या पत्रासोबत पाठवत आहे. त्यायोगे मी वेगळं काम करण्यास पात्र आहे हे तुम्हाला दिसून येईल. त्याचा फारसा खप झाला नाही – वास्तविक अजिबातच नाही – पण 'इझी बिकरस्टाफ गोज टू वॉर'पेक्षा मला त्या पुस्तकाचा कितीतरी जास्त अभिमान वाटतो.

माझ्या सदिच्छेविषयी तुमची खात्री पटवून देण्यासाठी अजून काही करायचं असेल तर मी ते आनंदानं करीन.

तुमची मन:पूर्वक,
ज्युलिएट

ज्युलिएटकडून सोफीला

१२ फेब्रुवारी १९४६

प्रियतम सोफी,

मार्कहॅम व्ही. रेनॉल्ड्स, तोच कॅमेलिया पाठवणारा अखेरीस प्रकट झाला. त्याने स्वत:चा परिचय करून दिला. माझी स्तुती केली आणि आलतू-फालतू नाही, चक्क क्लॅरिजेसला डिनरसाठी आमंत्रण दिलं. मी ते मोठ्या ऐटीत स्वीकारलं. क्लॅरिजेसबद्दल मी ऐकून आहे. त्यामुळेच पुढचे तीन दिवस मी माझ्या केसांवरून चिडचिड करण्यात घालवले. सुदैवाने माझ्याजवळ माझा सुंदर नवा ड्रेस आहे म्हणून माझा मौल्यवान वेळ कपड्यांबाबत चिडचिड करण्यात घालवावा लागला नाही.

मादाम हेलेनाच्या म्हणण्यानुसार हे केस म्हणजे संकटच आहे. मी रोल करायचा प्रयत्न केला, तो खाली पडला. मग मी ते फ्रेंच पद्धतीने गुंडाळले, पण पुन्हा 'जैसे थे'च! मग मी मोठ्ठा लाल मखमली बो माझ्या डोक्यावर बांधायच्या बेतात होते तेवढ्यात माझी शेजारीण इव्हँजेलीन स्मिद माझ्या सुटकेला धावली. देव तिचं भलं करो. तिने खूप कौशल्याने माझी केशरचना केली. दोनच मिनिटांत मी म्हणजे मूर्तिमंत लावण्य दिसत होते. तिने सगळे कुरळे केस घेतले आणि मानेवर भोवऱ्यासारखे फिरवले आणि मी माझं डोकंसुद्धा हलवू शकत होते... तर अशी मी सौंदर्यवती असल्याच्या थाटात त्याला भेटायला गेले. क्लॅरिजेसचा संगमरवरी स्वागतकक्षसुद्धा मला भिववू शकला नाही.

तितक्यात मार्कहॅम व्ही. रेनॉल्ड्स पुढे आला आणि माझ्या उत्सुकतेवर पडदा पडला. तो देखणा आहे. समोरच्याला दिपवून टाकणारं व्यक्तिमत्त्व आहे त्याचं. खरं सांगते सोफी, त्याच्यासारखा दुसरा कोणीच माझ्या बघण्यात आलेला नाही. तो लोहार, त्याचीसुद्धा तुलना नाही होऊ शकत त्याच्याशी. पिंगट रंग, तेजस्वी निळे डोळे, चमकदार चामड्याचे बूट, लोकरीचा स्टायलिश सूट, छातीवरच्या खिशामधून डोकावणारा पांढराशुभ्र रुमाल. अर्थात अमेरिकन असल्यानं तो उंच आहे. समोरच्याला अस्वस्थ करणारं त्याचं ते खास अमेरिकन हास्य, चमकदार दात आणि उत्तम विनोदबुद्धी. पण तो मनमिळाऊ अमेरिकन नाही. तो चांगली छाप पाडतो आणि आजूबाजूच्या माणसांना हुकूम सोडण्याची त्याला सवय आहे. मात्र हे तो इतकं सहजगत्या करतो की त्यांच्या ते लक्षातही येत नाही. त्याचं मत म्हणजे अंतिम सत्य असा त्याचा विश्वास आहे. पण मजा म्हणजे तो ते अमान्यही करीत नाही. असहमती दर्शवून दुसऱ्यांना छळणं हा त्याचा हक्क आहे, याबाबत तो ठाम आहे.

एकदाचे आम्ही आमच्या स्वत:च्या, मखमली पडदे असलेल्या समर हाऊसमध्ये (बगिच्यातली छोटी बंगली) आसनस्थ झालो. सगळे वेटर्स, स्टुअर्ड्स, प्रमुख वेटर्स आमच्याभोवती पिंगा घालून दमले होते. मी त्याला रोखठोकपणे विचारलं, की एकही

चिठ्ठी-चपाटी न लिहिता इतके फुलांचे भारे का पाठवले म्हणून.

तो मोठ्यांदा हसला. ''तुला उत्सुकता वाटावी म्हणून. मी जर तुला स्पष्टपणे लिहिलं असतं, 'मला भेट' म्हणून, तर तू कसं उत्तर दिलं असतंस?'' मी मान्य केलं की मी नकारच दिला असता. त्याने त्याची एक कमानदार भुवई माझ्याकडे बघून उंचावली. त्याने इतक्या सहजपणे माझ्यावर मात केली, हा त्याचा दोष होता का?

इतकं पारदर्शक राहिल्यामुळे मी फार खजील झाले. पण तो पुन्हा नुसताच हसला. नंतर त्यानं युद्ध आणि व्हिक्टोरियन काळातलं साहित्य यावर बोलायला सुरुवात केली. त्याला माहीत होतं, की मी ॲनी ब्राँटचं चरित्र लिहिलंय आणि न्यूयॉर्क व रेशनिंग या विषयांवरही तो बोलत राहिला. मला काही समजण्यापूर्वी त्याचं लक्ष आपल्यावर केंद्रित झालंय या सुखद भावनेने मी न्हाऊन निघाले होते. मी पूर्णपणे मोहून गेले होते.

आपण मार्कहॅम रेनॉल्ड्स ज्युनियर यानं एक गूढ व्यक्ती बनून राहणं का पसंत केलं असेल, यावर खल करत घालवलेली लीड्समधली दुपार तुला आठवते का? हे फार निराश करणारं आहे, पण आपण साफ चुकलो. तो विवाहित नाही. तो लाजाळू, बुजराही नक्कीच नाही. दिवसाउजेडी वावरणं टाळावं असा विद्रूप व्रणही त्याच्या चेहऱ्यावर नाही. तो माणसाच्या रूपातील लांडगाही दिसत नाही. (आणि शिवाय त्याच्या मनगटांवर लव नाहीये) तसंच तो लाठीमार करणारा नाझी वाटत नाही. (त्याचे उच्चार तसे आले असते.)

आता मी त्याविषयी विचार करते तेव्हा वाटतं कदाचित तो माणसाच्या रूपातला लांडगाच असेल. पाणथळ रानामध्ये भक्ष्याचा पाठलाग करणारा आणि त्याच्यावर झडप घेणारा, असं त्याचं चित्र मी रंगवू शकते आणि मला खात्री आहे शेजारी उभ्या असलेल्या निष्पाप प्रेक्षकाला खाण्यापूर्वी तो दुसऱ्यांदा विचारही करणार नाही. पुढच्या पौर्णिमेला मी त्याच्यावर जवळून लक्ष ठेवीन. त्याने मला उद्या नृत्याला येण्याविषयी विचारलं आहे. उंच कॉलर असलेला पोशाख घातलेला चांगला. अरे हो, रक्त पिणारी पिशाच्चं तशी असतात, नाही?

मला वाटतंय मला किंचित भोवळ येतीये.

प्रेमपूर्वक,
ज्युलिएट

लेडी बेला टॉंटनकडून ॲमेलियाला

१२ फेब्रुवारी १९४६

प्रिय मिसेस मॉगेरी,

माझ्या हातात ज्युलिएट ॲशटनचं पत्र आहे आणि त्यातला मजकूर वाचून मी आश्चर्यचकित झाले आहे. मी असं समजावं का, की मी तिच्या चारित्र्याचा दाखला द्यावा अशी तिची इच्छा आहे? ठीक आहे. तसं तर तसं. मी तिच्या चारित्र्यावर संशय घेऊ शकत नाही. फक्त तिचं व्यवहारज्ञान, त्याविरुद्ध बोलू शकते, जे तिला अजिबातच नाही.

तुम्हाला समजू शकतं की युद्धामुळे बऱ्याचदा अनोळखी व्यक्तीही तुमचे सहकारी बनतात. १९४० च्या लंडनवरील हवाई हल्ल्याच्या वेळी आम्ही दोघी अग्निशमन दलात स्वयंसेविका होतो. अगदी सुरुवातीपासून आम्ही एकत्र होतो. आम्ही स्वयंसेवक घरांच्या छपरावर आमच्या रात्री घालवायचो. स्फोटक बॉम्ब कुठे पडताहेत का त्यावर नजर ठेवून असायचो. ते तसे पडले की आम्ही हाताने वापरायचा पंप घेऊन फवारा उडवायचो आणि वाळूच्या बादल्या घेऊन कुठलीही छोटी आग पसरण्यापूर्वी आटोक्यात आणायला धावायचो. ज्युलिएट आणि मी जोडीने काम करायचो. बेसावधपणे काम करणाऱ्या इतर स्वयंसेवकांप्रमाणे आम्ही कधी गप्पा मारल्या नाहीत. नेहमी दक्ष राहण्यावर माझा कटाक्ष असायचा. असं असूनही युद्धापूर्वीच्या तिच्या आयुष्यातील काही तपशील मला कळले.

तिच्या वडिलांना सफोकमध्ये एक शेतकरी म्हणून फार मान होता. तिची आई अगदी 'टिपिकल' शेतकऱ्याची बायको असावी. गाईंचं दूध काढणं, कोंबडीच्या पिल्लांची पिसं उपटणं नाही, तर त्यांच्या मालकीचं बरी, सेंट एडमंड्स इथे पुस्तकांचं दुकान होतं ते सांभाळण, यात गर्क असायची. ज्युलिएट १२ वर्षांची असताना तिचे आईवडील दोघं कार ॲक्सिडेंटमध्ये मारले गेले आणि ती तिच्या चुलत आजोबांकडे राहायला गेली. ते सेंट जॉन्स वुडमध्ये राहात आणि ग्रीक, लॅटिन भाषेचे प्रख्यात अभ्यासक होते. तिने दोनदा घरातून पळून जाऊन त्यांच्या अभ्यासात आणि प्रपंचात व्यत्यय आणला.

निराश होऊन त्यांनी तिला एका संलग्न वसतिगृह असलेल्या उत्तम शाळेत पाठवलं. शाळा सोडल्यानंतर तिने उच्च शिक्षण घेतलं नाही. ती लंडनला आली आणि तिची मैत्रीण सोफी स्टार्कबरोबर एका छोट्या फ्लॅटमध्ये राहू लागली. दिवसा पुस्तकांच्या दुकानांमध्ये काम करायची. रात्री त्या दुःखी ब्रॉंट भगिनींपैकी एकीवर –

मी विसरले कोणावर ते – पुस्तक लिहायची. मला वाटतं, सोफीच्या भावाच्या फर्मनं 'स्टीफन्स अँड स्टार्क'नं ते प्रकाशित केलं होतं. ते नात्यातले नसले तरी मला वाटतं, की त्या पुस्तकाच्या प्रकाशनामागे तिचा थोडाफार वशिला नक्कीच असणार.

काही का असेना, तिचे लेख नियमितपणे पुष्कळ मासिकांमधून आणि दैनिकांमधून ती प्रसिद्ध करू लागली. तिच्या हलक्याफुलक्या, पोरकट मनोवृत्तीमुळे कमी बुद्धिवंत वाचकांमध्ये तिच्या चाहत्यांची संख्या वाढली. मला भीती वाटते– असे बरेच आहेत. तिला वारसाहक्काने मिळालेली संपत्ती तिने चेल्सीमधल्या एका फ्लॅटवर उधळली. चेल्सी – कलावंतांचे, मॉडेल्सचे, चैनी आणि उच्चभ्रू वर्तुळातल्या लोकांचे माहेरघर; सगळेच्या सगळे अत्यंत बेजबाबदार लोक, ज्युलिएटप्रमाणे. तिनंही स्वत:ला एक बेजबाबदार अग्निशमन स्वयंसेविका सिद्ध केलं होतं.

आता मी आमच्या संबंधाविषयीच्या तपशिलाकडे वळते. 'इन्स ऑफ कोर्ट'च्या 'इनर टेम्पल हॉल'च्या छपरावर काही अग्निशमन स्वयंसेविकांची ड्यूटी लावली होती. आम्ही दोघीही त्यामध्येच होतो. मी आधी हे स्पष्ट करते, की झटपट कृती करणं आणि नेमका विचार करणं हे गुण स्वयंसेवकाजवळ असणं आवश्यक होते. आपल्या आजूबाजूला घडणाऱ्या प्रत्येक घटनेची त्याला माहिती असणं गरजेचं असायचं – अगदी प्रत्येक घटना.

१९४१च्या मे मध्ये एके रात्री एक अत्यंत स्फोटक बॉम्ब 'इनर टेम्पल हॉल'च्या वाचनालयाच्या छपरातून टाकला गेला. ग्रंथालयाचं छप्पर ज्युलिएटच्या जागेपासून काही अंतरावर होतं पण तिच्या मौल्यवान पुस्तकांचा विध्वंस होतोय हे बघून ती इतकी घाबरली की, तिने ज्वाळांच्या दिशेनं धाव घेतली. जशी काही ती ग्रंथालयाचं प्रारब्ध एकटीच बदलणार होती. अर्थातच, तिच्या या गोंधळानं दुसरं काही नाही, पण अधिकच नुकसान झालं. कारण अग्निशामक दलाला त्यांची काही मौल्यवान मिनिटं तिची सुटका करण्यात वाया घालवावी लागली.

मला वाटतं ज्युलिएटला या गोंधळात किरकोळ इजाच झाली, पण ५० हजार पुस्तकं दुसऱ्या जगात निघून गेली! अग्निशमन स्वयंसेवकांच्या यादीतून ज्युलिएटचं नाव खोडलं गेलं आणि ते बरोबरच होतं. नंतर मला कळलं, की तिनं 'ऑक्झिलरी फायर सर्व्हिस'मध्ये काम केलं. एखाद्या बॉम्ब हल्ल्यानंतरच्या सकाळी सुटका करणाऱ्या पथकांना चहा पुरवण्यासाठी आणि आराम देण्यासाठी ते पथक सज्ज असायचं. जे या हल्ल्यातून जिवंत राहत त्यांनासुद्धा एएफएस मदत करायचं. कुटुंबातल्या इतरांशी पुन्हा भेट घडवून आणणे, तात्पुरतं घर मिळवून देणे, अन्न, वस्त्र, आर्थिक साहाय्य... मला वाटतं, त्या दिवसभरातल्या कामासाठीच ज्युलिएट योग्य होती. चहाच्या पेल्यातली वादळं न उठवता इतकं ती करू शकत होती.

आपल्या रात्री हव्या तशा घालवायला ती मोकळी होती. नि:संशय त्यात सवंग पत्रकारितेचा समावेश अधिक होता, कारण 'स्पेक्टॅटर'नं तिला इझी बिकरस्टाफ या नावाने युद्धकाळातील ब्रिटनच्या परिस्थितीवर एक साप्ताहिक सदर लिहिण्यास नियुक्त केलं.

मी तिचं एक सदर वाचलं आणि माझी वर्गणी रद्द केली. आपल्या प्रिय (मृत असली तरी) व्हिक्टोरिया राणीच्या चोखंदळपणावरच तिनं हल्ला केला होता. तुम्हाला नक्कीच ठाऊक असेल, राणीने आपल्या प्रिय पतीच्या, प्रिन्स आल्बर्टच्या स्मृतिप्रीत्यर्थ भव्य स्मारक उभारलं होतं. 'केन्सिंग्टन गार्डन्स'च्या मुकुटातील तो हिरा आहे. राणीच्या उत्तम अभिरुचीचं स्मारक, तसंच गेलेल्याचंही. अन्न आणि कृषी मंत्रालयानं त्या स्मारकाच्या आजूबाजूच्या जमिनीवर वाटाणे पेरायची आज्ञा दिल्याबद्दल ज्युलिएटनं आकंठ स्तुती केली. 'प्रिन्स आल्बर्टपेक्षा दुसरं चांगलं बुजगावणं संपूर्ण इंग्लडमध्ये अस्तित्वात नाही' असं लिहीत.

माझा तिच्या अभिरुचीबद्दल, तिच्या निर्णयक्षमतेबद्दल, चुकीच्या गोष्टींना प्राधान्य देणं आणि अनुचित विनोद बुद्धी या सर्वांवर आक्षेप आहे. तरीही एक सद्‌गुण खरोखरीच तिच्यात आहे. ती प्रामाणिक आहे. ती जर म्हणते आहे, ती तुमच्या साहित्य मंडळाच्या नावाचा मान राखेल, तर ती तसं करेल याव्यतिरिक्त मी काही सांगू शकत नाही.

तुमची मन:पूर्वक,
बेला टॉंटन

रेव्हरंड सायमन सिम्प्लेसकडून ॲमेलियाला

१३ फेब्रुवारी १९४६

प्रिय मिसेस मॉगेरी,

होय, तुम्ही ज्युलिएटवर विश्वास ठेवू शकता. या मुद्यावर माझं मत नि:संदिग्धपणे स्पष्ट आहे. तिचे आईवडील माझे चांगले मित्र होते, तसेच सेंट हिल्डा येथील स्वत:चं चर्च असलेल्या प्रभागाचे रहिवासी होते. ती जन्माला आली त्या रात्रीही मी त्यांच्या घरी पाहुणा होतो.

ज्युलिएट हट्टी होतीच, पण त्याचबरोबर एक गोड, समजूतदार आणि आनंदी मुलगी होती. इतक्या लहान वयात प्रामाणिकपणाकडे असाधारण कल होता तिचा.

ती दहा वर्षांची होती तेव्हाचा एक प्रसंग सांगतो तुम्हाला, ज्युलिएट 'हिज आय इज ऑन द स्पॅरो' या गाण्याचं चौथं कडवं गात असताना तिने तिची प्रार्थना अचानक बंद केली आणि दुसरं गाणं गायलाही चक्क नकार दिला. आमच्या उपासनागीत गाणाऱ्या गायक समूहाच्या दिग्दर्शकाला ती म्हणाली, की ही गाणी प्रभूच्या चारित्र्याला बट्टा लावताहेत. आपण ती गाता कामा नयेत. त्याला (प्रभूला नव्हे, दिग्दर्शकाला) समजेना काय करावं, म्हणून तो ज्युलिएटला बरोबर घेऊन माझ्या ऑफिसात आला, मी तिच्याशी युक्तिवाद करावा म्हणून.

मी काही फारशी चांगली कामगिरी करू शकलो नाही. ज्युलिएट म्हणाली, "खरंच, त्याने असं लिहायला नको होतं. 'त्याचं लक्ष त्या चिमणीवर आहे' यात काय चांगलं आहे? त्यानं पक्षी मरून पडत असताना त्याला वाचवलं का? तो फक्त 'अरेरे' इतकंच म्हणाला? या काव्यपंक्तीतून ईश्वर कसा वाटतो माहितीय का? जेव्हा खऱ्या लोकांना त्याची गरज आहे, तेव्हा तो पक्षीनिरीक्षणाला गेला आहे."

याविषयी मला ज्युलिएटशी सहमत व्हावंच लागलं. यावर मी पूर्वी कधीच असा विचार का केला नव्हता? उपासना गायन पथकाने तेव्हापासून आजतागायत 'हिज आय इज ऑन द स्पॅरो' कधीच गायलं नाही.

ज्युलिएटचे आईवडील ती १२ वर्षांची असताना वारले आणि तिला तिच्या चुलत आजोबांकडे, डॉ. रॉड्रिक अ‍ॅशटनकडे लंडनला पाठवण्यात आलं. ते निर्दयी नव्हते, पण त्यांच्या ग्रीक-रोमन अभ्यासात ते इतके बुडून गेले होते, की त्या मुलीकडे लक्ष द्यायला त्यांना वेळच नव्हता. त्यांच्याकडे कल्पनाशक्तीही नव्हती. लहान मुलांची जबाबदारी घेतलेल्या माणसाकडे कल्पनेचा अभाव असणं म्हणजे प्राणसंकटच!

ती दोनदा घरातून पळाली. पहिल्या वेळेस ती किंग्ज क्रॉस स्टेशनपर्यंतच जाऊ शकली. तिथे कॅन्व्हासची बॅग भरून आणि वडिलांचा मासे पकडायचा गळ घेऊन ती बरी स्ट्रीट, एडमंड्सला जाणारी ट्रेन पकडण्यासाठी वाट पाहत उभी होती... तेव्हा पोलिसांना ती सापडली. तिला परत डॉक्टर अ‍ॅशटनकडे पाठवलं गेलं... आणि ती पुन्हा पळाली. या वेळी डॉ. अ‍ॅशटननी मला फोन करून तिला शोधून काढण्यासाठी माझ्या मदतीची याचना केली.

मला अचूक माहिती होतं कुठे जायचं ते...तिच्या आईबाबांच्या पूर्वीच्या शेतावर. शेताच्या प्रवेशद्वाराच्या समोरच मला ती मिळाली... लाकडांच्या छोट्या ढिगावर बसलेली... पावसाचं भान नव्हतं... नुसती बसली होती, चिंब भिजलेली... तिच्या जुन्या (आता विकल्या गेलेल्या) घराकडे बघत.

मी तिच्या आजोबांना तार केली आणि दुसऱ्याच दिवशी तिला घेऊन लंडनला जाणाऱ्या ट्रेनमध्ये चढलो. पुढच्याच ट्रेननं चर्चकडे परत जायचा माझा विचार होता; पण जेव्हा मला कळलं, की तिच्या मूर्ख आजोबांनी त्यांच्या स्वयंपाक्याला तिला आणण्यासाठी पाठवलं होतं, तेव्हा मी त्यांच्याबरोबर जायचा आग्रह धरला – त्यांच्या अभ्यासिकेवर धाडच घातली म्हणा ना – आणि तावातावाने बोललो. ज्युलिएटला एखाद्या बोर्डिंग स्कूलमध्ये ठेवावं, हे त्यांनी कबूल केलं. तिच्या आई-वडिलांनीही अशा प्रसंगासाठी पुरेसा पैसा मागे ठेवला होता.

सुदैवाने मला एक फार चांगली शाळा माहिती होती – सेंट स्विदिन. शैक्षणिकदृष्ट्या ती एक उत्कृष्ट शाळा होती. मुख्याध्यापिकाही पाषाणहृदयी, कठोर नव्हत्या. तुम्हाला सांगायला मला आनंद होतोय, की तिथं ज्युलिएटची प्रगती झाली. तिचा अभ्यास तिच्या बुद्धीला चालना देणारा वाटला. पण माझ्या मते, तिच्या या परतून आलेल्या

आनंदवृत्तीचं खरं कारण होतं, तिची सोफी स्टार्कबरोबर झालेली मैत्री आणि स्टार्क कुटुंब. सहामाही परीक्षा संपल्यानंतरच्या सुट्टीत ती बऱ्याचदा सोफीकडे राहायला जायची. ज्युलिएट आणि सोफी दोनदा माझ्याकडे आणि माझ्या बहिणीकडे, आमच्या धार्मिक संस्थेमध्ये राहायला आल्या होत्या. किती आनंदाचे दिवस आम्ही एकत्र घालवले! पिकनिक, सायकलीवरून भटकणं, मासे पकडणं; सोफीचा भाऊ सिडने स्टार्क एकदा आमच्यात सामील झाला होता. तो त्या मुलींपेक्षा दहा वर्षांनी मोठा असला आणि त्यांच्यावर दादागिरी करण्याकडे कल असला, तरी त्याचं आमच्या आनंदी पक्षात 'पाचवा सभासद' म्हणून स्वागतच व्हायचं.

ज्युलिएट मोठी होताना पाहणं खूप आनंददायी होतं, तसंच आत्ता ती पूर्ण मोठी झाल्यावर तिला समजून घेणंही सुखकारक आहे. तिनं मला एकंदरीत तिच्या वर्तनाविषयी, चारित्र्याविषयी तुम्हाला लिहिण्यास सांगितलं, याचा मला खूप आनंद होतोय.

आमचा छोटासा इतिहास मी एकत्र गुंफलाय, त्यामुळे तुम्हाला कळेल मी कशाविषयी बोलतोय ते. ज्युलिएटनं म्हटलं ती करेल तर ती करणारच. तिने करणार नाही म्हटलं तर ती मुळीच करणार नाही.

अतिशय खरेपणानं तुमचाच,
सायमन सिम्प्लेस

सुझन स्कॉटकडून ज्युलिएटला

१७ फेब्रुवारी १९४६

प्रिय ज्युलिएट,

या आठवड्याच्या 'टॅटलर'मध्ये मी तुला पाहिल्यासारखं वाटतंय. तू मार्क रेनॉल्ड्सबराबेर नृत्य करत होतीस का? अतिशय आकर्षक दिसत होतीस, जवळपास त्याच्या इतकीच. पण मी एक सुचवू का? सिडनेच्या हातात याची प्रत पडण्यापूर्वी हवाई हल्ल्यापासून बचाव करणाऱ्या ठिकाणी तू जावंस.

मी गप्प राहावंसं वाटत असेल तर मला सर्व गरमागरम तपशील पुरवावेत, हे तुला माहितीच आहे.

तुझी,
सुझन

ज्युलिएटकडून सुझन स्कॉटला

१८ फेब्रुवारी १९४६

प्रिय सुझन,

मी प्रत्येक गोष्टीचा इन्कार करते.

प्रेमपूर्वक,
ज्युलिएट

ॲमेलियाकडून ज्युलिएटला

१८ फेब्रुवारी १९४६

प्रिय मिस ॲशटन,

माझी सूचना इतक्या गांभीर्याने घेतल्याबद्दल आभारी आहे. मंडळाच्या काल रात्रीच्या सभेमध्ये मी सभासदांना तुमच्या 'टाइम्स'मधील लेखाविषयी सांगितलं आणि त्यांना सुचवलं, की ज्यांना असं करायची इच्छा आहे, त्यांनी ते वाचत असलेल्या पुस्तकांविषयी आणि त्यांना वाचनातून मिळणाऱ्या आनंदाविषयी तुमच्याशी पत्रव्यवहार करावा.

या सूचनेला मिळालेला प्रतिसाद जोरदार होता. सगळे जण इतका कोलाहल करू लागले की, त्यामुळे आमच्या मंडळाची 'सार्जंट ॲट आर्म्स' इझोला प्रिबीला 'शांत व्हा, शांत व्हा' असं हातोडा आपटून सांगावं लागलं. अर्थात, इझोलाला हातोडा आपटण्यासाठी लहानसं कारणही पुरेसं ठरतं, हेही मी मान्य करते. मला वाटतं तुम्हाला आमच्याकडून बरीच पत्रं मिळतील आणि त्याचा तुमच्या लेखांसाठी थोडा उपयोग होईल, अशी आशाही करते.

डॉसीनं तुम्हाला सांगितलंच आहे, की हे मंडळ माझ्याकडे डिनरला आलेल्या पाहुण्यांना जर्मन सैन्यानं पकडू नये यासाठी केलेला बहाणा होता. डॉसी, इझोला, एबेन रॅमसे, जॉन बुकर, विल थिस्बी आणि आमची लाडकी एलिझाबेथ मॅकिना; जिने तिथल्या तिथे ती कहाणी रचली. तिच्या कल्पक बुद्धीचं आणि गोड वाणीचं मी कौतुक करते.

अर्थात ही मंडळी कोणत्या संकटात सापडली आहेत याबद्दल मला काहीच माहीत नव्हतं. ती गेल्याबरोबर मी घाईघाईने माझ्या तळघरात गेले; आमच्या मेजवानीचा

पुरावा नष्ट करण्यासाठी. मी आमच्या वाङ्मय मंडळाविषयी दुसऱ्या दिवशी सकाळी सात वाजता ऐकलं. जेव्हा एलिझाबेथ माझ्या किचनमध्ये आली आणि तिनं मला विचारलं, "तुमच्याजवळ किती पुस्तकं आहेत?" तेव्हा.

माझ्याकडे थोडीफार होती, पण एलिझाबेथनं माझ्या पुस्तकांच्या कपाटाकडे बघितलं आणि मान हलवली. "आपल्याला अजून हवीत. इथे बागकामावरच खूप पुस्तकं आहेत." तिचं बरोबर होतं. अर्थातच, मला बागकामावरचं चांगल्यापैकी पुस्तक आवडतं. "मी तुम्हाला सांगते आपण काय करायचं ते." ती म्हणाली, "कमांडंटच्या ऑफिसमधलं माझं काम झालं की आपण 'फॉक्स'च्या दुकानात जाऊ आणि काही पुस्तकं विकत घेऊ. आपलं गर्नसी वाङ्मय मंडळ स्थापन व्हायचं असेल तर आपल्याला साहित्यप्रेमी दिसलं पाहिजे."

कमांडंटच्या ऑफिसमध्ये काय घडतंय आणि काय नाही या भीतीनं ती पूर्ण सकाळ मी काळजीनं वेडीपिशी झाले होते. त्या सगळ्यांना गर्नसीच्या तुरुंगात टाकलं तर काय? किंवा सर्वांत वाईट युरोपमधल्या एखाद्या छळछावणीत धाडलं तर? न्यायनिवाडा करताना त्या जर्मनांचा काही भरवसा नसायचा. एखाद्याला कोणती शिक्षा ठोठावली जाईल याचा नेम नसायचा. पण सुदैवाने तसं काही घडलं नाही.

ऐकायला विचित्र वाटेल, पण जर्मन सैनिकांनी आम्हाला नुसती परवानगीच दिली नाही, तर चॅनेल आयलंडवरील रहिवाशांना कला आणि संस्कृतीची जोपासना करण्यासाठी उत्तेजनही दिलं. त्यांचा उद्देश ब्रिटिशांना 'जर्मन आधिपत्य' हे 'आदर्श आधिपत्य' आहे, हे दाखवून देण्याचा होता. हा संदेश बाहेरच्या जगापर्यंत कसा पोहोचवणार ते काही कधी स्पष्ट केलं नाही. कारण गर्नसी आणि लंडनमधील टेलिफोन आणि टेलिग्राफची केबल, ज्या दिवशी (जून १९४० मध्ये) जर्मन गर्नसीमध्ये उतरले, त्याच दिवशी तोडण्यात आली होती. काय त्यांचा तिरका युक्तिवाद असेल ते असो, पण चॅनेल आयलंडला सुरुवातीला तरी इतर जिंकून घेतलेल्या युरोपियन देशांपेक्षा बऱ्याच अंशी सौम्यपणे वागवलं गेलं.

कमांडंटच्या कार्यालयात माझ्या मित्रांना अल्प रकमेचा दंड भरावा लागला आणि त्यांच्या मंडळाचं नाव व सभासदांची यादी दाखल करावी लागली. कमांडंटनं जाहीर केलं की, तोसुद्धा एक वाङ्मयप्रेमी आहे आणि काही मोजक्या समविचारी अधिकाऱ्यांबरोबर तोही कधीतरी या बैठकींना उपस्थित राहू शकतो का? – असंही विचारलं.

एलिझाबेथनं त्यांना सांगितलं की, त्यांचं हार्दिक स्वागतच होईल आणि नंतर ती, एबेन आणि मी 'फॉक्स'च्या दुकानाकडे धावलो. आमच्या नवीनच सुरू झालेल्या मंडळासाठी भरपूर पुस्तकं खरेदी केली आणि परतून माझ्या घराकडे धावलो. ती पुस्तकं माझ्या कपाटातील कप्प्यांवर रचून ठेवली. नंतर आम्ही शक्य तेवढं बेफिकीर आणि नेहमीसारखं सहज वागायचा प्रयत्न करत घरोघरी फिरलो... संध्याकाळी या आणि वाचायला पुस्तकं निवडा, असं इतरांना सावध करण्यासाठी. आम्हाला खरंतर

पटपट पावलं उचलून धावत सुटायचं होतं. अशा वेळेला असं हळूहळू चालणं, इकडे तिकडे गप्पा मारायला थांबणं हे सगळं तापदायक होतं. वेळ महत्त्वाचा होता, कारण एलिझाबेथला भीती वाटत होती की, कमांडंट पुढच्या सभेला येईल... जी सभा फक्त दोन आठवड्यांवर आली होती. (तो फिरकला नाही. या काही वर्षांत थोडेफार जर्मन अधिकारी येऊन गेले, पण देवदयेनं त्यांचा काहीसा गोंधळ उडाला आणि ते जे निघून गेले, ते परत आलेच नाहीत.)

आणि अशा तऱ्हेने आमच्या मंडळाचा श्रीगणेशा झाला. आमचे सगळे सभासद मला परिचित, पण मी सगळ्यांना नीट 'ओळखत' नव्हते. डॉसी तीस वर्षांहून अधिक काळ माझा शेजारी होता आणि मला अजूनही नाही वाटत, की आम्ही हवापाणी आणि शेती या व्यतिरिक्त दुसऱ्या कोणत्या विषयावर बोललो असू. इझोला माझी खास मैत्रीण होती आणि एबेनसुद्धा. पण विल थिस्बीशी जुजबी ओळख होती आणि जॉन बुकर तर जवळजवळ अनोळखीच होता. कारण जर्मन गर्नसीमध्ये शिरले तेव्हा तो नुकताच आला होता. आम्हा सर्वांना ओळखणारी एकमेव व्यक्ती म्हणजे एलिझाबेथ. तिनं आग्रह केला नसता तर मी माझ्या डुकराच्या मेजवानीत सहभागी व्हायला त्यांना कधीच बोलवलं नसतं आणि 'द गर्नसी लिटररी अँड पोटॅटो पील पाय सोसायटी'नं कधीच श्वास घेतला नसता.

त्या संध्याकाळी ते सर्व जण जेव्हा माझ्या घरी पुस्तकांची निवड करायला आले, तेव्हा त्यातल्या बऱ्याच जणांनी धर्मग्रंथ, बियाणांची माहितीपत्रकं आणि 'द पिगमॅन्स गॅझेट' या व्यतिरिक्त क्वचितच काही वाचलं होतं. त्यांना वेगळ्याच ग्रंथविश्वाचा शोध लागला. इथेच डॉसीला त्याचा चार्ल्स लँब भेटला. इझोला 'विदरिंग हाईट्स'वर तुटून पडली आणि माझ्या स्वत:विषयी बोलायचं तर, मला प्रसन्न वाटेल या विचाराने मी 'पिकविक पेपर्स' निवडलं.

नंतर प्रत्येक जण घरी गेला आणि वाचू लागला. आम्ही भेटायला सुरुवात केली... पहिल्यांदा कमांडंटच्या भीतीने आणि नंतर आमच्या स्वत:च्या आनंदासाठी.

आमच्यापैकी कुणालाच वाङ्मय मंडळाचा कसलाही अनुभव नव्हता. आम्ही स्वत:च आमचे नियम बनवले. आम्ही वाचलेल्या पुस्तकांविषयी आळीपाळीने बोलत असू. सुरुवातीला आम्ही शांत आणि वस्तुनिष्ठ राहायचा प्रयत्न केला, पण ते लवकरच संपुष्टात आलं आणि पुढे पुढे वक्त्याचा उद्देश श्रोत्यांनी स्वत: ते पुस्तक वाचावं असाच असायचा. मग तो अगदी बळजबरी करायचा. एकदा दोघा सभासदांनी एकच पुस्तक वाचलं होतं. ते दोघं वाद घालू लागले आणि आम्ही त्या गोष्टीचा मनमुराद आनंद लुटला. आम्ही पुस्तकं वाचायचो, त्यांच्याविषयी बोलायचो, त्याच्यावर चर्चा, वादविवाद करायचो, त्यामुळे आम्ही एकमेकांच्या अधिक जवळ येत गेलो. बेटावरच्या इतर रहिवाशांनीसुद्धा आमच्यात सहभागी होण्यासाठी विचारणा केली आणि आमच्या संध्याकाळी परस्परांच्या संगतीत आनंदी, जिवंत होऊ लागल्या.

बाहेरचा अंध:कार आम्ही वेळोवेळी जवळपास विसरून जायचो. आम्ही अजूनही दर पंधरवड्याला भेटतो.

आमच्या मंडळाच्या नावात 'पोटॅटो पील पाय'चा समावेश करण्यास विल थिस्बी जबाबदार आहे. जर्मन लोक असोत वा नसोत, खादाडी असल्याशिवाय तो कुठल्याही मीटिंगला येणार नव्हता. तेव्हा स्नॅक्स हा कार्यक्रमाचाच एक हिस्सा बनला. लोण्याची टंचाई, मैदा कमी, साखर अजिबात साठवणीत नाही. त्यामुळे विलनं हे 'पोटॅटो पील पाय' बनवले. सारण म्हणून कुस्करलेले बटाटे, गोडीसाठी बीटाचा रस आणि वरचे आवरण म्हणून बटाट्याच्या साली. विलीच्या पाककृती बहुतेक वेळा संशयास्पद (!) असतात, पण हा पदार्थ एकदम आवडता झाला.

तुमचं उत्तर आणि तुमच्या लेखाचं काम कुठवर आलंय ते जाणून घ्यायला आवडेल.

तुमची अत्यंत मन:पूर्वक,
अॅमेलिया मॉगेरी

इझोला प्रिबीकडून ज्युलिएटला

१९ फेब्रुवारी १९४६

प्रिय मिस अॅशटन,

अरे वा! शार्लोट आणि एमिलीच्या बहिणीविषयी... अॅनी ब्राँटविषयी तुम्ही पुस्तक लिहिलंय. अॅमेलिया मॉगेरी म्हणाली की, ती मला ते वाचायला देईल. कारण तिला माहितीये मला ब्राँट भगिनी आवडतात. गरीब बिचारी कोकरं! त्या पाच जणींना दमा होता आणि इतक्या लहान वयात त्या मेल्या. ही केवढी शोकांतिका!

त्यांचे वडील स्वार्थी होते, नाही? आपल्या मुलींकडे त्या माणसानं मुळीच लक्ष दिलं नाही. कायम आपल्या अभ्यासिकेत, आपली शाल आणून द्यावी म्हणून किंचाळणार. स्वत:चं काम कधी स्वत: उठून नाही केलं. हो की नाही? त्याच्या मुली माशांसारख्या मरून पडल्या आणि हा आपला एकटाच आपल्या खोलीत बसून राहिला.

आणि त्यांचा भाऊ ब्रॉनवेल, तोही फारसा गुणी नव्हता. कायम दारू ढोसणार आणि बकाबका ओकत राहणार गालिच्यावर! त्याचं ओकून झालं की या बहिणी ते सगळं साफ करणार. लेखिकांसाठी चांगलं काम होतं!

मला असं ठामपणे वाटतं, की असले दोन पुरुष घरात असताना आणि इतरांना भेटण्याची कोणतीही शक्यता नसताना एमिलीला कल्पनेनेच हिथक्लिफ हे पात्र

निर्माण करावं लागलं असणार आणि किती सुंदर कामगिरी केलीय तिनं! वास्तव जीवनापेक्षा पुस्तकांमध्येच पुरुष आकर्षक वाटतात.

ॲमेलियानं आम्हाला सांगितलं, की तुम्हाला आमच्या वाङ्मय मंडळाविषयी आणि आमच्या मीटिंग्जमध्ये आम्ही कशावर बोलतो त्याबद्दल जाणून घ्यायला आवडेल. एकदा माझी बोलायची पाळी आली असताना मी ब्रॉंट भगिनींवर बोलले होते. शार्लोट आणि एमिलीवरची माझी टिपणं मी तुम्हाला पाठवू शकत नाही याबद्दल माफ करा.... माझी स्वयंपाकाची शेगडी पेटवायला मी ते कागद वापरले. घरात दुसरा कागद नव्हता त्या वेळी. भरतीच्या वेळा सांगणारी पत्रकं, ईश्वराविषयी ज्ञान आणि 'जॉबची कहाणी'[५] हे अगोदरच जाळून झालं होतं.

मी त्या मुलींची इतकी प्रशंसा का करते याचं कारण तुम्हाला जाणून घ्यायचं असेल. अतिशय उत्कट भेटींच्या कथा मला नेहमीच आवडतात. माझी अशी कोणाशीच, कधीच भेट झाली नाही. परंतु आता मी तशी कल्पना करू शकते. मला आरंभी 'विदरिंग हाइट्स' आवडलं नाही. मात्र ज्या क्षणी ती समंध कॅथी तिच्या हडकलेल्या बोटांनी खिडकीच्या काचेवर टकटक करते... मला एमिलीनं माझाच गळा धरल्यासारखा वाटला. ती मला आता सोडणार नव्हती. त्या पाणथळ जागेवरच्या हिथाक्लिफच्या करुण किंकाळ्या मी ऐकू शकत होते. एमिली ब्रॉंटसारख्या उत्कृष्ट लेखिकेचं पुस्तक वाचल्यानंतर मला नाही वाटत मी मिस आमंडा गिलीफ्लॉवरचं 'इल-यूज्ड बाय कॅंडललाईट' पुन्हा वाचू शकेन. एकदा चांगली पुस्तकं वाचायला लागलात की तुम्हाला वाईट पुस्तकातून आनंदच घेता येत नाही.

मी आता तुम्हाला माझ्याविषयी सांगते. ॲमेलिया मॉगेरीच्या [५]मॅनॉर हाऊस आणि शेताच्या पुढे माझं छोटंसं घर आणि थोडीशी खंडानं दिलेली जमीन आहे. आम्ही दोघी समुद्राच्या काठी राहतो. मी कोंबड्या आणि एक शेळी, एरियल, पाळली आहे. शिवाय शेतातून काहीबाही पिकंही काढत असते. माझ्याकडे एक पाळलेली मैनासुद्धा आहे. तिचं नाव झेनोबिया आहे आणि तिला पुरुष आवडत नाहीत.

बाजारात दर आठवड्याला माझा ठेला असतो. तिथे मी स्वतः बनवलेले मुरंबे, भाज्या आणि पुरुषांचा जोम टिकून राहावा यासाठी स्वतः बनवलेलं एक मधुर पेय विकते. किट मॅकिना, माझ्या प्रिय मैत्रिणीची, एलिझाबेथ मॅकिनाची मुलगी मला हे रसायन बनवण्यात मदत करते. ती फक्त चार वर्षांची आहे आणि माझ्या कढईतलं रसायन ढवळायला तिला स्टुलावर उभं राहावं लागतं. पण ते नीट फेटून ती त्यातली मळी काढू शकते.

माझं रुपडं काही प्रेक्षणीय नाही. माझं नाक फताडं आहे आणि मी जेव्हा कोंबड्यांच्या खुराड्याच्या छपरावरून खाली पडले तेव्हा ते मोडलं होतं. माझ्या एका

५. जॉबची कहाणी - एका देशभक्तावर लिहिलेली कहाणी.

डोळ्याचं बुब्बुळ पार वरपर्यंत नाचतं. माझे केस राठ आहेत आणि ते नीट चापून-चोपून बसवता येत नाहीत. मी उंच आहे आणि मजबूत हाडापेराची आहे.

तुमची इच्छा असेल, तर मी तुम्हाला पुन्हा पत्र लिहू शकते. वाचनाबद्दल आणि वाचनामुळे जर्मन इथे असताना आमचं मनोबल कसं टिकून राहिलं, याबद्दल सांगू शकते. फक्त एकदाच; जर्मनांनी एलिझाबेथला अटक केली, तेव्हा मात्र आमच्या मनाला वाचनामुळं उभारी आली नाही. एका गरीब पोलिश गुलामाला तिनं लपवून ठेवलं होतं म्हणून त्यांनी तिला पकडलं आणि फ्रान्समधल्या एका तुरुंगात पाठवलं. त्या वेळी किंवा त्यानंतरही बरेच दिवस कुठल्याही पुस्तकानं माझं मन थाऱ्यावर आलं नाही. मला दिसलेल्या प्रत्येक जर्मन माणसाला थोबाडीत मारावंसं वाटायचं; पण तेवढं मी केलं नाही. किटसाठी स्वत:वर ताबा ठेवला. ती तेव्हा खूप लहान होती आणि तिला आमची गरज होती. एलिझाबेथ अजून घरी आली नाहीये. तिचं काय झालं असेल, या भीतीनं आम्ही धास्तावलोय. पण लक्षात घ्या, अद्यापि वेळ गेली नाहीये आणि ती अजूनही घरी परतेल. मी तशी देवाजवळ प्रार्थना करते, कारण मला तिची खूप आठवण येते.

तुमची मैत्रीण,
इझोला प्रिबी

ज्युलिएटकडून डॉसीला

२० फेब्रुवारी १९४६

प्रिय ॲडॅम्स महोदय,

तुम्हाला कसं कळलं की मला सर्व फुलांमध्ये पांढरी लिली खूप आवडते म्हणून? मी नेहमी ही फुलं आणते. आत्ता ती माझ्या लिहिण्याच्या टेबलवर दिमाखानं उभी आहेत. ती सुंदर आहेत आणि मला ती समोर छानही वाटत आहेत– त्यांचं रूप, सौम्य सुगंध आणि त्यांच्याविषयीचं आश्चर्य! पहिल्यांदा मला वाटलं फेब्रुवारीमध्ये तुम्हाला ही फुलं कशी काय मिळाली आणि नंतर आठवण झाली, चॅनेल आयलंड्सना उबदार गल्फ प्रवाहाचं वरदान मिळालंय.

श्री. डिल्वीन आज सकाळी तुमची फुलं घेऊन माझ्याकडे आले. ते म्हणाले, की त्यांच्या बँकेच्या काही व्यवहारासंदर्भात ते लंडनला आले होते. त्यांनी ठासून सांगितलं, की ती फुलं माझ्यापर्यंत पोहोचविण्यात त्यांना मुळीच त्रास झाला नाही. युद्धकाळामध्ये तुम्ही मिसेस डिल्वीनना कसलातरी साबण दिला होता, त्या बदल्यात त्यांनी तुमच्यासाठी खूप काही केलं असतं. अजूनही तिला त्या गोष्टीची आठवण

झाली की रडू फुटतं म्हणे. किती भला माणूस आहे तो! कॉफी घेण्यासाठी थांबायला त्याला वेळ नव्हता याचं मला वाईट वाटतं.

तुमच्या दयाळू पोस्टखात्यामुळे मला मिसेस मॉगेरी व इझोला प्रिबीची सुंदर, सविस्तर पत्रं मिळाली आहेत. जर्मन लोक बाहेरची बातमी, अगदी पत्रंसुद्धा गर्नसीपर्यंत मुळीच येऊ देत नसत, हे मला माहीत नव्हतं. ते वाचून मला फारच नवल वाटलं. तसं घडायला नको होतं. मला हे माहीत होतं की चॅनेल आयलंड्स जर्मनांच्या ताब्यात होती, पण त्यापायी तुमच्यावर काय काय लादलं गेलं असेल याचा विचार माझ्या मनात एकदाही आला नव्हता. जाणूनबुजून घेतलेला अज्ञानाचा बुरखा इतकंच मी म्हणू शकते. म्हणून मी लंडन लायब्ररीत अधिक ज्ञान मिळवायला चाललीये. या ग्रंथालयाचं बॉम्ब हल्ल्यात प्रचंड नुकसान झालं असलं, तरी तिथल्या फरशा त्यावरून पुन्हा एकदा चालायला सुरक्षित आहेत. जितकी पुस्तकं वाचवता आली तेवढी पुन्हा कप्प्यांवर जाऊन बसली आहेत आणि मला माहितीये, त्यांनी १९०० सालापासून अगदी कालपर्यंतच्या 'टाइम्स'चे अंक गोळा केले आहेत. मी जर्मन वर्चस्वाचा अभ्यास करेन.

चॅनेल आयलंड्ससंबंधी काही प्रवासवर्णनं किंवा इतिहासाची पुस्तकं असली तर तीसुद्धा मला शोधायची आहेत. हे खरं आहे का, की एखाद्या निरभ्र, स्वच्छ दिवशी फ्रेंच किनाऱ्यालगतच्या रस्त्यांवरून पळणाऱ्या गाड्या तुम्ही बघू शकता? तसं माझ्या विश्वकोशात म्हटलंय. पण तो जुना, वापरलेला आहे. मी तो चार शिलींग्जना खरेदी केला होता आणि माझा त्याच्यावर विश्वास नाही. त्यात मला हे पण कळलं, की गर्नसी अंदाजे सात मैल लांब आणि पाच मैल रुंद आहे. तसेच त्याची लोकसंख्या ४२ हजार इतकी आहे. नेमकं बोलायचं तर चांगला माहितीप्रद विश्वकोश आहे, पण मला त्याहून अधिक माहिती हवीये.

मिस प्रिबीनं मला सांगितलं, की तुमची मैत्रीण एलिझाबेथ मॅकिना हिची रवानगी युरोपमधील एका तुरुंगात झालीये आणि ती अजूनपर्यंत परत आली नाहीये. ते ऐकून मला माझ्यातली हवाच काढून घेतल्यासारखं वाटलं. तुमच्या भाजलेल्या डुकराच्या मेजवानीचं पत्र आल्यापासून ती तिथे तुमच्यातच आहे, अशी माझी कल्पना होती. आणि माझ्याही नकळत मी तिच्याकडूनही एक दिवस पत्र येईल, असं गृहीत धरून होते. मला खरंच वाईट वाटतंय. मी तिच्या लवकर येण्याची वाट पाहीन.

मला पाठविलेल्या सुंदर फुलांबद्दल पुन्हा एकदा आभार मानते. तुम्ही हे किती छान केलंत!

सदैव तुमची,
ज्युलिएट ॲशटन

ता. क. – तुम्ही हा एक अलंकारिक प्रश्न मानू शकता, पण मिसेस डिल्वीन एका साबणाच्या वडीवरून का बरं रडल्या?

ज्युलिएटकडून सिडनेला

२१ फेब्रुवारी १९४६

प्रियतम सिडने,

गेल्या कित्येक दिवसांपासून तुझी काहीच खबर नाहीये. तुझ्या बर्फासारख्या थंडगार मौनाचा मार्क रेनॉल्ड्सशी काही संबंध आहे का?

मला नव्या पुस्तकासाठी एक कल्पना सुचली आहे. ती कादंबरी एका सुंदर पण हळव्या लेखिकेवर असेल, जिचं मन तिच्यावर वर्चस्व गाजविणाऱ्या संपादकानं चिरडून टाकलंय.

तुला आवडली का कल्पना?

नेहमीच प्रेम करणारी,
ज्युलिएट

ज्युलिएटकडून सिडनेला

२३ फेब्रुवारी १९४६

प्रिय सिडने,

मी फक्त विनोद केला.

प्रेमपूर्वक,
ज्युलिएट

ज्युलिएटकडून सिडनेला

२५ फेब्रुवारी १९४६

सिडने?

प्रेमपूर्वक,
ज्युलिएट

ज्युलिएटकडून सिडनेला

२६ फेब्रुवारी १९४६

प्रिय सिडने,

तू गेल्याचं माझ्या लक्षात येणार नाही असं तुला वाटलं का? माझ्या लक्षात आलं ते. तिन्ही चिठ्ठ्यांना उत्तर न मिळाल्यानं मी स्वत: तुमच्या सेंट जेम्स प्लेस इथल्या कार्यालयात जाऊन आले... तिथे माझी अति ताठर मिस टिलीशी गाठ पडली. तिनं सांगितलं की तू शहराबाहेर गेला आहेस. फारच बोधप्रद उत्तर. खोदून विचारल्यावर मला कळलं की तू ऑस्ट्रेलियाला गेला आहेस.

माझे आवेशयुक्त उद्‌गार तिनं शांतपणे ऐकले. तू नेमका कुठे आहेस हे तिनं सांगितलं नाही, फक्त तू मध्य ऑस्ट्रेलियातील जिल्हे भटकत होतास आणि 'स्टीफन्स अँड स्टार्क'च्या यादीसाठी नवे लेखक शोधत होतास इतकंच सांगितलं. कुठलीही पत्रं ती तुझ्याकडे पाठवेल असंही तिनं सांगितलं. अर्थात स्वत:च्या मर्जीनं.

तुझी मिस टिली मला फसवू शकत नाही आणि तूही नाही. मला नेमकं ठाऊक आहे तू कुठे आहेस आणि काय करतोयस ते. तू पियर्स लँग्लेला शोधायला ऑस्ट्रेलियाला गेला आहेस आणि तो बरा होईपर्यंत तू त्याला सोडणार नाहीयेस. कमीतकमी मला तरी तू हेच करत आहेस, असं वाटतंय. तो खरंच लाघवी मित्र आणि प्रतिभावंत लेखक आहे. तो पुन्हा बरा व्हावा आणि कविता करू लागावा असं मला वाटतं. थोडीशी भर घालून... ब्रह्मदेश आणि जपान्यांविषयी सारं काही विसरून त्याने काव्य रचावं. पण मला माहितीये ते शक्य नाही.

तू मला सांगू शकला असतास, नाही का? मी जेव्हा खरोखर प्रयत्न करते तेव्हा मी सूज्ञपणे वागू शकते. (मिसेस अ‍ॅटवरला मी त्या लताकुंजात झुकांडी देऊन निसटून गेले त्याबद्दल तू मला कधीच क्षमा केली नाहीस, हो नं? मी त्या वेळी मन:पूर्वक तुझी क्षमा मागितली होती.)

मला तुझी दुसरी सेक्रेटरी जास्त आवडायची आणि तू तिला विनाकारण बडतर्फ केलंस. तुला माहितीये, मार्क रेनॉल्ड्स आणि मी भेटलो. ठीक आहे, आम्ही भेटण्यापेक्षा अधिक काही केलंय, रंबा नृत्य केलंय. पण नसता बाऊ करू नकोस. त्याने 'व्ह्यू'चं नावही काढलं नाहीये. उल्लेख केलाय ओझरता, तोही बोलण्याच्या ओघात आणि मला न्यूयॉर्कला येण्यासाठी एकदाही भुरळ घातलेली नाहीये. आम्ही उच्च दर्जाच्या विषयांवर बोलतो, जसं की, व्हिक्टोरियाकालीन साहित्य. सिडने, तू माझा समज करून दिलास तसा तो उथळ कलाशौकीन नाहीये आणि याहूनही महत्त्वाचं, तो विल्की कॉलिन्सवरचा तज्ज्ञ आहे. विल्की कॉलिन्सचे दोन घरोबे होते... दोन बायका आणि मुलांचे दोन संच...? हे तुला माहीत होतं का? दोन्ही घरं

सांभाळताना त्याची नक्कीच तारांबळ उडत असणार. तो अफूयुक्त औषध घ्यायचा यात काही आश्चर्य नाही.

तुझा मार्कशी परिचय वाढला तर तुलाही तो आवडेल असं मला वाटतं. आणि कदाचित तुला तसा तो करून घ्यावा लागेल. पण माझं हृदय आणि माझं लिखाण हे 'स्टीफन्स अँड स्टार्क'च्याच मालकीचे आहेत.

'टाइम्स'साठी मी लिहीत असलेला लेख माझ्यासाठी सुंदर मेजवानी बनलाय, या क्षणी आणि भविष्यातही. चॅनेल आयलंड्सवरील 'द गर्नसी लिटररी अँड पोटॅटो पील पाय सोसायटी'चे सभासद माझे मित्र आहेत. हे त्यांचं नाव तुला आवडलं की नाही? पियर्सचं मन रमवायचं असेल तर मी तुला एक छानसं, जाडजूड पत्र लिहीन, त्यांनी हे नाव कसं निवडलं याविषयी. नको असेल तर, तू घरी आल्यावर तुला सांगेन. (तू घरी कधी येतोयस?)

माझी शेजारीण इव्हॅन्जेलीन स्मिथ हिला जूनमध्ये जुळं होणार आहे. तिला या गोष्टीचा फारसा आनंद झालेला नाही. म्हणून मी तिला त्यातलं एक बाळ मला देण्याविषयी विचारणार आहे.

तुला आणि पियर्सला प्रेमपूर्वक,
ज्युलिएट

ज्युलिएटकडून सोफीला

२८ फेब्रुवारी १९४६

प्रियतम सोफी,

तुझ्याइतकीच मी देखील आश्चर्यचकित झाले आहे. त्यानं माझ्याजवळ एका शब्दानंही वाच्यता केली नाही. मंगळवारी माझ्या लक्षात आलं, की बऱ्याच दिवसांत सिडनेची काहीच खबरबात नाही. म्हणून मी 'स्टीफन्स अँड स्टार्क'कडे चौकशी करायला गेले, तर तो अचानक निघून गेल्याचं समजलं. त्याची नवी सेक्रेटरी अत्यंत दुष्ट आहे. माझ्या प्रत्येक प्रश्नाला तिचं उत्तर होतं, "मी खरोखरच वैयक्तिक स्वरूपाची माहिती जाहीर करू शकत नाही, मिस अॅशटन." तेव्हा एक जोराची थप्पड मारावीशी वाटली तिला.

एमआय-६ सिडनेकडून महत्त्वाची माहिती काढून घेत होते आणि तो सैबेरियाला एका मोहिमेवर गेला आहे, असा निष्कर्ष मी काढणार, इतक्यात त्या भयंकर मिस हॅलीनं तो ऑस्ट्रेलियाला गेल्याचं कबूल केलं. तेव्हा मग सगळं स्पष्टच झालं, नाही का? तो पियर्सला शोधून काढायला गेला आहे. टेडी लुकासला पक्की खात्री होती,

की कोणी येऊन त्याला थांबवलं नसतं, तर पियर्सनं त्या विश्रांतिगृहात बेसुमार पिऊन स्वत:ला संपवून टाकलं असतं. त्यानं जे काही भोगलंय त्याची कल्पना असल्यानं मी त्याला दोष देऊ शकत नाही. पण सिडने तसं होऊ देणार नाही. देवा, मी तुझी आभारी आहे.

मी अंत:करणापासून सिडनेची पूजा करते हे तुला माहितीये. पण सिडने ऑस्ट्रेलियात मनमुराद स्वातंत्र्य उपभोगतोय. मार्क रेनॉल्ड्स, तुझ्या लीडिया मावशीच्या शब्दांत सांगायचं तर, गेले तीन आठवडे 'चिकाटीने शिष्टाचारपूर्ण सभ्यते'चं प्रदर्शन करीत आहे. मी मचामचा कालवं खाल्ली आणि शँपेन ढोसली, तरी आतुरतेनं सिडनेलाच शोधत असते. त्याची खात्री पटलीय की मार्क एकंदरीतच मला लंडनहून दूर नेऊ पाहतोय आणि विशेषकरून 'स्टीफन्स अँड स्टार्क'पासून. आणि मी किती प्रयत्न केला तरी त्याचं मन वळवू शकले नाही. मला माहीत आहे, त्याला मार्क आवडत नाही. मला वाटतं आक्रमक आणि स्वैर हे दोन शब्द त्याने मागच्या वेळेला त्याच्याबद्दल आमच्या भेटीत वापरले होते. पण खरंच, या सगळ्या प्रकरणात किंग लिअरसारखी त्याचीही वृत्ती बदलली – थोडासा दुष्टपणेच वागला. मी काही लहान नाही आणि मला हव्या त्या माणसाबरोबर मी शँपेन ढोसू शकते.

सिडने असा माझ्यावर मालकी हक्क प्रस्थापित करत नाही तेव्हा माझा वेळ अगदी मजेत जातो. मला वाटतं की मी एखाद्या काळ्याकुट्ट बोगद्यातून बाहेर पडलीये आणि एखाद्या कार्निव्हलच्या मिरवणुकीत मध्यभागी चालतीये. कार्निव्हलविषयी मला फारशी आस्था नाही, पण बोगदा संपल्यानंतर कार्निव्हलची शोभायात्रा दिसणं हे फारच आनंदाचं! मार्क दररोज रात्री भटकंती करतो. आम्ही पार्टीला जाणार नसलो (बहुतेक वेळा जातोच) तर सिनेमाला जातो किंवा थिएटरमध्ये नाटकाला जातो किंवा एखाद्या नाईट क्लबला किंवा कुविख्यात अशा जीन हाऊसला. (तो म्हणतो, तो माझी लोकशाहीतल्या आदर्शांशी ओळख करून देण्याचा प्रयत्न करतोय) हे फारच उत्तेजित करणारं आहे.

तुझ्या लक्षात येतंय का, काही लोकांवर, विशेषत: अमेरिकनांवर युद्धाचा फारसा परिणाम झालेला दिसत नाही किंवा निदान ते सावरलेले दिसतात. मला असं सुचवायचं नाही की मार्क एक कर्तव्यच्युत पळपुट्या होता. तो त्यांच्या हवाईदलात होता. पण तो मुळीच त्या दु:खाने पिचला नाहीये आणि मी जेव्हा त्याच्याबरोबर असते तेव्हा माझ्याही मनात तशीच भावना असते... युद्धापासून अस्पर्श असल्याची. तो एक भास आहे; होय भासच आहे आणि खरं पाहता युद्धाची झळ मला लागली नसती तर माझी मलाच लाज वाटली असती. पण थोडीफार मौजमजा करणं क्षम्य आहे, नाही का?

जॅक इन द बॉक्स (स्प्रिंगचं खेळणं) खेळण्याइतका डॉमनिक आता मोठा झाला का गं? मी तसा दुष्ट काल एका दुकानात पाहिला. तो फटकन बाहेर डोकावतो,

वाकडी नजर टाकतो. तीक्ष्ण, पांढऱ्या दातांच्या वर वळलेल्या तेलकट, काळ्या मिशीला पीळ भरतो... खलनायकाचं मूर्तिमंत चित्र. त्याच्या पहिल्या धक्क्यातून बाहेर आल्यावर डॉमनिकला ते खूप खूप आवडेल.

प्रेमपूर्वक,
ज्युलिएट

ज्युलिएटकडून इझोलाला

२८ फेब्रुवारी १९४६

मिस इझोला प्रिबी
प्रिबी होमस्टीड,
ला बूव्हे,
सेंट मार्टिन्स, गर्नसी.

प्रिय मिस प्रिबी,

तुमच्या स्वत:विषयी आणि एमिली ब्राँटविषयी लिहिलेल्या पत्राविषयी खूप खूप धन्यवाद. गरीब बिचाऱ्या कॅथीच्या भुताने खिडकीवर टकटक केलं त्याक्षणी एमीनं तुमचा गळा पकडला होता हे वाचून मी जोरात हसले. अगदी त्याच क्षणाला तिनं मलाही धरलं.

ईस्टरच्या सुट्टीमध्ये 'विदरिंग हाईट्स' वाचण्याचं काम आमच्या शिक्षकांनी नेमून दिलं होतं. मी माझ्या मैत्रिणीबरोबर, सोफीबरोबर घरी गेले आणि दोन दिवस आम्ही या अन्यायाबद्दल कुरकुरत होतो. शेवटी तिचा भाऊ सिडनेनं आम्हाला गप्प बसायला आणि दिलेल्या कामात प्रगती करायला सांगितलं. रागानं धुमसतच ते पुस्तक मी वाचू लागले... खिडकीतल्या कॅथीचं भूत अवतरेपर्यंत. तेव्हा वाटली तशी भीती मला कधीच वाटली नाही. पुस्तकातल्या राक्षस, सैतान, रक्तपिपासू पिशाच्च यांनी मला कधी घाबरवलं नाही. पण भुताची गोष्ट निराळी.

सोफी आणि मी उरलेली सुट्टी काही न करता फक्त पलंगावरून झुल्यावर, तिथून हाताच्या खुर्चीवर ऊठबस करत 'जेन एयर', 'ॲग्नेस ग्रे', 'शर्ले' आणि 'द टेनन्ट ऑफ वाईल्डफेल हॉल' वाचण्यात घालवली.

कसं कुटुंब होतं त्यांचं. पण मी ॲनी ब्राँटविषयी लिहायचं ठरवलं, कारण इतर बहिणींच्या तुलनेत ती कमी परिचित होती. आणि मला वाटतं, तीही शार्लोटइतकंच सुंदर लिहायची. ॲनीच्या आत्याची धर्माच्या बाबतीत जी जबरदस्ती होती, त्याच्या प्रभावाखाली असूनसुद्धा ॲनी असं एखादं पुस्तक कसं काय लिहू शकली? देवालाच

ठाऊक! एमिली आणि शार्लोटकडे त्यांच्या मनोभंग करणाऱ्या, दुसऱ्याला तेजोहीन करणाऱ्या आत्याकडे दुर्लक्ष करण्याची समज होती, पण बिचाऱ्या ॲनीकडे ती नव्हती. तिची शिकवण काय होती, तर ईश्वराच्या मनातच स्त्रिया लीन, दीन आणि धीमेपणाने दु:खाचा स्वीकार करणाऱ्या असाव्यात असंच होतं. म्हणजे घरातला त्रास कितीतरी कमी– त्रासदायक म्हातारं वटवाघुळ!

मला आशा आहे, तुम्ही पुन्हा मला लिहाल.

तुमची,
ज्युलिएट ॲशटन

एबेन रॅमसेकडून ज्युलिएटला

२८ फेब्रुवारी १९४६

प्रिय मिस ॲशटन,

मी गर्नसीचा रहिवासी आहे आणि माझं नाव एबेन रॅमसे. माझे पूर्वज थडग्यांच्या दगडांचे पाथरवट होते तसेच कोरीव कामही करायचे... त्यांचं वैशिष्ट्य होतं, निरागस मुलांची शिल्पं. संध्याकाळी ही कामं करायला मला आवडतं, पण माझ्या उदरनिर्वाहासाठी मी मासे पकडतो.

मिसेस मॉगेरी म्हणाली, तुम्हाला जर्मन वर्चस्वाच्या काळातील आमच्या पुस्तक वाचनाविषयी पत्रातून वाचायला आवडेल. मी त्या दिवसांबद्दल कधी बोलणार नव्हतो आणि शक्य असतं तर विचारही करणार नव्हतो. पण मिसेस मॉगेरी म्हणाली, की युद्धकाळातील आमच्या मंडळाबद्दल तुम्ही लेख लिहिण्याचा जो निर्णय घेतलाय त्यावर आपण विश्वास ठेवू शकतो. जर मिसेस मॉगरी तुमच्यावर 'आम्ही विश्वास ठेवू शकतो.' असे सांगत असेल, तर माझा तिच्यावर विश्वास आहे. शिवाय माझा मित्र डॉसीला तुम्ही काहीही ओळख नसताना पुस्तक पाठवायचा जो चांगुलपणा दाखवला, त्यामुळेसुद्धा मी तुम्हाला हे पत्र लिहीत आहे आणि आशा आहे तुमच्या लेखाला त्याची मदत होईल.

हे सांगून टाकलेलं उत्तम की आमचं हे साहित्य मंडळ सुरुवातीला खरंखुरं साहित्यप्रेमी नव्हतं. एलिझाबेथ, मिसेस मॉगेरी आणि कदाचित बुकर, यांच्या व्यतिरिक्त शाळा संपल्यानंतर आमच्यापैकी बऱ्याच जणांचा पुस्तकांशी फारसा संबंध आलाच नव्हता. मिसेस मॉगेरीच्या कपाटातून पुस्तकं काढून घेताना मनात ही भीती होती, की आपल्या हातून त्यांचे सुंदर कागद खराब तर नाही ना होणार! असल्या विषयांत मला त्या दिवसांत अजिबात रस नव्हता. केवळ कमांडंटची आणि तुरुंगात जायची भीती

होती म्हणून मी पुस्तकाचं कव्हर उलटलं आणि पुस्तक वाचायला सुरुवात केली.

त्या पुस्तकाचं नाव होतं 'सिलेक्शन फ्रॉम शेक्सपियर.' नंतर मला असं दिसून आलं, की डिकन्स आणि वर्डस्वर्थ जेव्हा लिहीत होते, तेव्हा ते माझ्यासारख्या पुरुषांचा विचार करीत होते. पण सर्वाधिक विचार करीत होता विल्यम शेक्सपियर. लक्षात घ्या, तो जे काही सांगतो त्याचा अर्थ प्रत्येक वेळी मला समजलाच असं नाही.

जितकं तो कमी बोलायचा, तितकं अधिक सौंदर्य त्याच्या शब्दांतून उमलायचं असं मला वाटतं. तुम्हाला माहितीये त्याच्या कोणत्या वाक्याची मी सर्वाधिक प्रशंसा करतो? 'प्रकाशमान दिवस संपला आहे आणि आपण आता अंधाराकडे चाललोय.'

त्या दिवशी जर्मन सैन्याच्या तुकड्या आमच्या भूमीवर उतरल्या... विमानामागून विमानं भरून येत होती, बंदरात जहाजं येत होती. ते सर्व पाहत असताना असं वाटत होतं, शेक्सपियरचे ते शब्द मला माहीत असते तर! मी 'धिक्कार असो, धिक्कार असो' एवढाच विचार पुन्हा पुन्हा करू शकत होतो. 'सौख्याचे दिवस सरलेत आणि दु:खाच्या काळोख्या रात्री सुरू झाल्या आहेत' हे शब्द तेव्हा माझ्या मनात घोळत असते, तर मला दिलासा तरी मिळाला असता आणि मी बाहेर पडायला तयार झालो असतो आणि इतकं निराश होण्यापेक्षा आहे त्या परिस्थितीशी जुळवून घेतलं असतं.

ते इथे ३० जून १९४० ला आले त्या दिवशी रविवार होता आणि त्यांनी दोन दिवसांपूर्वीच आमच्यावर बॉम्ब वर्षाव केला होता. ते म्हणाले की त्यांचा तसा काही हेतू नव्हता, पण धक्क्यावरच्या टोमॅटोंनी भरलेल्या आमच्या लॉऱ्या त्यांना लष्कराचे ट्रक्स वाटले. त्यांना तसं का नि कसं वाटलं याचा विचार करायला लागलं की मती कुंठित होते. त्या बॉम्ब वर्षावात तीस पुरुष, स्त्रिया आणि लहान मुलं ठार झाली. त्यातला एक माझ्या चुलत भावाचा मुलगा होता. त्याने जेव्हा पहिल्यांदा विमानातून बॉम्ब टाकताना पाहिलं तेव्हाच त्याने आपल्या लॉरीखाली आश्रय घेतला. पण तिचा स्फोट झाला आणि आग भडकली. समुद्रातील जीवनरक्षक नौकांवर असणाऱ्या लोकांनाही त्यांनी मारलं. जखमींना घेऊन जाणाऱ्या रेड क्रॉसच्या रुग्णवाहिकेवर त्यांनी विमानं खाली आणून बॉम्ब वर्षाव केला. जेव्हा कुणी त्यांच्यावर प्रत्युत्तरादाखल गोळी झाडली नाही, तेव्हा त्यांना कळलं की ब्रिटिश आमचं रक्षण न करता आम्हाला सोडून निघून गेले होते. आम्हाला कोणी वाली नव्हता. दोन दिवसांनी ते शांतपणे आले आणि तब्बल पाच वर्षं आमच्यावर वर्चस्व गाजवलं.

प्रथम ते शक्य तितकं चांगलं वागत. इंग्लंडचा एक हिस्सा जिंकल्याच्या आनंदातच ते मश्गुल होते. आता लंडनमध्ये उतरणं एका उडीचंच अंतर आहे असं मानण्याइतके मूर्खही होते. पण त्यांना जेव्हा आढळून आलं, ते इतकं सोपं नव्हतं, तेव्हा ते त्यांच्या जन्मजात अधमपणाकडे वळले.

प्रत्येक गोष्टीसाठी त्यांनी नियम केले होते– असं करा, तसं करू नका. पण त्यांचे विचार सतत बदलत राहायचे. ते सौहार्दपूर्ण वागण्याचा प्रयत्न करायचे,

गाढवाच्या नाकासमोर गाजर धरावं तसेच! पण आम्ही गाढवं नव्हतो. मग ते पुन्हा कठोर व्हायचे.

उदाहरणार्थ, ते नेहमी संचारबंदीच्या वेळा बदलायचे. रात्री आठ वाजता किंवा नऊ वाजता किंवा अगदीच क्षुद्रपणा दाखवावासा वाटला तर संध्याकाळी पाच वाजतासुद्धा! त्यानंतर तुम्ही तुमच्या मित्रांनाही भेटायला जाऊ शकत नव्हता किंवा तुमच्या गुराढोरांची काळजीही घेऊ शकत नव्हता.

ते सहा महिन्यांत जातील या आशेने आम्ही आमचे दिनक्रम सुरू केले, पण ते लांबतच गेलं. अन्न कमी व्हायला लागलं आणि लवकरच जळणासाठीचं लाकूडही संपलं. कष्ट आणि परिश्रमाने भरलेले दिवस उदास तर रात्री काळ्याकुट्ट, कंटाळवाण्या. प्रत्येक जण कुपोषणाने आजारलेला आणि हे कधी संपणारच नाही का या विचाराने निराश झालेला. आम्ही पुस्तकांना आणि मित्रांना चिकटून राहिलो. ते आम्हाला आठवण करून द्यायचे की आमचा दुसरा भागही होता. एलिझाबेथ एक कविता म्हणायची. मला ती सगळी आठवत नाही पण तिची सुरुवात अशी होती : 'सूर्यप्रकाशात न्हाऊन निघालो, वसंत ऋतूचा आनंद घेतला, प्रेम केलं, विचार केला, गोष्टी करून बघितल्या, मैत्रीच्या वाटेवर खूप पुढे गेलेले मित्र मिळाले; या सगळ्या इतक्या छोट्या गोष्टी आहेत का?' नाही. मला आशा आहे, ती जिथे कुठे असेल तिथे तिच्याही मनात हे गाणं रुंजी घालत असेल.

१९४४ च्या अखेरीस जर्मन कोणत्या वेळी संचारबंदी जाहीर करायचे ते महत्त्वाचं राहिलं नव्हतं. थंडीपासून बचाव व्हावा, ऊब मिळावी याकरिता तसेही बरेच जण पाचच्या सुमारास झोपी जायचे. एक आठवड्याला आम्हाला फक्त दोन मेणबत्त्यांचा मर्यादित कोटा होता आणि नंतर तर केवळ एकच. बिछान्यात लोळत पडायचं आणि वाचायला दिवा नाही, हे फारच कंटाळवाणं होतं.

'डूम्स डे' नंतर (६ जून १९४४ – ज्या दिवशी ब्रिटिश, अमेरिकन आणि मित्र राष्ट्रं उत्तर फ्रान्समध्ये उतरली.) मित्रराष्ट्रांच्या बॉम्ब हल्ल्यामुळे जर्मन रसदीची जहाजं फ्रान्सवरून पोहचू शकली नाहीत. सरतेशेवटी तेही आमच्यासारखेच भुकेले झाले. पोटाला काहीतरी मिळावं म्हणून कुत्र्या-मांजरांना मारत होते. ते आमच्या बगिच्यांवर तुटून पडायचे, बटाटे उकरून काढायचे; अगदी काळे, सडलेले बटाटेसुद्धा खायचे. चार सैनिक मूठभर हेमलॉक ही विषारी वनस्पती खाऊन मरून गेले. त्यांना वाटलं ही पार्सली आहे.

जर्मन अधिकारी म्हणायचे, की कुणीही सैनिक आमच्या बागेतून खाद्यपदार्थ चोरताना दिसला तर त्याला गोळी घातली जाईल. एक बिचारा सैनिक बटाटा चोरत असताना पकडला गेला. त्याच्याच माणसांनी त्याचा पाठलाग केला तेव्हा तो लपण्यासाठी एका झाडावर चढला. पण त्यांनी त्याला शोधून काढला आणि बंदुकीने टिपून झाडावरून खाली पाडला. इतकं असूनही ते अन्नाची चोरी करायचे थांबले नाहीत. मी त्याबद्दल त्यांना दोष देत नाही, कारण आमच्यापैकी काही जण हेच करत

होते. मला समजू शकतं, की तुम्ही रोज सकाळी भुकेने व्याकूळ होऊन जागे झालात की जिवावर उदार होता.

माझा नातू एली, सात वर्षांचा असताना त्याला इंग्लंडला स्थलांतर करावं लागलं. तो आता घरी आलाय – बारा वर्षांचा आणि उंच... पण त्याची वाढीची वर्षं मी नाही पाहू शकलो याबद्दल मी जर्मनांना कधीच क्षमा नाही करणार.

मला आता माझ्या गायीचं दूध काढायला गेलं पाहिजे. पण तुम्हाला माझं पत्र आवडलं तर मी पुन्हा लिहीन.

तुमच्या आरोग्यासाठी शुभेच्छा,
एबेन रॅमसे

मिस ॲडलेड ॲडिसनकडून ज्युलिएटला

१ मार्च १९४६

प्रिय कुमारी ॲशटन,

अपरिचित अशी व्यक्ती तुम्हाला पत्र लिहायची धिटाई दाखवतीये याबद्दल क्षमा करा पण सरळ सरळ ते कर्तव्य माझ्यावर लादलं गेलंय. मला डॉसी ॲडम्सकडून समजलं की तुम्ही 'टाइम्स'च्या साहित्य पुरवणीमध्ये वाचनमूल्यांवर एक मोठा लेख लिहिणार आहात आणि 'द गर्नसी लिटररी अँड पोटॅटो पील पाय सोसायटी'चा त्यात समावेश करणार आहात.

मी मोठ्यांदा हसले.

कदाचित तुम्हाला जेव्हा कळेल की त्याची संस्थापक एलिझाबेथ मॅकिना ही बेटाची मूळ रहिवासीदेखील नव्हती, तेव्हा तुम्ही पुन्हा विचार कराल. तिच्याजवळ उत्तम मॅनर्स होते तरी ती केवळ सर ॲम्ब्रोज इव्हर्स (रॉयल ॲकॅडमी) यांच्या लंडनच्या घरातून आणलेली आणि योग्यतेपेक्षा स्वतःला मोठी समजणारी एक नोकर होती. तुम्ही नक्कीच ॲम्ब्रोजना ओळखत असाल. ते नामांकित रेखाचित्रकार आहेत. का ते मात्र मला कधीच कळलं नाही. त्यांचं काऊन्टेस ऑफ लॅम्बेथचं, तिच्या घोड्यांना चाबूक मारतानाचं, बोडिसियच्या रूपातलं रेखाटन अक्षम्य होतं. ते काही का असेना, एलिझाबेथ मॅकिना त्यांच्या हाऊसकीपरची मुलगी होती याची कृपया नोंद घ्या.

एलिझाबेथची आई साफसफाई करायची तेव्हा सर ॲम्ब्रोज एलिझाबेथला त्यांच्या स्टुडिओमध्ये लुडबुड करू द्यायचे आणि तिच्या स्तरातल्या मुलींना मिळतं त्यापेक्षा अधिक शिक्षण त्यांनी तिला दिलं. एलिझाबेथ १४ वर्षांची असताना तिची आई वारली. सर ॲम्ब्रोजनी तिला योग्य त्या व्यवसायाचं शिक्षण घेण्यासाठी एखाद्या संस्थेत पाठविलं नाही, तर त्यांच्या चेल्सीच्या घरामध्येच तिला आपल्याबरोबर ठेवलं.

'स्लेड स्कूल ऑफ फाईन आर्ट'च्या शिष्यवृत्तीसाठी त्यांनी तिच्यापुढे प्रस्ताव मांडला.

लक्षात घ्या, मी असं म्हणत नाहीये, की सर ॲम्ब्रोज यांनी तिचा पित्याच्या नात्याने सांभाळ केला. ते मान्य करायचं तर आपल्याला त्यांचा स्वाभाविक कल चांगलाच ठाऊक आहे. पण त्यांनी तिच्यावर अशा रितीनं प्रेम केलं, की त्यामुळे तिच्यामध्ये उपजतच असलेल्या पापाला उत्तेजनच मिळालं आणि ते पाप म्हणजे नम्रतेचा अभाव. मूल्यांचा ऱ्हास हे तर आपल्या काळातलं दु:ख आहे आणि हा शोचनीय ऱ्हास एलिझाबेथ मॅकिनापेक्षा अन्यत्र कुठेही इतका उघडपणे दिसून येत नाही.

सर ॲम्ब्रोजच्या मालकीचं गर्नसीमध्ये ला बुवेजवळच्या कड्याच्या माथ्यावर एक घर आहे. ते, त्यांची हाऊसकीपर आणि छोटी एलिझाबेथ इथे उन्हाळ्यात यायचे. एलिझाबेथ असंस्कृत होती. रविवारीसुद्धा बेटावर फिरत असायची– झिपरी, गबाळी. घरातली कामं नाहीत, हातमोजे नाहीत, पायमोजे नाहीत, पायात बूट नाहीत. अशिक्षित, अडाणी पुरुषांबरोबर बाहेर मासेमारी करणाऱ्या बोटीवर जायची. सभ्य, सन्माननीय लोकांवर तिच्या दुर्बिणीतून नजर ठेवून असायची. सगळंच लाजिरवाणं!

जेव्हा हे स्पष्ट झालं की युद्ध आता उंबऱ्यावर येऊन ठेपलंय, तेव्हा सर ॲम्ब्रोजनी एलिझाबेथला त्यांचं घर बंद करायला पाठवलं. त्यांच्या सहजतेने वागण्याच्या स्वभावाचा फटका या प्रकरणात एलिझाबेथला बसला. कारण घर बंद करतानाच जर्मन सैन्य दाराशी आलं... मात्र इथे राहण्याचा निर्णय तिचाच होता आणि हे पुढच्या काही प्रसंगांवरून सिद्ध झालंय. (ज्यांचा उल्लेख करून मी माझी किंमत कमी करून घेणार नाही.) ती काही जणांना वाटते तशी नि:स्वार्थी नायिका वगैरे अजिबात नाही.

आणखी पुढे : त्यांचं तथाकथित साहित्य मंडळ हा एक लोकापवाद आहे. इथे गर्नसीमध्ये खरी सुसंस्कृत आणि उच्च खानदानी मंडळी आहेत आणि त्यांना निमंत्रित केलं तरी ते या हास्यास्पद प्रसंगांमध्ये सहभागी होणार नाहीत. या मंडळात फक्त दोन आदरणीय व्यक्ती आहेत – एबेन रॅमसे आणि ॲमेलिया मॉगेरी. बाकीचे सभासद : तो दारोदार जुने कपडे विकत घेणारा बोहारी, कामचुकारपणामुळे पत गमावलेला मनोविकारांवरचा कायदेशीर सल्लागार; जो सतत पीत असतो, डुकरं पाळणारा तोतरा, लॉर्ड असल्याचा डौल मिरवणारा पायदळातला सैनिक आणि इझोला प्रिबी, एक धंदेवाईक चेटकीण... जिनं स्वत:च माझ्याजवळ कबूल केलं की ती अर्क काढून जादूची द्रव्यं विकते.

त्यांच्याच वर्गातले इतरही काही लोक त्यांनी जाता जाता गोळा केले. आपण त्यांच्या 'साहित्यिक संध्याकाळ'ची केवळ कल्पनाच करू शकतो.

अशा लोकांविषयी आणि त्यांच्या पुस्तकांविषयी तुम्ही लिहिता कामा नये. देव जाणे त्यांना वाचनास योग्य असं काय दिसलं!

तुमची,
ख्रिश्चन धर्माचं काय होणार या काळजीत असलेली,
ॲडलेड ॲडिसन

मार्ककडून ज्युलिएटला

२ मार्च १९४६

प्रिय ज्युलिएट,

नुकतीच माझ्या संगीत समीक्षकाची ऑपेरा (संगीत नाटक) तिकिटं मी हस्तगत केली आहेत.

कॉव्हेंट गार्डन, आठ वाजता येशील ना?

तुझा,
मार्क

ज्युलिएटकडून मार्कला

प्रिय मार्क,

आज रात्री?

ज्युलिएट

मार्ककडून ज्युलिएटला

होय.

एम.

ज्युलिएटकडून मार्कला

मस्तच! मात्र तुझ्या समीक्षकाविषयी मला वाईट वाटतंय. ती तिकिटं अति दुर्मीळ आहेत.

ज्युलिएट

मार्ककडून ज्युलिएटला

तो अगदी थिएटरच्या पायऱ्यांवरदेखील उभा राहील. ऑपेराचा गरिबांवर होणारा आशादायक परिणाम वगैरे वगैरेवर तो लिहू शकतो.

मी तुला सात वाजता घ्यायला येतो.

एम.

ज्युलिएटकडून एबेनला

३ मार्च १९४६

श्रीयुत एबेन रॅमसे
ले पॉमिअेर,
कॅलाईस लेन,
सेंट मार्टिन्स, गर्नसी.

प्रिय रॅमसे महोदय,

जर्मन वर्चस्वांच्या काळातील तुमचे अनुभव तुम्ही मला लिहून पाठवलेत, त्याबद्दल तुमचे आभार. युद्ध समाप्तीच्या वेळेला मीसुद्धा स्वत:ला वचन दिलं होतं की त्याविषयी मी यापुढे बोलणार नाही. युद्धाविषयी मी सहा वर्षं बोलत होते आणि अक्षरश: सहा वर्षं युद्ध जगले होते आणि आता लक्ष दुसरीकडे वळविण्याची माझी तीव्र इच्छा होती. पण हे म्हणजे मी दुसरंच कोणीतरी असण्याची इच्छा करण्यासारखं होतं. युद्ध आता आपल्या आयुष्याचा भाग बनलंय आणि ते आपल्या आयुष्यातून वजा नाही होऊ शकत.

तुमचा नातू एली तुमच्याकडे परत आला हे वाचून आनंद झाला. तो तुमच्याजवळ राहतो की त्याच्या आईवडिलांकडे? 'जर्मन अंमल' असताना तुम्हाला त्याची अजिबात खबरबात कळली नाही का? गर्नसीवरची सगळी लहान मुलं एकाच वेळी परतली का? तसं असेल तर केवढा जल्लोष झाला असेल!

तुमच्यावर मला प्रश्नांचा भडिमार करायचा नाहीये, पण तुम्ही जर उत्तर देण्याच्या मन:स्थितीत असाल, तर माझ्या मनात अजूनही काही प्रश्न आहेत. मला माहितीये तुम्ही भाजलेल्या डुकराच्या मेजवानीला उपस्थित होतात, ज्याची परिणती पुढे 'द गर्नसी लिटररी अँड पोटॅटो पील पाय सोसायटी'च्या स्थापनेत झाली. पण मुळात मिसेस मॉगेरीकडे डुक्कर आलं कुठून? कुणी डुकराला कसं काय लपवू शकतं?

त्या रात्री एलिझाबेथ मॅकिना बहादुरीने वागली. तणावाखाली असतानासुद्धा तिचं

वागणं किती संयमी, सहज होतं. हा सद्‌गुण असा आहे ज्याची स्तुती करण्यास मी अपात्र आहे.

मी समजू शकते, महिनोन्‌महिने तिच्याविषयी एक शब्दही न कळल्याने तुम्ही आणि मंडळाचे अन्य सभासद काळजी करत असाल. पण तुम्ही निराश होता कामा नये. माझे मित्र मला सांगतात, की युरोप एखाद्या फुटलेल्या पोळ्यासारखा झाला आहे. हजारोंच्या संख्येनं देशोधडीला लागलेल्या माणसांच्या झुंडीच्या झुंडी घरी परतायचा प्रयत्न करताहेत. माझ्या एका जुन्या प्रिय मित्राला १९४३ साली ब्रह्मदेशात गोळी लागली होती. तो ऑस्ट्रेलियामध्ये मागच्या महिन्यात दिसला... फारसा सुस्थितीत नाही, पण जिवंत आहे आणि जगायची आस बाळगूनही आहे.

तुमच्या पत्रांबद्दल धन्यवाद!

तुमची मनःपूर्वक,
ज्युलिएट

क्लोव्हिस फॉसीकडून ज्युलिएटला

४ मार्च १९४६

प्रिय मिस,

अगदी सुरुवातीला मला एकाही वाचनाच्या बैठकीला जायचं नव्हतं. माझ्या शेतावर खूप काम असतं आणि जे अस्तित्वातच नव्हते अशा लोकांनी कधीच न केलेल्या गोष्टी वाचण्यात मला माझा वेळ मुळीच वाया घालवायचा नव्हता.

१९४२ मध्ये मी ह्यूबर्टच्या विधवा पत्नीचं प्रणयाराधन करू लागलो. मात्र आम्ही जेव्हा फिरायला जायचो, तेव्हा ती रस्त्यावर माझ्यापुढे काही पावलं चालायची आणि तिचा हात कधीच हातात घेऊ द्यायची नाही. राल्फ मर्शेला मात्र ती तसं करू द्यायची. म्हणूनच मी विवाहासाठी केलेली तिची मनधरणी निष्फळ ठरत असल्याचं मला वाटू लागलं. राल्फ प्यायल्यानंतर बढाया मारत असे. एकदा खानावळीत तो सगळ्यांना म्हणाला होता, बायकांना कविता आवडतात. त्यांच्या कानात एखादा हळुवार शब्द ओतला की त्या विरघळतात... गवतावरून तेलाचा थेंब घरंगळावा तितक्या सहजतेनं. एखाद्या कुलीन स्त्रीविषयी असं बोलणं योग्य नाही. मला त्या क्षणीच उमगलं की मला ह्यूबर्टच्या विधवा पत्नीची जशी ओढ होती, तशा ओढीनं ती त्याला नकोच होती. त्याला फक्त त्याच्या गायींसाठी तिच्या मालकीचं चराऊ कुरण हवं होतं. म्हणून मी विचार केला, तिला जर यमक साधलेल्या कविताच हव्या असतील तर मी देखील त्या शोधून काढेन.

मी श्री. फॉक्सना त्यांच्या पुस्तकांच्या दुकानात भेटायला गेलो आणि काही प्रेमकविता मागितल्या. तोपर्यंत त्यांच्या दुकानात फारशी पुस्तकं शिल्लक नव्हती. आमच्या बेटावरचे लोक ती शेकोटीसाठी खरेदी करायचे. शेवटी जेव्हा त्याला हे समजलं तेव्हा त्याने ते दुकानच कायमचं बंद केलं... मग त्यानं मला कोणा कॅटलस नावाच्या माणसाचं पुस्तक दिलं. तो रोमन होता. त्यानं काव्यामध्ये कसली कसली अवतरणं दिली होती ठाऊक आहे?... एका घरंदाज स्त्रीजवळ मी त्यांचा उल्लेखही करू शकत नव्हतो.

तो एका स्त्रीमागे हात धुऊन लागला होता. तिचं नाव लेस्बिया. तिनं त्याला बिछान्यात घेतल्यावर तिरस्काराने लाथाडलं होतं. तिनं तसं केलं याचं मला आश्चर्य वाटत नाही. ती जेव्हा तिच्या लोकरीच्या तुकड्या-तुकड्यांनी बनवलेल्या छोट्याशा चिमणीचे लाड करू लागली तेव्हा ते त्याला अजिबात आवडलं नाही. एका किरकोळ पक्ष्याचा त्याला मत्सर वाटला. तो घरी गेला आणि आपलं पेन घेऊन स्वत:च्या वेदना कागदावर उतरवू लागला.... वेदना तरी कसल्या, तर तो छोटा पक्षी तिने तिच्या

वक्ष:स्थळाशी धरून कुरवाळला ते पाहताना झालेल्या! त्यानंतर त्याला स्त्रिया कधीच आवडल्या नाहीत आणि त्याने त्यांच्याविषयी हीन दर्जाच्या कविता लिहिल्या.

तो कायम पिऊन झिंगलेलाही असायचा. तुम्हाला त्याची एक कविता पाहायची आहे? एक बिचारी वेश्या, तिनं तिच्या सेवेची किंमत त्याच्याकडून मागितली तेव्हा त्यानं ती लिहिली होती. मी तुमच्यासाठी ती पाठवतो.

'ती उद्ध्वस्त वेश्या शुद्धीत आहे का, जी माझ्याकडे
हजार नाणी मागतीये?
विद्रूप नाकाची ती मुलगी?
ज्यांनी तिची काळजी घ्यावी असे तिचे नातेवाईक,
मित्र, डॉक्टर सगळ्यांना एकत्र बोलवा
ही मुलगी वेडी आहे
तिला वाटतं ती सुंदर आहे'

ही प्रेमाची लक्षणं? मी माझा मित्र एबेनला सांगितलं की असं विखारी प्रेम मी कधीच पाहिलं नव्हतं. तो मला म्हणाला की मी चांगले कवी वाचलेच नव्हते. तो मला त्याच्या छोट्या बंगलीत घेऊन गेला आणि स्वत:चं एक छोटं पुस्तक त्यानं मला वाचायला दिलं. त्या विल्फ्रेड ओवेनच्या कविता होत्या. पहिल्या महायुद्धात तो अधिकारी होता. त्याला गोष्टींची नेमकेपणानं माहिती होती आणि तो त्यांना योग्य नावानं संबोधायचा. मीसुद्धा पॅस्चेंडेललाच होतो आणि त्याला काय माहिती होतं हे मला ठाऊक होतं, पण मी स्वत: कधी ते शब्दात उतरवू शकलो नाही.

तर, त्यानंतर मला वाटू लागलं या कवितांमध्ये नक्कीच काहीतरी असणार. मी सभांना जायला सुरुवात केली आणि या गोष्टीचा मला आनंद होतोय. गेलो नसतो तर मी विल्यम वर्डस्वर्थच्या कविता कशा वाचल्या असत्या? मला तो अनोळखीच राहिला असता. त्याच्या बऱ्याचशा कविता मी पाठ केल्या.

असो, मी ह्यूबर्टच्या विधवा पत्नीचं... माझ्या नॅन्सीचं पाणिग्रहण करण्यात यशस्वी झालो. एक दिवस संध्याकाळी तिला कड्यावर फिरायला घेऊन गेलो आणि म्हटलं, "तिकडे बघ नॅन्सी, स्वर्गीय शांतता समुद्रावर अवतरली आहे. ऐक, ऐक सर्वशक्तिमान परमेश्वर जागा आहे." तिनं मला तिचं चुंबन घेऊ दिलं. आता ती माझी पत्नी आहे.

तुमचा प्रामाणिक,
क्लोव्हिस फॉसी

ता. क. – मिसेस मॉगेरीनं मागच्या आठवड्यात एक पुस्तक मला वाचायला दिलं. त्याचं शीर्षक आहे : द ऑक्सफर्ड बुक ऑफ मॉडर्न व्हर्स, १८९२-१९३५.

त्यांनी यीट्स नावाच्या माणसाला कवितांची निवड करायला सांगितली. त्यांनी त्याला सांगायला नको होतं. तो कोण आहे? आणि त्याला कवितेतलं काय कळतं?

त्या संपूर्ण पुस्तकात मी 'विल्फ्रेड ओवेन' किंवा 'सिगफ्रीड ससून'च्या कविता शोधल्या. पण त्यात त्यांची एकही कविता नव्हती आणि त्याचं कारण म्हणजे हे श्रीमान यीट्स म्हणाले, की मी जाणीवपूर्वक पहिल्या महायुद्धातल्या कोणत्याही कविता यात समाविष्ट करणं टाळलंय. मला त्यांचा तिटकारा वाटतो. कवितेचा विषय निष्क्रिय, अप्रत्यक्ष यातना हा होऊ शकत नाही.

अप्रत्यक्ष यातना? अप्रत्यक्ष यातना?... मी ताठरलोच. या माणसाचं काय बिनसलंय? लेफ्टनंट ओवेननं एक ओळ लिहिली होती – 'जे गुरा-ढोरांसारखे मरतात त्यांच्यासाठी या मृत्यूच्या शोकप्रदर्शक घंटा कशाला?... केवळ बंदुकांचा जुलमी, राक्षसी क्रोध पुरे.' यात अप्रत्यक्ष वेदना काय आहेत हे जाणून घ्यायला मला आवडेल. ते अगदी तसेच मरतात. मी माझ्या स्वत:च्या डोळ्यांनी ते पाहिलंय. म्हणूनच मी म्हणतो, नरकात जावो तो यीट्स!

तुमचा प्रामणिक,
क्लोव्हिस फॉसी

एबेनकडून ज्युलिएटला

१० मार्च १९४६

प्रिय मिस ॲशटन,

तुमच्या पत्राबद्दल आणि माझा नातू एलीबद्दल तुम्ही विचारलेल्या सहृदय प्रश्नांबद्दल धन्यवाद. तो माझ्या मुलीचा, जेनचा मुलगा आहे. ज्या दिवशी जर्मनांनी आमच्यावर हल्ला केला, त्याच दिवशी जेन आणि तिचं नवजात बाळ हॉस्पिटलमध्ये वारले. तो दिवस होता २८ जून १९४०. एलीचे वडील उत्तर आफ्रिकेमध्ये १९४२ साली मारले गेले, म्हणून एली माझ्याचकडे असतो आता.

एलीने २० जूनला इतर हजारो तान्ही मुलं आणि शाळकरी मुलांबरोबर गर्नसी सोडलं. त्या सगळ्यांना इंग्लंडला हलवण्यात येणार होतं. आम्हाला जर्मन आक्रमणाची कल्पना होती. जेनला इथे एलीच्या सुरक्षिततेची काळजी वाटत होती. डॉक्टरांनी जेनला त्या मुलांबरोबर जलप्रवासाला जाऊ दिलं नाही. तिच्या प्रसूतीची वेळ जवळ आली होती.

सहा महिने आम्हाला मुलांविषयी काही कळलं नव्हतं. नंतर मला रेडक्रॉसकडून एक पोस्टकार्ड मिळालं. त्यात एली सुखरूप असल्याचं म्हटलं होतं, पण त्याला कुठे ठेवलंय ते मात्र लिहिलं नव्हतं. आमची मुलं कुठल्या शहरात होती ते आम्हाला

कधीच कळलं नाही. पण ती मोठ्या शहरात नसावीत अशी प्रार्थना आम्ही करत असू. मी त्याला उत्तरादाखल पत्र धाडण्यात अजून वेळ गेला. पण माझ्या मनात त्या वेळी द्वंद्व चाललं होतं. त्याची आई आणि बाळ गेलंय हे एलीला सांगण्याची मला भीती वाटत होती. माझ्या कोवळ्या पोरानं ते थंडगार शब्द एखाद्या पोस्टकार्डाच्या मागे वाचावेत हा विचारसुद्धा नकोसा वाटत होता. पण मला ते करावं लागलं आणि नंतर तेच काम दुसऱ्यांदा, त्याच्या वडिलांविषयी कळलं तेव्हादेखील करावं लागलं.

युद्ध संपेपर्यंत एली परत आला नाही. त्यांनी सगळ्या मुलांना एकदम घरी पाठवलं. काय दिवस होता तो! ब्रिटिश सैनिक गर्नसीची मुक्तता करायला आले त्यापेक्षाही रोमहर्षक, अत्यानंदाचा! एली जहाजाच्या प्रवेशमार्गातून येणारा पहिला मुलगा होता. त्याची उंची बरीच वाढली होती. मला वाटतं, त्याला मिठी मारण्यासाठी म्हणून इझोलानं मला ढकललं नसतं, तर मी त्याला मिठीतून बाजूला होऊच दिलं नसतं.

यॉर्कशायरमधल्या एका शेतकरी कुटुंबात तो राहिला होता याबद्दल मी देवाचे आभार मानतो. ते त्याच्याशी फार चांगले वागले. त्यांनी मला लिहिलेलं पत्र एलीनं माझ्याकडे दिलं – त्याच्या वाढत्या वयातल्या ज्या गोष्टी मी पाहू शकलो नव्हतो, त्या साऱ्या गोष्टींचं वर्णन यात होतं. त्याची शाळा, तो शेतावर कशी मदत करायचा, माझं कार्ड पोहोचल्यावर कसा निश्चल, खंबीर राहण्याचा प्रयत्न करायचा सगळं सगळं लिहिलं होतं.

तो माझ्याबरोबर मासे पकडतो आणि माझ्या गायीची काळजी घेण्यात आणि बागकामात मला मदत करतो. परंतु त्याला लाकडावर कोरीव काम करणं सर्वांत जास्त आवडतं. डॉसी आणि मी त्याला ते कसं करायचं ते शिकवत आहोत. मागच्याच आठवड्यात तुटलेल्या कुंपणाच्या कठड्याच्या तुकड्यातून त्यानं एक सुंदरसा साप घडवला. पण माझा तर्क असा आहे की, तो कुंपणाच्या कठड्याचा तुकडा नव्हता, तर डॉसीच्या धान्य कोठारावरील छपराचा वासा होता. डॉसीला मी त्याबद्दल विचारलं तर तो नुसताच हसला, पण सध्या बेटावर शिलकी लाकूड मिळणं कठीणच आहे, कारण आम्हाला बरीचशी झाडं तोडावी लागली. इतकंच नाही तर कोळसा किंवा रॉकेल राहिलं नाही तेव्हा जळणासाठी कठड्याचे गज आणि फर्निचरसुद्धा वापरावं लागलं. माझ्या जमिनीवर आता एली आणि मी झाडं लावतोय पण ती वाढायला बराच वेळ लागेल आणि आम्हाला सगळ्यांना तर पर्णराजीची आणि सावलीची खूप आठवण येते.

आता मी तुम्हाला भाजलेल्या डुकराविषयी सांगतो. जर्मन सैनिक पाळलेल्या प्राण्यांविषयी फारच काटेकोर असायचे. डुकरं आणि गाईंचा चोख हिशोब ठेवला जायचा. इथे आलेल्या आणि फ्रान्समधल्याही जर्मन सैन्याच्या तुकड्यांना आम्हीच खाऊ घालायचो. काही उरलं सुरलं तर आम्ही ते खाऊ शकत होतो.

जर्मनांनी हिशोबाच्या वह्या ठेवायला कशी पसंती दिली, तर त्यांनी आम्ही काढत

असलेल्या दुधाच्या प्रत्येक गॅलनचा हिशोब ठेवला, क्रीम मोजलं, मैद्याच्या प्रत्येक पोत्याची नोंद ठेवली. काही दिवसांपुरत्या कोंबड्याच काय त्या वगळल्या. पण जेव्हा अन्न आणि खरकटंसुद्धा दुर्मीळ होऊ लागलं, तेव्हा त्यांनी आम्हाला मोठ्या कोंबड्या मारायचा हुकूम दिला. त्यामुळे चांगली अंडी देणाऱ्या कोंबड्यांना पुरेसं अन्न मिळेल आणि त्या अंडी देत राहतील, हा त्यांचा उद्देश होता.

आम्हा मच्छिमारांना आमच्या शिकारीचा सर्वांत मोठा वाटा त्यांना द्यावा लागायचा. ते त्यांचा वाटा काढून घेण्यासाठी आमच्या बंदरातल्या होड्यांवर आम्हाला भेटायचे. जर्मन अमलाच्या सुरुवातीलाच बेटावरील बरेच रहिवासी मासेमारीच्या बोटींमधून इंग्लंडला निसटले... काही बुडाले पण काही तरून गेले. म्हणून जर्मनांनी एक नवा नियम केला... ज्या कुणा व्यक्तीच्या कुटुंबातला सभासद इंग्लंडमध्ये असेल त्याला मच्छिमार नौकेतून जाण्याची परवानगी नाही. त्यांना भीती वाटत होती की आम्ही पळून जायचा प्रयत्न करू. एली इंग्लंडमध्येच कुठेतरी असल्याने मला माझी बोट भाड्याने द्यावी लागली. मी श्री. प्रिव्होट यांच्या एका ग्लासहाऊसमध्ये काम करायला लागलो. यथावकाश तिथल्या रोपांची छान काळजी घेऊ लागलो. पण हाय रे दैवा! माझ्या नौकेची आणि समुद्राची मला किती आठवण यायची.

जर्मन विशेषत: मांसाबाबत आडदांडपणे वागायचे, कारण त्यांच्या स्वत:च्या सैनिकांना ते खायला मिळण्याऐवजी त्यातलं काही काळ्या बाजारात गेलेलं त्यांना नको असायचं. तुमच्या डुकरीणीला पिलावळ झाली तर जर्मन कृषी अधिकारी तुमच्या शेतावर यायचा, पिल्लं मोजायचा; प्रत्येकासाठी तुम्हाला जन्माचा दाखला द्यायचा आणि तशी त्याच्या नोंदवहीत नोंद करायचा. एखादं डुक्कर नैसर्गिकरीत्या मरण पावलं, तर तुम्ही त्या कृषी अधिकाऱ्याला सांगायचं, तो परत यायचा, ते मृत शरीर बघायचा आणि तुम्हाला मृत्यूचा दाखला द्यायचा.

ते तुमच्या फार्मला अचानक भेटी देत आणि तुमच्याकडील जिवंत डुकरांची संख्या आणि त्यांनी नोंद केलेल्या डुकरांची संख्या जुळली तर ठीक. एक जरी डुक्कर कमी झालं तरी तुम्हाला दंड भरावा लागणार. हे पुन्हा घडलं की, तुम्हाला अटक करून सेंट पीटर्स पोर्टवरील तुरुंगात तुमची रवानगी होण्याची शक्यता. बरीच डुकरं नाहीशी झाली तर जर्मन अंदाज बांधायचे की तुम्ही ती काळ्या बाजारात विकताय आणि तुमची रवानगी जर्मनीतील श्रम छावणीत व्हायची. जर्मन तुम्हाला कसे ठोसा मारतील हे कधीच कळायचं नाही. ते फार लहरी लोक होते.

सुरुवातीला तरी त्या कृषी अधिकाऱ्याला मूर्ख बनवून स्वत:च्या उपयोगासाठी जिवंत डुक्कर पाळणं सोप्पं होतं. ॲमेलियानं तिचं डुक्कर कसं पाळलं त्याचा हा किस्सा.

विल थिस्बीकडे एक रोगट डुक्कर होतं, जे मेलं. कृषी अधिकारी आला आणि त्याने एक दाखला लिहून दिला. त्यात डुक्कर खरोखरीच मेल्याचं म्हटलं होतं आणि विलवर एकट्यावर ते बिचारं डुक्कर पुरायची जबाबदारी येऊन पडली. अधिकारी

त्याला सोडून निघून गेला. विलनं ते डुक्कर पुरलं नाही. तो ती छोटीशी कुडी घेऊन जंगलातून भराभर चालत गेला आणि त्यानं ते ॲमेलियाला दिलं. ॲमेलियानं तिचं स्वत:चं निरोगी डुक्कर लपवलं आणि कृषी अधिकाऱ्याला बोलावणं धाडलं, 'लवकर या, माझं डुक्कर मेलंय'.

कृषी अधिकारी पुन्हा ताबडतोब आला. डुकराच्या पायांची बोटं वर वळलेली पाहूनही त्याला कळलं नाही की त्या सकाळी अगोदर पाहिलेलं डुक्कर तेच होतं. त्यानं मृत प्राण्यांच्या नोंदवहीत अजून एका मेलेल्या डुकराची नोंद केली.

ॲमेलियानं तेच मेलेलं डुक्कर दुसऱ्या मित्राला दिलं आणि त्यानं दुसऱ्या दिवशी तीच युक्ती वापरली. डुकराला सडका वास येईतोवर आम्हाला हे करणं शक्य व्हायचं. परंतु शेवटी जर्मनांनी आम्हाला पकडलं आणि प्रत्येक डुकराला आणि गायीला जन्माच्या वेळेस गोंदवू लागले. मग त्यानंतर असं मेलेल्या प्राण्यांना हस्तांतरित करणं बंद पडलं.

पण ॲमेलियाजवळ एक जिवंत, धष्टपुष्ट आणि निरोगी डुक्कर लपवलेलं होतं. त्यामुळे त्याला गुपचूप मारण्यासाठी तिला डॉसीची नितांत गरज होती. हे सगळं लपूनछपून, गुपचूप करायला हवं होतं, कारण तिच्या फार्मजवळच जर्मन तोफखाना होता आणि जर्मन सैनिकांनी त्या डुकराच्या प्राणांतिक किंकाळ्या ऐकून चाललं नसतं. ते धावत आले असते.

डुकरं डॉसीकडे नेहमीच आकर्षित होतात. धान्याच्या कोठाराच्या अंगणात तो आला की ती त्याच्याकडे धावत सुटायची आणि आपल्या पाठी खाजवून घ्यायची. पण दुसरा कुणी आला की कलकलाट करत, नाकाने आवाज काढत आणि जोराने मुसंडी मारत झुंजीला सज्ज व्हायची. पण डॉसी त्यांना गोंजारायचा, शांत करायचा. त्याचा सुरा खटकन घुसवायला त्यांच्या हनुवटीखालची अचूक जागा त्याला माहिती होती. डुकरांना किंचाळायला अवधीच मिळायचा नाही. ती शांतपणे खाली अंथरलेल्या चादरीवर प्राण सोडायची.

मी डॉसीला म्हटलं की ती फक्त एकदा आश्चर्याने बघायची. पण तो 'नाही' म्हणायचा. आपला विश्वासघात झालाय हे कळण्याइतपत डुकरं हुशार होती. मी अर्थात त्या समस्येचा फारसा बाऊ करणार नव्हतो.

ॲमेलियाच्या डुकरानं आमचं डिनर सुंदर बनलं... भाजलेल्या डुकराला पूरक कांदे आणि बटाटे होते. पोटभर जेवण झाल्यावर कसं वाटतं हे आम्ही जवळपास विसरूनच गेलो होतो, पण ते सुख आम्हाला पुन्हा मिळालं. जर्मन तोफखान्यासमोरचे पडदे ओढलेले होते. जेवण आणि मित्र टेबलाजवळ होते. त्यामुळे आम्ही पटवून देऊ शकलो की त्यातलं काही घडलंच नव्हतं.

तुम्ही म्हणता ते बरोबर आहे. एलिझाबेथ शूर होतीच. ती तशीच आहे आणि सदैव होती.

लंडनहून गर्नसीला ती आपल्या आईबरोबर आणि सर ॲम्ब्रोज इव्हर्सबरोबर आली, तेव्हा ती छोटी मुलगी होती. तिच्या इथल्या पहिल्या उन्हाळ्यात जेव्हा ती माझ्या जेनला भेटली, तेव्हा त्या दोघी दहा वर्षांच्या होत्या. तेव्हापासून दोघी एकमेकींच्या घट्ट मैत्रिणी झाल्या.

सर ॲम्ब्रोजचं घर बंद करायला १९४० च्या वसंत ऋतूत एलिझाबेथ पुन्हा आली. त्या वेळी ती इथे सुरक्षित नसूनही अधिक काळ राहिली, कारण तिला जेनच्या पाठीशी उभं राहायचं होतं. माझ्या मुलीला तिचा नवरा जॉन सैन्यात भरती होऊन इंग्लंडला गेल्यापासून एकटं एकटं वाटत होतं. डिसेंबर १९३९ मध्ये तो इंग्लंडला गेला होता आणि प्रसूती होईपर्यंत त्याची वाट पाहणं तिला कठीण जात होतं. डॉ. मार्टिननं तिला संपूर्ण विश्रांती सांगितली होती, म्हणून एलिझाबेथ तिला सोबत करण्यासाठी आणि एलीबरोबर खेळण्यासाठी इथेच राहिली. एलिझाबेथशी खेळण्याइतकं एलीला दुसरं काही आवडायचं नाही. त्यांच्यामुळे फर्निचरला धोका असायचा, पण त्यांना हसताना पाहून मन आनंदित व्हायचं. एकदा मी त्या दोघांना रात्री जेवणासाठी बोलवायला गेलो होतो. मी आत गेलो, तेव्हा ती दोघं तिथंच होती. जिन्याच्या पायऱ्यांखालच्या उशांच्या ढिगावर अस्ताव्यस्त पसरलेली. सर ॲम्ब्रोजच्या ओकपासून बनवलेल्या सुंदर कठड्याला त्यांनी पॉलिश केलं होतं आणि त्याच्यावरून ती दोघं तीन मजले खाली घसरून आली होती.

एलिझाबेथनंच एलीला स्थलांतरितांच्या जहाजावर चढवण्यासाठी जे जे आवश्यक होतं ते सगळं केलं होतं. जेव्हा मुलांना घेऊन जाण्यासाठी इंग्लंडहून जहाजं येणार होती, तेव्हा आम्हा बेटावरील रहिवाशांना केवळ एक दिवस आधी पूर्वसूचना दिली गेली. एलिझाबेथ भोवऱ्यासारखी गरगर फिरत होती, काम करत होती. एलीचे कपडे धुणं, शिवण-टिपण, तसंच तो त्याच्या लाडक्या सशाला बरोबर का नेऊ शकत नव्हता हे त्याला समजायला मदत करणं. निरोप घेताना एलीला आपला अश्रुपूर्ण चेहरा दिसू नये म्हणून जेन परत फिरली, तेव्हा एलिझाबेथने त्याचा हात धरला आणि म्हणाली, की समुद्रपर्यटनासाठी हवा छान पडली आहे.

त्यानंतरही जेव्हा बाकी प्रत्येक जण तिथून निघून जायचा प्रयत्न करीत होता, तेव्हाही एलिझाबेथनं गर्नसी सोडलं नाही. ''नाही,'' ती म्हणाली, ''मी जेनच्या बाळाची वाट पाहीन आणि त्यानं चांगलं बाळसं धरलं की ती, जेन आणि मी लंडनला जाऊ. मग आम्ही एली कुठे आहे ते शोधून काढू आणि त्याला घेऊन येऊ.'' ती सगळ्यांची मनं जिंकून घ्यायची, पण आपलं म्हणणं खरं करायची. ती तिच्या मताशी इतकी ठाम होती, की तिच्याशी 'गर्नसी सोडून जा' म्हणून वाद घालण्यात काही अर्थ नसायचा. अगदी तेव्हाही नाही; जेव्हा आम्ही चेरबोर्गवरून धूर निघताना पाहिला. तिथे फ्रेंच त्यांच्या इंधनाच्या टाक्या जाळत होते... जर्मनांना ते मिळू नये यासाठी. काहीही झालं तरी एलिझाबेथ, जेन आणि बाळाशिवाय तिथून हलणार नव्हती. मला वाटतं

सर ॲम्ब्रोजनं तिला सांगितलं होतं, की ते आणि त्यांचा यॉटिंग करणारा (क्रीडानौका, नौकाशर्यतीत भाग घेणारा) एक मित्र सेंट पीटर्स पोर्टमध्ये गलबताने येतील आणि जर्मन्स येण्यापूर्वी त्यांना गर्नसीपासून दूर घेऊन जातील. खरं सांगायचं तर ती आम्हाला सोडून गेली नाही याचा मला आनंद झाला. जेन आणि तिचं नवजात बाळ हॉस्पिटलमध्ये गेलं तेव्हा ती माझ्याबरोबर तिथेच होती. ती जेनजवळ बसून होती आणि तिनं जेनचा हात घट्ट धरून ठेवला होता.

जेनच्या मृत्यूनंतर एलिझाबेथ आणि मी हॉलच्या पॅसेजमध्ये उभे राहिलो... बधिर, सुन्न! आम्ही खिडकीतून एकटक बाहेर पाहत होतो तेव्हा आम्ही सात जर्मन विमानं बंदरावर एकदम खाली आलेली पाहिली. आम्हाला वाटलं ते टेहळणी करायला आले असतील, पण नंतर त्यांनी बॉम्बवर्षावाला सुरुवात केली. आकाशातून ते काठीसारखे कोसळत होते. आम्ही काहीच बोललो नाही, पण मला माहितीये आम्ही दोघं कसला विचार करीत होतो. 'एली दूर सुरक्षित आहे, थँक गॉड!' एलिझाबेथ जेनच्या आणि माझ्या पाठीशी संकटात आणि त्यानंतरही उभी राहिली. मी मात्र तिच्या पाठीशी उभा राहू शकलो नाही. तिची मुलगी किट सुरक्षित आहे आणि आमच्या जवळच आहे म्हणून मी ईश्वराचे आभार मानतो आणि एलिझाबेथनं लवकर घरी यावं यासाठी मी प्रार्थना करतो.

तुमचा मित्र ऑस्ट्रेलियात सापडला हे ऐकून आनंद झाला. मला आशा आहे, की तुम्ही डॉसी आणि माझ्याबरोबर पत्रव्यवहार चालू ठेवाल, कारण आम्हाला दोघांनाही तुमची पत्रं वाचताना मजा येते.

तुमचा मनःपूर्वक,
एबेन रॅमसे

डॉसीकडून ज्युलिएटला

१२ मार्च १९४६

प्रिय मिस ॲशटन,

तुम्हाला पांढरी लिली आवडली हे ऐकून आनंद झाला. मी तुम्हाला मिसेस डिल्वीनच्या साबणाबद्दल सांगतो. जर्मन अमलाच्या सुमारे मध्यावर साबण दुर्मीळ झाला होता. कुटुंबातील प्रत्येकाला एका महिन्याला फक्त एक वडी मिळायची. तो कसल्याशा फ्रेंच मातीपासून बनला होता आणि वॉशटबमध्ये मेल्यासारखा पडून राहायचा. त्याचा फेसच नाही व्हायचा. तो जोरजोरात घासावा लागायचा आणि घासता घासता तो त्याचं काम करतोय अशी आशा करायची.

स्वच्छ राहणं हे कठीण काम होतं आणि थोडं-फार अस्वच्छ, घाणेरडं राहणं आम्हा सर्वांच्या अंगवळणी पडलं होतं. त्यात आमचे कपडेही आले. भांडी आणि

कपड्यांसाठी थोडीशी साबणाची पावडर मिळायची, पण तिचं प्रमाण हास्यास्पद होतं; तिथेही बुडबुडे नाहीतच. काही स्त्रिया उत्सुकतेने स्पर्श करून खात्री करून घ्यायच्या आणि मिसेस डिल्वीन त्यांच्यापैकीच एक होती. युद्धापूर्वी तिनं तिचे ड्रेस पॅरीसमध्ये खरेदी केले होते आणि त्या भपकेदार, भरतकाम केलेल्या कपड्यांची साध्या कपड्यांपेक्षा अधिक लवकर दैना झाली.

एक दिवस श्री. स्कोपची डुकरीण पिल्लाला जन्म दिल्यानंतर लवकरच सौम्य ताप येऊन मेली. कुणीही ते खायला तयार होईना तेव्हा स्कोप महोदयांनी मला तिचा मृतदेह दिला. मला आठवलं की माझी आई चरबीपासून साबण बनवायची. म्हणून मी विचार केला आपणही प्रयत्न करावा. जो साबण बनला तो बशीत गोठलेल्या पाण्यासारखा दिसत होता आणि त्याचा वास तर अजूनच घाण येत होता. मी तो वितळवला आणि पुन्हा सुरुवात केली. बुकर मदतीला आला होता. त्यानं पिकलेली मिरी रंगासाठी आणि दालचिनी सुगंधासाठी वापरायला सांगितली. ॲमेलियानं आम्हाला दोन्ही थोडे थोडे वापरायला दिले आणि आम्ही ते मिश्रणात घातले.

साबण पुरेसा कडक झाल्यावर ॲमेलियाच्या बिस्कीट कटरनं आम्ही तो गोल आकारात कापला. मी तो चीज गुंडाळायच्या कापडात गुंडाळला आणि एलिझाबेथनं त्याला लाल धाग्याची फीत बांधली. मंडळाच्या पुढल्या मीटिंगमध्ये आम्ही तो साबण सर्व स्त्रियांना भेट म्हणून दिला. एक-दोन आठवड्यांसाठी का असेना लोक आदराने आमच्याकडे पाहत होते.

सध्या मी आठवड्यातले बरेच दिवस दगडाच्या खाणीत, तसंच बंदरावरही काम करतोय. इझोलाला वाटलं की मी थकलेला दिसतो म्हणून तिनं माझ्या दुखऱ्या स्नायूंसाठी सुगंधी मलम तयार केलं. त्याचं नाव 'एंजल फिंगर्स,' देवदूताची बोटं. इझोलाकडे खोकल्यासाठी 'डेव्हिल्स सक,' सैतानाचं शोषण अशा नावाचं औषध आहे आणि मी ईश्वराजवळ प्रार्थना करतो मला त्याची कधीच गरज पडू नये.

काल ॲमेलिया आणि किट माझ्याकडे रात्री जेवायला आल्या होत्या आणि नंतर आम्ही एक घोंगडी घेऊन चंद्रोदय पाहायला समुद्र किनाऱ्यावर गेलो. किटला ते पाहायला फार आवडतं. पण चंद्र पूर्ण उगवायच्या आतच ती नेहमी झोपून जाते. आणि मी तिला पाठुंगळी घेऊन ॲमेलियाच्या घरापर्यंत जातो. तिला खात्री आहे, की ती पाच वर्षांची झाली की रात्रभर जागी राहील.

तुम्हाला मुलांविषयी खूपशी माहिती आहे का? मला नाही आणि मी जरी शिकत असलो तरी मला वाटतं मी 'स्लो लर्नर' आहे. किट बोलायला शिकण्याआधी खूप सोपं होतं, पण तेव्हा अशी मजा नाही यायची. मी तिच्या प्रश्नांना उत्तरं द्यायचा प्रयत्न करतो, पण मी बरेच वेळा मागे पडतो आणि मी तिच्या पहिल्या प्रश्नाला उत्तर द्यायच्या आधीच ती एका नव्या प्रश्नाकडे वळलेली असते. तिला खूश कसं करायचं, याची मला पुरेशी माहिती नाही. मला माहिती नाही मुंगूस कसं दिसतं ते.

तुमची पत्रं आलेली मला आवडतात. पण मला खूपदा वाटतं की माझ्याकडे सांगण्यासारख्या काही बातम्या नसतात. म्हणून तुमच्या अलंकारिक प्रश्नांना उत्तर देणंच चांगलं.

तुमचा,
डॉसी ॲडॅम्स

ॲडलेड ॲडिसनकडून ज्युलिएटला

१२ मार्च १९४६

प्रिय मिस ॲशटन,

तुम्ही माझा सल्ला मानणार नाही असं दिसतंय. मला इझोला तिच्या बाजारातल्या ठेल्यावर योगायोगानेच भेटली. तुमच्या पत्राला उत्तर म्हणून एक पत्र खरडत होती. मी माझा संदेश पोहोचवायचा प्रयत्न पुन्हा शांतपणे आरंभला; पण नंतर माझी भेट झाली डॉसीशी. तो तुम्हालाच पत्र टाकत होता. मी विचारू शकते का पुढचा कोण असेल? मी हे सहन करू शकत नाही आणि तुम्हाला थांबवायला मी माझी लेखणी उचललीय.

माझ्या मागच्या पत्रात मी सगळं स्पष्ट नाही बोलले. मर्यादशीलता सांभाळायची म्हणून मी त्या समूहाच्या आणि त्यांची संस्थापक एलिझाबेथ मॅकिना हिच्या खऱ्या स्वभावावर बुरखा घातला. पण आता मला दिसतंय की मी सगळं उघडं केलं पाहिजे.

मंडळाच्या सभासदांनी आपापसात संगनमत करून एलिझाबेथ आणि तिचा जर्मन प्रियकर, डॉक्टर/कॅप्टन क्रिस्टन हेलमन यांचं अनौरस मूल वाढवायचं ठरवलंय. होय, एक जर्मन सैनिक! तुम्हाला धक्का बसला याचं मला आश्चर्य वाटत नाही.

आता मी जर निःपक्षपाती बोलत नसेन, तर मी कुणीच नाही असं समजा. अशिक्षित लोक म्हणतात तशी ती 'जेरी बॅग' होती; जी तिला भेटवस्तू देणाऱ्या कोणत्याही जर्मन सैनिकाच्या गळ्यात गळा घालेल, असं मी नाहीच म्हणत. मी एलिझाबेथला कधीही रेशमी पायमोजे घातलेले, रेशमी वस्त्र परिधान केलेली पाहिली नाही. (खरोखर, तिचे कपडे नेहमीच गबाळे असायचे.... एका सभ्य, घरंदाज स्त्रीसारखे ते उंची नसत.) पॅरिसच्या सेंट्सचा वास, बकाबक चॉकलेट खाणं आणि वाईन ढोसणं किंवा बेटावरल्या इतर हलकट स्त्रियांसारखं तिला सिगारेट ओढतानाही पाहिलं नाही. तरीसुद्धा सत्य पुरेसं कटू आहे.

या पत्रासोबत घडलेल्या काही शोचनीय सत्य घटना : एप्रिल १९४२ मध्ये अविवाहित एलिझाबेथने तिच्या राहत्या घरात एका मुलीला जन्म दिला. एबेन रॅमसे आणि इझोला प्रिबी त्या वेळेस उपस्थित होते, तो तिला धीर देण्यासाठी आणि ती शेकोटी पेटती ठेवण्यासाठी. ॲमेलिया मॉगेरी आणि डॉसी ॲडॅम्स (एक अविवाहित

पुरुष! किती लाजिरवाणं!) यांनी डॉ. मार्टिन येण्यापूर्वी प्रत्यक्ष प्रसूतीचं काम केलं. प्रसिद्ध वडील? अनुपस्थित! वास्तविक काही वेळापूर्वीच त्याने ते बेट सोडलं होतं. 'त्याला युरोप खंडात कर्तव्य बजावायचा आदेश आला आहे' असं त्यांनी सांगितलं. प्रकरण अगदी स्पष्ट आहे. त्यांच्या अनैतिक संबंधाचा पुरावा बिनतोड होता. कॅप्टन हेलमनने त्याच्या रखेलीला सोडून दिलं होतं आणि तिचं जीवन वैराण करून तो निघून गेला.

या लज्जास्पद निष्पत्तीचं भाकीत मी करू शकले असते. मी एलिझाबेथला तिच्या प्रियकराबरोबर एकत्र फिरताना, संभाषणात मग्न असताना, सूप बनवण्यासाठी खाजकुयली गोळा करताना किंवा जळणासाठी लाकूडफाटा जमवताना खूपदा पाहिलं होतं आणि एकदा समोरासमोर उभे असताना, त्याने त्याच्या हाताने तिचा चेहरा कुरवाळताना आणि गालावरून अंगठा खाली आणतानाही मी पाहिलं होतं.

यशाची अंधूकशी आशा असली तरी तिच्या भविष्यात काय वाढून ठेवलंय याविषयी तिला सावध करणं मी माझं कर्तव्य समजत होते. मी तिला सांगितलं की सभ्य समाज तिला वाळीत टाकेल, पण तिनं माझ्याकडे लक्ष दिलं नाही. खरं सांगायचं तर ती हसली, मी ते सहन केलं, तेव्हा तिनं मला तिच्या घरातून 'चालती हो' असं सांगितलं.

मला माझ्या भविष्यवाणीचा गर्व नाही. ते ख्रिश्चन धर्माला शोभून दिसणार नाही.

पुन्हा त्या बाळाकडे येऊ या. तिचं नाव ख्रिस्तीना असं ठेवलं. सगळे तिला किट म्हणून हाका मारतात. जेमतेम एका वर्षानंतर एलिझाबेथ नेहमीसारख्याच बेजबाबदारपणे जर्मन सैन्यानं जाहीररीत्या बंदी घातलेला गुन्हा करती झाली. तिनं जर्मन लष्कराच्या तुरुंगातून पळून गेलेल्या एका कैद्याला आश्रय दिला आणि जेवू घातलं. तिला अटक करण्यात आली आणि युरोप खंडात तुरुंगवासाची सजा देण्यात आली. मिसेस मॉगेरीनं एलिझाबेथच्या अटकेच्या वेळी तिचं बाळ आपल्या घरी नेलं आणि त्या रात्रीपासून वाङ्मय मंडळाने ते बाळ आपलं स्वत:चं समजून मोठं केलंय. आळीपाळीने या घरातून त्या घरी तिला घेऊन जातात. बाळाच्या संगोपनाचं मुख्य काम ॲमेलियानं स्वीकारलं होतं. मंडळाचे अन्य सभासद दिला वाचनालयातल्या पुस्तकासारखे बाहेर घेऊन जातात. कधीकधी तर कित्येक आठवडेही.

ते सगळे त्या बाळाला आपल्या मांडीवर खेळवायचे आणि आता ती मुलगी चालायला लागलीये, तर ती त्यातल्या कुणा न कुणाबरोबर सगळीकडे जात असते. हात धरून किंवा त्यांच्या खांद्यावर बसून. असा त्यांचा दर्जा! अशा लोकांचा तुम्ही 'टाइम्स'मध्ये गौरव करता कामा नये.

तुम्हाला माझ्याकडून पुन्हा काही ऐकायला मिळणार नाही. मी माझ्या परीने तुम्हाला सांगितलं आहे. ते डोक्यात असू दे.

ॲडलेड ॲडिसन

सिडनेकडून ज्युलिएटला तार

२० मार्च १९४६

प्रिय ज्युलिएट,

घरी येणं लांबणीवर पडलं आहे. घोड्यावरून पडलो. पाय मोडला. पियर्स शुश्रूषा करीत आहे.

प्रेमपूर्वक,
सिडने

ज्युलिएटकडून सिडनेला तार

२१ मार्च १९४६

अरे देवा, कोणता पाय? मला फार वाईट वाटलं.

प्रेमपूर्वक,
ज्युलिएट

सिडनेकडून ज्युलिएटला तार

२२ मार्च १९४६

दुसरा पाय होता तो. काळजी करू नकोस. थोडीशी वेदना आहे. पियर्स उत्तम शुश्रूषा करतो.

प्रेमपूर्वक,
सिडने

ज्युलिएटची सिडनेला तार

२२ मार्च १९४६

तो मी मोडलेला पाय नव्हता याचा आनंद झाला. तू बरा होण्यास मदत होईल असं काही मी पाठवू शकते का? पुस्तकं, ध्वनिफिती, पोकर चिप्स – अगदी माझं जीवनावश्यक रक्त?

सिडनेची ज्युलिएटला तार

२३ मार्च १९४६

रक्त नको, पुस्तकं नकोत, पोकर चिप्स नकोत. आमची करमणूक करण्यासाठी केवळ लांबलचक पत्रं पाठवत राहा.

प्रेमपूर्वक,
सिडने आणि पियर्स

ज्युलिएटकडून सोफीला

२३ मार्च १९४६

प्रिय सोफी,

मला फक्त तारच मिळाली. तेव्हा तुला माझ्यापेक्षा नक्कीच जास्त माहिती असणार. पण परिस्थिती काही का असेना, तू विमानानं ऑस्ट्रेलियाला जायचा विचार करत आहेस? हे अगदी मूर्खपणाचं आहे. अलेक्झांडरचं काय? आणि डॉमनिक? आणि तुझी कोकरं? ती झुरणीला लागतील.

थांब आणि क्षणभर विचार कर. आणि तुझं तुलाच कळेल, की तू का गडबड करू नयेस. पहिलं म्हणजे पियर्स सिडनेची उत्तम काळजी घेईल. दुसरं असं की, आपल्यापेक्षा पियर्स बरा. मागच्या वेळेला आजारी असताना सिडने कसा नाठाळपणे वागत होता, हे आठवतंय का? त्यामुळे तो आपल्यापासून हजारो मैल लांब आहे, याचा आपल्याला आनंदच वाटायला हवा. तिसरं म्हणजे धनुष्याच्या प्रत्यंचेसारखा सिडने गेली कित्येक वर्षं तणावाखाली आहे. अविरत काम केल्यामुळे त्याला थोडी विश्रांती हवी आहे आणि असा पाय मोडून घेणं हा एकमेव मार्ग आहे, ज्यामुळे तो स्वत:ला तशी परवानगी देईल. आणि सोफी, सर्वांत महत्त्वाचं म्हणजे त्याला आपण तिथे नकोय.

मला पूर्ण खात्री आहे की ऑस्ट्रेलियाला जाऊन सिडनेच्या अंथरुणाजवळ बसून राहण्यापेक्षा त्याला मी नवं पुस्तक लिहिलेलं अधिक आवडेल. म्हणून मी इथेच माझ्या सुन्या सुन्या फ्लॅटमध्ये राहणार आणि एखादा विषय शोधून काढणार आहे. मला एक कल्पना सुचतीय, पण ती फारच कमकुवत आणि धूसर आहे. त्यामुळे अगदी तुझ्याजवळही त्याची चर्चा करण्याचा धोका मी नाही पत्करू शकत. सिडनेच्या पायाच्या सन्मानार्थ मी तिची खूप काळजी घेणार आहे, तिच्यात भर घालणार आहे आणि मग तिला फुलवता येतं का बघणार आहे.

आता ज्युनियर मार्कहॅम व्ही. रेनॉल्ड्सबद्दल. तू त्या सभ्य माणसाविषयी विचारलेले प्रश्न फार नाजूक, अत्यंत सूक्ष्म, कुणीतरी हातोड्याने डोक्यात घण घालावेत असे आहेत. मी त्याच्या प्रेमात पडले आहे का? हा काय प्रश्न आहे? बासऱ्यांमध्ये ट्युबा (एक वाद्य) घुसडल्यासारखा! आणि तुझ्याकडून ही अपेक्षा नव्हती. गुपचूप पाळत ठेवण्याचा पहिला नियम आहे – त्याच्याकडे बाजूला येऊन पाहा, निरखा. अलेक्झांडरबद्दल मला घेरी आणणारी पत्रं तू लिहायला सुरुवात केलीस तेव्हा तू त्याच्या प्रेमात आहेस का हे मी नाही विचारलं. मी विचारलं त्याचा आवडता प्राणी कुठला आहे आणि तुझ्या उत्तराने त्याच्याविषयी मला जे जे जाणून घ्यायचं होतं ते सगळं समजलं. किती पुरुषांनी कबूल केलं असतं ते बदकावर प्रेम करतात? (यातून एक महत्त्वाचा मुद्दा पुढे येतो – मला मार्कचा आवडता प्राणी कोणता आहे हे माहीत नाही. तो बदक असेल याविषयी मला शंका आहे.)

काही सूचना केल्या तर ऐकशील का? तू मला विचारू शकतेस त्याचा आवडता लेखक कोणता (दी पॅसो! हेमिंग्वे!!) किंवा त्याचा आवडता रंग (निळा, छटा कोणती सांगता येत नाही, कदाचित रॉयल ब्ल्यू.) तो चांगलं नृत्य करतो का? (हो, माझ्यापेक्षा कैकपटींनी चांगलं. माझ्या पायावर पाय देत नाही. पण नृत्य करताना बोलत नाही किंवा अगदी गुणगुणतही नाही, अजिबातच नाही. निदान माझ्या माहितीप्रमाणे तरी). त्याला बहीण-भाऊ आहेत का? (दोन मोठ्या बहिणी – एकीनं साखर सम्राटाशी लग्न केलंय आणि दुसरी मागच्या वर्षी विधवा झाली. शिवाय एक धाकटा भाऊ. उपहासाने त्याला 'गाढव' म्हणून त्याने तो विषय तिथेच संपवला.)

तर, आता तुझं सगळं काम मी केलंय. कदाचित यामुळे तू तुझ्या मूर्ख प्रश्नांना उत्तर देऊ शकशील, कारण मी ती नाही देऊ शकत. मला मार्कच्या आसपास असताना गोंधळल्यासारखं वाटतं. ते प्रेम असू शकतं किंवा नसूही शकतं. ते खात्रीनं शांत करणारं नाही. उदाहरणच घ्यायचं तर मला या संध्याकाळची भीती वाटतीय. दुसरी डिनर पार्टी... अतिशय झगझगीत.. पुरुष टेबलावर वाकून आपला मुद्दा मांडताहेत आणि स्त्रिया त्यांच्या सिगारेट होल्डरशी खेळताहेत. आई गं! खरंतर मला माझ्या सोफ्यावर आरामात लोळायचंय. पण मला उठलं पाहिजे आणि इव्हिनिंग ड्रेस घातला पाहिजे. प्रेमाचं राहू दे, पण मार्कमुळे माझ्या कपड्यांच्या कपाटावर विलक्षण ताण येतो.

लाडके, आता सिडनेची काळजी करू नकोस. तो लवकरच दाणदाण पावलं टाकत चालेल.

प्रेमपूर्वक,
ज्युलिएट

ज्युलिएटकडून डॉसीला

२५ मार्च १९४६

प्रिय अॅडम्स महाशय,

मला कोणा मिस अॅडलेडकडून एक मोट्ठं पत्र आलंय. (खरं पाहता दोन) तिनं मला माझ्या लेखात तुमच्या मंडळाविषयी न लिहिण्याबद्दल ताकीद दिलीय. मी जर तसं केलं तर ती तिची जबाबदारी कायमची झटकून टाकेल. माझ्या या वागण्याचे जे परिणाम होतील ते माझे मला भोगावे लागतील आणि तो त्रास मी धैर्याने सोसण्याचा प्रयत्न करीन. 'जेरी बॅग्ज' विषयीचं तिचं तपशीलवार वर्णन म्हणजे कोंडलेली वाफ बाहेर पडण्यासारखं होतं, नाही का?

मला क्लोविसकडूनसुद्धा कवितेविषयी एक लांबलचक पत्र मिळालं आणि इझोलाकडून ब्रॉंट भगिनीविषयीचं. आनंद देण्याव्यतिरिक्त या पत्रांनी मला माझ्या लेखासाठी कोरे करकीत, नवे विचार दिले. ते विचार, त्याचप्रमाणे तुम्ही, श्री रॅमसे, मिसेस मॉगेरी या सर्वांच्या सहकार्याने गर्नसी लाक्षणिकरीत्या माझा लेख लिहीत आहे. अगदी मिस अॅडलेड अॅडिसननेही तिचं योगदान दिलंय. तिला आव्हान देणं हे खरंच सौख्यकारक असेल.

मला लहान मुलांविषयी जितकं जाणून घ्यायला आवडलं असतं तितकं माहिती मात्र नाही. डॉमनिक नावाच्या तीन वर्षं वयाच्या गोंडस छकुल्याची मी गॉडमदर आहे. तो माझ्या मैत्रिणीचा, सोफीचा मुलगा आहे. ते स्कॉटलंडमध्ये ओबनजवळ राहतात आणि मी त्याला फार वेळा भेटू शकत नाही. जेव्हा मी भेटते तेव्हा त्याच्या वाढत्या वयाविषयी मला नेहमीच आश्चर्य वाटत राहतं. बाळ असताना तो उबदार मांसाचा गोळा होता. त्याला घेऊन फिरायची सवय होते न होते तोच इतक्या झटकन ते मागे पडलं आणि तो स्वतंत्रपणे इकडे-तिकडे दुडदुड धावू लागला. सहा महिने मी त्याला भेटले नाही आणि बघताबघता तो बोलायलाही शिकला. आता तो स्वत:शीच बोलतो. मला ते फारच आवडतं कारण मी पण स्वत:शीच बोलते.

किटला तुम्ही सांगू शकता की मुंगूस हा वीझलसारखा दिसणारा प्राणी आहे. त्याचे दात अतिशय तीक्ष्ण असतात आणि ते भयकंर रागीट असतं. कोब्राचा तो एकमेव नैसर्गिक शत्रू आहे आणि सापाच्या विषाचा त्याच्यावर काहीएक परिणाम होत नाही. साप नसले तर तो विंचवावर ताव मारतो. तुम्ही एखादं किटला पाळायला आणून देऊ शकता.

तुमची,
ज्युलिएट अॅशटन

ता. क. – हे पत्र पाठवावं की नाही याबद्दल मी पुन्हा एकदा विचार केला. ॲडलेड ॲडिसन जर तुमची मैत्रीण असेल तर? मग मी ठरवलं, नाही ती तुमची मैत्रीण असणं शक्यच नाही. तेव्हा चाललंच हे पत्र...

जॉन बुकरकडून ज्युलिएटला

२७ मार्च १९४६

प्रिय मिस ॲशटन,

ॲमेलियानं, मी तुम्हाला लिहावं असं सांगितलं आहे. कारण मी 'द गर्नसी लिटररी ॲंड पोटॅटो पील पाय सोसायटी'चा संस्थापक सदस्य आहे. जरी मी एकच पुस्तक पुन्हा पुन्हा वाचत असलो तरी! ते म्हणजे 'द लेटर्स ऑफ सेनेका : ट्रान्सलेटेड फ्रॉम लॅटिन इन वन व्हॉल्यूम, विथ ॲपेंडिक्स.' सेनेका आणि आमचं पुस्तकप्रेमी मंडळ यांच्यामुळे मी दारुड्याच्या भयंकर आयुष्यापासून लांब राहिलो.

१९४० पासून १९४४ पर्यंत मी जर्मन अधिकाऱ्यांसमोर बतावणी केली की मी लॉर्ड टोबियास पेन-पियर्स आहे. तो माझा पूर्वाश्रमीचा मालक होता. गर्नसीवर बॉम्बवर्षाव झाला तेव्हा तो घाबरून इंग्लंडला पळून गेला. मी त्याचा हुजऱ्या होतो आणि मी इथेच राहिलो. माझं खरं नाव जॉन बुकर आहे आणि मी लंडनमध्ये जन्मलो आणि लहानाचा मोठा झालो.

डुकराच्या पार्टीच्या रात्री संचारबंदी लागू झाल्यावर इतरांबरोबर मीसुद्धा पकडला गेलो. मला ते फारसं नीट आठवत नाही. मला वाटतं मी दारू पिऊन झिंगलो होतो. कारण मी नेहमीच तसा असायचो. मला इतकंच आठवतंय की सैनिक ओरडत होते, बंदुका नाचवत होते आणि डॉसीनं मला सरळ उभं धरलं होतं. नंतर एलिझाबेथचा आवाज आला. ती पुस्तकांविषयी बोलत होती. का ते मला कळलं नाही. त्यानंतर डॉसी मला वेगाने एका कुरणातून खेचत, फरफटत नेत होता आणि नंतर मी बिछान्यात पडलो. एवढंच मला आठवतं.

पण पुस्तकांचा माझ्या आयुष्यावर काय प्रभाव पडला ते तुम्हाला जाणून घ्यायचंय आणि मी म्हणालो तसं ते एकच पुस्तक होतं, सेनेका. तुम्हाला ठाऊक आहे तो कोण होता? तो रोमन तत्त्वज्ञानी होता. ज्यानं आपल्या काल्पनिक मित्रांना उर्वरित आयुष्य कसं जगावं हे सांगणारी पत्रं लिहिली. कदाचित हे कंटाळवाणं वाटेल, पण पत्रं तशी नाहीत; ती विनोदी आहेत. मला वाटतं तुम्ही हसत-खेळत शिकलात तर अधिक चांगलं शिकता.

मला वाटतं त्याचे शब्द... सर्व काळातल्या सर्व पुरुषांपर्यंत व्यवस्थित पोहोचतात. तुमच्यासमोर त्याचा एक जिवंत नमुनाच ठेवतो – जर्मन एअरफोर्स आणि त्यांच्या केशरचनेचंच उदाहरण घ्या ना! हवाई हल्ले करत ते गर्नसीवरून निघाले आणि

लंडनच्या वाटेवर असलेल्या मोठ्या बॉम्बर्सना जाऊन मिळाले. ते फक्त रात्री उड्डाणं करायचे, त्यामुळे दिवसाचा वेळ त्यांचा स्वत:चा असायचा. तो वेळ ते सेंट पीटर्स पोर्टमध्ये हवा तसा घालवायचे आणि कसा घालवायचे? ब्युटी पार्लरमध्ये नखांना पॉलिश करत, चेहऱ्यांना मसाज देत, भुवयांना आकार देत, केस कुरळे करत किंवा केशरचना करत. मी जेव्हा त्यांना केस उडू नयेत म्हणून लावलेल्या जाळीमध्ये पाहिलं तेव्हा ते पाच जण छाती पुढे काढून बेटावरच्या अन्य रहिवाशांना कोपराने बाजूला सारत फुटपाथवरून चालले होते... तेव्हा मला सेनेकाचे प्रिटोरियन गार्डविषयी काढलेले उद्‌गार आठवले. त्याने लिहिलं होतं, 'यांच्यापैकी कुणाला आपल्या केसांपेक्षा रोम उद्‌ध्वस्त झालेलं पाहायला आवडलं नसतं.'

मी माझा पूर्वीचा मालक असल्याचा कसा बहाणा केला ते सांगतो. लॉर्ड टोबियासना युद्ध संपेपर्यंत एका सुरक्षित ठिकाणी राहायचं होतं. म्हणून त्यांनी गर्नसीमध्ये ला फोर्ट मॅनॉर विकत घेतलं. पहिलं महायुद्ध सुरू असताना ते कॅरेबियन बेटांवर राहिले होते, पण तिथे घामोळ्यानं ते अगदी बेजार झाले होते.

१९४०च्या वसंत ऋतूत ते बऱ्याचशा चीजवस्तूंबरोबर ला फोर्टमध्ये राहायला आले. त्या मालकीच्या वस्तूंमध्ये लेडी टोबियास यादेखील होत्या. त्यांच्या लंडन येथील प्रमुख बटलर चॉसीनं स्वत:ला धान्याच्या कोठीमध्ये बंद करून घेतलं आणि इथे येण्यास नकार दिला. त्यामुळे चॉसीच्या जागी मी आलो. फर्निचर जागच्या जागी ठेवलं जातंय की नाही यावर लक्ष ठेवणं, पडदे टांगणं, चांदीच्या भांड्यांना चकाकी आणणं, तळघरातल्या वाईनचा साठा बघणं या सर्वांवर मी देखरेख करायचो. मी प्रत्येक बाटली तिच्या छोट्या मांडणीवर, बाळाला पाळण्यात ठेवावं तितक्या हळुवारपणे ठेवत असे.

शेवटचं चित्र भिंतीवर टांगत असतानाच आकाशात जर्मन विमानं घिरट्या घालू लागली आणि त्यांनी सेंट पीटर्स पोर्टवर बॉम्ब टाकले. या सगळ्या कोलाहलाने लॉर्ड टोबियासची भीतीनं गाळण उडाली. त्याने त्याच्या क्रीडानौकेच्या कॅप्टनला पुकारलं आणि हुकूम दिला, "गलबत सज्ज ठेव." आम्हाला त्याची चांदीची भांडी, त्याची चित्रं, त्याचे कलाकुसरीचे दागिने आणि जागा झाली तर लेडी टोबियासला जहाजावर चढवायचं होतं आणि तत्काळ इंग्लंडसाठी प्रस्थान करायचं होतं.

जहाजावर जाण्याच्या मार्गावर मी शेवटचा होतो. लॉर्ड टोबियास किंचाळत होते, "घाई कर, घाई कर. हूण येत आहेत."

त्या क्षणी मला माझं खरं भवितव्य कळलं. माझ्याकडे अजून लॉर्ड टोबियासच्या वाईन सेलरची (दारूचा साठा जिथे ठेवला होता त्या तळघराची) चावी होती. त्या वाईनच्या, शँपेनच्या, ब्रँडीच्या, कॉनॅकच्या सर्व बाटल्यांचा विचार मनात आला, ज्या जहाजावर जाऊ शकल्या नाहीत आणि त्या साऱ्यांमध्ये मी एकटा. घंटा नाहीत, घोड्याच्या दाणाचंदीचा खर्च नाही, लॉर्ड टोबियास नाहीत.. कसलंच झंझट नाही. खरंतर, नोकरीतच नाही यापुढे.... ताबेदारी नाही कुणाची.

मी त्याच्याकडे पाठ फिरवली आणि झपझप जहाजाच्या मार्गिकेपासून परत फिरलो. वर 'ला फोर्ट'कडे जाणाऱ्या रस्त्यावर धावत सुटलो. धावतानाच मी गलबत दूर जाताना पाहिलं. लॉर्ड टोबियास अजूनही किंचाळत होते. मग मी आतमध्ये गेलो, शेकोटीची तयारी केली आणि तळघराच्या पायऱ्या उतरलो. क्लॅरेटची (लाल रंगाची वाईन) एक बाटली घेतली आणि पहिलं बूच उघडलं. त्या वाईनला श्वास घेऊ दिला. मग मी लायब्ररीत परत आलो, घोट घेतले आणि 'द वाईन-लव्हर्स कंपॅनियन' हे पुस्तक वाचू लागलो.

मी द्राक्षांबद्दल वाचायचो, बागेची काळजी घ्यायचो, रेशमी पायजम्यात झोपायचो, वाईन प्यायचो, असं सप्टेंबरपर्यंत चाललं होतं. ॲमेलिया आणि एलिझाबेथ मला भेटायला येईपर्यंत. एलिझाबेथशी माझी बऱ्यापैकी ओळख होती. तिनं आणि मी बाजारातल्या गाळ्यांवर बरेचदा गप्पा मारल्या होत्या. पण मॉगेरी माझ्यासाठी अनोळखी होती. मी विचार केला त्या माझं राजघराण्यातील मोठ्या अधिकाऱ्यात रूपांतर करू पाहतायत की काय?

तसं काही नव्हतं. त्या तिथे मला सावध करायला आल्या होत्या. गर्नसीच्या कमांडंटनं सगळ्या ज्यू लोकांना ग्रेंज लॉज हॉटेलवर येऊन दाखल व्हायचा आणि नोंदणी करायचा आदेश फर्मावला होता. कमांडंटच्या सांगण्यानुसार ते आमच्या ओळखपत्रांवर फक्त 'ज्यूदेन' असा शिक्का मारणार होते आणि मग आम्ही घरी जायला मोकळे होतो. एलिझाबेथला माहिती होतं माझी आई ज्यूईश होती; मीच एकदा तसा उल्लेख केला होता. त्या मला हे सांगायला आल्या होत्या की काहीही झालं तरी मी ग्रेंज लॉज हॉटेलला जाता कामा नये.

पण ते तितकंच नव्हतं. एलिझाबेथनं माझी बिकट अवस्था पूर्णपणे (माझ्यापेक्षाही अधिक) जाणली होती आणि तिनं एक योजना आखली. बेटावरील सगळ्या रहिवाशांजवळ ओळखपत्र असणं गरजेचंच होतं. असं असताना मी स्वतःला लॉर्ड टोबियास असल्याचं का घोषित करू नये? मी दावा करू शकत होतो की प्रवासी म्हणून माझी सर्व कागदपत्रं मागे माझ्या लंडन बँकेत ठेवलेली होती. ॲमेलियाला खात्री होती की मिस्टर डिल्वीन माझ्या या बतावणीला आनंदानं पाठिंबा देतील आणि तसंच झालं. ते आणि ॲमेलिया दोघं माझ्याबरोबर कमांडंटच्या ऑफिसमध्ये आले आणि आम्ही सर्वांनी शपथपूर्वक सांगितलं की मीच लॉर्ड टोबियास आहे.

हे प्रकरण शेवटास नेलं ते एलिझाबेथनं. जर्मन्स गर्नसीवरील सगळ्या भव्य घरांचा त्यांच्या अधिकाऱ्यांच्या निवासासाठी ताबा घेत होते आणि ला फोर्टसारख्या आलिशान घराकडे ते दुर्लक्ष करणं शक्यच नव्हतं. ते इतकं सुंदर होतं की ते ताब्यात घ्यायचं राहून जाणं अशक्यच होतं. आणि ते जेव्हा येतील तेव्हा माझी त्यांच्यासमोर लॉर्ड टोबियास म्हणून जायची तयारी पाहिजे. मी ऐशआराम करायला आलेला लॉर्ड दिसायलाच हवं आणि सहजगत्या वागायला हवं. मी भेदरून गेलो.

"काय हा मूर्खपणा," एलिझाबेथ उद्गारली. "बुकर, तुझ्याकडे रूप आहे. तू

उंच, देखणा, सावळा आहेस आणि सगळ्या हुजऱ्यांना इतरांकडे तुच्छतेनं कसं पाहायचं ते ठाऊक असतं.''

तिनं सोळाव्या शतकातील लॉर्ड टोबियास पेन-पियर्स म्हणून माझं चित्र रंगवायचा निर्णय घेतला. म्हणून मी मखमली पायघोळ अंगरखा आणि गळ्याभोवती स्टार्च केलेल्या मस्लिनच्या चुण्यांची झालर लावून ऐटीत बसलो. पार्श्वभागी गडद रंगाचे पडदे सोडलेले आणि अंधूक सावल्या. मी माझ्या खंजिरावर बोटं टेकवून बसलो होतो. घरंदाज, दु:खमग्न आणि विश्वासघातकी दिसत होतो मी.

तो कुंचल्याचा फटकारा प्रतिभावंत होता. कारण दोन आठवड्यांच्या आतच जर्मन अधिकाऱ्यांचा एक गट (एकूण सहा जण) माझ्या वाचनालयात दार न ठोठावता घुसला. चॅटो मार्गॉक्स ९३चा घोट घेता घेता आणि फायरप्लेसच्या वरच्या लाकडी चौकटीवर लटकलेल्या माझ्या 'पूर्वजांच्या' तसबिरीशी गूढ साम्य दाखवत मी त्यांचं स्वागत केलं.

त्यांनी मला लवून कुर्निसात केला आणि अगदी सुसंस्कृतपणे वागले. अर्थात, त्यांनी घराचा ताबा घ्यायचा तो घेतलाच आणि माझी रवानगी दुसऱ्याच दिवशी रखवालदाराच्या झोपडीत झाली. एबेन व डॉसी त्या रात्री संचारबंदी लागू झाल्यानंतर हळूच सटकले आणि बरीचशी वाईन माझ्या झोपडीत हलवण्यामध्ये त्यांनी मला मदत केली. लाकूडफाट्याच्या ढिगामागे, विहिरीच्या तळाला, धुरांड्याच्या नळकांडीत, वाळलेल्या गवताच्या गंजीखाली आणि छपराच्या वाशांवरसुद्धा आम्ही त्या बाटल्या लपवून ठेवल्या. पण या बाटल्यांची बेरीज केली तरी माझा साठा १९४१च्या आरंभीच संपुष्टात आला. वाईट दिवस होता तो, पण माझे मित्र माझं मन रमवायला होते... आणि नंतर, त्यानंतर मला 'सेनेका' मिळालं.

आमच्या वाचनसभा मला आवडू लागल्या. त्यांच्यामुळे जर्मन आधिपत्य सुसह्य झालं. त्यांची काही पुस्तकं छान वाटायची पण मी 'सेनेका'शी एकनिष्ठ राहिलो. मला वाटू लागलं तो माझ्याशी बोलतोय– त्याच्या मजेदार चावऱ्या शैलीत... पण केवळ माझ्या एकट्याशीच. नंतर जे काही घडणार होतं त्या प्रसंगात मला त्याच्या पत्रांनी जिवंत राहायला मदत केली.

मी अजूनही आमच्या मंडळाच्या सर्व सभांना जातो. सेनेकाचा सर्वांना वीट आलाय आणि मी दुसरं काही वाचावं म्हणून सगळे मला विनवताहेत. पण मी ते करणार नाही. आमची कंपनी थिएटरमध्ये नाटकाचे प्रयोग लावते. त्या नाटकांमध्ये मी अभिनयदेखील करतो. लॉर्ड टोबियासची भूमिका वठवताना मला अभिनयाची गोडी लागली. त्याशिवाय मी उंच आहे, माझा आवाज मोठा आहे, अगदी शेवटच्या रांगेतल्या माणसाला ऐकू जाऊ शकतो.

युद्ध संपलं आणि मी पुन्हा जॉन बुकर झालोय, याचा मला आनंद झालाय.

तुमचा प्रामाणिक,
जॉन बुकर

ज्युलिएटकडून सिडने आणि पियर्सला

३१ मार्च १९४६

श्री. सिडने स्टार्क
मॉन्रीगल हॉटेल,
ब्रॉडमेडोज अॅव्हेन्यू, ७९
मेलबोर्न, व्हिक्टोरिया,
ऑस्ट्रेलिया.

प्रिय सिडने आणि पियर्स,

जीवनावश्यक रक्त नाही, फक्त गर्नसीवरील माझ्या नव्या मित्रांची पत्रं तुम्हाला पाठवत आहे.... त्यांच्या मूळ पत्रांची नक्कल करून. त्यामुळे बोटांचे सांधे दुखताहेत. मला त्यांची पत्रं आवडतात आणि ती मूळ पत्रं पृथ्वीतलावर कुठेही, जिथे ती नि:संशय रानटी कुत्र्यांकडून खाल्ली जातील अशा ठिकाणी, पाठवण्याचा विचार देखील मी करू शकत नाही.

जर्मनांनी चॅनेल आयलंड्सचा ताबा मिळवला हे मला माहिती होतं, पण युद्ध चालू असताना मी क्वचितच या गोष्टीकडे लक्ष दिलं. मी तेव्हापासूनचे 'टाइम्स'मधले लेख आणि लंडन लायब्ररीमधून जर्मन वर्चस्वावर जे काही वेचक मिळालं त्या सगळ्यांची उजळणी करतीये. मला गर्नसीवर एक चांगलं प्रवासवर्णनपर पुस्तकदेखील शोधायचंय. त्यात वेळापत्रकं किंवा हॉटेलची सूची नसून त्या बेटाचा अनुभव देणारी वर्णनं असावीत.

त्यांना वाचनाची असलेली ओढ आणि त्यात मला असलेला रस यापेक्षाही भिन्न गोष्ट– मी दोघा पुरुषांच्या प्रेमात पडले आहे! एबेन रॅमसे आणि डॉसी अॅडॅम्स या दोघांच्या. मला क्लोव्हिस फॉसी व जॉन बुकर आवडतात. अॅमेलियानं मला दत्तक घ्यावं आणि माझं म्हणशील तर; मला इझोलाला दत्तक घ्यायला आवडेल. अॅडलेडविषयी माझ्या भावनांचा निर्णय तुम्ही तिची पत्रं वाचून घ्यावा. सत्य हे आहे की मी या क्षणी गर्नसीमध्ये अधिक आणि लंडनमध्ये कमी राहतीये. (मी देहानं इकडे तर मनानं गर्नसीमध्ये आहे.) मी काम करण्याचा आव आणत असते तेव्हा एक कान टवकारलेला असतो, पत्रपेटीत पत्र टाकल्याचा आवाज येतोय का ते ऐकायला; आणि जेव्हा मी तो आवाज ऐकते तेव्हा धडपडत जिन्यावरून खाली जाते, श्वास रोखून कहाणीचा पुढचा भाग ऐकायला. 'डेव्हिड कॉपरफिल्ड'चा नवा भाग छापखान्यातून बाहेर आला रे आला की तो हस्तगत करायला प्रकाशकाच्या दाराशी गोळा होणाऱ्या लोकांनाही असंच वाटत असणार.

मला ठाऊक आहे, तुम्हालाही ती पत्रं आवडणार आहेत. पण तुम्हाला अजून वाचण्यात रस आहे? माझ्या दृष्टीनं ही माणसं आणि त्यांचे युद्धातील अनुभव भारून टाकणारे आणि हृदयस्पर्शी आहेत. याच्याशी तुम्ही सहमत आहात का? तुम्हाला असं वाटतं का, की याचं एक पुस्तक होऊ शकेल? शिष्टाचार नकोत. मला तुमची दोघांची प्रांजळ मतं हवी आहेत आणि चिंता करायची गरज नाही. तुम्हाला मी गर्नसीवर पुस्तक लिहायला नको असलं तरी या पत्रांच्या प्रती मी तुम्हाला पाठवत राहीन. मी (बहुतेक) क्षुल्लक हेव्यादाव्याच्या पलीकडे गेले आहे.

तुमच्या मनोरंजनासाठी माझी बोटं मी मोडून घेतली आहेत, म्हणून तुम्ही पियर्सचं सर्वांत अलीकडचं पत्र त्या बदल्यात मला पाठवावं. सिडने, तू पुन्हा लिहू लागला आहेस याचा मला फार आनंद झाला आहे.

तुम्हा दोघांना प्रेमपूर्वक,
ज्युलिएट

डॉसीकडून ज्युलिएटला

२ एप्रिल १९४६

प्रिय मिस ॲशटन,

मौजमजा करणं हे ॲडलेड ॲडिसनच्या बायबलमधील सर्वांत मोठं पाप आहे. (त्याच्या पाठोपाठ येतो नम्रतेचा अभाव) आणि तिनं जेरी बॅग्जविषयी लिहिलं याचं मला आश्चर्य नाही वाटलं. ॲडलेड त्या क्रोधावरच जगते.

गर्नसीवर फार कमी उपवर पुरुष उरले होते आणि भुरळ घालेल असा एकही नाही. आमच्यापैकी बरेच जण थकलेले, अस्वच्छ, चिंताग्रस्त, जुने फाटके कपडे घालणारे, पायात बूट नसलेले आणि घाणेरडे होते. आम्ही पराभूत होतो आणि तसे दिसायचो. मौजमजा करण्यासाठी आमच्याकडे उत्साह, वेळ किंवा पैसा शिल्लकच राहिला नव्हता. मोहिनी घालण्यासारखं गर्नसीवरील पुरुषांकडे काहीच नव्हतं आणि ते जर्मन सैनिकांकडे होतं. माझा एक मित्र म्हणतो तसे ते उंचनीच, पिंगट वर्णाचे, देखणे, उन्हाने रापलेले असे.... जणू देवाप्रमाणेच भासायचे. ते शानदार पार्ट्या द्यायचे. त्यांच्या सहवासात आनंद मिळायचा, धमाल यायची. त्यांच्याजवळ गाड्या होत्या, पैसा होता आणि रात्र-रात्रभर ते नाचू शकायचे.

पण त्यांच्याबरोबर डेटिंग करणाऱ्या काही मुली त्यांना मिळालेल्या सिगारेटी आपल्या वडिलांना द्यायच्या आणि पाव त्यांच्या कुटुंबीयांना. पार्टी उरकून घरी येताना त्या रोल्स, पेट (माशाच्या भुकटीपासून बनवलेली दाट पेस्ट), फळं, मटण पॅटिस,

जेलीज त्यांच्या पर्समध्ये कोंबून घेऊन यायच्या आणि त्यांच्या कुटुंबांना दुसऱ्या दिवशी पूर्ण जेवण मिळायचं.

मला नाही वाटत, काही बेटवासीयांनी कधी शत्रूशी मैत्री करण्याचं श्रेय त्या पाच वर्षांच्या कंटाळ्याला दिलं. विशेषत: तुम्ही जेव्हा तरुण असता तेव्हा वैताग हे एक सबळ कारण असू शकतं आणि मौजमजेची अपेक्षा हा प्रबळ मोह असू शकतो.

माझे कित्येक मित्र असे होते ज्यांचे जर्मनांशी अजिबात व्यवहार नसायचे. तुम्ही नुसतं साधं 'गुड मॉर्निंग' म्हणालात तरी शत्रूला तुम्ही वाईट कामात मदत करताय अशी त्यांची विचारसरणी होती. पण परिस्थिती अशी होती, की मी त्या विचारसरणीला अनुसरून नाही वागू शकलो. निदान जर्मन लष्करात डॉक्टर असलेल्या आणि माझा चांगला मित्र असलेल्या ख्रिश्चन हेलमनशी तरी नाही.

१९४१ च्या शेवटी शेवटी बेटावर मीठ शिल्लक राहिलं नव्हतं आणि फ्रान्सकडूनही आमच्याकडे काही येत नव्हतं. गाजर, बटाटे यांसारख्या भाज्या आणि सूप्स मिठाशिवाय बेचव लागतात म्हणून जर्मनांनी मिठाचा पुरवठा होण्यासाठी समुद्राचं खारं पाणी वापरायची शक्कल लढवली. ते उपसागरातून पाणी वाहून आणायचे आणि सेंट पीटर्स पोर्टच्या मधोमध उभारलेल्या एका टाकीमध्ये ओतायचे. प्रत्येकानं शहरात चालत जायचं, आपापल्या बादल्या भरायच्या आणि त्या घरी न्यायच्या. नंतर ते पाणी उकळायचं आणि भांड्याच्या तळाशी उरलेला गाळ मीठ म्हणून वापरायचा. ती योजना अयशस्वी झाली. ते पाण्याचं भांडं कोरडं होईपर्यंत तापवायला विस्तव खूप धगधगीत पेटवायला लागायचा आणि जळणासाठी वाया घालवायला पुरेसं लाकूडच नव्हतं. म्हणून आम्ही ठरवलं की सगळ्या भाज्या खाऱ्या पाण्यातच शिजवायच्या.

त्यामुळं चवीचं काम तर छान झालं, पण बेटावर कितीतरी वृद्ध माणसं होती, ज्यांना नगराकडे चालत जाणं शक्य नव्हतं किंवा जड बादल्यांची ने-आण करणंही त्यांना कठीण व्हायचं. अशा कामासाठी कुणाच्या अंगात फारशी ताकदच राहिली नव्हती. पायात दोष असल्यामुळे मी थोडा लंगडत चालतो आणि त्यामुळे जरी मी लष्करी सेवेपासून दूर राहिलो असलो, तरी मला त्रासदायक होण्याइतपत ते व्यंग वाईट कधीच नव्हतं. मी धट्टाकट्टा होतो आणि म्हणून मी ते खारं पाणी आजूबाजूच्या काही घरांमध्ये नेऊन द्यायला सुरुवात केली.

मादाम लेपेलच्या जुन्या बाबागाडीच्या बदल्यात मी माझं एक जास्तीचं फावडं आणि थोडी सुतळ दिली. आणि श्री. सोम्स यांनी मला दोन छोटी ओकच्या लाकडाची दारूची पिंपं दिली. त्या प्रत्येकाला लाकडी बूच बसवलेलं होतं. मी पिंपांवर हलवता येण्यासारखी झाकणं बनविण्यासाठी त्यांचा वरचा भाग करवतीने कापला आणि त्यांना माझ्या बाबागाडीत बसवलं. तर अशा रितीने माझी वाहनाची सोय झाली. बऱ्याच समुद्र किनाऱ्यांवर सुरुंग पेरलेले नव्हते आणि दगडांवरून खाली जाणं, समुद्राच्या पाण्याने पिंप भरणं आणि ते पुन्हा वर वाहून नेणं सोपी गोष्ट होती.

नोव्हेंबरमधला वारा थंडगार, भयाण असतो. आणि एके दिवशी माझे हात जवळ जवळ बधिर झाले. पाण्याचं पहिलं पिंप घेऊन समुद्रापासून चढून आलो होतो. मी माझ्या बाबागाडीजवळ उभा होतो, बोटं चोळायचा प्रयत्न करत होतो, तितक्यात ख्रिश्चन शेजारून गाडी चालवत गेला. त्यानं त्याची गाडी थांबवली, मागे आला आणि मला काही मदत हवीय का म्हणून विचारलं. मी नको म्हणालो तरीसुद्धा तो त्याच्या गाडीतून उतरला आणि पिंप माझ्या बाबागाडीत उचलून ठेवायला त्यानं मदत केली. नंतर एक शब्दही न बोलता तो माझ्याबरोबर, दुसरं पिंप ठेवू लागायला कड्याखाली आला.

माझ्या लक्षात आलं नव्हतं, त्याचा एक खांदा आणि हात ताठरलेला होता... त्याची हालचाल सहजासहजी होत नव्हती. पण त्याचा खांदा आणि हात, माझं लंगडणं आणि सुटी खडी टाकलेला उतरणीचा रस्ता, यांमुळे आम्ही पुन्हा वर चढून येत असताना घसरलो आणि टेकडीच्या बाजूला पडलो... या गोंधळात आमची पिंपावरची पकड सैल झाली, ते खाली गडगडलं, दगडांवर आपटून त्याचे छोटे छोटे तुकडे झाले आणि पाण्यानं आम्ही चिंब भिजलो. देव जाणे त्यात आम्हाला दोघांना काय गमतीशीर वाटलं, पण आम्हाला गंमत वाटली खरी. कड्याला रेलून आम्ही हसत सुटलो. आमचं हसू थांबतच नव्हतं. त्या वेळी 'एलिया'चे निबंध माझ्या खिशातून बाहेर पडले आणि ख्रिश्चननं ते उचललं. ते ओलं आणि पाण्यानं निथळत होतं. "अरे वा, चार्ल्स लॅम्ब!" तो म्हणाला आणि ते पुस्तक त्यानं माझ्या हातात दिलं. थोडासा ओलसरपणा मनावर घेणारा तो नव्हता. माझ्या चेहऱ्यावर आश्चर्य दिसलं असेल, कारण त्याने पुस्ती जोडली. "मी घरी खूपदा त्याचं वाचन करायचो. तुमच्या फिरत्या वाचनालयाचा मला हेवा वाटतो."

आम्ही पुन्हा चढण चढून त्याच्या कारकडे गेलो. मला दुसरं पिंप मिळू शकेल का हे त्याला जाणून घ्यायचं होतं. मी 'हो' म्हटलं आणि माझा पाणी घालण्याचा मार्गही त्याला समजावून सांगितला. त्याने मान हलवली आणि मी माझी बाबागाडी घेऊन निघालो... पण पुन्हा मी मागे वळलो आणि म्हटलं, "तुम्हाला आवडलं तर तुम्ही हे पुस्तक नेऊ शकता." तुम्हाला तर वाटलं असतं की मी त्याला जणू आभाळीचा चंद्र देतोय. आम्ही एकमेकांची नावं विचारली आणि हस्तांदोलन केलं.

त्यानंतर तो मला खूपदा पाणी वाहून न्यायला मदत करायचा. एखादी सिगारेट देऊ करायचा आणि आम्ही रस्त्यात उभे राहून गर्नसीचं सौंदर्य, त्याचा इतिहास, पुस्तकांविषयी, शेतीविषयी बोलायचो. पण कधीही वर्तमान काळाविषयी बोललो नाही, युद्धापासून खूप दूर असलेल्या गोष्टींविषयीच नेहमी बोलायचो. एकदा असेच आम्ही उभे असताना एलिझाबेथ तिच्या खडखड आवाज करणाऱ्या जुन्या सायकलवरून येत होती. तो संपूर्ण दिवस आणि कदाचित रात्रभर ती तिच्या परिचारिकेच्या कामावर होती आणि आम्हा इतरांप्रमाणेच तिचे कपडेही ठिगळं लावलेलेच होते. कापडापेक्षा

ठिगळंच जास्त. पण ख्रिश्चननं तिला येताना बघून आपलं वाक्य अर्धवट सोडलं. एलिझाबेथ आमच्याजवळ आली आणि थांबली. दोघांपैकी एकही जण चकार शब्द बोलला नाही, पण मी त्यांचे चेहरे पाहिले आणि शक्य तितक्या लवकर तिथून निघालो. तोपर्यंत मला माहीत नव्हतं की ते दोघं एकमेकांना ओळखत होते.

ख्रिश्चन युद्धभूमीवर सर्जन होता. त्याच्या खांद्याला झालेल्या जखमेमुळे त्याची पूर्व युरोपवरून गर्नसीला बदली झाली होती. १९४२ च्या आरंभी केनच्या हॉस्पिटलमध्ये त्याच्या बदलीचा हुकूम आला. मित्रराष्ट्रांच्या बॉम्ब हल्ल्यात त्याचं जहाज बुडालं आणि तो बुडून मेला. जर्मन दलाच्या हॉस्पिटलचे प्रमुख डॉ. लॉरेन्सना आमच्या मैत्रीची कल्पना होती आणि ते त्याच्या मरणाची बातमी मला द्यायला आले. मी ती बातमी एलिझाबेथला सांगावी असा त्यांचा मानस होता, म्हणून मी तिला सांगितली.

ज्या तऱ्हेनं ख्रिश्चनची आणि माझी भेट झाली, ती तऱ्हा कदाचित अचाट असेल, पण आमची मैत्री काही अपूर्व नव्हती. माझी खात्री आहे बेटावरील बऱ्याच रहिवाशांची काही सैनिकांबरोबर दोस्ती झालेली असणार. परंतु कधी कधी मी चार्ल्स लँबचा विचार करतो आणि मला या गोष्टीचं खूप आश्चर्य वाटत राहतं की, १७७५ मध्ये जन्मलेल्या एका माणसानं मला तुम्ही आणि ख्रिश्चनसारखे दोन मित्र मिळवून दिले.

तुमचा,
डॉसी ॲडॅम्स

ज्युलिएटकडून ॲमेलियाला

४ एप्रिल १९४६

प्रिय मिसेस मॉगेरी,

कित्येक महिन्यांनंतर प्रथमच सूर्यदर्शन झालंय आणि मी माझ्या खुर्चीवर उभी राहून करकोच्यासारखी मान पुढे काढली तर नदीच्या पाण्यावर ते चमकताना मी पाहू शकते. रस्त्यापलीकडच्या दगड-मातीच्या ढिगाऱ्यांवर जाणारी नजर चुकवून लंडन पुन्हा सुंदर झालंय अशी मनाची समजूत घालतीये.

डॉसीकडून एक दुःखदायक पत्र मिळालं आहे. ख्रिश्चन, त्याचा दयाळूपणा आणि त्याचा मृत्यू यांविषयी सांगणारं. युद्ध चालूच राहतं, नाही का? इतकं चांगलं आयुष्य हरपलं. एलिझाबेथवर केवढा दुःखाचा आघात झाला असेल!

जेव्हा तिला बाळ झालं तेव्हा तिच्या मदतीला जवळ तुम्ही, श्री. रॅमसे, इझोला आणि डॉसी होता याबद्दल मी ईश्वराचे आभारच मानते.

इथे वसंत ऋतूचं आगमन झालंय म्हणायला हरकत नाही. माझ्या वाटच्या

सूर्यप्रकाशात न्हाऊन मला छान, उबदार वाटतंय अणि रस्त्यावर पलीकडे; मी आता माझी नजर चुकवत नाहीये, ठिगळांचा जर्सी घालून एक माणूस त्याच्या घराचा दरवाजा आकाशी निळ्या रंगात रंगवतोय. एकमेकांना काठीने फटके लगावणारी दोन लहान मुलं त्याच्याजवळ त्यांना मदत करू द्यावी अशी विनवणी करताहेत. प्रत्येकाला तो छोटासा ब्रश देतोय – तेव्हा, कदाचित युद्ध संपलंय.

तुमची,
ज्युलिएट ॲशटन

मार्ककडून ज्युलिएटला

५ एप्रिल १९४६

प्रिय ज्युलिएट,

तू माझ्यापासून लांब पळत आहेस आणि मला ते आवडत नाही. मला हे नाटक दुसऱ्या कुणाबरोबर पाहायचं नाही. मला तुझ्याबरोबर जायचं आहे. वास्तविक मला नाटकाची मुळीच तमा नाही. मी केवळ तुला त्या अपार्टमेंटच्या बाहेर काढायचा प्रयत्न करतो आहे. डिनरला? चहा घ्यायला? कॉकटेल्स? बोटिंग करायला? नाचायला? निवड तुझी आणि मी तुझी आज्ञा पाळीन.

मी क्वचितच इतकं पडतं घेतो. माझा स्वभाव सुधारायची ही संधी वाया घालवू नकोस.

तुझा ,
मार्क

ज्युलिएटकडून मार्कला

प्रिय मार्क,

तुला माझ्याबरोबर ब्रिटिश म्युझियमला यायचंय का? मला वाचनकक्षात दोन वाजताची वेळ दिलेली आहे. नंतर आपण तिथल्या ममी बघू शकतो.

ज्युलिएट

मार्ककडून ज्युलिएटला

खड्ड्यात जावो तो वाचनकक्ष आणि त्या ममी.
माझ्याबरोबर लंच घ्यायला ये.

मार्क

ज्युलिएटकडून मार्कला

तू याला नमतं घेणं म्हणतोस?

ज्युलिएट

मार्ककडून ज्युलिएटला

खड्ड्यात जावो ते नमतं घेणं!

एम.

विल थिस्बीकडून ज्युलिएटला

७ एप्रिल १९४६

प्रिय मिस ॲशटन,

मी 'द गर्नसी लिटररी ॲंड पोटॅटो पील पाय सोसायटी'चा सभासद आहे. मी प्राचीन वस्तूंचा संग्रह करणारा, लोखंडी मालाचा व्यापारी आहे. काही लोकांना मला दारोदार फिरणारा बोहारी म्हणायलाही आवडतं. मी श्रम वाचविणाऱ्या उपकरणांचाही शोध लावतो. माझी सर्वांत अलीकडची करामत म्हणजे एक इलेक्ट्रिकची कपडे वाळत घालायची वायर, जी कपड्यांना हलकेच वाऱ्यावर सुकवते. कपडे धुणाऱ्या बाईची मनगटं त्यामुळे दुखत नाहीत.

मला वाचनात दिलासा मिळाला का? हो, पण पहिल्यांदाच नाही. मी नुसताच जायचो आणि शांतपणे एका कोपऱ्यात बसून 'पाय'ची डिश खायचो. मग इझोलानं माझा ताबा घेतला आणि म्हणाली, की मी एखादं पुस्तक वाचायलाच हवं आणि इतरांप्रमाणे त्यावर बोलायला हवं. तिनं मला थॉमस कार्लाईलचं 'पास्ट ॲंड प्रेझेंट' नावाचं पुस्तक वाचायला दिलं. तो जाम कंटाळवाणा इसम होता. माझं डोकंच ठणकायला लागलं. त्याने धर्मावर जे लिहिलंय, ते वाचलं मात्र...

पारखून घ्यायची इच्छा नसली तरी मी काही धार्मिक प्रवृत्तीचा माणूस नव्हतो. फुलांना बहर येतो तेव्हा मधमाशी या फुलावरून त्या फुलावर उडत राहते, तसा मी चर्चमधून चॅपेलकडे आणि पुन्हा चर्चकडे जात होतो. पण श्रद्धा म्हणजे काय हे मला फारसं समजलं नाही; श्रीयुत कार्लाईलनी माझ्यासमोर धर्माची वेगळ्या पद्धतीने मांडणी करेपर्यंत. तो ॲबी ॲट बरी सेंट एडमंड्सच्या अवशेषांमधून चालत होता तेव्हा त्याला एक विचार सुचला आणि त्याने तो कागदावर उतरवला.

'या विचाराने तुम्ही क्षणभर तरी थबकता का, की माणसात आत्मा वसत होता? ही केवळ ऐकीव गोष्ट नाही किंवा अलंकारिक बोलणं नाही. पण असं एक सत्य जे त्यांना विदित होतं आणि त्यावर त्यांनी कृतीही केली होती. खरोखर ते एक वेगळंच जग होतं तेव्हा – पण तरीसुद्धा हे किती दयनीय आहे की आपले आत्मे कुठेतरी हरवलेत – त्यांच्या शोधार्थ पुन्हा आपल्याला फिरावं लागेल, अन्यथा याहून वाईट आपदा सगळीकडून आपल्यावर कोसळतील.'

तुमच्या आत्म्याचा शोध घेण्याऐवजी तो ऐकीव गोष्टींतून जाणून घेणं, हे थोडं विचित्र आहे, नाही का? माझ्यामध्ये आत्म्याचा वास आहे हे एखाद्या धर्मोपदेशकानं मला का सांगावं? माझा जर माझ्यात आत्मा राहतो यावर पूर्णपणे विश्वास असेल, तर मी स्वत:च त्याचा ठावठिकाणा शोधू शकतो.

आमच्या मंडळात मी माझं कार्लाईलवरचं भाषण केलं आणि चांगलीच खळबळ उडाली. चांगलाच वाद रंगला... हो? नाही? कदाचित? डॉ. स्टबिन्स सर्वांत जोरात किंचाळले आणि लवकरच प्रत्येक जण चर्चा करायचं थांबवून त्यांचं म्हणणं ऐकू लागला.

थॉम्प्सन स्टबिन्स हा असा माणूस आहे, जो दीर्घ आणि गहन विचार करतो. तो लंडनमध्ये मनोविकारतज्ज्ञ होता... फ्रेंड्स ऑफ सिग्मंड फ्रॉईड सोसायटीच्या १९३४ च्या वार्षिक मेजवानीच्या कार्यक्रमात तो क्रोधाने संतप्त होऊन धावेपर्यंत. त्याने मला ती सगळी गोष्ट एकदा सांगितली. सिग्मंड फ्रॉईड सोसायटीतले त्याचे सहकारी थोर वक्ते होते आणि त्यांची भाषणं तासन्तास चालली. तोपर्यंत प्लेट्स रिकाम्या होत्या. शेवटी त्यांना डिनर वाढलं गेलं आणि मनोविकारतज्ज्ञ बकाबक घास गिळू लागले तशी हॉलमध्ये शांतता पसरली. थॉम्प्सनला वाटलं की यासारखी संधी मिळणार नाही. त्याने त्याचा चमचा ग्लासवर आपटला आणि मजल्यावरून खाली ऐकू जाईल इतक्या मोठ्याने ओरडला.

"तुमच्यापैकी कोणी कधी याचा विचार केलाय का, की ज्या सुमारास आत्म्याची संकल्पना संपुष्टात आली, त्याच वेळी तिची जागा घेण्यासाठी 'मी' घेऊन फ्रॉईड एकाएकी अवतीर्ण झाला? कशी अचूक वेळ साधली त्याने! विचार करायला

पळभरही थांबला नाही तो? बेजबाबदार, थेरडा, पाणकोंबडा! माझा असा विश्वास आहे की माणसानं 'अहं'विषयी ही शुष्क वटवट थुंकून टाकली पाहिजे, कारण त्यांना भीती वाटते त्यांना आत्माच नाहीये म्हणून. विचार करा यावर.''

यानंतर त्यांची दारं थॉम्प्सनसाठी कायमची बंद झाली आणि त्याने भाज्या पिकवायला गर्नसीला स्थलांतर केलं. काही वेळा माझ्या छकड्यातनं तो माझ्याबरोबर येतो. आम्ही मनुष्य आणि ईश्वर यामध्ये जे काही येतं, त्यावर गप्पा मारतो. मी 'द गर्नसी लिटररी अँड पोटॅटो पील पाय सोसायटी'चा सभासद नसतो, तर मला हे सगळं कसं मिळालं असतं?

मला सांगा मिस ॲशटन, याविषयी तुमची काय मतं आहेत? इझोलाला वाटतं की तुम्ही गर्नसीला भेट द्यावी. आणि समजा, तुम्ही आलात तर आमच्याबरोबर माझ्या छकड्यात बसू शकाल. मी तक्क्या घेऊन येईन.

तुमचं आरोग्य आणि आनंद अबाधित राहावा यासाठी शुभेच्छा.

विल थिस्बी

मिसेस क्लॅरा सॉसीकडून ज्युलिएटला

८ एप्रिल १९४६

प्रिय मिस ॲशटन,

मी तुमच्याविषयी ऐकलं आहे. मीसुद्धा एके काळी त्या साहित्यप्रेमी मंडळात होते, पण मी तुम्हाला पैज लावून सांगते, की त्यांच्यापैकी कुणीही तुम्हाला माझ्याविषयी सांगितलं नसेल. मी कोणत्याही मृत लेखकाचं एकही पुस्तक वाचलं नाही. मी स्वत: कामाविषयी लिहिलेलं वाचलं – माझं पाककृतीचं पुस्तक. आणि मी हे बोलायची हिंमत करते की माझ्या पुस्तकाने चार्ल्स डिकन्सच्या कोणत्याही लिखाणापेक्षा अधिक रडवलं आणि अधिक दु:ख दिलं.

लुचणारं डुकराचं पिल्लू भाजण्याच्या योग्य पद्धतीविषयी वाचायला मी पसंती दिली. मी म्हटलं, त्याच्या लहानशा देहाला बटर चोपडा, रस ओघळू द्या आणि विस्तवावर ते रटरट शिजवा. ज्या शैलीत मी ते वाचलं, त्यातून तुम्हाला डुक्कर भाजलं जातानाचा खमंग वास येईल. त्याचं मांस शिजतानाचा आवाज ऐकू येईल. मी माझ्या पाच थरांच्या केकविषयी बोलले – एक डझन अंडी वापरून केलेला, मी दळलेल्या साखरेचे गोड पदार्थ, चॉकोलेट-रम बॉल्स, भांडंभर क्रीम घालून केलेले स्पाँज केक – आम्ही त्या वेळी चांगल्या पांढऱ्या शुभ्र मैद्यापासून बनवलेले वापरत होतो. भरडधान्य आणि पिंजऱ्यातल्या पक्ष्यांना घालायच्या बियांपासून बनलेल्या केकबद्दल नाही.

तर मिस, माझ्या श्रोत्यांना हे सहन नाही झालं. माझ्या स्वादिष्ट पाककृती ऐकताना त्यांचा कडेलोट झाला. इझोला, जिला अजिबात शिष्टाचार नाहीत ती, मी तिच्या दु:खावर डागण्या देतीये म्हणून किंचाळली आणि ती माझ्या कढईवर जादूटोणा करणार होती. विल थिस्बी म्हणाला, माझ्या चेरी ज्यूबिलीसारखी मी जळून जाईन. नंतर थॉम्प्सन स्टबिननं मला शिवीगाळ केली तेव्हा डॉसी आणि एबेन दोघांनी मला तिथून सुखरूप बाहेर काढलं.

एबेन मला दुसऱ्या दिवशी भेटायला आला. त्याने मंडळाच्या शिष्टाचाररहित वर्तनाविषयी माझी माफी मागितली. त्याने मला एक गोष्ट लक्षात ठेवायला सांगितली. त्यांच्यापैकी बरेच सभासद मीटिंगला संध्याकाळचं टर्निप सूपचं जेवण करून परस्पर आले होते (त्या सुपात एकही हाड नव्हतं ताकद द्यायला) आणि कोणी अर्धवट शिजवलेले बटाटे गरम तव्यावर भाजून खाल्ले होते, ते तळण्यासाठी लागणारं तेलच नव्हतं. मी सोशिकपणे त्यांना क्षमा करावी असं तो म्हणाला.

छे छे, मी त्यांना क्षमा नाही करणार. त्यांनी माझी निंदा-नालस्ती केली, मला नावं ठेवली. त्यांच्यापैकी साहित्यावर खरंखुरं प्रेम करणारा एकही नव्हता. कारण माझं

पाककृतींवरचं पुस्तक तसंच तर होतं, कढईमधलं निखालस काव्य. मला वाटतं ते संचारबंदी आणि नाझींचे कठोर कायदे या सगळ्याला इतके कंटाळले होते, की संध्याकाळी बाहेर पडण्यासाठी त्यांना केवळ एक निमित्त हवं होतं आणि त्यासाठी त्यांनी वाचन निवडलं.

तुम्ही तुमच्या गोष्टीत त्यांच्याविषयीचं सत्य लिहावं असं मला वाटतं. जर्मन अंमल नसता तर त्यांनी कधीच पुस्तकाला स्पर्श केला नसता. मी जे बोलतीये त्याच्याशी प्रामाणिक राहीन आणि तुम्ही माझे उद्‌गार जसेच्या तसे घालू शकता.

माझं नाव आहे क्लॅरा सॉसी... एकूण तीन एस.

क्लॅरा सॉसी (मिसेस)

ॲमेलियाकडून ज्युलिएटला

१० एप्रिल १९४६

माझी प्रिय ज्युलिएट,

मलाही असंच वाटत आलंय की युद्ध चालूच राहतं. जेव्हा माझा मुलगा इयान, 'एल अलमाईन' इथे एलीच्या वडिलांच्या, जॉनच्या बाजूलाच मरून पडला, तेव्हा सांत्वनाला येणारी माणसं मला धीर देण्यासाठी म्हणाली, "जीवन पुढे जात राहतं." किती मूर्खपणा! माझ्या मनात विचार आला की अर्थातच ते पुढे जात नाही. जो पुढे जात राहतो, तो मृत्यू असतो. इयान आज मृत आहे, उद्या मृत असेल आणि पुढच्या वर्षीही आणि सदैव. त्याला अंत नाही. पण कदाचित त्या दुःखाला एक शेवट असेल. दुःख महापुराच्या पाण्यासारखं जगभर पसरलंय आणि ते ओसरायला वेळ लागेल. पण अगोदरच छोटी छोटी बेटं नजरेस पडताहेत... आशेची? आनंदाची? काही का असेना, तसंच काहीसं. तुझा खुर्चीवर उभी राहून दगड-विटांच्या ढिगाऱ्यापासून नजर हटवून, सूर्यदर्शन घेतानाचा फोटो मला आवडला.

माझं सर्वांत मोठं सुख म्हणजे संध्याकाळी मी पुन्हा कड्याच्या माथ्यावर फिरायला जाऊ लागले आहे. 'चॅनेल'वर आता काटेरी तारांच्या गुंडाळ्या नाहीत. प्रचंड मोठ्या 'फेरबोटेन'[६]च्या खुणांनी खंडित होणारं दृश्य नाही. समुद्रकिनाऱ्यावरचे सुरुंग गेलेत आणि मला आवडेल तेव्हा, आवडेल तिथे, हवा तितका वेळ मी फिरू शकते. कड्यांवर उभी राहिले आणि समुद्राकडे तोंड केलं तर माझ्या मागचे कुरूप सिमेंटचे बंकर्स मला दिसत नाहीत किंवा वृक्षांविना उजाड भूमीही. जर्मनसुद्धा समुद्राला उद्ध्वस्त करू शकले नाहीत.

---

६. फेरबोटेन : जर्मन शब्द – इथे प्रवेश निषिद्ध अशा अर्थी.

या उन्हाळ्यात तटबंदीभोवती गॉर्स (पिवळ्या फुलांचं काटेरी झुडूप) वाढू लागेल आणि पुढच्या वर्षापर्यंत कदाचित द्राक्षांची वेल त्यांच्यावर सरसरेल. मला आशा आहे, गॉर्स लवकरच झाकले जातील. त्यांच्यापासून दूर बघायचा कितीही प्रयत्न केला तरी मला ती तटबंदी कशी उभी राहिली, हे विसरणं कधीच शक्य होणार नाही.

टोड्ट[७] कामगारांनी ती तटबंदी बांधली. युरोप खंडातल्या छावण्यांमधले जर्मनीचे श्रमिक गुलाम. मला ठाऊक आहे तुम्ही त्यांच्याबद्दल ऐकलंच आहे. पण तुम्हाला हे माहिती होतं का हिटलरने १६ हजार टोड्ट श्रमिक या 'चॅनेल आयलंड्स' वर पाठवले होते?

हिटलर या बेटांभोवती तटबंदी उभारण्याबाबत माथेफिरू होता. इंग्लंडला ती बेटं कधीही परत मिळणार नाहीत, असंच त्याला वाटायचं. त्याचे जनरल त्याला (या माथेफिरू वृत्तीला) 'वेडाचं बेट' म्हणायचे.

त्याने जड, अजस्त्र बंदुकांसाठी प्लॅटफॉर्म्स, किनाऱ्यावर रणगाडा प्रतिबंधक भिंती, शेकडो बंकर्स आणि तोफखाने, शस्त्रास्त्रं ठेवण्यासाठी, बॉम्ब ठेवण्यासाठी डेपो, मैलोन्मैल पसरलेले भूमिगत बोगदे, प्रचंड मोठं भूमिगत हॉस्पिटल आणि सामान वाहून नेण्यासाठी बेटावरून जाणारा रेल्वेमार्ग... इतकं सगळं बांधायचा हुकूम दिला होता. किनाऱ्याची तटबंदी तर हास्यास्पद होती. 'चॅनेल आयलंड्स'भोवतीची तटबंदी मित्रराष्ट्रांच्या आक्रमणापासून संरक्षण करण्यासाठी बांधलेल्या अटलांटिक भिंतीपेक्षा अधिक मजबूत होती. प्रत्येक उपसागरावर अशी बांधकामं बाहेर डोकवायची. 'थर्ड राईश'[८] एक हजार वर्षं टिकून राहणार होतं नं... काँक्रीटमध्ये!

यासाठी अर्थातच त्याला हजारो गुलामांची जरूर पडणार होती. सक्तीच्या लष्करी सेवेसाठी पुरुष आणि मुलांच्या याद्या बनवल्या गेल्या. काहींना अटक झाली. काहींना रस्त्यावरून असंच उचलण्यात आलं, सिनेमाच्या रांगेतून, कॅफेमधून, खेड्यातल्या

गल्लीबोळातून आणि जर्मनव्याप्त कोणत्याही प्रदेशातल्या शेतांमधूनही मुला-माणसांना उचललं गेलं. अगदी स्पॅनिश यादवी युद्धातले राजकीय कैदीसुद्धा वापरले होते. रशियन युद्धकैद्यांना सर्वांत अमानुष वागणूक देण्यात आली. कदाचित त्यांनी रशियन सीमेवर जर्मनांचा पराभव केल्यामुळे असेल.

यातले बरेचसे गुलाम १९४२ मध्ये बेटावर आले. त्यांना उघड्या गोठ्यांमध्ये, खणलेल्या बोगद्यांमध्ये, कोंडवाड्यामध्ये ठेवण्यात आलं, तर काही जणांना घरात राहायचं भाग्य मिळालं. त्यांना त्यांच्या कामाच्या ठिकाणी सगळ्या बेटावरून कवायत करत न्यायचे. हाडांचे सापळे झालेले, चिंध्या झालेल्या विजारी, त्यातून दिसणारी उघडी त्वचा, थंडीपासून रक्षण करायला बरेचदा त्यांच्याकडे कोट नसायचे. शूज नाहीत, बूट नाहीत. पावलं रक्ताळलेल्या चिंध्यांमध्ये बांधलेली. १५-१६ वर्षांची

---

७. टोड्ट : जर्मन लष्करी अभियंत्यांच्या हाताखाली काम करणारे.

८. थर्ड राईश : जर्मनीचं १९३३-१९४५ मधलं नाव – ॲडॉल्फ हिटलरच्या नेतृत्वाखाली. Reich-Realm. तिसरं जर्मन साम्राज्य, हिटलरला विश्वास होता ते एक हजार वर्षं टिकणार होतं.

तरुण, कोवळी मुलं इतकी दमलेली, उपासमारीनं खंगलेली असायची की पावलावर पाऊल टाकणंही त्यांना कठीण जायचं.

गर्नसी बेटावरचे रहिवासी जे काही थोडं अन्न, गरम कपडे राखून ठेवणं शक्य होतं तेवढं त्यांना द्यायला आपापल्या फाटकाजवळ उभं राहायचे. काही वेळा त्या टोड्ट कामगारांच्या रांगांवर लक्ष ठेवणारे जर्मन त्यांना रांगा मोडून या भेटी स्वीकारायची परवानगी द्यायचे, तर कधीकधी त्यांना जमिनीवर पाडून रायफलच्या टोकानं मारहाण करायचे.

त्यातले हजारो मुलं-पुरुष इथेच मेले आणि मला नुकतंच कळलंय की त्यांना दिलेली अमानुष, क्रूर वागणूक हिमलरच्या धोरणाचाच एक भाग होता.

त्याच्या योजनेला त्याने 'अतिश्रमाने मृत्यू' असंच नाव दिलं होतं आणि त्यानं ती योजना राबवली. त्यांच्याकडून बेसुमार कष्ट करून घ्या, त्यांच्यावर किमती अन्न वाया घालवू नका आणि त्यांना मरू द्या. त्यांच्या जागी नेहमीच युरोपच्या जर्मनव्याप्त प्रांतांमधून नवे गुलाम कामगार येऊ शकतील; आणि तसे ते यायचे.

त्यातल्या काही टोड्ट कामगारांना तारांच्या कुंपणामागच्या कम्युनिटीच्या पडीक जमिनीवर ठेवलं होतं. सिमेंटच्या धुळीनं माखलेले ते भुतासारखे पांढरेफटक दिसायचे. शंभराहून अधिक लोकांसाठी त्यांची अंगं धुवायला केवळ एकच पाण्याचा पाईप होता.

मुलं काही वेळा तारांच्या कुंपणामागे ठेवलेल्या टोड्ट कामगारांना बघायला तिकडे शेतांवर जायची. ती त्या तारांमधून अक्रोड, सफरचंद तर कधी बटाटे पलीकडे ढकलायची. तिथे एक टोड्ट कामगार होता. तो खाण्याचे पदार्थ नाही घ्यायचा, पण मुलांना बघायला पुढे यायचा. तारेमधून हात बाहेर काढायचा – केवळ त्यांचा चेहरा कुरवाळण्यासाठी, त्यांच्या केसांना स्पर्श करण्यासाठी.

जर्मन्स त्या कामगारांना आठवड्यातून अर्धा दिवस सुट्टी देत असत – रविवारी. त्या दिवशी जर्मन मलनि:स्सारण अभियंते एका अजस्त्र पाईपच्या साह्याने सगळा मैला महासागरात रिता करायचे. माशांच्या झुंडीच्या झुंडी शिळ्या मांसाच्या ओढीनं यायच्या आणि टोड्ट कामगार त्या छातीभर घाणीत उभे राहून ते मासे हातानं पकडायचा प्रयत्न करायचे. अर्थातच पोटाच्या खळगीत रिचवण्यासाठी.

कुठलीही फुलं किंवा द्राक्षवेली त्या स्मृती झाकोळून टाकू शकत नाहीत, नाही का?

या युद्धातली सर्वांत घृणास्पद गोष्ट मी तुला सांगितली आहे. ज्युलिएट, इझोलाला वाटतं तू इथे यावंस आणि 'जर्मन अधिपत्या'वर एक पुस्तक लिहावंस. तिच्याजवळ स्वत:चं पुस्तक लिहायचं कौशल्य नाही, असं ती मला म्हणाली. परंतु इझोला मला कितीही प्रिय असली तरी मला भीती वाटते की, ती वही विकत घेऊन येईल आणि कशी का होईना, लिहायला सुरुवात करेल.

सदैव तुझी,
ॲमेलिया मॉगेरी

ज्युलिएटकडून डॉसीला

११ एप्रिल १९४६

प्रिय श्री. अ‍ॅडम्स,

मला पुन्हा कधीही लिहिणार नाही असं वचन देऊन अ‍ॅडलेड अ‍ॅडिसननं मला दुसरं पत्र पाठविलं आहे. तिला न आवडणारी सर्व माणसं आणि प्रथांना ते पत्र अर्पण केलंय आणि त्यापैकी तुम्ही एक आहात – चार्ल्स लँबसहित.

बहुधा चर्चमधून निघणाऱ्या मासिकाचा एप्रिलचा अंक तुम्हाला देण्यासाठी ती तुमच्याकडे आली होती आणि तुम्ही तिला कुठेही दिसला नाहीत – गायीचं दूध काढताना नाही, कुदळीने खणून बागेतली माती सैल करताना नाही, तण उपटताना नाही, घर धुताना नाही, एक चांगला शेतकरी जी कामं करतो त्यातलं काही एक करताना दिसला नाही. म्हणून ती तुमच्या धान्याच्या कोठाराच्या अंगणात आली आणि पाहा! तिला काय दिसलं? तुम्ही तुमच्या वाळलेल्या गवताच्या गंजीवर पहुडले आहात आणि चार्ल्स लँबचं पुस्तक वाचताय. त्या 'दारुड्याच्या' संगतीत तुम्ही इतके अत्यानंदित झाला होतात की तिची उपस्थिती तुम्हाला जाणवलीच नाही.

काय ब्याद आहे ती बाई म्हणजे. तुम्हाला याचं कारण माहीत आहे का? मला तर असं वाटतंय की तिच्या बारशाच्या वेळेस एक अत्यंत दुष्ट बुद्धीची परी आली असावी.

ते काही का असेना, तुम्ही गवताच्या गंजीवर आरामात पहुडलेले आहात चार्ल्स लँबचं पुस्तक वाचत, हे चित्र मला खूप सुखवून गेलं. त्यानं माझ्या सफोकमधल्या बालपणीच्या आठवणी जाग्या झाल्या. माझे वडील तिथले शेतकरी होते आणि मी त्यांना शेतात मदत करायचे. अर्थात, माझी मदत म्हणजे आमच्या गाडीतून बाहेर उडी मारायची, फाटक उघडायचं, ते बंद करायचं, परत आत उडी मारायची, अंडी गोळा करायची, आमच्या बागेतलं तण काढून टाकायचं आणि मूड असेल तेव्हा सुकी वैरण यंत्राने झोडपायची.

मला वैरणीच्या ढिगावर 'द सीक्रेट गार्डन' वाचत लोळत पडलेली मी आठवतीय. माझ्या पलीकडे गायीच्या गळ्यात बांधायची घंटी ठेवलेली असायची. मी तासभर वाचायचे आणि मला पेलाभर लेमोनेड (लिंबू सरबत) आणून द्यावं यासाठी ती घंटा वाजवायचे. आमच्या स्वयंपाकीणबाई मिसेस हचिन्सला या व्यवस्थेचा शेवटी शेवटी इतका कंटाळा आला की त्यांनी माझ्या आईला तसं सांगितलं. अशा प्रकारे माझ्या गायीच्या घंटेचा शेवट झाला, तरी गवताच्या राशीवर पडून वाचण्याचा झाला नाही.

श्री. हेस्टिंग्जना ई.व्ही. लुकास लिखित चार्ल्स लँबचं चरित्र मिळालं. त्यांनी ठरवून टाकलंय की तुम्हाला त्याची किंमत सांगायची नाही, तर ताबडतोब ते पुस्तक तुम्हाला पाठवून द्यायचं. ते म्हणाले, 'चार्ल्स लँबच्या चाहत्याला वाट पाहावी लागू नये.'

सदैव तुमची,
ज्युलिएट

सुझन स्कॉटकडून सिडनेला

११ एप्रिल १९४६

प्रिय सिडने,

मी चारचौघींसारखीच कोमल हृदयाची आहे. पण ते मरू दे. तू जर इथे लवकरात लवकर आला नाहीस तर चार्ली स्टीफन्स मानसिकरीत्या कोलमडून पडेल. तो कामासाठी योग्य माणूस नाही. रोख रकमेच्या मोठमोठ्या थप्प्या देणं आणि तुम्हाला तुमचं काम करू देणं, इतकंच त्याला जमतं. काल वास्तविक तो दहाच्या आधीच ऑफिसला आला पण त्या श्रमांनी तो अगदी ढेपाळून गेला. ११ वाजेपर्यंत तो मेल्यासारखा पांढराफटक पडला होता आणि साडेअकराला त्याने व्हिस्की घेतली. दुपारी स्टाफपैकी एका निष्पाप जिवानं एक जाकीट पसंतीसाठी त्याच्या हातात दिलं. त्याने त्याच्या कानाशी त्या किळसवाण्या चेष्टा करण्यास सुरुवात केली आणि त्याचे डोळे भीतीनं विस्फारले तो एक दिवस त्यांचा कान साफ उपटून टाकणार आहे. तो एक वाजता घरी गेला आणि मी त्याला आज अजूनपर्यंत तरी पाहिलं नाहीये. (संध्याकाळचे ४ वाजले आहेत.)

दुसऱ्या मनोभंग करणाऱ्या घटनांची प्रगती– हॅरिएट मन्क्राईज रागाने पूर्ण हाताबाहेर गेलीय. तिला मुलांची संपूर्ण यादी रंगी-बेरंगी बनवायची आहे. गुलाबी आणि लाल. मी तुझी चेष्टा करत नाहीये. पत्र-वाटपाच्या खोलीमधला तो मुलगा (त्यांची नावं लक्षात ठेवायचे कष्ट यापुढे मी मुळीच घेणार नाही) दारू प्यायला आणि ज्यांची नावं 'एस'पासून सुरू होत होती त्या सगळ्यांची पत्रं त्यानं फेकून दिली. का ते विचारू नको. मिस टिली, केंड्रिकशी इतक्या कमालीच्या उर्मटपणे वागली की त्याने तिच्या टेलिफोननेच तिला मारायचा प्रयत्न केला. मी त्याला दोष देऊ शकत नाही, पण आजकाल टेलिफोन्स सहजासहजी मिळत नाहीत आणि आपण एक फोन गमावू शकत नाही. तू घरी येताक्षणी तिला कामावरून काढून टाकलं पाहिजे.

विमानाचं तिकीट काढण्यासाठी ही कारणं पुरेशी नसतील तर मी तुला हेही सांगू शकते, की मी एका रात्री ज्युलिएट आणि मार्कला आरामात 'काफे द पारी'मध्ये

बसलेलं पाहिलं. मखमली पडद्याच्या मागे त्यांचं टेबल होतं, पण गर्दीतल्या माझ्या बसण्याच्या जागेवरून मी त्यांच्यावर हेरासारखी नजर ठेवू शकत होते. प्रणयाची चुगली करण्याजोगी सगळी लक्षणं स्पष्ट दिसत होती. तो तिच्या कानात काहीतरी कुजबुजत होता. कॉकटेलच्या ग्लासपलीकडून तिचा हात त्याच्या हातात गुंफलेला आणि त्याचा दुसरा हात तिच्या खांद्यावर स्पर्श करीत रेंगाळलेला... त्यांची ओळख घनिष्ठ असल्याचं दिसत होतं. मी (तुझी स्वामिनिष्ठ चाकर असल्यामुळे) त्यांच्या एकांताचा भंग करणं हे माझं कर्तव्य मानलं, म्हणून गर्दीतून वाट काढत, लोकांना कोपराने ढोसत मी ज्युलिएटला 'हॅलो' करायला गेले. तिला आनंद झालेला दिसला आणि तिने मला त्यांच्यात सामील होण्यासाठी आमंत्रण दिलं, पण मार्कच्या स्मितावरून उघड होतं की त्याला कुणाचाही आगंतुक सहवास नको होता. म्हणून मी तिथे थांबले नाही. विरोध करण्यासारखा माणूस नाहीये तो ... त्याचं स्मितहास्य, त्याचे टाय कितीही सुंदर असले तरी... आणि माझा निर्जीव देह थेम्समध्ये तरंगताना माझ्या आईने पाहिला असता, तर तिच्यावर दु:खाचा पहाड कोसळला असता.

दुसऱ्या शब्दांत सांगायचं तर, व्हीलचेअर (चाकाची खुर्ची) मागव, कुबडी मागव, अगदी गाढवावर बसून ये, पण आत्ताच्या आत्ता घरी ये.

तुझी,
सुझन

ज्युलिएटकडून सिडने आणि पियर्सला

१२ एप्रिल १९४६

प्रिय सिडने आणि पियर्स,

गर्नसीची माहिती मिळवण्यासाठी मी लंडनची सगळी ग्रंथालयं पालथी घालतीये. वाचनकक्षाचं तिकीटसुद्धा मला मिळालं. त्यातून माझी कर्तव्यनिष्ठाच प्रगट होतीये, कारण तुला तर माहितीच आहे; या जागी मी भीतीनं सुन्न होते.

मला बरंच काही सापडलंय. तुला ती १९२०मध्ये प्रकाशित झालेली वाईट, मूर्ख पुस्तकांची मालिका आठवते का? तिचं शीर्षक होतं 'अ ट्रॅम्प इन स्के...' किंवा 'अ ट्रॅम्प इन लिंडीसफार्न...' किंवा '...इन शीपहोम' किंवा ज्या कोणत्या बंदरात तो लेखक आपली क्रीडानौका घेऊन गेला ते? तर सांगायचा मुद्दा १९३० मध्ये त्यानं सेंट पीटर्सपोर्ट, गर्नसीपर्यंत जलपर्यटन केलं होतं आणि त्यावर एक पुस्तक लिहिलं होतं. (त्यानं सार्क, हर्म, जर्सी इथं काढलेल्या सहलीत त्याच्यावर एका बदकाने हल्ला करून त्याला ओरबाडलं होतं आणि त्यामुळे त्याला घरी परतायला लागलं.)

त्या 'ट्रॅम्प'चं खरं नाव होतं से से मेरेडिथ. स्वत:ला कवी मानणारा तो एक मूर्ख होता. आणि कुठेही जलप्रवासाला जाण्याइतका, त्याविषयी लिहिण्याइतका, नंतर ते खाजगीरित्या छापून घेऊन, जो कोणी ती प्रत घेईल ती त्या मित्राला देण्याइतका धनवान होता. आपण मंदबुद्धी आहोत, ही वस्तुस्थिती जाणून घेऊन त्याने स्वत:ला कधी त्रास दिला नाही. त्याने जवळपासच्या पाणथळ जागांकडे, समुद्रकिनारी, किंवा फुलबागांकडे पळ काढणं अधिक पसंत केलं आणि त्याच्या प्रतिभेबरोबर विहार करायला प्राधान्य दिलं. पण ते काही का असेना; सुखी असो बिचारा. त्याचं पुस्तक 'अ ट्रॅम्प इन गर्नसी' नेमकं तेच होतं, ज्याची गर्नसीविषयी अधिक जाणून घेण्यासाठी मला गरज होती. आईला, डोरोथीला मागे ठेवून से से सेंट पीटर्स पोर्टच्या किनाऱ्या किनाऱ्याने गेला. डोरोथी जवळच्या पाण्यात तरंगत राहिली, आणि चाकांवरील त्यांच्या घरामध्ये तिला ओकाऱ्या आल्या. गर्नसीमध्ये से से नं फ्रीजिया, डॅफोडिल्स आणि अगदी टोमॅटोंवरसुद्धा कविता केल्या. गर्नसीच्या गायी आणि पूर्ण वाढ झालेल्या बैलांची तो आकंठ स्तुती करायचा आणि त्यानं त्यांच्या गळ्यातल्या घंटांच्या सन्मानार्थ एक छोटंसं गाणं रचलं ('टिंकल, टिंकल सच अ मेरी साऊंड...') त्या गायींच्या आचळांखाली, से सेच्या भाषेत सांगायचं तर 'खेडेगावातल्या चर्चच्या परिसरात राहणारी भोळीभाबडी माणसं होती जी स्थानिक नॉर्मन भाषा बोलतात आणि पऱ्यांवर, चेटकिणींवर विश्वास ठेवतात.' से से नं जणू तेथील वस्तूमात्राच्या आत्म्यात

प्रवेश केला आणि संधिप्रकाशात एक परी पाहिली.

तेथील झोपड्या कुंपणावर लावलेली झुडपं आणि दुकानांवर लिहिता लिहिता से से अखेरीस समुद्रावर पोहोचला किंवा त्याच्याच शब्दात सांगायचं तर 'समुद्र! तो सर्वत्र आहे. त्याचं पाणी – निळंशार, पाचूच्या रंगाचं, रूपेरी किनार असलेलं; जेव्हा ते खिळ्यांच्या पिशवीसारखं कळकट आणि जड नसतं तेव्हा.'

देवदयेनं या 'ट्रॅम्प'ची (भटक्या, आवारा) एक सहलेखिका होती. त्याची आई डोरोथी. ती अधिक खंबीर, करारी होती आणि गर्नसी व त्यावरील प्रत्येक गोष्टीविषयी नाराज असायची. त्या बेटाचा इतिहास सांगण्याचा मक्ता तिनं घेतला होता आणि लिलीला सोन्याचा मुलामा देणाऱ्यातली ती नव्हती.

गर्नसीचा इतिहास सांगायचा झाला तर, वेल; जेवढं कमी बोलू तेवढी लवकर सुधारणा होईल. ही बेटं एकेकाळी नॉर्मंडीच्या डचांच्या मालकीची होती, पण जेव्हा 'ड्यूक ऑफ नॉर्मंडी' विल्यम, 'विल्यम द कॉंकरर' झाला तेव्हा त्यानं 'चॅनेल आयलंड्स' सहज आपल्या खिशात घातलं. त्यानं ती इंग्लंडच्या राजाला दिली – खास सवलतींसकट. या सवलतींमध्ये पुढे किंग जॉनकडून वाढ झाली आणि एडवर्ड तिसरा, याच्याकडून तर अधिकच. का? या सवलती मिळाव्यात असं त्या बेटांनी काय केलं? काहीच नाही. नंतर तो दुबळा सहावा हेन्री हरला आणि फ्रान्सचा बराचसा भाग त्यानं फ्रेंचांना देऊन टाकला. 'चॅनेल आयलंड्स'नी इंग्लंडच्या राणीच्या अधिपत्याखाली राहायचा निर्णय घेतला. अर्थात तसा कुणी घेतला नसता?

'चॅनेल आयलंड्स' मोकळेपणे त्यांची राजनिष्ठा आणि इंग्लिश राजमुकुटावरचं प्रेम मान्य करतात; पण प्रिय वाचकहो, हे लक्षात ठेवा... सिंहासन त्यांना जे करायचं नसतं ते त्यांच्याकडून करवून घेऊ शकत नाही.

गर्नसीचा राज्यकारभार पाहणारी संस्था तशीच आहे. तिला 'स्टेट्स ऑफ डेलिबरेशन' पण थोडक्यात 'स्टेट्स' असं म्हणतात. प्रत्येक पदाचा प्रमुख ('स्टेट्स'चा अध्यक्ष हा प्रत्येक पदाचा प्रमुख असतो) हा 'स्टेट्स'चा प्रेसिडेंट (अध्यक्ष) असतो. तो 'स्टेट्स'कडूनच निवडला जातो आणि त्याला 'बेलिफ' म्हणतात. खरं पाहता प्रत्येक जण निवडला जातो, त्याची राजाकडून नेमणूक होत नाही. देवा, वेगवेगळ्या पदांवर लोकांना नियुक्त करायचं नसेल तर मग राजा कशासाठी आहे?

या अपवित्र मिश्रणामध्ये राजसिंहासनाचा एकमेव प्रतिनिधी म्हणजे लेफ्टनंट गव्हर्नर. 'स्टेट्स'च्या सभांमध्ये त्याचं स्वागत होतं. तो तिथे भाषण करू शकतो. त्याला हवा तो सल्ला देऊ शकतो. पण तिथे त्याला मत देता येत नाही. निदान त्याला सरकारी निवासात राहायची परवानगी आहे हेसुद्धा काय कमी आहे? गर्नसीवरील एकमेव उल्लेखनीय हवेली – तुम्ही जर 'सॉस्मरेझ मॅनॉर' धरला नाही तर, आणि मी तो जमेस धरत नाही.

राजसत्ता बेटांवर कर लादू शकत नाही किंवा लष्करी सेवेची जबरदस्तीही करू

शकत नाही. प्रिय इंग्लंड देशा, माझं प्रामाणिक मन मला हे कबूल करायला लावतंय, की युद्धावर जाण्यासाठी त्यांना या सक्तीची जरूरी भासत नाही. त्यांनी स्वयंस्फूर्तीने ही सेवा केली आणि नेपोलियन कैसरविरुद्ध लढताना फार आदरणीय, शूरवीर सैनिक आणि खलाशी घडवले. परंतु एक सल्ला देते, या निःस्वार्थी कृतींनी ही वस्तुस्थिती तर बदलत नाही की चॅनेल आयलंड्स इंग्लंडला कर देत नाहीत... एक शिलींगही नाही. हे पाहून थुंकावसं वाटतं.

हे तिचे सर्वांत सौम्य शब्द आहेत. बाकीचं मी तुझ्यावर सोडते पण तुला तिचा साधारण सूर ध्यानी आला असेल.

एकानं किंवा तुम्ही दोघांनी मला लिहिलंत तर छानच! रुग्ण आणि परिचारक दोघांची प्रगती कुठवर आलीय ते मला ऐकायचंय. सिडने, तुझे डॉक्टर तुझ्या पायाविषयी काय म्हणतात? मी शपथ घेऊन सांगते, एव्हाना तुला नवीन पायही फुटला असता.

XXXXXX,

ज्युलिएट

डॉसीकडून ज्युलिएटला

१५ एप्रिल १९४६

प्रिय मिस अॅशटन,

अॅडलेड अॅडिसनचं काय बिनसलंय तेच मला कळत नाही. इझोला म्हणते, 'ती एक ब्याद आहे. कारण तिला त्रास देणं आवडतं...' तिला वाटतं ते तिचं प्रारब्ध आहे. तरी पण अॅडलेडनं एक गोष्ट माझ्यासाठी चांगली केली, नाही का? मी सांगू शकलो नसतो इतक्या चांगल्या रीतीनं मी चार्ल्स लॅंबचा कसा आनंद घेत होतो ते तिनं तुम्हाला सांगितलं.'

ते चरित्र मिळालं. मी इतका उतावीळ झालो होतो, की मी ते वेगानं वाचून काढलं. पण मी ते पुन्हा एकदा वाचून काढीन... यावेळेला अधिक सावकाशपणे– ज्यायोगे मी प्रत्येक गोष्ट आत्मसात करू शकतो. श्री. लुकास त्याच्याविषयी जे बोलले ते मला आवडलं. 'कोणत्याही घरगुती आणि परिचित गोष्टीचं रूपांतर तो एखाद्या ताज्या टवटवीत आणि सुंदर गोष्टीत करायचा.' लॅंबच्या लिखाणानं मला इथल्यापेक्षा आणि सध्या राहतोय त्या सेंट पीटर पोर्टमध्ये असल्यापेक्षा, त्याच्या लंडनमधल्या घरी असल्यासारखं वाटतंय.

पण मी कल्पना करू शकत नाही की, चार्ल्स कामावरून घरी परत येतो काय आणि त्याची आई भोसकलेल्या अवस्थेत मृत्युमुखी पडलेली, वडील रक्तबंबाळ अवस्थेत आणि त्याची बहीण मेरी रक्ताळलेला चाकू घेऊन त्या दोघांवर लक्ष ठेवून आहे, असं दृश्य पाहतो काय! तो कसा काय त्या खोलीमध्ये जाऊ शकला आणि तो चाकू तिच्या हातून काढून घेऊ शकला? पोलीस तिला वेड्यांच्या इस्पितळात घेऊन गेल्यावर त्यानं न्यायमूर्तींचं मन, तिची सुटका करून तिला फक्त त्याच्या आणि त्याच्याच देखरेखीखाली ठेवावं यासाठी कसं काय वळवलं? तो केवळ २१ वर्षांचा होता तेव्हा. त्यानं कसं काय त्यांना पटवून दिलं असेल?

मेरीच्या उर्वरित आयुष्यात तिची काळजी घेण्याचं वचन त्यानं दिलं आणि एकदा त्या रस्त्यावर पाऊल ठेवल्यावर तो कधीही मार्गच्युत झाला नाही. त्याला कवितालेखन बंद करावं लागलं ही फार वाईट गोष्ट झाली, कारण कवितेवर त्याचं प्रेम होतं. मात्र पैसे मिळवण्यासाठी त्याला समीक्षा आणि निबंध लिहावे लागले, जे त्याला फारसं प्रिय नव्हतं.

मी त्याच्या उभ्या आयुष्याचा विचार करतो... तो एक कारकून म्हणून 'ईस्ट इंडिया कंपनी'त काम करीत होता. 'त्या दिवसा'साठी पैसे साठवावेत या हेतूने आणि 'तो दिवस' नेहमीच यायचा... मेरीला पुन्हा वेडाचा झटका यायचा आणि त्याला तिला खाजगी इस्पितळात दाखल करावं लागायचं.

आणि तरीसुद्धा त्याला तिची खूप आठवण येत असल्याचं जाणवतं. ती दोघं बहीणभावंडं असे जगावेगळे मित्र होते. कल्पना करा – तिच्या वागण्यात ती भयंकर लक्षणं प्रगट तर होत नाहीयेत ना, यावर एखाद्या बहिरी ससाण्यासारखं लक्ष ठेवणारा तो आणि आपल्याला कधी वेडाचा झटका येतोय ते सांगू शकणारी, पण तो थांबवण्यासाठी काहीही करू न शकणारी ती. हे खरं सर्वांत वाईट असावं. मी त्याला तिथे बसलेला पाहू शकतो... तिच्या नकळत तिच्यावर लक्ष ठेवणारा आणि ती तिथे बसलेली, तिच्यावर लक्ष ठेवून असणाऱ्या त्याला पाहणारी. त्या दोघांना, एकमेकांना जगावं लागणाऱ्या आयुष्याच्या या विचित्र डावाचा किती तिरस्कार वाटत असेल.

पण तुम्हाला असं नाही वाटत, जेव्हा मेरी शहाणी असायची तेव्हा तिच्यापेक्षा अधिक शहाणं कुणी नसायचं किंवा तिच्याहून अधिक सुखकारक संगत दुसऱ्या कुणाची नसायची? चार्ल्सला नक्कीच तसं वाटत होतं; तसंच त्याच्या इतर मित्रांनाही – वर्डस्वर्थ, हॅझलिट, ली हंट आणि या सर्वांपेक्षा जास्त कोलेरिजला. कोलेरिज वारला, त्या दिवशी त्यांना तो वाचत असलेल्या पुस्तकात त्याने खरडलेली एक चिठ्ठी मिळाली. त्यात म्हटलं होतं, 'चार्ल्स आणि मेरी लँब माझ्या हृदयाच्या खूप निकट आहेत. होय, जणू माझं हृदयच असल्यासारखे.'

मी बहुतेक लँबविषयी चऱ्हाट वळत बसलोय, पण मला श्री. हेस्टिंग्ज आणि तुम्हाला हेच जाणवून द्यायचं होतं की, तुमच्या पुस्तकांनी मला किती विचारप्रवृत्त केलंय आणि मला किती आनंद दिलाय.

तुमच्या लहानपणीची गोष्ट मला आवडली– घंटा आणि वाळलेलं गवत. माझ्या मन:पटलावर त्याचं चित्र उमटलंय. तुम्हाला शेतावर राहायला आवडायचं का? तुम्हाला अजून त्याची आठवण येते का? तुम्ही गर्नसीमध्ये किंवा अगदी सेंट पीटर पोर्टमध्ये अजून असला तरी ग्रामीण जीवनापासून खरंच दूर नसता. म्हणून मला लंडनसारख्या मोठ्या शहरात राहण्याने तुम्हाला काय फरक पडत असेल याची कल्पना करता येत नाही.

किटला मुंगूस आवडेनासे झालेत. तिला आता कळलं नं ते सापांना खातात म्हणून! आता एखाद्या शिळेखाली अजगर निघावा अशी आशा ती बाळगून आहे. इझोला संध्याकाळी जाता जाता थांबली होती आणि तिने तुम्हाला 'हॅलो' म्हणायला सांगितलंय. तिची रोझमेरी (सदापर्णी सुवासिक झुडूप), डिल (बडीशेप), थाईम (सुवासिक पानांची वनस्पती) आणि हेनबेन (गांजा) ची पिकं तयार झाली रे झाली की ती तुम्हाला लिहील.

तुमचा,
डॉसी ॲडॅम्स

ज्युलिएटकडून डॉसीला

१८ एप्रिल १९४६

प्रिय डॉसी,

चार्ल्स लँबविषयी तुम्हाला पत्रातून काही सांगायचंय हे ऐकून मला इतका आनंद झाला! मला नेहमीच वाटत आलंय की मेरीच्या दु:खाने चार्ल्सला इतका मोठा लेखक बनवलं. जरी त्याला काव्य सोडून द्यावं लागलं असलं तरी! आणि तिच्यासाठी 'ईस्ट इंडिया कंपनी'त खरडेघाशी करावी लागली असली तरी! त्याच्या अंतर्यामी सहानुभूतीचा झुळझुळ झरा वाहत होता, ज्याला त्याच्या मित्रांपैकी कुणीही स्पर्श करू शकलं नाही. जेव्हा वर्डस्वर्थ त्याला निसर्गाची पुरेशी दखल न घेण्याबद्दल रागे भरला तेव्हा चार्ल्सनं लिहिलं, 'वनराया आणि दऱ्याखोऱ्यांची मला ओढ नाही. त्या खोल्या, जिथे मी जन्मलो, ते फर्निचर, जे आयुष्यभर माझ्या डोळ्यांसमोर आहे, मी जिथे जिथे स्थलांतर केलंय तिथे तिथे इमानी कुत्र्यासारखं माझ्या मागोमाग येणारं पुस्तकांचं कपाट, जुन्या खुर्च्या, जुने रस्ते, जुने चौक जिथे मी सूर्यस्नान केलंय, माझी जुनी शाळा... तुझ्या पर्वतांपेक्षा हे अधिक पुरेसं नाही काय? मला तुझा हेवा वाटत नाही. मला तुझी कीव वाटली पाहिजे. मला ठाऊक नव्हतं का, की तुमचं मन चराचरातील कोणत्याही वस्तूशी मैत्र जोडेल? असं मन, जे कुणाशीही, कशाशीही मैत्री करेल...' युद्ध चालू असताना मी कित्येकदा त्याचा विचार करायचे.

योगायोगाने, आजच मला त्याबद्दल दुसरी एक गोष्ट कळली. तो खूप दारू प्यायचा, प्रमाणाबाहेर; पण तो दुर्मुखलेला दारुडा नव्हता. एकदा त्याच्या यजमानांच्या प्रमुख नोकराला, त्याला अग्निशामक दलातले लोक वापरतात तशा अडकवणीत घालून खांद्यावर टाकून घरी घेऊन जावं लागलं. दुसऱ्या दिवशी चार्ल्सनं त्या यजमानांना इतकं मजेदार माफीपत्र लिहिलं, की त्या माणसाने आपल्या मृत्युपत्रात ते पत्र मुलाला वारसाहक्कानं दिलं. मला वाटतं चार्ल्सनं त्या बटलरलासुद्धा लिहायला हवं होतं.

तुमच्या लक्षात आलंय का की, तुमचं मन जेव्हा जागृत असतं किंवा एखाद्या नवीन माणसाकडे ओढलं जातं, तेव्हा त्या माणसाचं नाव कुठेही गेलात तरी अचानक वर डोकावतं. माझी मैत्रीण त्याला योगायोग म्हणते आणि माझे पाद्री मित्र, श्री. सिम्प्लेस त्याला प्रभूची कृपा म्हणतात. त्यांना वाटतं की जर एखादा माणूस नव्या माणसाची किंवा नव्या गोष्टीची खूप काळजी घेत असेल, तर तो अवतीभोवती एक प्रकारची ऊर्जा बाहेर फेकत असतो आणि परिणामत: साफल्य आत खेचलं जातं.

सदैव तुमची,
ज्युलिएट

इझोलाकडून ज्युलिएटला

१८ एप्रिल १९४६

प्रिय ज्युलिएट,

आता आपण पत्रमैत्रिणी झालोय, तेव्हा मला तुला काही प्रश्न विचारायचे आहेत. ते अतिशय वैयक्तिक स्वरूपाचे आहेत. डॉसी म्हणाला ते शिष्टाचारसंमत नसेल, पण मी म्हणते की पुरुष आणि स्त्रियांमध्ये हाच तर फरक आहे. शिष्टाचाररहित आणि उद्धट असण्याचा प्रश्नच इथे उद्‌भवत नाही. डॉसीने मला गेल्या पंधरा वर्षांत एकही व्यक्तिगत स्वरूपाचा प्रश्न विचारलेला नाही. मी अर्थातच ते प्रेमाने स्वीकारले असते, परंतु डॉसीचं एकूणच वागणं शांत, अलिप्त आहे. मी त्याने बदलावं किंवा मीही बदलावं अशी अपेक्षा करीत नाही. मला हे दिसतंय की तू कळवळ्याने आमच्याविषयी जाणून घेतलंस, म्हणून माझा तर्क आहे की आम्हाला तुझ्याविषयी अधिक माहिती पुरवायला तुला नक्कीच आवडेल. फक्त तुला ते पहिल्यांदा सुचलं नाही.

पहिल्याप्रथम तुझ्या ॲनी ब्राँटच्या पुस्तकाच्या कव्हरवर मी तुझा फोटो पाहिला तेव्हा माझ्या लक्षात आलं, की तुझं वय चाळीसपेक्षा कमी आहे. किती कमी? सूर्यप्रकाश तुझ्या डोळ्यांवर येत होता की तिरळी आहेस? ते व्यंग कायमस्वरूपी आहे का? त्या दिवशी जोराचा वारा असणार, कारण तुझे कुरळे केस स्वैरपणे उडताहेत. तुझ्या केसांचा रंग मी नीटपणे ओळखू शकले नसले, तरी मला वाटतं तो पिंगट नाही. मला या गोष्टीचा आनंद झाला कारण पिंगट केस असलेली माणसं मला आवडत नाहीत.

तू नदीच्या काठी राहतेस का? मला तरी तसं वाटतं. कारण वाहत्या पाण्याच्या जवळ राहणारी माणसं पाण्याजवळ न राहणाऱ्या माणसांपेक्षा कितीतरी चांगली असतात. मी जर देशाच्या मध्यभागात, समुद्रापासून दूर राहत असते, तर मी विंचवासारखी नीच, अधम झाले असते. तुझे गांभीर्याने प्रणयाराधन करणारा कुणी इच्छुक आहे का? माझा नाही.

तुझा फ्लॅट छोटा, आटोपशीर आहे की भव्य आहे? अगदी मनमोकळी उत्तरं दे. कारण मला तुझं तसं चित्र मनोमन रेखाटायचं आहे. तुला आम्हाला गर्नसीवर येऊन भेटायला आवडेल का? तू एखादा प्राणी पाळलायस का? कोणत्या प्रकारचा?

तुझी मैत्रीण,
इझोला

ज्युलिएटकडून इझोलाला

२० एप्रिल १९४६

प्रिय इझोला,

तुला माझ्याविषयी अधिक जाणून घ्यायचंय याचा मला आनंद झाला. मला स्वत:ला हे याआधीच सुचलं नाही, याबद्दल माफ कर.

आज मी ३३ वर्षांची आहे आणि तुझं बरोबर होतं. माझ्या डोळ्यांवर सूर्यप्रकाश पडला होता. माझा मूड चांगला असतो तेव्हा मी माझ्या केसांना लाल तपकिरी म्हणते. त्यांना सोनेरी चकाकी आहे. पण वाईट मूड असतो तेव्हा उंदरासारख्या उदी रंगाचे म्हणते. त्या दिवशी फारसा वारा नव्हता. माझे केस नेहमीच तसे दिसतात. नैसर्गिकरित्या कुरळे केस हा एक तापच असतो आणि याबाबतीत दुसरं कोणी कधी सांगू लागलं तर ते खरं मानू नको. माझे डोळे पिंगट बदामी आहेत. मी सडपातळ आहे, पण माझ्या शरीरयष्टीला साजेशी पुरेशी उंच नाही.

सध्या मी थेम्सकाठी राहत नाही आणि माझ्या जुन्या घराविषयी बोलताना मला सर्वांत जास्त आठवण येते ती थेम्सची. नेहमी होणारं ते थेम्सचं दर्शन आणि तिचा आवाज मला आवडायचा. हल्ली मी 'ग्लेब प्लेस'मधल्या भाड्याच्या फ्लॅटमध्ये राहते. तो छोटा आणि खूप सजवलेला, वेल-फर्निश्ड आहे. फ्लॅटचा मालक यु.एस. वरून नोव्हेंबरपर्यंत येणार नाहीये, तोपर्यंत तरी मलाच त्याचं घर सांभाळायचं आहे. माझ्याजवळ एखादा कुत्रा असावसं खूप वाटतं, पण आमच्या बिल्डिंगची मॅनेजमेंट कमिटी प्राणी पाळावयाची परवानगी देत नाही. केन्सिंग्टन गार्डन्स इथून दूर नाही, तेव्हा मला जर घराच्या चार भिंतींमध्ये घुसमटायला झालं तर मी सरळ उठून उद्यानाकडे चालायला लागते. एक शिलींग भाडं देऊन बागेतली खुर्ची घेते, झाडांखाली लोळत पडते, येणाऱ्या जाणाऱ्याकडे आणि खेळणाऱ्या मुलांकडे बघत बसते आणि थोडीफार शांत होते.

व्ही-१च्या स्वैर माऱ्यात ८१, ओक्ले स्ट्रीट वर्षभरापूर्वीच उद्ध्वस्त झालं. माझ्या घराच्या मागच्या बाजूच्या घरांचं नुकसान झालं आणि नंबर ८१ चेही तीन मजले ढासळले. आता माझा फ्लॅट केवळ दगड-विटांचा ढिगारा आहे. मला आशा आहे की, माझे घरमालक श्रीयुत ग्रँट ते पुन्हा बांधतील. कारण मला माझा फ्लॅट हवा आहे किंवा त्याची अगदी जशीच्या तशी प्रतिकृती हवी आहे. 'शेन वॉक'[१] आणि माझ्या खिडक्यांबाहेरच्या नदीसकट.

व्ही-१ चा हल्ला झाला तेव्हा सुदैवाने मी दूर बरीमध्ये होते. माझा मित्र आणि आताचा प्रकाशक, सिडने स्टार्क, त्या संध्याकाळी मला माझ्या ट्रेनवर भेटला. तो

१. 'शेन वॉक' : फुटपाथ, side walkचं नाव

मला घरी घेऊन गेला आणि आम्ही तो दगडमातीचा प्रचंड ढिगारा तसंच इमारतीचे थोडेफार उरलेले अवशेष पाहिले.

भिंतीचा काही भाग पडल्यामुळे मला माझे फाटलेले पडदे वाऱ्यावर हलताना दिसत होते आणि माझं तीन पाय राहिलेलं लिहिण्याचं टेबल कललेल्या, उरल्या-सुरल्या फरशीवर पडलं होतं. चिखलानं बरबटलेल्या माझ्या पुस्तकांचा ढीग पडला होता आणि मला माझ्या आईची तसबीर भिंतीवर दिसली... काळवंडलेली, अर्धवट भोकं पडलेली. ती पुन्हा सुरक्षित, चांगल्या अवस्थेत मिळवण्याचा कोणताच मार्ग नव्हता. माझी एकमेव सुरक्षित राहिलेली वस्तू म्हणजे माझं स्फटिकाचं वजनदार पेपरवेट. त्याच्या वरच्या भागावर 'कार्प डिएम' कोरलेलं होतं. ते माझ्या बाबांचं होतं. तुटलेल्या विटा आणि कपच्या उडालेल्या लाकडाच्या ढिगाऱ्यावर तुकडे न पडलेलं अखंड असं ते बसलं होतं. त्याच्याशिवाय माझं चालत नसे, म्हणून सिडने प्रयासाने हात-पाय टेकत त्या ढिगावर चढला आणि त्यानं ते मला परत मिळवून दिलं.

मी १२ वर्षांची असताना माझे आईवडील वारले. तोपर्यंत मी अगदी शहाणी, चांगली मुलगी होते. सफोकचं शेतावरचं घर सोडून मी लंडनमधल्या माझ्या चुलत आजोबांकडे राहायला गेले, तेव्हा मी कडवट, बेफाम, खिन्न, दुर्मुखलेली अशी छोटी मुलगी होते. मी दोन वेळा घरातून पळाले. माझ्या आजोबांना मी अमर्याद त्रास दिला आणि त्या वेळी तसं करण्यात मला फार आनंद व्हायचा. आता त्यांच्याशी मी कशी वागले हे आठवलं की माझी मलाच लाज वाटते. मी १७ वर्षांची होते तेव्हा ते वारले, त्यामुळे मी त्यांची कधीच क्षमा मागू शकले नाही.

मी १३ वर्षांची असताना माझ्या आजोबांनी मला बोर्डिंग स्कूलमध्ये ठेवण्याचा निर्णय घेतला. मी नेहमीसारखीच हेकट, दुराग्रहीपणे गेले आणि मुख्याध्यापिकांना भेटले. त्यांनी मला पुढे घालून भोजनकक्षापर्यंत नेलं. तिथे त्यांनी मला एका टेबलाकडे नेलं. तिथे इतर चार मुली होत्या. मी हाताची घडी घालून आणि हात काखेत खुपसून बसले. पिसं गळून पडलेल्या गरुडासारखी टवकारून मी इकडे तिकडे बघत होते. कुणाचा तरी तिरस्कार करावा या हेतूने पाहतानाच माझी दृष्टी सोफी स्टार्कवर आदळली. ही सिडनेची धाकटी बहीण.

परिपूर्ण! तिचे केस सोनेरी, कुरळे होते. टपोरे, निळे डोळे आणि गोड गोड स्मित हास्य. तिनं माझ्याशी बोलायचा प्रयत्न केला. तिनं 'मला आशा आहे तू इथे मजेत राहशील' असं म्हणेपर्यंत मी बोलले नाही. यावर मी तिला म्हटलं, "ते समजण्याइतके दिवसही मी इथे राहणार नाही. मला ट्रेनचं वेळापत्रक कळलं की मी गेलेली असेन."

त्या रात्री मी आमच्या शयनकक्षाच्या छपरावर चढले. मला तिथे अंधारात बसून बराच विचार करायचा होता. काही मिनिटांतच सोफी माझ्या पाठोपाठ रांगत तिथे आली... माझ्यासाठी रेल्वेचं वेळापत्रक घेऊन.

मी त्यानंतर कधीच पळून गेले नाही, हे सांगायलाच नको. मी तिथेच राहिले.

सोफी माझी नवी मैत्रीण झाली होती. तिची आई मला बरेचदा सुट्ट्यांमध्ये त्यांच्या घरी बोलवायची. तिथेच मला सिडने भेटला. तो माझ्याहून दहा वर्षांनी मोठा होता आणि अर्थातच मला देवासारखा होता. आणि नंतर तो 'दादागिरी' करणारा भाऊ झाला. त्यानंतर तो माझ्या सर्वांत आवडत्या मित्रांपैकी एक झाला.

सोफी आणि मी शाळा सोडली. शैक्षणिक जीवन यापुढे बास झालं, आता खरंखुरं जीवन जगायचं या विचाराने आम्ही लंडनला आलो आणि सिडनेनं आमच्यासाठी शोधून ठेवलेल्या खोल्यांमध्ये एकत्र राहू लागलो. काही दिवस एका पुस्तकाच्या दुकानामध्ये दोघींनी नोकरी केली. मी रात्री गोष्टी लिहायचे आणि फेकून द्यायचे.

नंतर 'डेली मिरर'नं एक निबंध स्पर्धा प्रायोजित केली 'स्त्रिया सर्वांत जास्त कशाला घाबरतात' या विषयावर ५०० शब्द लिहायचे होते. 'मिरर'ला लबाडी करून काय मिळवायचं होतं हे मला माहीत होतं, पण मी पुरुषांना घाबरत नाही, इतकी कोंबड्यांना घाबरते. म्हणून मी त्यावरच लिहिलं. परीक्षक 'सेक्स'विषयी अजून एक शब्दसुद्धा न वाचावा लागल्याने रोमांचित झाले आणि त्यांनी मला पहिलं बक्षीस दिलं... पाच पौंडांचं आणि शेवटी माझा लेख छापून आला. 'डेली मिरर'ला चाहत्यांची इतकी पत्रं आली की त्यांनी माझ्याकडून एक लेख लिहून घेतला. नंतर अजून एक लेख. मी लवकरच इतर वृत्तपत्रांसाठी आणि मासिकांसाठी विशेष लेख लिहायला सुरुवात केली. नंतर युद्धाला तोंड फुटलं आणि मला 'स्पेक्टॅटर'मधे आठवड्यातून दोनदा स्तंभलेखन करण्यासाठी आमंत्रण आलं. त्याचं नाव होतं 'इझी बिकरस्टाफ गोज टू वॉर'. सोफीची एका हवाईदलातल्या सैनिकाशी भेट झाली आणि ती त्याच्या प्रेमात पडली. त्याचं नाव अलेक्झांडर स्ट्रॅचन. त्यांनी विवाह केला आणि सोफी स्कॉटलंडला, त्याच्या कुटुंबाच्या फार्महाऊसवर गेली. त्यांच्या मुलाची, 'डॉमनिक'ची मी गॉडमदर आहे आणि मी त्याला काही स्तोत्रं वगैरे शिकवली नसली तरी मागच्या वेळेला त्याला भेटले तेव्हा आम्ही त्यांच्या तळघराच्या दरवाज्याच्या बिजागऱ्या ओढून काढल्या... ती पिक्टिश सैन्याची लपायची जागा होती.

मला वाटतं, एक तरुण माझ्याशी लग्न करण्यास उत्सुक आहे, पण मला खरंच त्याची अद्यापि सवय झालेली नाही. तो अत्यंत आकर्षक आहे आणि मला नेहमी उत्तमोत्तम मेजवान्यांना नेत असतो. पण मला काही वेळा वाटतं मी माझ्या समोरच्या वास्तवातल्या तरुणापेक्षा पुस्तकातल्या विवाहोत्सुक युवकांना प्राधान्य देते. ते जर खरं झालं तर किती भयानक, मागासलेलं, भित्रेपणाचं आणि मानसिकरित्या कुमार्गाला नेणारं असेल!

सिडनेनं माझं 'इझी बिकरस्टाफ' स्तंभांचं पुस्तक प्रकाशित केलं आणि मी प्रसिद्धी दौऱ्यावर गेले. आणि नंतर मी गर्नसीवरील अपरिचितांना पत्रं लिहू लागले. आता ते माझे मित्र बनलेत, ज्यांना येऊन भेटायला मला खरंच आवडेल.

सदैव तुझी,
ज्युलिएट

एलीकडून ज्युलिएटला

२१ एप्रिल १९४६

प्रिय मिस ॲशटन,

लाकडाच्या ठोकळ्यांबद्दल मन:पूर्वक आभार. ते सुंदर आहेत. तुमची पेटी उघडली तेव्हा जे पाहिलं, त्यावर माझा विश्वासच बसेना... ते सगळे आकार, मंद, फिकट, गडद अशा रंगछटा!

तुम्हाला लाकडाचे इतके विविध प्रकार आणि आकार कसे मिळाले? ते शोधण्यासाठी तुम्ही बऱ्याच ठिकाणी फिरला असाल. मी पैज मारून सांगतो, नक्कीच फिरला असाल. त्याबद्दल तुमचे आभार कसे मानावेत हे मला समजत नाहीय. शिवाय ते अगदी योग्य वेळी आले आहेत. किटने एका पुस्तकात पाहिलेला एक साप तिच्या आवडीचा प्राणी आहे. खूप लांब आणि बारीक असल्यामुळे तो कोरून काढायला सोपा असतो. आत्ता ती फेरेट[१०] घेऊन सशांना बिळातून हुडकून काढायला गेलीय. ती म्हणते, की जर मी तिला फेरेट कोरून दिलं तर ती माझ्या लाकूड तासण्याच्या चाकूला पुन्हा स्पर्श करणार नाही. मला नाही वाटत ते बनवणं फारसं कठीण जाईल, कारण तेसुद्धा तीक्ष्ण धारदार असतात. तुमच्या गिफ्टमुळे माझ्याकडे सराव करायला लाकूडही आहे.

तुम्हाला तुमच्याजवळ असा एखादा प्राणी असलेला आवडेल का? मला तुम्हाला कोरीव काम केलेली वस्तू भेट म्हणून द्यायची आहे. पण ती तुमच्या पसंतीची असलेली मला आवडेल. तुम्हाला उंदीर आवडेल का? मी उंदीर चांगले कोरतो.

तुमचा प्रामाणिक,
एली

एबेनकडून ज्युलिएटला

२२ एप्रिल १९४६

प्रिय मिस ॲशटन,

तुम्ही एलीसाठी पाठविलेली पेटी शुक्रवारी आली. तुम्ही खरंच चांगल्या आहात. तो बसून लाकडाच्या ठोकळ्यांचा अभ्यास करतो – जसे काही त्यांच्यात लपलेले

---

१०. फेरेट : धृवीय मांजर... शिकारीसाठी पाळली जाते.

आकार त्याला दिसत असतात आणि तो त्यांना त्याच्या चाकूने बाहेर काढू शकतो.

तुम्ही विचारलं होतं की गर्नसीवरील सगळी मुलं गर्नसी सोडून इंग्लंडला गेली होती का? नाही. काही इथेच राहिली होती आणि मला जेव्हा एलीची आठवण यायची तेव्हा मी माझ्या अवतीभोवती असलेल्या चिमुरड्यांकडे बघायचो आणि तो गेलाय याचा मला आनंद व्हायचा. इथल्या मुलांवर वाईट परिस्थिती ओढवली होती कारण त्यांची वाढ व्हायला इथे अन्नच नव्हतं. मी बिल लेपेलच्या मुलाला उचलून घेतल्याचं मला आठवतंय. तो १२ वर्षांचा होता, पण ७ वर्षांच्या मुलापेक्षा त्याचं वजन जास्त नव्हतं. तुमच्या काळजाचा तुकडा दूर कुणा परक्या माणसाबरोबर राहण्यासाठी पाठवायचा की त्याला इथेच तुमच्याजवळ राहू द्यायचं, हा निर्णय घेणं फार कठीण गोष्ट होती. कदाचित जर्मन इथे आलेही नसते, पण आले असते तर आमच्याशी कसे वागले असते? पण त्याहीपेक्षा त्यांनी जर इंग्लंडवर आक्रमण केलं तर मुलांनी स्वत:चं कुटुंब जवळ नसताना कसं काय निभावलं असतं?

जेव्हा जर्मन आले तेव्हा आमची काय मन:स्थिती होती, माहितीये? मी त्याला धक्काच म्हणेन. खरं सांगायचं तर त्यांना आम्ही हवे होतो असं कधी वाटलंच नाही. ते इंग्लंडच्या मागे लागले होते आणि आमचा त्यांना काहीच उपयोग नव्हता. आम्हाला वाटलं होतं की आम्ही प्रेक्षकांतच असू, रंगभूमीवर आमचा प्रवेश होईल अशी कल्पनाच नव्हती.

नंतर १९४० च्या वसंत ऋतूमध्ये हिटलर स्वत:च, लोण्यामधून गरम सुरी फिरवावी तसा युरोपमधून फिरत राहिला. प्रत्येक देशाचा पाडाव होत गेला. हे सगळं इतक्या वेगाने होत गेलं... गर्नसीमधील सर्व खिडक्या फ्रान्समधल्या स्फोटांच्या हादऱ्यांनी खडखडल्या आणि फ्रान्सचा किनारा गेल्यानंतर आम्हाला वाचवण्यासाठी इंग्लंड त्यांची माणसं आणि जहाजं वापरण्यास असमर्थ होतं, हे सूर्यप्रकाशाइतकं स्पष्ट होतं. त्यांना त्यांच्या देशावर आक्रमण झालं तर ती माणसं आणि ती जहाजं यांची निकड भासणार होती. तेव्हा त्यांनी आम्हाला आमच्याच भरवशावर सोडून दिलं.

जूनच्या मध्यावर जेव्हा आम्ही या समर प्रसंगात ओढलो गेल्याची खात्री झाली, तेव्हा 'स्टेट्स'नं लंडनला फोनवरून कळवून विचारलं, की ते आमच्या मुलांसाठी जहाजं पाठवू शकतील का आणि त्यांना इंग्लंडला घेऊन जाऊ शकतील का? ते विमानानं जाऊ शकत नव्हते, कारण जर्मन हवाई दलाकडून ते विमान पाडलं जाण्याची भीती होती. लंडनकडून होकार आला, पण मुलांना तत्काळ तयार ठेवायला हवं होतं. अजून थोडा वेळ होता तोपर्यंतच जहाजांना त्वरा करून इथे येऊन परत जाणं भाग होतं. तो माझ्या देशबांधवांसाठी खूप बिकट काळ होता आणि त्यावर 'घाई करा घाई करा'ची टोचणी.

जेनच्या अंगी तेव्हा मांजरीहून अधिक त्राण नव्हतं. पण तिला तिचं मन ओळखता येत होतं. तिला एलीनं जावसं वाटत होतं. इतर स्त्रिया जायचं की राहायचं

अशा द्विधा मन:स्थितीत होत्या. त्यांना त्याविषयी तावातावाने बोलायचं होतं. पण जेननं एलिझाबेथला, त्या सर्वांना दूर ठेवायला सांगितलं. ''मला त्यांना चर्वितचर्वण करताना ऐकायचं नाहीय,'' ती म्हणाली. ''ते बाळासाठी वाईट असतं.'' जेनची अशी समजूत होती की बाळांना आजूबाजूला घडणाऱ्या सगळ्या गोष्टी समजतात, त्यांच्या जन्माच्याही अगोदरपासून.

'हे करू की ते' अशा मन:स्थितीचा कालावधीही लवकरच संपुष्टात आला. एक दिवस घरोघरी काहीतरी निर्णय घेणं भाग होतं आणि पाच वर्षं त्या निर्णयाला अनुसरून वाट पाहणंदेखील. शाळेत जाणारी मुलं आणि तान्ही बाळं त्यांच्या आयांसोबत पहिल्यांदा १९ व २० जूनला पाठवली गेली. 'स्टेट्स'नं ज्या मुलांच्या पालकांकडे काहीच पैसे शिल्लक नव्हते अशा मुलांना वरखर्चासाठी पैसे दिले. अगदी छोटी मुलं त्या पैशांतून गोडधोड खरेदी करता येईल या कल्पनेनंच उत्तेजित झाली होती. काहींना वाटलं की ती शाळेची रविवारची पिकनिक आहे आणि रात्र पडल्यावर ते परत येतील. तसं त्यांना वाटलं हे सुदैवच म्हणायचं, कारण एलीसारख्या मोठ्या मुलांना काय घडतंय ते चांगलं समजत होतं.

ज्या दिवशी मुलांना घेऊन त्यांनी गर्नसी सोडलं त्या दिवशीचं एक दृश्य माझ्या मनातून कधीच पुसलं जाणार नाही. गुलाबी रंगाचा पार्टी ड्रेस घातलेल्या दोन छोट्या मुली....कडक पेटिकोट, चमकदार पट्ट्याचे बूट... त्यांच्या आईसारखेच. त्यांना वाटलं त्या कुठे पार्टीलाच चालल्या आहेत. खाडी ओलांडताना किती थंडी वाजली असेल त्यांना.

सगळ्या मुलांना त्यांच्या पालकांनी शाळेपाशी सोडायचं होतं. तिथेच आम्हाला त्यांचा निरोप घ्यायचा होता. बसेस मुलांना धक्क्यावर घेऊन जाण्यासाठी आल्या होत्या. डंकर्कला नुकत्याच जाऊन आलेल्या बोटी पुन्हा खाडी ओलांडून मुलांसाठी आल्या. मुलांच्या संरक्षणासाठी ताफा घ्यायलाही वेळ नव्हता. बोटींवर पुरेशा जीवरक्षक नौका चढवायला आणि पुरेशी जीवरक्षक जाकिटं मिळवायलाही वेळ नव्हता.

एलीला त्याच्या आईचा निरोप घेता यावा म्हणून त्या सकाळी आम्ही प्रथम रुग्णालयात गेलो. तो निरोप घेऊच शकला नाही. त्याने त्याचा जबडा इतका घट्ट आवळून घेतला होता; तो फक्त मान हलवू शकला. जेनने क्षणभर त्याला हृदयाशी धरलं आणि नंतर मी आणि एलिझाबेथ त्याला शाळेच्या अंगणापर्यंत चालत घेऊन गेलो. मी त्याला घट्ट मिठी मारली. तो शेवटचा दिवस होता... त्यानंतर पाच वर्षं मी त्याला भेटणार नव्हतो. एलिझाबेथ तिथेच थांबली, कारण तिनं आतमधल्या मुलांना तयार करायला मदत करण्यासाठी स्वयंसेवकाचं काम स्वीकारलं होतं.

मी जेनकडे हॉस्पिटलमध्ये परत चाललो होतो, तेवढ्यात मला एली एकदा काय म्हणाला होता ते आठवलं. तो अंदाजे पाच वर्षांचा होता तेव्हा. आम्ही मासेमारी करणारे पडाव आत येतात ते बघायला 'ला कोर्बियेर'कडे चाललो होतो. रस्त्याच्या बरोबर मध्यभागी अंघोळीच्या वेळी पायात घालतात तसला कॅनव्हासचा एक जुना

जोडा पडला होता. एली त्याच्याभोवती फिरला. टक लावून पाहत होता. शेवटी तो म्हणाला, ''तो जोडा एकटाच आहे, आजोबा.'' मी उत्तर दिलं, ''हो. तो एकटाच आहे.'' तो त्याच्याकडे अजून काही वेळ बघत राहिला आणि नंतर आम्ही पुढे चालू लागलो. काही क्षण गेले, आणि तो म्हणाला, ''आजोबा, मी कधीच तसा एकटा नसतो.'' मी त्याला विचारलं, ''म्हणजे काय?'' आणि तो म्हणाला, ''माझ्या अंतर्यामी मी कधीच तसा एकटा नसतो... निराशेच्या क्षणीसुद्धा!''

अरेच्या! मला सरतेशेवटी जेनला सांगायला काहीतरी आनंददायक असं मिळालं आणि ते त्याच्याबाबत खरं होवो, अशी मी प्रार्थना केली.

इझोला म्हणते, की तिला स्वत:ला शाळेत काय घडलं ते तुम्हाला लिहून कळवायचंय. एक लेखिका या नात्यानं तुम्हाला या घटनेविषयी जाणून घ्यायला आवडेल, असं ती म्हणते. ती त्या प्रसंगाची साक्षीदार होती. एलिझाबेथनं ॲडलेड ॲडिसनच्या श्रीमुखात भडकवली आणि तिला हाकलून लावलं. तुम्ही मिस ॲडिसनला ओळखत नाही त्याबद्दल स्वत:ला भाग्यवान समजा. ती संपूर्ण पराभूत आहे. फार थोडे लोक तिच्यावर प्रेम करतात, तिचा बऱ्याच जणांकडून हृदयभंग झाला आहे आणि बहुतेक जण तिचा तिरस्कार करतात.

तुम्ही गर्नसी पाहायला कदाचित याल असं इझोलानं सांगितलं. माझ्याबरोबर आणि एलीबरोबर राहिलात तर तुमचा पाहुणचार करण्यात मला आनंदच वाटेल.

तुमचा,
एबेन रॅमसे

ज्युलिएटची इझोलाला तार

एलिझाबेथनं खरंच ॲडलेड ॲडिसनच्या थोबाडीत मारली होती का? मी तिथे असते तर! कृपया सविस्तर कळवा.

प्रेमपूर्वक,
ज्युलिएट

इझोलाकडून ज्युलिएटला

२४ एप्रिल १९४६

प्रिय ज्युलिएट,

हो, तिनं तिच्या गालावर जोरदार थप्पड मारली. फार छान झालं.

आम्ही सगळे मुलांना मदत करायला, बसेस त्यांना सोडायला जहाजाकडे घेऊन जातील, तेव्हा त्यांना तयार ठेवायला सेंट ब्रियॉक शाळेपाशी जमलो होतो. 'स्टेट्स'ला पालकांनी मुलांना शाळेत येऊन सोडायला नको होतं, फार गर्दी झाली असती आणि वातावरण फारच दुःखी झालं असतं. जे काही निरोप घ्यायचे, गुड-बाय करायचं ते बाहेरच. एक मूल रडायला लागलं तर त्या सगळ्यांचं रडणं सुरू होईल.

म्हणून अनोळखी व्यक्तींनीच त्यांच्या बुटांच्या नाड्या बांधल्या, त्यांची नाकं पुसली आणि प्रत्येकाच्या गळ्यात नावाची छोटी पाटी लटकवली. आम्ही त्यांच्या शर्टाची बटणं वगैरे नीट लावली आणि बसेस येईपर्यंत वेगवेगळे खेळ खेळत राहिलो.

माझ्याकडे मुलांचा एक गट होता. ती आपल्या नाकाला जिभेनं स्पर्श करायचा प्रयत्न करीत होती. एलिझाबेथकडे दुसरा गट होता. ती मुलं चेहरा सरळ ठेवून खोटं कसं बोलायचं, हे त्यांना शिकवणारा खेळ खेळत होती. त्या खेळाचं नाव मला आठवत नाही. त्याच वेळी ॲडिसन आतमध्ये तिचा रडका चेहरा घेऊनच आली. सगळी पोकळ धार्मिकता, अर्थ कशातच नाही – मूर्खपणा नुसता!

तिनं मुलांचा घोळका आपल्याभोवती गोळा केला आणि गायला सुरुवात केली, 'फॉर दोज इन पेरिल ऑन द सी' (जे समुद्रात घोर संकटात सापडले आहेत अशांसाठी). पण नाही, तिच्यासाठी 'वादळांपासून सुरक्षितता' इतकं पुरेसं नव्हतं. ईश्वराने त्यांचं बॉम्बस्फोटांपासूनही रक्षण करायला हवं होतं. बिचाऱ्या त्या मुलांना तिनं आपल्या पालकांसाठी रोज रात्री प्रार्थना करायचा आदेश द्यायला आरंभ केला. कुणास ठाऊक जर्मन सैनिक त्यांचं काय करतील? नंतर ती म्हणाली, की विशेष चांगली मुलं आणि चांगल्या मुली व्हा, म्हणजे आईबाबा स्वर्गातून तुमच्याकडे पाहतील आणि त्यांना तुमचा अभिमान वाटेल.

ज्युलिएट, मी तुला सांगते, ती मुलं भीतीनं रडू लागली; भयानं अर्धमेली होऊन हुंदके देऊ लागली. मला इतका धक्का बसला होता की मी हलूच शकले नाही, पण एलिझाबेथने ॲडरच्या जिभेप्रमाणे (छोटा विषारी साप) झटकन ॲडलेडचा दंड पकडला आणि तिला गप्प बसायला सांगितलं.

ॲडलेड किंचाळली, "मला जाऊ दे! मी 'ईश्वराचा शब्द' सांगतीय."

एलिझाबेथनं अशा जळजळीत नजरेनं तिच्याकडे बघितलं की एखाद्या सैतानाचाही दगड झाला असता. आणि नंतर तिनं मस्तपैकी ॲडलेडच्या मुस्कटात मारली आणि नंतर तिला दाराकडे जोरात खेचत नेत दाराबाहेर ढकलून दिलं आणि दार बंद केलं. थेरडी ॲडलेड दार वाजवत राहिली पण तिच्याकडे कुणीच लक्ष नाही दिलं. मी खोटं बोलले... मूर्ख डॅफ्ने पोस्टने तो उघडायचा प्रयत्न केला, पण मी तिची मानगूट पकडली आणि ती थांबली.

माझा असा विश्वास आहे की त्या खडाजंगीच्या मजेदार दृश्यानं लहान मुलांच्या मनातली भीती पार पळवून लावली आणि त्यांनी रडणं थांबवलं. सगळ्या बसेस आल्या आणि आम्ही मुलांना त्यावर चढवलं. एलिझाबेथ आणि मी घरी नाही गेलो. रस्त्यातच उभ्या राहून बसेस दिसेनाशा होईपर्यंत हात हलवीत राहिलो.

मला आशा आहे असा दुसरा दिवस पाहायला मी जिवंत राहणार नाही... अगदी ॲडलेडच्या थोबाडीत मारली तरी ते बघायलाही नाही. ती सगळी चिमणी पाखरं – आई-वडिलांना पारखी झालेली – मला बरं वाटलं मला मूलबाळ नव्हतं याचं.

तुझी जीवनकहाणी सांगितल्याबद्दल आभार. तुझे आईवडील, तुझं नदीकाठचं घर – या सगळ्यांत खूप कारुण्य भरलंय. तुला ते भोगावं लागलं याचं मला वाईट वाटतं. पण त्याचबरोबर तुला सोफी, तिची आई आणि सिडनेसारखे प्रिय मित्र मिळाले त्याबद्दल आनंदही झाला. त्या सिडनेचं म्हणशील तर तो एक भला माणूस वाटतो... पण बॉसिंग करणारा. सगळ्या पुरुषांमध्ये हा दोष असतोच.

क्लोव्हिस फॉसीनं विचारलंय, की तू आमच्या मंडळाला तुझ्या कोंबड्यांवरच्या पुरस्कार विजेत्या निबंधाची एक प्रत पाठवू शकशील का? त्याला वाटतं की एखाद्या मीटिंगमध्ये त्याचं वाचन केलं तर किती छान होईल. नंतर आम्ही ती प्रत दफ्तरखान्यात ठेवू शकतो, आमच्याकडे जर कधी असलाच तर.

मलाही तो निबंध वाचायला आवडलं असतं... या कोंबड्यांमुळेच तर मी खुराड्याच्या छपरावरून खाली पडले होते. त्यांनी तिथपर्यंत माझा पाठलाग केला होता. रेझरसारखे तीक्ष्ण ओठ आणि गरागरा फिरणारी ती बुबुळं रोखून सगळ्या कशा एकदम चाल करून आल्या माझ्यावर! लोकांना माहिती नसतं कोंबड्या कसा एकाएकी हल्ला चढवतात तुमच्यावर ते! पण त्या करू शकतात... अगदी पिसाळलेल्या कुत्र्यांसारख्या. युद्ध सुरू होईपर्यंत मी कोंबड्या पाळल्या नव्हत्या. नंतर पाळाव्याच लागल्या. परंतु मी त्यांच्या सहवासात निर्धास्त नसते. फार कशाला, एरिअलनं माझ्या बुडाला ढोसलं असतं तरी चाललं असतं – ती मनमोकळी आणि प्रामाणिक आहे. शेवटच्या क्षणापर्यंत अदृश्य राहून हळूच येऊन आकस्मिक तडाखा देणाऱ्या एखाद्या धूर्त कोंबडीसारखी नाही.

तू आम्हाला भेटायला आलीस तर मला आवडेल, तसंच ते एबेन, ॲमेलिया

आणि डॉसीलासुद्धा आवडेल – आणि एलीलासुद्धा. किटचं सांगता येत नाही, पण तू ते फारसं मनावर घ्यायची आवश्यकता नाही. तिचं मन बदलेलही. तुझा वृत्तपत्रातला लेख लवकरच छापला जाईल, तेव्हा तू इथे येऊन विश्रांती घेऊ शकतेस. तुला सांगायला आवडेल अशी एखादी कथा इथे तुला मिळून जाईल.

तुझी मैत्रीण
इझोला

डॉसीकडून ज्युलिएटला

२६ एप्रिल १९४६

प्रिय ज्युलिएट,

माझं दगडाच्या खाणीतलं हंगामी काम आता संपलंय आणि काही दिवसांसाठी किट माझ्याबरोबर राहत आहे. मी लिहितोय त्या टेबलाच्याच खाली बसून काहीतरी कुजबुज करतीये. काय कानगोष्टी चालल्या आहेत, असं मी तिला विचारल्यानंतर दीर्घ काळ शांतता पसरली. नंतर तिची कुजबूज पुन्हा सुरू झाली आणि आता इतर आवाजांमध्ये माझं स्वत:चं नाव मिसळल्याचंही मला ऐकू येतंय. यालाच सेनाधिकारी 'यथावकाश विरोधकांचं मानसिक खच्चीकरण करून त्यांना जेरीस आणणं' म्हणतात आणि मला माहितीये कोण जिंकणार आहे ते!

किट फारशी एलिझाबेथसारखी दिसत नाही. तिचे करडे डोळे आणि जेव्हा ती एकाग्रपणे बघत असते तेव्हाची तिची नजर, या दोन गोष्टींखेरीज दोघींमध्ये फारसं साम्य नाही. पण तिचा भावनांमधील तीव्रपणा पाहिला, की अंतर्यामी ती आईसारखीच आहे, हे जाणवतं. अगदी लहान असतानादेखील ती तशीच होती. खिडकीच्या काचा ती किंचाळायला लागली की थरथरायच्या आणि माझं बोट जेव्हा तिनं तिच्या इवल्याशा मुठीत पकडलं, तेव्हा ते पांढरंफटक पडलं. मला तान्ह्या बाळांविषयी काहीच माहिती नव्हती, पण एलिझाबेथनं मला शिकायला लावलं. ती म्हणाली, माझ्या प्रारब्धात पितृयोग आहे आणि मला त्या विषयातलं बरचसं ज्ञान प्राप्त झालंय अशी खात्री करून घेणं ही तिची जबाबदारी होती. तिला ख्रिश्चनची उणीव खूप भासायची. स्वत:साठीच नव्हे, तर किटसाठीसुद्धा.

किटला ठाऊक आहे की तिचे वडील या जगात नाहीत. ॲमेलिया आणि मी तिला सांगितलं, पण एलिझाबेथविषयी कसं सांगावं याचा आम्हाला प्रश्न पडला. शेवटी आम्ही सांगितलं, की तिला लांब, दूरवर पाठवलं आहे आणि ती लवकरच परत येईल याची आम्हाला खात्री आहे. किट आळीपाळीनं माझ्याकडे आणि ॲमेलियाकडे बघत राहिली, पण तिने काही प्रश्न विचारले नाहीत. ती नुसती बाहेर गेली आणि धान्याच्या कोठारात

जाऊन बसली. आम्ही बरोबर केलं की चूक, हे मला समजत नाहीये.

गेले काही दिवस मी, एलिझाबेथनं घरी परत यावं ही इच्छा बाळगून स्वत:ला शिणवतो आहे. आम्हाला समजलंय की सर अॅम्ब्रोज लंडनवर शेवटी शेवटी झालेल्या बॉम्बवर्षावांपैकी एकामध्ये मारले गेले आणि एलिझाबेथ त्यांच्या इस्टेटीची वारस आहे. त्यांच्या सॉलिसिटर्सनी तिचा शोध घेणं सुरू केलंय. तिला शोधून काढायचे आमच्यापेक्षा अधिक चांगले मार्ग त्यांच्याजवळ असतील. म्हणून मला आशा वाटते की श्री. डिल्वीनना लवकरच तिच्याकडून एखादा निरोप मिळेल किंवा तिच्याविषयी काही कळेल.

एलिझाबेथचा शोध लागला तर किटसाठी आणि आम्हा सर्वांसाठी ती अतीव सुखदायक गोष्ट नसेल का?

शनिवारी आमचं मंडळ बाहेर जाणार आहे. गर्नसी रिपेर्टोरी कंपनीचं 'ज्यूलियस सीझर' हे नाटक बघायला. जॉन बुकर मार्क अँटोनी बनणार आहे आणि क्लोविस फॉसे सीझरची भूमिका करणार आहे. इझोला, क्लोव्हिसला त्याच्या संवादाच्या ओळी वाचून दाखवतीय आणि ती म्हणते त्याच्या अभिनयानं आम्ही सारे अचंबित होऊ. विशेषत: मेल्यावर तो जेव्हा फूत्कारतो. 'तुम्ही मला फिलीपीला पाहाल!' तेव्हा क्लोव्हिस कसा फूत्कारतो या विचारानंच ती तीन रात्री जागी आहे, असं ती सांगतीय. इझोला अतिशयोक्ती करते. पण केवळ तिची स्वत:ची करमणूक करून घेण्यापुरतीच.

किटचं कुजबुजणं थांबलंय. मी नुकतंच टेबलाखाली वाकून पाहिलं. ती झोपली आहे. मला वाटलं होतं त्यापेक्षा उशिराच.

सदैव तुझा,
डॉसी

मार्ककडून ज्युलिएटला

३० एप्रिल १९४६

लाडके,

नुकताच आलो आहे. हेंड्रीनं फोन केला असता तर संपूर्ण दौरा टाळता आला असता. पण मी काही जणांची टाळकी एकत्र आपटली आणि त्यांनी गलबतावरचा सगळा माल कस्टमच्या कचाट्यातून सोडवला. मला असं वाटतंय, की मी कित्येक वर्षं इथून लांब आहे. आज रात्री मी तुला भेटू शकतो का? मला तुझ्याशी बोलायचंय.

प्रेमपूर्वक,
एम.

ज्युलिएटकडून मार्कला

अर्थातच. तुला इकडे यायचंय? माझ्याकडे मटणाचे कबाब आहेत.

ज्युलिएट

मार्ककडून ज्युलिएटला

मटणाचे कबाब – नुसतं नाव ऐकूनच भूक चाळवली.
सुझेट, ८ वाजता?

प्रेमपूर्वक,
एम.

ज्युलिएटकडून मार्कला

'प्लीज' म्हण नं.

जे.

मार्ककडून ज्युलिएटला

तुला 'सुझेट'ला ८ वाजता भेटून आनंद होईल.

प्रेमपूर्वक,
एम.

ज्युलिएटकडून मार्कला

१ मे १९४६

प्रिय मार्क,

तुला माहितीये, मी नकार दिलेला नाही. मी म्हटलं की मला त्याविषयी विचार करायचा आहे. तू सिडने आणि गर्नसी यांच्याविषयी बडबडत होतास आणि त्यात

इतका गर्क होतास की कदाचित तुझ्या लक्षात आलं नसेल, की मला थोडा अवधी हवाय इतकंच मी म्हणाले होते. मी तुला दोन महिन्यांपासून ओळखते. आपण उरलेलं आयुष्य एकत्र घालवावं की नाही याबद्दल मला निश्चित सांगता येईल, इतका हा काळ माझ्यासाठी मोठा नाही, तुला जरी तशी खात्री असली तरी! मी एकदा फार मोठी चूक करून बसले होते आणि गोष्टी अगदी लग्नघटिकेपर्यंत आल्या होत्या. ज्याला मी फारशी ओळखतही नव्हते अशा माणसाशी मी लग्न ठरवलेलं होतं. (कदाचित तू हे पेपरमध्ये वाचलं असशील) निदान युद्धामुळे त्या प्रकरणाचं स्वरूप सौम्य झालं, पण मी पुन्हा असा मूर्खपणा करणार नाही.

विचार कर, मी कधीही तुझं घर पाहिलेलं नाही. खरं तर मला ते कुठे आहे हेही धड माहिती नाही. न्यूयॉर्कमध्ये, पण कुठला रस्ता? ते कसं दिसतं? तुझ्या भिंतींना कोणता रंग दिला आहे? तुझा सोफा? तू तुझी पुस्तकं मुळाक्षरांच्या क्रमानुसार लावतोस का? (मला आशा आहे, नसावास) तुझे खण आवरलेले असतात की अव्यवस्थित? तू कधी गुणगुणतोस का? आणि असशील तर काय गुणगुणतोस? तुला अधिक काय आवडतं, मांजरं की कुत्री? की मासे? न्याहारीसाठी तू काय घेतोस? किंवा तुझ्याकडे स्वयंपाकी आहे का?

बघितलंस ? तुझ्याशी लग्न करावं इतपत मला तुझी माहिती नाही.

तुला आवडेल अशी दुसरी एक बातमी आहे माझ्याकडे. सिडने तुझा प्रतिस्पर्धी नाही. मी आत्ता किंवा पूर्वी कधीही त्याच्या प्रेमात पडले नव्हते, ना तो माझ्या. मी कधीही त्याच्याशी लग्न करणार नाहीये. हा निर्णय पुरेसा आहे का तुझ्यासाठी?

माझ्यापेक्षा गरीब स्वभावाची, तुझ्या कह्यात राहणारी एखादी मिळाली तर तू तिच्याशी विवाह करणार नाहीस, याची तुला पक्की खात्री आहे का?

ज्युलिएट

ज्युलिएटकडून सोफीला

१ मे १९४६

प्रियतम सोफी,

तू इथे असतीस तर! मला अजूनही खूपदा वाटतं; आपण आपल्या छोट्याशा सुंदर स्टुडिओत राहावं आणि आपल्या लाडक्या श्रीयुत हॉकच्या दुकानात काम करावं आणि रोज रात्री जेवण म्हणून क्रॅकर्स आणि चीज खावेत. मला तुझ्याशी भरभरून बोलायचंय. मी मार्कशी लग्न करावं की करू नये, हे तू मला सांगावंस.

त्यानं मला काल रात्री विचारलं – गुडघे टेकून नाही, पण एक कबुतराच्या

अंड्याएवढा मोठा हिरा देऊन. तोही एका प्रणयधुंद फ्रेंच रेस्टॉरंटमध्ये. मला खात्री वाटत नाहीय की त्याला अजूनही, आज सकाळीच माझ्याशी विवाह करायचा होता. तो फार खवळलाय, कारण मी त्याला स्पष्टपणे हो म्हटलं नाही. मी त्याला समजावून सांगण्याचा प्रयत्न केला की बाबा रे, आपली ओळख होऊन फार काळ लोटला नाहीये (दोनच महिने झालेत) तेव्हा मला विचार करायला थोडा वेळ हवाय. पण त्यानं माझं ऐकलंच नाही. त्याला खात्री होती की सिडनेवरील माझ्या छुप्या अनुरागामुळे मी त्याला नाकारतीय. सिडने आणि मार्कहॅम एकमेकांबद्दलच्या विचारांनी अक्षरशः पछाडले गेले आहेत.

थँक गॉड! आम्ही दोघं तोपर्यंत त्याच्या फ्लॅटवर पोहोचलो होतो. सिडने आणि साक्षात ईश्वराने ज्यांचा त्याग केलाय अशी बेटं आणि अशा स्त्रिया ज्यांना त्यांच्या पुढ्यात आशेने बसलेल्या पुरुषापेक्षा परक्या माणसांची अधिक पर्वा असते (तुला कळलंच असेल गर्नसी व माझे तिथले नवीन मित्र) या सगळ्यांविषयी तो आरडाओरडा करायला लागला. मी त्याला समजावून सांगायचा प्रयत्न करत राहिले आणि तो ओरडत राहिला, अगदी मला रडू येईपर्यंत. नंतर त्याला पश्चात्ताप झाला, जे त्याच्या स्वभावाला धरून नव्हतं. ते इतकं लडिवाळ होतं की मी जवळजवळ विचार बदलला आणि त्याला 'हो' म्हणाले. पण तेव्हा माझ्या मनात आलं की आयुष्यभर यानं आपल्याशी प्रेमळपणे वागावं म्हणून मला रडत राहावं लागणार की काय; आणि मी पुन्हा 'नाही' म्हणाले. आम्ही वाद घातला, त्याने व्याख्यान दिलं आणि मी अजूनच रडले. कारण मी इतकी दमले होते... शेवटी त्याने त्याच्या शोफरला बोलवून मला घरी सोडायला सांगितलं. मला मागच्या सीटवर कोंबल्यावर दार लावताना तो माझं चुंबन घ्यायला आत झुकला आणि म्हणाला, "तू म्हणजे मूर्ख आहेस, ज्युलिएट."

कदाचित तो म्हणतो ते बरोबर असेल. तुला त्या भयंकर; अतिशय भयंकर अशा 'चेजलेज फेअर'च्या कादंबऱ्या आठवतात का? आपण त्या १३ वर्षांच्या असताना उन्हाळ्यात वाचल्या होत्या? 'द मास्टर ऑफ ब्लॅकहीथ' ही माझी आवडती होती. मी ती वीस वेळा वाचली असेल (आणि तूही! उगीच आव आणू नकोस नाही म्हणून). तुला रॅन्सम आठवतो का? त्यानं पोरकट युलेलीवर असलेलं प्रेम केवळ तिला तिची निवड मोकळेपणानं करता यावी यासाठी किती निश्चयानं लपवलं. त्याला हे माहिती नव्हतं, की ती १२ वर्षांची असताना घोड्यावरून पडली होती, तेव्हापासून वेड्यासारखी त्याच्यावर प्रेम करीत होती. हेच तर खरं आहे सोफी – मार्क रेनॉल्ड्स हुबेहूब त्या रॅन्समसारखाच आहे. तो उंचनिंच आणि देखणा आहे. लबाड हसू आणि कोरीव जबडा. तो खांद्याने धक्का देऊन गर्दीतून वाट काढतो. त्याचा पाठपुरावा करणाऱ्या कटाक्षांविषयी तो बेफिकीर असतो. तो उतावळा आणि विलक्षण आकर्षक आहे आणि मी मेकअप ठाकठीक करायला जाते तेव्हा इतर स्त्रिया त्याच्याविषयी काय बोलतात ते माझ्या कानी पडतं; युलेलीनं म्युझियममध्ये (वस्तुसंग्रहालयात) ऐकलं होतं तसं

लोकांचं लक्ष त्याच्याकडे वेधलं जातं. तो स्वत:हून तसा प्रयत्न करीत नाही. लोकांचाही नाईलाज होतो.

मी रॅन्समच्या उच्चाराने शहारते. मार्ककडे मी पाहते तेव्हासुद्धा कधीकधी असंच होतं. पण 'मी काही युलेली नाही.' या मला सतावणाऱ्या भावनेतून मी काही बाहेर येऊ शकत नाही. मी घोड्यावरून पडले असते तर मार्कनं मला उचलून घेणं किती बहारीचं झालं असतं! पण इतक्यात मी घोड्यावरून पडेन असं मला वाटत नाही. मी गर्नसीला जाण्याची आणि जर्मन वर्चस्वाविषयी लिहिण्याची शक्यता अधिक आहे. आणि मार्कला तो विचारही सहन होत नाहीये. त्याला मी लंडनमध्येच राहायला हवीय, रेस्टॉरंट्समध्ये, थिएटरला त्याच्याबरोबर जायला हवीय आणि एखाद्या समंजस स्त्रीप्रमाणे त्याच्याशी विवाह करायला हवाय.

मला लिहून कळव काय करायचं ते.

डॉमनिक, तुला तसंच अलेक्झांडरला प्रेमपूर्वक,
ज्युलिएट

ज्युलिएटकडून सिडनेला

३ मे १९४६

प्रिय सिडने,

'सिडने अँड स्टार्क' तुझ्यावाचून जेवढी दु:खीकष्टी आहे तितकी कदाचित मी नसेन. पण मला तुझी आठवण येतीय आणि तुझा सल्ला हवाय. तू जे काही करतोयस ते सगळं सोडून मला ताबडतोब पत्र लिही.

मला लंडनच्या बाहेर जायचंय. मला गर्नसीला जायचंय. तुला कल्पना आहेच, मला माझा गर्नसीचा मित्रपरिवार फार आवडू लागलाय आणि 'जर्मन अधिपत्या'च्या काळातील आणि नंतरच्या काळातीलही त्यांच्या जीवनाविषयी जाणून घ्यायची ओढ लागलीय. 'चॅनेल आयलंड्स' निर्वासित समितीला मी भेट दिलीय आणि त्यांच्या फाइल्स वाचल्या आहेत. मी 'रेडक्रॉस'चे अहवाल वाचलेत. टोड्ट श्रमिक गुलामांविषयी जितकं उपलब्ध झालं तेवढं सगळं साहित्य मी वाचलं आहे. अर्थात आजपर्यंत त्यावर फारसं लिहिलं गेलं नाहीये. गर्नसीला मुक्त करणाऱ्या काही सैनिकांच्या मी मुलाखती घेतल्या आहेत आणि ज्यांनी तिथल्या किनाऱ्यावरून हजारो सुरुंग हटवले, त्या रॉयल इंजिनिअर्सशी मी बोलले. सरकारचे या बेटाविषयीचे वर्गवारी न केलेले सर्व अहवाल नजरेखालून घातलेत. बेटावरील रहिवाशांचं आरोग्य किंवा त्याचा अभाव, त्यांचा आनंद किंवा त्याचा अभाव, त्यांना होणारा धान्यपुरवठा किंवा त्याचा अभाव, अशा सर्व विषयांबद्दलचे अहवाल. परंतु मला याहून जास्त जाणून घ्यायचंय. तिथे जे लोक

होते त्यांच्या कहाण्या मला समजावून घ्यायच्या आहेत आणि त्या लंडनमधल्या ग्रंथालयात बसून मी कधीच समजून घेऊ शकत नाही.

उदाहरणार्थ, काल मी स्वातंत्र्यावर एक लेख वाचत होते. एका पत्रकारानं एका गर्नसीच्या रहिवाशाला विचारलं, "जर्मन अमलाखाली तुम्हाला आलेला सर्वांत कठीण अनुभव कोणता होता?" त्यानं त्या माणसाच्या उत्तराची टिंगल केली, पण मला त्याचा अर्थ चांगलाच उमगला. बेटावरील रहिवाशानं सांगितलं, "तुम्हाला माहितीये का त्यांनी आमचे सगळ्यांचे वायरलेस सेट काढून घेतले? तुमच्याकडे लपवलेला रेडिओ सापडला तर युरोपमधील तुरुंगात पाठवले जात असे. वेल, आमच्यापैकी ज्यांच्याकडे असे गुप्त रेडिओ होते, त्यांनी त्या रेडिओवर मित्रराष्ट्र नॉर्मंडीमध्ये उतरल्याचं ऐकलं. अडचण फक्त इतकीच होती की हे असं घडलंय हे आम्हाला माहीत असल्याचं जाणवू द्यायचं नव्हतं. सात जूनला मी सेंट पीटर पोर्टच्या सभोवती फेऱ्या मारत राहिलो. मी खदाखदा हसू शकलो नाही. स्मितसुद्धा नाही करू शकलो किंवा असं काहीही नाही, ज्यामुळे जर्मनांना कळेल, की मला माहिती होतं त्यांचा अंत जवळ आला होता. सर्वांत कठीण गोष्ट ही होती! त्यांनी पकडलं असतं तर कुणालातरी ते भोगावं लागलं असतं, म्हणून आम्हाला हा बनाव करावा लागला. त्यांचा 'डी-डे' जवळ आलाय हे आपल्याला माहितीच नाही अशी बतावणी करणं फार कठीण होतं."

मला त्या रहिवाशासारख्या इतर लोकांशी बोलायचंय (जरी सध्या तो लेखकांपासून दूर राहत असला तरी) आणि त्यांच्या संघर्षाविषयी ऐकायचंय. कारण मला अन्नधान्याचे आकडे वाचण्याऐवजी तेच वाचायला आवडेल. हे पुस्तक कशा स्वरूपात निघेल ते मी सांगू शकत नाही किंवा मी एखादं पुस्तक लिहू शकेन, हेही मला सांगता यायचं नाही. पण मला सेंट पीटर पोर्टला जाऊन याचा शोध घ्यायला आवडेल.

मला तुझे आशीर्वाद मिळतील का?

तुला व पियर्सला प्रेमपूर्वक,
ज्युलिएट

सिडनेची ज्युलिएटला तार

१० मे १९४६

हे घे माझे आशीर्वाद. तुझ्यासाठी आणि पुस्तकासाठीही! गर्नसी ही भन्नाट कल्पना आहे. पण रेनॉल्ड्स याला परवानगी देईल का?

प्रेमपूर्वक,
सिडने

ज्युलिएटची सिडनेला तार

११ मे १९४६

आशीर्वाद मिळाले. मार्क रेनॉल्ड्स मला मनाई करण्याचा किंवा परवानगी देण्याचा इथे प्रश्नच उद्भवत नाही.

प्रेमपूर्वक,
ज्युलिएट

ॲमेलियाकडून ज्युलिएटला

१३ मे १९४६

माझी प्रिय,

काल तुझी तार मिळाली आणि तू आम्हाला भेटायला येतीयस हे कळल्यावर अतिशय आनंद झाला.

मी तुझ्या सूचनांचं पालन केलं आणि तत्परतेने ही बातमी सगळ्यांना सांगितली. तुझ्या येण्याच्या बातमीने आमच्या मंडळात एकच जल्लोष झाला. सगळे जण इतके उत्तेजित झाले म्हणून सांगू. सभासदांनी ताबडतोब तुला ज्या ज्या गोष्टींची गरज भासेल त्या त्या सर्व देऊ केल्या आहेत. अंथरूण-पांघरूण, राहण्याची व्यवस्था, इतरांशी ओळखी करून देणं, कपडे वाळविण्यासाठी इलेक्ट्रिक तारेचा पुरवठा वगैरे. तू येणार म्हटल्यावर इझोलाचे पाय जमिनीवर नाहीत आणि तुझ्या पुस्तकासाठी अगोदरच कामाला लागलीय. मी तिला सावध केलं असलं, की ही अजून एक कल्पनाच आहे, तरी तिने तुझ्यासाठी साहित्य गोळा करायचा निश्चय केलाय आणि ती तसं करेलच. मंडईमध्ये ती ज्यांना ओळखते त्या सर्वांना तिने तुला 'जर्मन अधिपत्या'विषयी पत्र पाठवायला सांगून ठेवलंय (कदाचित धमकी दिली असेल) तिला वाटतं की तुला तुझ्या प्रकाशकांचं मन वळवायला ती पत्रं उपयोगी पडतील– हा विषय पुस्तकासाठी योग्य आहे म्हणून. पुढच्या काही आठवड्यांमध्ये तुझ्याकडे पत्रांचा महापूर आला तर आश्चर्य वाटून घेऊ नकोस.

इझोला आज दुपारी श्री. डिल्वीनना भेटायला बँकेतसुद्धा गेली आणि तिनं त्यांना तुझ्या दौऱ्याच्या काळात एलिझाबेथचं घर तुला भाड्याने द्यावं अशी विनंती केली. ती जागा रमणीय आहे. ती एका मोठ्या घराच्या खालीच एका कुरणामध्ये आहे आणि तुला तिची देखभाल करणं सोपं जाईल, इतकी आटोपशीरपण आहे. जर्मन अधिकाऱ्यांनी त्यांचं 'मोठं घर' वापरासाठी जप्त केल्यावर एलिझाबेथ तिथे हलली. तिथे तू एकदम

आरामात राहशील आणि इझोलानं श्री. डिल्वीनना आश्वासन दिलंय, की त्यांनी केवळ जागेच्या भाडेकरार पत्राची कागदपत्रं तयार करण्याची तसदी घ्यावी, बाकी सगळं ती बघून घेईल. खोल्यांमध्ये हवा खेळती ठेवणं, खिडक्या धुणं, गालिचे झोडपणं, कोळी मारणं, इ.इ.

या सर्व व्यवस्थेचं तुला ओझं वाटणार नाही अशी मला आशा आहे. कारण श्री. डिल्वीनच्या योजनेनुसार त्या मालमत्तेचं भाड्यानं द्यायच्या शक्यतेसाठी लवकरच मूल्यमापन करायचं होतं. सर ॲम्ब्रोजच्या सल्लागारांनी एलिझाबेथचा ठावठिकाणा शोधून काढण्यासाठी चौकशी चालवलीय. त्यांना असं आढळून आलंय की ती जर्मनीत आल्याची नोंद कुठेच नाही. मात्र फ्रान्समध्ये तिला एका ट्रेनमध्ये बसवलं गेलं. त्या ट्रेनचं गन्तव्य स्थान होतं 'फ्रँकफर्ट'. चौकशी पुढे सुरूच राहील आणि मी प्रार्थना करते त्यातून एलिझाबेथचा शोध लागावा. पण दरम्यानच्या काळात सर ॲम्ब्रोजकडून एलिझाबेथला मिळालेली ही मालमत्ता श्री. डिल्वीनना किटसाठी पैशाची तजवीज करता यावी म्हणून भाड्यानं द्यायचीय.

मला काही वेळा असं वाटतं की किटच्या जर्मन नातेवाइकांचा शोध घेणं आमचं नैतिक कर्तव्य आहे. पण मी स्वत: ते करू धजत नाही. ख्रिश्चन एक अपवादात्मक सज्जन होता आणि त्यांचा देश जे काही करीत होता ते त्याला अजिबात आवडत नव्हतं. पण हे सर्वच जर्मन लोकांबाबत खरं असू शकत नाही, विशेषत: ज्यांची 'हजार वर्षं टिकणारं जर्मन साम्राज्य' या स्वप्नावर श्रद्धा होती अशांबाबत आणि आम्ही किटला तिचे नातेवाईक सापडले असते, तरी इतक्या दूर, एका उद्ध्वस्त आणि परक्या देशात कसं काय पाठवलं असतं? तिला कळायला लागल्यापासून आम्हीच तिचे कुटुंबीय आहोत.

किटचा जन्म झाला तेव्हा अधिकाऱ्यांपासून एलिझाबेथनं तिचा पिता कोण हे लपवून ठेवलं. लाज वाटली म्हणून नाही, तर तिला भीती वाटत होती की बाळाला तिच्यापासून तोडलं जाईल आणि जर्मनीत पाठवलं जाईल. अशा प्रकारच्या भीतिदायक अफवा तेव्हा पसरायच्या. कधीतरी मनात विचार येतो की अटक करताना किटचा वारसा सांगितला असता तर (तिचे वडील जर्मन आहेत म्हणून) एलिझाबेथ वाचली असती. पण तिनं सांगितलं नाही म्हटल्यावर मलाही तसं करायला जागा नव्हती.

माझ्या डोक्यावरचा भार रिकामा केल्याबद्दल मला क्षमा कर. माझ्या काळज्यांचा भुंगा सदैव डोकं पोखरत असतो आणि त्या आता कागदावर उतरल्यावर छान हलकं हलकं वाटतंय. मी आता अधिक उत्साहवर्धक विषयांकडे वळते – जशी काल संध्याकाळची मंडळाची मीटिंग.

तुझ्या भेटीवरून उठलेला गलबला शांत झाल्यानंतर मंडळाने तुझा 'टाइम्स'मध्ये आलेला 'पुस्तकं आणि वाचन' यावरील लेख वाचला. सगळ्यांना मजा आली... आम्ही आमच्याविषयीच वाचत होतो म्हणून नाही, तर ज्या दृष्टिकोनातून आम्ही

वाचनाकडे पाहण्याचा पूर्वी विचारही केला नव्हता, असे दृष्टिकोन तू आमच्यासमोर मांडलेस. डॉ. स्टबिन्सनं स्पष्ट मत दिलं की चित्तविभ्रम, मनाचा गोंधळ या शब्दाला वर्तनातला दोष मानण्याऐवजी सन्माननीय रूप देणारी तू एकमेव आहेस. लेख प्रसन्न करणारा होता आणि आमचा त्यात उल्लेख झाल्याबद्दल आम्हाला इतका अभिमान आणि आनंद वाटला.

तुझ्या सन्मानार्थ स्वागताची मेजवानी आयोजित करायचं विल थिस्बीच्या मनात आहे. त्या प्रसंगासाठी तो पोटॅटो-पील-पाय बनवेल आणि त्यावर कोको आयसिंग करायचा त्याचा विचार आहे. काल रात्री त्याने आमच्या मीटिंगमध्ये आम्हाला आश्चर्यचकित करण्यासाठी मिष्टान्न बनवलं... चेरीज फ्लॅम्बे. आमच्या सुदैवाने ते कढईतच तळाला करपलं त्यामुळे आम्हाला ते खावं लागलं नाही. माझी इच्छा आहे, विलनं पाककृती बनवणं सोडून पुन्हा लोखंडाचा व्यापारी म्हणून व्यवसाय करावा.

आम्ही तुझ्या स्वागतासाठी अधीर झालोय. तू लिहिलं होतंस की लंडन सोडण्यापूर्वी तुला बरीच परीक्षणं पूर्ण करायची आहेत, पण जेव्हा कधी तू येशील तेव्हा तुला भेटून आम्हाला आनंदच होईल. फक्त आम्हाला तुझी येण्याची तारीख आणि वेळ कळव. विमानाने गर्नसीला आलीस तर नक्कीच लवकर येशील आणि तो प्रवास डाक आणणाऱ्या बोटीपेक्षा जास्त आरामदायी असेल. (क्लोविसने तुला निरोप दिला आहे की, विमानात हवाईसुंदऱ्या प्रवाशांना जीन देतात आणि मेल बोट नाही देत.) पण तुला सी-सिकनेसचा (समुद्र लागण्याचा) खूप त्रास होत नसेल तर (आणि तरच) मी वेमाऊथवरून जाणारी दुपारची बोट पकडीन. गर्नसीला येण्याचा समुद्रापेक्षा दुसरा सुंदर मार्ग नाही. एकतर सूर्य अस्तास जात असतो किंवा सोनेरी कडा असलेले काळे वादळी मेघ क्षितिजावर ओथंबून असतात किंवा बेट धुक्यातून नुकतंच बाहेर येत असतं. नवी नवरी असताना मी पहिल्यांदा गर्नसी पाहिलं; ते असंच होतं.

तुझीच प्रेमळ,
ॲमेलिया

इझोलाकडून ज्युलिएटला

१४ मे १९४६

प्रिय ज्युलिएट,

मी तुझं घर तुझ्यासाठी अगदी सज्ज करून ठेवतीये. माझ्या मंडईतल्या बऱ्याच मित्रांना मी त्यांचे अनुभव तुला लिहून पाठवायला सांगितलंय, तेव्हा मला आशा आहे ते पाठवतील. जर टॅटम महोदयांनी पत्र लिहिलं आणि त्यांच्या आठवणींबद्दल पैसे मागितले तर त्याला एक छदामही देऊ नकोस. तो पक्का खोटारडा आहे.

मी पहिल्यांदा जर्मनांना पाहिलं तेव्हा ते कसे दिसले, हे ऐकायला तुला आवडेल का? ते वर्णन अधिक जिवंत करण्यासाठी मी विशेषणं वापरीन. मी फारशी वापरत नाही. मला वस्तुस्थिती जशी आहे त्या रूपात मांडायला आवडते.

त्या मंगळवारी गर्नसी शांत दिसत होतं. पण आम्हाला माहीत होतं ते तिथं आहेत. आदल्या दिवशी विमानं आणि जहाजं भरभरून सैनिक आले होते. अजस्त्र जंकर विमानं दणादण आदळत होती आणि त्यातले सर्व सैनिक उतरवून पुन्हा उडत होती. आता अधिक लहरी आणि हलकी झाल्याने ती कमी उंचीला उडायची, आकस्मात खाली सूर मारायची मग पुन्हा वर जायची. सगळ्या गर्नसीभर शेतातल्या गायींना घाबरवत त्यांची उड्डाणं सुरू होती.

एलिझाबेथ माझ्या घरी होती, माझ्याजवळ मिल्फॉईल वनस्पतीही होती, तरी आम्हाला हेअर टॉनिक बनवण्याचा धीर नाही झाला. आम्ही नुसत्या स्मशानातील प्रेत खाणाऱ्या पिशाच्चांसारख्या सुस्तावलो होतो. तेव्हा एलिझाबेथ उठली. ''चल,'' ती म्हणाली. ''त्यांची वाट बघत मी इथे घरात बसून नाही राहणार. मी शहरात चाललीय माझा शत्रू शोधायला.''

''आणि तुला तो सापडला की काय करणार आहेस?'' मी तिला फटकारलंच.

''मी त्याला बघून घेणार आहे.'' ती म्हणाली. ''आम्ही काही पिंजऱ्यातले प्राणी नव्हे – ते आहेत. आम्ही जसे त्यांच्याबरोबर अडकून पडलोय, तसेच या बेटावर येऊन तेही आमच्याबरोबर अडकून पडलेत. चल चल, जाऊन बघू या.''

मला ती कल्पना आवडली. म्हणून आम्ही डोक्यावर आमच्या हॅट्स घातल्या आणि गेलो. पण सेंट पीटर पोर्टमध्ये आम्ही जी दृश्यं पाहिली त्यावर तुझा विश्वासच नाही बसणार.

बापरे! शेकडो जर्मन सैनिक होते तिथे आणि ते शॉपिंग करत होते. हातात हात घालून ते फाऊंटन स्ट्रीटवर भटकत होते, हसत-खेळत दुकानांच्या खिडक्यांतून डोकावत होते. दुकानात शिरत होते आणि भरभरून खरेदी केलेल्या वस्तूंच्या थैल्या, पार्सलं घेऊन बाहेर येत होते. एकमेकांना हाका मारत होते. नॉर्थ एस्प्लनेडसुद्धा सैनिकांनी फुललं होतं. काही जण नुसतेच एकमेकांना रेलून उभे होते. इतरांनी आम्हाला अभिवादन करण्यासाठी त्यांच्या टोपीला हात लावला आणि नम्रपणे समोर झुकले. एक जण मला म्हणाला, ''तुमचं बेट सुंदर आहे. आम्ही लवकरच लंडनमध्ये लढाई सुरू करू, पण आत्ता आमच्याजवळ ही सूर्यप्रकाशातली सुट्टी आहे.''

दुसरा गरीब बिचारा वेडपट सैनिक, त्याला वाटलं खरंच आपण ब्रायटनमध्ये आहोत. त्यांच्यामागोमाग थव्याने जाणाऱ्या लहान मुलांसाठी ते बर्फाचे गोळे विकत घेत होते. हास्यविनोद करीत मस्त मजेत वेळ घालवत होते. त्यांच्या अंगावर ते हिरवे युनिफॉर्म्स नसते तर आम्हाला वाटलं असतं, वेमाऊथवरून प्रवासी नौकाच आत आलीय!

आम्ही कँडी गार्डन्सवरून जाऊ लागलो आणि तिथे सगळंच चित्र बदललं. कार्निवलची शोभायात्रा संपून एखादं दु:स्वप्न सुरू व्हावं तसं. पहिल्यांदा आम्हाला आवाज ऐकू आला. मोठा, स्थिर तालबद्ध आवाज, दमदार बुटांचा... कठीण दगडांवर येणारा. नंतर एक तोल साधत कवायत करणारी सैनिकांची तुकडी आमच्या रस्त्यावर वळली. त्यांच्या अंगावरचं सगळंच चमकत होतं – त्यांची बटणं, बूट, ती धातूची कोळशाच्या घमेल्याच्या आकाराची शिरस्त्राणं. त्यांचे डोळे इकडेतिकडे, कुणाकडेही आणि कुठेही बघत नव्हते. एकटक समोर खिळलेले होते. त्यांच्या खांद्यावर लटकणाऱ्या रायफली किंवा त्यांच्याजवळचे चाकू आणि बुटात वर खोचलेले हँडग्रेनेड यांपेक्षाही ते जास्त भीतिदायक होतं.

आमच्या मागेच असलेल्या फेरेने माझा दंड पकडला. पहिल्या महायुद्धात 'साँ'च्या रक्तरंजित लढाईत तो लढला होता. त्याच्या गालांवरून अश्रू ओघळत होते आणि त्याला त्याचं भान नव्हतं. तो माझा हात पिरगळून बडबडत होता, ''ते कसं काय पुन्हा असं करू शकतात? आम्ही त्यांना चोपून काढलं आणि ते परत इथे आलेत. आपण त्यांना पुन्हा कसं काय हे करू दिलं?''

शेवटी एलिझाबेथ म्हणाली, ''मी पुरेसं पाहिलंय. मला ड्रिंक हवंय आता.'' माझ्या कपाटात जीनचा चांगला साठा असतो म्हणून आम्ही घरी आलो. मी आता पत्राचा समारोप करते. पण मी तुला लवकरच भेटू शकेन याचा मला आनंद होतोय. आम्हा साऱ्यांना येऊन तुला भेटायचंय, पण आता एक नवीन भीती मला भेडसावतीय. मेल बोटीवर दुसरे छप्पन्न प्रवासी असतील, त्यातली तू कोणती हे कसं ओळखायचं? तो पुस्तकातला फोटो अंधूक आणि छोटा आहे आणि मला भलत्याच स्त्रीचं चुंबन घ्यायचं नाहीय. तू मोठी लाल रंगाची हॅट (जाळीदार बुरखा असलेली) घालशील का आणि लिलीची फुलं हातात घेशील का?

तुझी मैत्रीण,
इझोला

एका पशुप्रेमीकडून ज्युलिएटला

बुधवार, संध्याकाळ

प्रिय मिस,

मी सुद्धा 'द गर्नसी लिटररी अँड पोटॅटो पील पाय सोसायटी'चा सभासद आहे. पण मी कधीच माझ्या पुस्तकांविषयी लिहिलं नाही. कारण मी फक्त दोनच वाचली, ती म्हणजे स्वामिनिष्ठ, शूर आणि खऱ्या कुत्र्यांवर लिहिलेल्या लहान मुलांच्या

गोष्टींची. इझोला म्हणतीय, की तुम्ही बहुधा जर्मन वर्चस्वावर लिहायला इथे येताय. मला वाटतं की आमच्या 'स्टेट्स'नं प्राण्यांचं काय केलं ते तुम्हाला समजलंच पाहिजे. आमचं स्वतःचं सरकार; लक्षात घ्या, घाणेरडे जर्मन नव्हेत! त्यांनाही लाज वाटली असती हे सांगायला, पण मला नाही वाटत.

मी लोकांची फारशी पर्वा करत नाही, कधी केली नाही आणि करणार नाही... माझी काही कारणं आहेत. एखाद्या श्वानाच्या निम्म्यानेही प्रामाणिक इसम मला अजूनही भेटला नाही. कुत्र्याला योग्य तऱ्हेने वागवा आणि तो तुमच्याशी व्यवस्थित वागेल. तो तुमची सोबत करेल, तुमचा मित्र बनेल, कधीच तुम्हाला प्रश्न विचारणार नाही. मांजरी निराळ्या असतात, पण मी हा त्यांचा दोष कधीच मानला नाही.

जर्मन्स येत आहेत या भयानं गर्नसीवरील काही लोकांनी पाळीव प्राण्यांचं काय केलं हे तुम्हाला कळलंच पाहिजे. हजारोंनी बेट सोडलं. विमानाने आणि बोटीनं इंग्लंडला गेले. आणि त्यांची कुत्री, मांजरं मागे ठेवली. त्यांना सोडून दिलं... उपाशी, तहानेनं व्याकूळ होऊन रस्त्यावर फिरायला. डुकरं!

मला गोळा करता येतील तितकी कुत्री मी गोळा केली, पण ते पुरेसं नव्हतं. तेव्हा तो प्रश्न सोडवायला 'स्टेट्स' पुढे आलं आणि त्यांनी जे केलं ते तर अजूनच वाईट होतं, फार फार वाईट! 'स्टेट्स'नं वर्तमानपत्रांमधून ताकीद दिली –युद्धामुळे माणसांसाठी पुरेसं अन्न नसेल तर प्राण्यांना कुठून असणार? ते म्हणाले घरटी एक प्राणी तुम्ही पाळू शकता. पण 'स्टेट्स'ला इतरांना मारून टाकावं लागेल. पिसाळलेली मांजरं आणि कुत्री बेटावर फिरत राहतील आणि मुलांना त्यांच्यापासून धोका संभवेल.

आणि 'स्टेट्स'नं तेच केलं. ट्रक्समधून सगळे प्राणी गोळा केले आणि 'सेंट अँड्र्यूज शेल्टर' या प्राण्यांना आश्रय देणाऱ्या संस्थेत घेऊन गेले आणि तिथल्या नर्सेस आणि डॉक्टर्सनी त्यांना चिरविश्रांती दिली. जितक्या वेगाने एक ट्रक भरून पाळीव प्राण्यांना ते मारू शकायचे, तितक्या वेगात दुसरा ट्रक यायचा.

मी हे सगळं पाहिलंय – कुत्र्यांना गोळा करणं, आश्रयस्थानात ट्रक्स रिकामे करणं आणि त्यांना पुरणं.

एक नर्स त्या आश्रयगृहातून बाहेर आली आणि बाहेरच्या ताज्या हवेत उभी राहिली. तिनं छाती भरून श्वास घेतला. ती स्वतःच इतकी आजारी दिसत होती की मरून जाईल असं वाटत होतं. तिनं एक सिगारेट ओढली आणि नंतर पुन्हा आतमध्ये प्राण्यांना मारायला मदत करायला गेली. सगळे प्राणी मारायला दोन दिवस लागले.

मला इतकंच सांगायचंय, पण ते पुस्तकात घाला.

एक पशुप्रेमी,

सॅली ॲन फ्रॉबिशरकडून ज्युलिएटला

१५ मे १९४६

प्रिय मिस ॲशटन,

मिस प्रिबीनं मला सांगितलं की तुम्ही गर्नसीला युद्धाच्या कहाण्या ऐकायला येताय. मला आशा आहे तेव्हा आपण भेटूच, परंतु मी आत्ता लिहितीये कारण मला पत्र लिहायला आवडतं. मला खरं तर काहीही लिहायला आवडतं.

युद्धकाळात माझा स्वत:चा मनोभंग कसा झाला होता, हे ऐकायला तुम्हाला आवडेल असं मला वाटतं. १९४३ साली मी १२ वर्षांची होते. मला खरूज झाली होती.

गर्नसीवर तेव्हा आमचे कपडे, आमची घरं किंवा आमची स्वत:ची स्वच्छता राखण्यासाठीसुद्धा पुरेसा साबण नव्हता. प्रत्येकालाच कोणता ना कोणता त्वचारोग झाला होता. दातांवर बुरशी, फोड, पुटकुळ्या, उवा, इत्यादी. मला स्वत:ला डोक्यावर केसांमध्ये खरूज झाली होती आणि ती जातच नव्हती.

शेवटी डॉ. ऑर्मंडनं सांगितलं की मला टाऊन हॉस्पिटलला गेलंच पाहिजे. तिथे माझं डोकं भादरायला हवं आणि पू बाहेर येण्यासाठी खरजेचे शेंडे कापायला हवेत. मला मनापासून वाटतं की डोक्यावरील घाणेरडी त्वचा आणि केस काढणं यासारखी लाजिरवाणी गोष्ट दुसरी काय असते, ते तुम्हाला कधीच कळू नये. आपण मरून जावं असं मला वाटत होतं.

तिथेच मला माझी मैत्रीण एलिझाबेथ मॅकिना भेटली. माझ्या मजल्यावरच्या नर्सेसना ती मदत करत होती. नर्सेस नेहमीच दयाळूपणे वागायच्या, पण मॅकिना सहृदय आणि मजेदारही होती. माझ्या सर्वांत वाईट काळात तिच्या या मजेदारपणानं मला मदत केली. माझे डोक्यावरचे केस जेव्हा कापणार होते तेव्हा ती खोलीमध्ये एक छोटं बेसिन, डेटॉलची बाटली आणि तीक्ष्ण चाकू (स्काल्पेल – शस्त्रक्रियेत वापरण्यात येणारा चाकू) घेऊन आली.

''यानं दुखणार नाही ना?'' मी विचारलं. डॉ. आर्मंड म्हणाले, ''मुळीच नाही दुखणार.'' मी न रडण्याचा प्रयत्न केला.

''ते खोटं बोलले,'' मिस मॅकिना म्हणाली. ''अगदी नरकयातना होणार आहेत. पण तुझ्या आईला सांगू नकोस मी 'नरक' म्हणाले ते.''

मी त्यावर फिदीफिदी हसायला लागले आणि मला घाबरायला सवड मिळण्यापूर्वीच तिने पहिला गुच्छ कापला. त्याने दुखलं पण नरकयातना वगैरे नाही झाल्या. उरलेले शेंडे ती उडवत होती तेव्हा आम्ही एक खेळ खेळलो. तलवारीच्या पात्याने ज्यांची

मस्तकं धडावेगळी झाली होती अशा प्रत्येक स्त्रीचं नाव ओरडून घ्यायला लागलो. "मेरी... स्कॉटलंडची राणी – स्निप-स्नॅप!" "ॲनी बोलेईन... व्हॅप!" "मेरी अँटॉईनेट – थंक!" आणि आमचं काम झालं.

थोडं दुखलं, पण गंमतही वाटली. कारण मिस मॅकिनानं त्याचं एका खेळात रूपांतर केलं होतं.

तिनं माझं केसरहित डोकं डेटॉलनं साफ केलं आणि त्या संध्याकाळी मला भेटायला आली, माझ्या डोक्याभोवती गुंडाळायला तिचा स्वत:चा रेशमी स्कार्फ घेऊन... 'घे', ती म्हणाली आणि तिनं मला आरसा दिला. मी त्यात पाहिलं – स्कार्फ सुंदर होता, पण माझं नाक माझ्या चेहऱ्याच्या मानानं फार मोठं दिसत होतं, नेहमी दिसायचं तसं. मी कधी तरी सुंदर दिसेन का? माझ्या मनात विचार आला आणि मी तिला तसं विचारलं.

मी माझ्या आईला जेव्हा हाच प्रश्न विचारायचे, तेव्हा तिचं उत्तर असायचं 'असल्या मूर्ख प्रश्नांची उत्तरं द्यायला माझ्याकडे सवड नाही आणि सौंदर्य क्षणभंगुर असतं. चिरकाल टिकणारं नसतं.' परंतु मिस मॅकिना नाही. तिनं माझ्याकडे बघितलं, थोडा विचार केला आणि मग म्हणाली, "सॅली, अजून थोडा काळ जाऊ दे आणि तू तुझ्या सौंदर्यानं दिपवून टाकशील. आरशात स्वत:ला पाहत राहा आणि तुला ते दिसेल. सौंदर्यात हाडांचा विचार केला जातो आणि तुझ्याकडे ती भरपूर आहेत. तुझ्या या शोभिवंत नाकामुळे तू नवी नेफेर्टिटी बनशील. तू रुबाबदार दिसायचा सराव केलास तर बरं."

मिसेस मॉगेरी मला भेटायला हॉस्पिटलमध्ये आल्या आणि मी त्यांना नेफेर्टिटी कोण होती आणि ती मेली आहे का, हे विचारलं. तसंच काहीसं वाटत होतं. मिसेस मॉगेरी म्हणाल्या, की एका अर्थी ती खरंच मेली होती, पण मरूनही अमर झाली होती. पुढे त्यांनी मला दाखवायला नेफेर्टिटीचा एक फोटोही शोधून काढला. मला नेमकं माहिती नव्हतं दिमाखात वावरणं म्हणजे काय असतं ते, म्हणून मी तिच्यासारखंच दिसायचा प्रयत्न केला. अजूनही माझं नाक हवं तसं विकसित झालं नाहीये, पण मला खात्री आहे ते नक्की होईल – मिस मॅकिना तसं म्हणाली होती.

'जर्मन अमला'मधली दुसरी हृदयद्रावक कहाणी माझ्या मावशीची 'आँट लेट्टी'ची. तिचं भलंमोठं, उदासवाणं जुनं घर 'ला फोंटनेल'जवळच्या कड्यांवर होतं. जर्मन अधिकारी म्हणाले, ते त्यांच्या बंदुकींच्या फैरींच्या रेषेत येत होतं, त्यामुळे त्यांच्या सरावात व्यत्यय येत होता म्हणून त्यांनी ते उडवून दिलं. लेट्टी मावशी आता आमच्याकडे राहते.

तुमची मन:पूर्वक,
सॅली ॲन फ्रॉबिशर

मिका डॅनियल्सकडून ज्युलिएटला

१५ मे १९४६

प्रिय मिस ॲशटन,

इझोलानं मला तुमचा पत्ता दिला, कारण तिला खात्री आहे की तुम्हाला तुमच्या पुस्तकासाठी माझी यादी बघायला आवडेल.

आज तुम्ही मला पॅरिसला घेऊन गेलात आणि पांढरी शुभ्र लेस लावलेले टेबलक्लॉथ्स, भिंतीवर मेणबत्त्या, सगळ्या प्लेट्सना चांदीचा मुलामा अशा थाटाच्या एखाद्या सुरेखशा फ्रेंच रेस्तराँमध्ये बसवलंत, तरी मी तुम्हाला सांगते, माझ्या 'वेगा'पेटीच्या तुलनेत ते काहीच नसेल.

तुम्हाला माहिती नसेल, तर 'वेगा' हे गर्नसीला आलेलं रेडक्रॉसचं पहिलं जहाज होतं. ते २७ डिसेंबर १९४४ या दिवशी आलं होतं. त्यांनी आमच्यासाठी त्या वेळी आणि नंतर पाच वेळा जेवण आणलं आणि युद्धसमाप्तीपर्यंत त्याने आम्हाला जिवंत ठेवलं.

होय, मी पुन्हा सांगते – त्याने आम्हाला जिवंत ठेवलं. तोपर्यंत गेली कित्येक वर्षं अन्नधान्य इतकं विपुल प्रमाणात मिळालं नव्हतं. काळ्या बाजारातील सैतानांखेरीज, बेटावर कोणाकडेही चमचाभर साखरसुद्धा उरली नव्हती. डिसेंबर ४४ च्या पहिल्या तारखेपर्यंत ब्रेडसाठी लागणारा मैदा संपला होता. जर्मन सैनिक आमच्याइतकेच भुकेलेले होते. फुगलेल्या ढेऱ्या आणि अन्नापासून काही ऊर्जा नाही.

खरं तर मला उकडलेले बटाटे आणि टर्निप खाऊन इतका वीट आला होता की मी लवकरच टाचा घासून मेले असते. अशा वेळी 'वेगा' आमच्या बंदरात आलं.

श्री. चर्चिल त्याआधी रेडक्रॉसच्या जहाजांना आमच्यापर्यंत कोणतेही खाद्यपदार्थ आणू द्यायचे नाहीत, कारण ते म्हणत, जर्मनच ते बळकावतील आणि फस्त करतील. आता हे तुम्हाला खलनायकांना उपाशी मारायचं चलाख नियोजन वाटेल. मला मात्र आम्ही त्या जर्मनांबरोबर उपाशी राहिलो असतो तरी त्यांना त्याची पर्वा नव्हती, हेच त्यातून समजलं.

परंतु कशानं तरी त्यांचा जीव कळवळला आणि त्यांनी ठरवलं की आम्ही खाऊ शकतो. म्हणून डिसेंबरमध्ये त्यांनी रेडक्रॉसला सांगितलं, "ओके – ठीक आहे. पुढे व्हा आणि खाऊ घाला त्यांना."

मिस ॲशटन, गर्नसीवरील प्रत्येक स्त्री- पुरुष आणि मुलांसाठी खाद्यपदार्थांच्या दोन पेट्या होत्या. त्या सगळ्या 'वेगा'च्याच ताब्यात साठवल्या होत्या. खिळे, पेरण्यासाठी बी-बियाणं, मेणबत्त्या, स्वयंपाकासाठी तेल, विस्तव पेटवण्यासाठी काडेपेट्या, काही कपडे आणि काही जोडे असं बाकीचंही काही सामान होतं. नवजात बालकं असली तर त्यांच्यासाठी कपडे, दुपटीदेखील.

मैदा आणि तंबाखू होती. मोझेस स्वागतार्ह, अनपेक्षित देणग्यांविषयी काही बोलू शकतो, पण त्यानेही असं काही पाहिलं नसेल. माझ्या बॉक्समध्ये काय काय होतं ते मी तुम्हाला सांगणार आहे, कारण माझ्या स्मरणवहीमध्ये चिकटवण्यासाठी मी ते सगळं लिहून काढलं.

६ औंस चॉकोलेट
४ औंस चहा
६ औंस साखर
२ औंस डब्यातलं दूध
१५ औंस मार्मालेड
५ औंस सार्डिन (फिश)
६ औंस मनुका
१ औंस मीठ

२० औंस बिस्किट
२२ औंस लोणी
१३ औंस स्पॅम
(हॅमपासून बनवलेलं डब्यातलं मांस)
८ औंस बेदाणे
१० औंस सालमन (फिश)
४ औंस चीज
१ औंस मिरी
१ साबणाची वडी

मी मनुका देऊन टाकल्या. पण ते विशेष होतं, नाही का? मी मेल्यावर माझा सगळा पैसा 'रेडक्रॉस'ला ठेवून जाणार आहे. त्यांना हे सांगण्यासाठी मी लिहून ठेवलं आहे.

माझ्याजवळ तुम्हाला आणखीनही काही सांगण्यासारखं आहे. ते जर्मनांविषयी आहे, पण मोठेपणा द्यायचा तिथे दिलाच पाहिजे. त्यांनी 'वेगा'तून आमच्यासाठी आलेल्या खाद्यपदार्थांच्या सर्व पेट्या उतरवून घेतल्या आणि त्यातली एकही पेटी स्वतःसाठी ठेवली नाही. अर्थातच, त्यांच्या कमांडंटनं त्यांना सांगितलं होतं, "ते खाद्यपदार्थ बेटवासीयांसाठी आहेत. ते तुमचे नाहीत. थोडंसं जरी चोरलंत तरी मी तुम्हाला गोळी घालीन." नंतर जहाजातून माल उतरवणाऱ्या प्रत्येक माणसाला त्याने एक चहाचा चमचा दिला. त्या चमच्यानं रस्त्यावर सांडलेला मैदा किंवा धान्य त्याला खरवडून घेता आलं असतं. तेवढं तो खाऊ शकत होता.

वास्तविक ते सैनिक हेच एक दयनीय दृश्य होतं. ते बागांमधून चोरी करायचे, उरलंसुरलं मागायला दारं ठोठवायचे. एक दिवस मी एका सैनिकाला एक मांजर पकडताना पाहिलं. त्यानं भिंतीवर तिचं डोकं आपटलं. नंतर तिला कापून आपल्या जाकिटात लपवलं. तो एका शेतापाशी जाईपर्यंत मी त्याचा पाठलाग केला. त्या जर्मन सैनिकानं ती मांजर सोलून काढली आणि कँपला जाणारे वापरतात त्या धातूचं झाकण असलेल्या 'बिली' कॅनमध्ये शिजवून तिला तिथल्या तिथे खाल्ली.

ते खरंच, खरंच फार दुःखद दृश्य होतं. मला उबग आला; कल्पनातीत उबग. पण त्याच्या तळाशी हाच विचार होता, "हे आहे हिटलरचं 'थर्ड राईश' – तिसरं

साम्राज्य – बाहेर जेवणं,'' आणि मी हसायला लागले, इतकी हसले की जीव जायची वेळ आली. आता या गोष्टीची मला शरम वाटते, पण मी त्या वेळी तेच केलं.

मला इतकंच सांगायचंय. तुमच्या पुस्तक लेखनाला माझ्या शुभेच्छा.

तुमची प्रामाणिक,
मिका डॅनियल्स

जॉन बुकरकडून ज्युलिएटला

१६ मे १९४६

प्रिय मिस ॲशटन,

तुमच्या पुस्तकासाठी कहाण्या गोळा करायला तुम्ही गर्नसीला येताय असं ॲमेलियानं आम्हाला सांगितलं. मी तुमचं हार्दिक स्वागत करीन. पण माझ्या बाबतीत काय घडलं ते मी तुम्हाला सांगू शकणार नाही, कारण मी त्याविषयी बोलायला लागलो की मला कंप सुटतो. कदाचित, ते सगळं कागदावर उतरवून काढलं तर तुम्हाला ते तोंडानं सांगण्याची गरज भासणार नाही. काही का असेना, ते गर्नसीविषयी नाही. मी इथे नव्हतो. जर्मनीतल्या 'नॉयेनगाम छळछावणीत' होतो.

तुम्हाला माहितीच आहे ना, तीन वर्षं मी लॉर्ड टेबियास असण्याचा कसा बनाव केला ते? पीटर जेनकिन्सची मुलगी लिसा जर्मन सैनिकांचं प्रणयाराधन करायची, तिला लिपस्टिक किंवा स्टॉकिंग्ज देणाऱ्या कोणत्याही जर्मन सैनिकाचं! हे असं तिनं सार्जंट विली ग्युर्ट्झला पकडेपर्यंत चालू राहिलं. तो एक अधम, क्षुद्र प्राणी होता. ती दोघं मिळून मनात नकारात्मक ऊर्जा उत्पन्न करायचे. घृणा वाटायची त्यांची. त्या लिसानंच माझा विश्वासघात केला आणि जर्मन कमांडंटपर्यंत ही बातमी पोहोचवली.

मार्च १९४४ मध्ये लिसा एका ब्युटी पार्लरमध्ये केशरचना करायला गेली होती. तिथे तिला युद्धापूर्वीचं, जुनं 'टॅटलर' मासिक मिळालं. त्यात पान क्रमांक १२४ वर लॉर्ड आणि लेडी टोबियास पेन-पियर्सचा रंगीत फोटो होता. ती दोघं ससेक्स परगण्यामधल्या एका विवाह सोहळ्याला उपस्थित होती; शॅंपेन पीत आणि ऑयस्टर्स खात. फोटोच्या खालचे शब्द तिच्या गाऊनविषयी, तिच्या हिऱ्यांविषयी, तिचे बूट, तिचा चेहरा आणि त्यांच्या पैशांविषयी सारं काही सांगत होते. मासिकामध्ये ते गर्नसी बेटावरील 'ला फोर्ट' नावाच्या इस्टेटीचे मालक असल्याचाही उल्लेख केला होता.

तेव्हा, सारं काही स्पष्ट होतं... अगदी लिसासारख्या मठ्ठ स्त्रीलासुद्धा तो लॉर्ड टोबियास पेन-पियर्स मी नव्हतोच हे कळेल इतकं. तिची केशभूषा संपेपर्यंतसुद्धा ती थांबली नाही. ती तत्काळ तिथून विली ग्युर्ट्झला तो फोटो दाखवायला निघाली. त्याने तो फोटो थेट कमांडंटकडे नेला.

इतके दिवस ज्याच्यासमोर लवून मुजरा करीत होतो, ज्याचं उरलंसुरलं खात होतो तो, एक नोकर होता आणि आपल्याला त्यानं मूर्ख बनवलंय या जाणिवेनं त्यांच्या अंगाचा तिळपापड झाला नुसता आणि माझी रवानगी नॉयेनगामच्या छावणीत झाली.

पहिला आठवडा मी जगेन, असं मला वाटलंसुद्धा नव्हतं. इतर कैद्यांबरोबर मला हवाई हल्ल्यांमध्ये स्फोट न झालेले बॉम्ब काढून टाकण्यासाठी पाठवलं गेलं. काय पण पर्याय होता! वरून बॉम्ब पडत असताना चौकात धावत सुटायचं किंवा नकार दिल्याबद्दल पहारेकऱ्यांकडून शहीद व्हायचं!... मी शेपूट आत घालून पळणाऱ्या घुशीसारखा धावलो आणि माझ्या डोक्याच्या जवळून बॉम्ब 'सुंऽऽई' करून जात असताना लपायचा प्रयत्न केला आणि कसाबसा ते सगळं संपल्यावर जिवंतही राहिलो. स्वतःला 'अरे, तू तर अजून जिवंत आहेस' हेच सांगत राहिलो. मला वाटतं आमच्यापैकी सगळे जण दररोज सकाळी उठल्यावर हेच म्हणत असतील. 'मी तर अजून जिवंत आहे.' पण सत्य हे होतं की आम्ही जिवंत नव्हतो. आम्ही कसे होतो – मृतही नाही पण जिवंतही नाही. मी निजायच्या बंक बेडवर असायचो तेव्हा दिवसातल्या त्या काही क्षणांपुरता मी जिवंत चैतन्य असायचो. त्या वेळी काहीतरी आनंदी, मला आवडणाऱ्या गोष्टीचा विचार करायचा मी प्रयत्न करायचो, पण माझं प्रेम होतं अशा गोष्टींचा नाही. कारण त्याने प्रकरण अधिक बिघडायचं. अगदी साध्या, छोट्या गोष्टी... जशी माझी शाळेची पिकनिक किंवा टेकडी उतरून सायकलने खाली येणे अशासारख्या. मला तेव्हा तितकंच झेपायचं.

ते एक वर्ष मला तीस वर्षांसारखं वाटलं. १९४५ च्या एप्रिलमध्ये 'नॉयेनगाम'च्या कमांडंटने आमच्यातल्या अजून काम करायला धडधाकट अशा कैद्यांना उचललं आणि बेल्सेनला पाठवलं. कित्येक दिवस आम्ही एका मोठ्या, उघड्या ट्रकमधून प्रवास करीत होतो.... अन्न नाही, ब्लँकेट्स नाहीत, पाणी नाही. पण एकच सुख होतं की आम्ही चालत नव्हतो. रस्त्यावरची चिखलाची डबकी लाल झाली होती. माझ्या कल्पनेनुसार, तुम्हाला 'बेल्सेन'विषयी आणि तिथे काय घडलं याविषयी माहिती असावी. ट्रकमधून आम्ही उतरताक्षणी आम्हाला फावडी देण्यात आली. मृतांना पुरायला आम्हाला मोठे खड्डे खणायचे होते. ते आम्हाला छावणीमधून त्या जागेवर घेऊन गेले आणि मनात भीती तरळली. मी वेडा तर झालो नाही ना, कारण सर्वत्र मला मृतदेहच दिसत होते. जिवंत व्यक्तीसुद्धा प्रेतासारख्या दिसत होत्या आणि ते जिथे कोसळून पडत होते, तिथेही शवं विखुरलेली होती. मला कळलं नाही, ते त्यांना दफन करायचे कष्ट तरी का घेत होते. वस्तुस्थिती अशी होती की पूर्वेकडून रशियन्स येत होते आणि मित्रराष्ट्रं पश्चिमेकडून येत होती आणि ते तिथे पोहोचल्यावर त्यांना काय दिसेल ही धास्ती जर्मनांना होती.

स्मशानभूमी इतक्या सगळ्या प्रेतांना पुरेशा वेगाने अग्नी देऊ शकत नव्हती. म्हणून आम्ही लांबरुंद चर खणले, ते मृतदेह ओढत कडेला आणले आणि आत

फेकून दिले. तुमचा विश्वास बसणार नाही, पण आम्ही ते मृतदेह कष्टाने खेचत असताना एस.एस.[११], कैद्यांच्या वादकांच्या ताफ्याला संगीताची धून वाजवण्याची बळजबरी करीत होते आणि त्यामुळेच मला आशा आहे, ते जेव्हा नरकात जळून भस्मसात होतील, तेव्हा तुताऱ्या वाजवल्या जातील. चर भरून गेल्यावर एस.एस.नं सर्व शवांवर पेट्रोल ओतलं आणि त्यांना पेटवून दिलं. त्यानंतर आम्हाला ते सगळं घाणीनं झाकायचं होतं, जणू काही अशा गोष्टी तुम्ही लपवू शकता.

दुसऱ्या दिवशी ब्रिटिश तिकडे आले आणि हे देवा! त्यांना बघून आम्हाला जो आनंद झाला! मी रस्त्यावरून चालत जाण्याइतका ताकदवान होतो म्हणून मला रणगाडे फाटकांना धडक देऊन आत आल्याचं दिसलं. त्यांच्या दोन्ही बाजूंवर ब्रिटिश ध्वज रंगवलेलाही मला दिसला. जवळच्याच कुंपणाला टेकून बसलेल्या एका माणसाकडे वळून मी ओरडलो, "आपण वाचलोय! ते ब्रिटिश आहेत!" नंतर मला कळलं तो मेला होता. केवळ काही मिनिटांच्या फरकानं या दृश्याला मुकला होता बिचारा. मी खाली चिखलातच बसलो आणि जणू तो माझा जिवलग मित्र असल्यासारखं दुःख होऊन हुंदके देऊन रडायला लागलो.

रणगाड्यांतून ब्रिटिश लष्करी शिपाई बाहेर आले, तेव्हा ते आणि त्यांचे अधिकारीसुद्धा रडत होते. त्या सज्जन माणसांनी आम्हाला खाऊ-पिऊ घातलं, ब्लँकेटं दिली, रुग्णालयात पोहोचवलं. देव त्यांचं भलं करो... एका महिन्यानंतर त्यांनी बेल्सेनला आगी लावून ते बेचिराख करून टाकलं.

मी वर्तमानपत्रात वाचलं की त्यांनी त्याजागी सध्या एक युद्धातल्या निर्वासितांची छावणी उभारली आहे. त्या जागी नव्या बराकी बांधल्या जात आहेत, या विचाराने माझा थरकाप होतो. भलेही त्यांचा हेतू चांगला असेल, पण माझ्या मनाला वाटतं ती भूमी कायम निर्जन असावी. तिथे कुणी राहू नये, नांदू नये.

यापलीकडे या विषयावर मी जास्त काही लिहिणार नाही आणि मी काही बोललो नाही, तरी तुम्ही मला समजून घ्याल. सेनेकाच्या शब्दांत सांगायचं तर 'हलकी, किरकोळ दुःखं वाचाळ असतात, पण मोठी दुःखं मुकी असतात.'

मला असं काही आठवतंय, जे कदाचित तुम्हाला तुमच्या पुस्तकासाठी जाणून घ्यायला आवडेल. ते गर्नसीमध्ये घडलं... मी तेव्हा लॉर्ड टोबियासच्या रूपात वावरत होतो. काही वेळा संध्याकाळी एलिझाबेथ आणि मी कड्यावर वरून उडणारी बॉम्बर्स विमानं पाहण्यासाठी फिरायला जायचो. ती शेकडोंच्या संख्येने लंडनवर बॉम्बवर्षाव करायला चाललेली असायची. त्यांना पाहणं आणि ती कुठे निघालीत आणि काय करणार आहेत याची पूर्वकल्पना असणं फार भयानक असायचं. जर्मन रेडिओनं आम्हाला सांगितलं होतं लंडन उद्ध्वस्त झालंय. जमीनदोस्त झालंय. तिथं आता

---

११. एस.एस. – Schutz staffel नाझी स्पेशल पोलीस फोर्स.

दगडमातीच्या ढिगाऱ्यांखेरीज आणि राखेखेरीज काही उरलं नाहीय. आमचा त्यांच्यावर फारसा विश्वास नाही बसला. जर्मनांचा प्रचार होता तो. पण तरीसुद्धा...

अशाच एका रात्री सेंट पीटर पोर्टमध्ये चालता चालता आम्ही 'मॅकलारेन हाऊस'वरून पुढे गेलो. जर्मन ऑफिसर्सनी ताब्यात घेतलेलं ते एक सुंदर जुनं घर होतं. एक खिडकी उघडी होती आणि वायरलेसवर सुमधुर संगीत लागलं होतं. आम्ही ऐकायला थांबलो. वाटलं, तो बर्लिनचा कार्यक्रम असणार. पण संगीत थांबलं तेव्हा आम्हाला 'बिग बेन'चे टोले ऐकू आले आणि एक ब्रिटिश आवाज म्हणाला, "हे बी.बी.सी. लंडन आहे." 'बिग बेन'चा आवाज ओळखण्यात तुमची कधीच चूक होणार नाही. लंडन अजूनही तिथे होतं... अजूनही! एलिझाबेथ आणि मी एकमेकांना मिठ्या मारल्या आणि रस्त्यावरून वॉल्ट्झ नृत्य करत जाऊ लागलो. ती एक वेळ अशी होती, जिचा मी नॉयेनगाममध्ये असताना विचारही नाही करू शकलो.

तुमचा मन:पूर्वक,
जॉन बुकर

डॉसीकडून ज्युलिएटला

१६ मे १९४६

प्रिय ज्युलिएट,

तुझ्या आगमनाची प्रतीक्षा करण्याव्यतिरिक्त फारसं काम उरलं नाहीये. इझोलानं एलिझाबेथचे पडदे धुऊन, स्टार्च करून, इस्त्री करून लावलेत. धुराड्यांत वटवाघळं नाहीतर ना हे बघितलं, खिडक्या साफ केल्या, बिछाने तयार केले आणि खोल्या हवेशीर केल्या आहेत.

एलीनं तुला देण्यासाठी एक भेटवस्तू कोरून तयार ठेवलीय. एबेननं पडवीमध्ये लाकूडफाटा भरून ठेवलाय. क्लोव्हिसनं कुरण कोयत्यानं कापलंय. मात्र रानफुलांचे गुच्छ तसेच ठेवलेत, तू त्यांचा आनंद घ्यावास म्हणून. तुझ्या आगमनाप्रीत्यर्थ त्याच संध्याकाळी अॅमेलियानं एका डिनरचं आयोजन केलंय.

तू इथे येईपर्यंत इझोलाला जिवंत ठेवणं हेच माझं एकमेव काम बनलंय. उंचीवर तिला चक्कर येते, पण तरीसुद्धा ती सैल झालेली कौलं ठेवून नीट बसण्यासाठी एलिझाबेथच्या घरावर चढली. नशीब, किटनं तिला वळचणीवर पोहोचण्यापूर्वीच पाहिलं आणि ती माझ्याकडे धावत आली, इझोलाला खाली उतरायला सांग म्हणून.

तुझ्या स्वागतासाठी मी याहून जास्त काही करू शकलो असतो तर.... तुझं स्वागत लवकरच होवो. मला तू येत आहेस, म्हणून आनंद झाला आहे.

तुझा,
डॉसी

ज्युलिएटकडून डॉसीला

१९ मे १९४६

प्रिय डॉसी,

परवा मी तिथे असेन! विमानप्रवासाला मी फार म्हणजे अतिच घाबरते; अगदी जीनची लालूच दाखवली तरी. म्हणून मी संध्याकाळच्या डाक घेऊन येणाऱ्या बोटीनं येतीय.

तू इझोलाला माझा एक निरोप देशील का? तिला सांग की जाळीदार बुरखा असलेली हॅट काही माझ्याकडे नाही आणि मी हातात लिलीची फुलं घेऊ शकत नाही, कारण त्यांनी मला शिंका येतात. परंतु माझ्याजवळ एक लोकरीची केप (आखूड, बिनबाह्यांचा कोट) आहे आणि मी ती बोटीवर घालीन.

डॉसी, माझ्या स्वागतासाठी तू जे केलंस त्याहून अधिक काहीच करण्यासारखं नाही. अखेर मी तुम्हा सर्वांना भेटणार आहे या गोष्टीवर विश्वास ठेवणं मला जडच जातंय.

सदैव तुझी,
ज्युलिएट

मार्ककडून ज्युलिएटला

२० मे १९४६

प्रिय ज्युलिएट,

तू मला थोडा वेळ द्यायला सांगितलंस आणि मी तो दिला. लग्नाचा विषय काढू नकोस असं म्हणालीस आणि मी नाही काढला. पण आता मला सांग, तू त्या टुकार गर्नसीकडे जायला निघाली आहेस... कशासाठी? एक आठवडा? एक महिना? नेहमीसाठी? तुला काय वाटलं, मी नुसता बसून राहीन आणि तुला जाऊ देईन?

तू मूर्खासारखी वागतीयेस ज्युलिएट. कोणीही अर्धवटराव सांगू शकतो की तू पळ काढायला बघतीयस, पण का हे कोणालाही समजणार नाही. आपण एकमेकांना साजेसे आहोत. तू मला आनंदी करतेस. तुझ्या सहवासात कधीच कंटाळवाणं वाटत नाही. मी ज्या गोष्टींमध्ये रस घेतो त्याच गोष्टींची तुलाही आवड आहे आणि मला आशा आहे, मी असं जेव्हा म्हणतो की ते तुझ्या बाबतीतही खरं आहे; तेव्हा तो माझा भ्रम नाहीये. आपण एकमेकांचे आहोत. मला माहितीये, मी तुला जेव्हा सांगतो की

तुझ्यासाठी सर्वोत्तम काय आहे हे मला ठाऊक आहे; तेव्हा तुला ते आवडत नाही. पण या बाबतीत तरी नक्कीच मला ठाऊक आहे.

कृपा करून त्या भिकार बेटाला विसर आणि माझ्याशी लग्न कर. नेणं भागच असेल, तर मी लग्नानंतर आपल्या मधुचंद्राला तुला तिकडे घेऊन जाईन.

प्रेमपूर्वक,
मार्क

ज्युलिएटकडून मार्कला

२० मे १९४६

प्रिय मार्क,

तुझं कदाचित बरोबर असेल, पण तरीसुद्धा मी उद्या गर्नसीला चाललीय आणि तू मला थांबवू शकत नाहीस.

तुला अभिप्रेत असलेलं उत्तर मी देऊ शकत नाही याबद्दल मला माफ कर. उत्तर देता आलं असतं तर मला आवडलं असतं.

सस्नेह,
ज्युलिएट

ता. क. – गुलाबांबद्दल तुझे आभार.

मार्ककडून ज्युलिएटला

ओहो, दया कर या पामरावर! तुला मी कारनं वेमाऊथला घेऊन जायला हवंय का?

मार्क

ज्युलिएटकडून मार्कला

तू मला वचन देशील, व्याख्यान झोडणार नाहीस असं?

ज्युलिएट

मार्ककडून ज्युलिएटला

भाषणबाजी नाही. तथापि, मन वळविण्याचे इतर सर्व मार्ग अवलंबिले जातील.

मार्क

ज्युलिएटकडून मार्कला

तू मला घाबरवू शकत नाहीस. तू गाडी चालवताना काय करू शकणार आहेस?

ज्युलिएट

मार्ककडून ज्युलिएटला

तुला आश्चर्य वाटेल. उद्या भेटू या.

एम.

भाग २

ज्युलिएटकडून सिडनेला

२२ मे १९४६

प्रिय सिडने,

तुला सांगण्यासारखं बरंच काही आहे. मला गर्नसीला येऊन वीस तासच झालेत, पण त्यातल्या प्रत्येक तासाला इतके नवनवे चेहरे बघायला मिळताहेत आणि इतक्या कल्पना सुचताहेत, की मी त्यावर तावच्या ताव भरून लिहू शकेन. बघ, बेटावरचं जीवन काम करायला कसं अनुकूल असतं! व्हिक्टर ह्यूगोकडे बघ. इथे भरपूर काळ घालवला तर मी एक सिद्धहस्त लेखिका होईन.

वेमाऊथपासूनचा जलप्रवास भयानक होता. मेलबोट कण्हत कुंथत होती. करकर आवाज करीत होती आणि लाटांमुळे तिचे तुकडे तुकडे होतील अशी भीती वाटत होती. मला होणाऱ्या त्रासातून बाहेर पडण्यासाठी तिचे खरंच तुकडे व्हावेत अशी मी इच्छा केली. फक्त मला मरण्यापूर्वी एकदा गर्नसी बघायचं होतं आणि बेट दृष्टिपथात आल्याबरोबर माझी ती कल्पना बारगळलीच. कारण ढगांच्या खालून सूर्य मधूनमधून डोकावत होता आणि डोंगरकडे रुपेरी प्रकाशात चमचमत होते.

मेलबोट बंदरात डुलत डुलत शिरली, तसं समुद्रातून वर उठलेलं सेंट पीटर पोर्ट वर चढत गेलेल्या घरांच्या रांगा आणि सर्वांत वर केकवरची सजावट असावी तसं चर्च नजरेस पडलं आणि मला जाणवलं माझं हृदय जोराने धडधडतंय. मी जितकं मनाला समजावून सांगायचा प्रयत्न केला की ही निसर्गरम्य देखाव्याने आलेली शिरशिरी, रोमांच आहे; तितकं मन ते मानायला तयार नव्हतं. खरं कारण काय ते मला चांगलंच माहिती होतं. ती सगळी माणसं, जी माझ्या परिचयाची झालीत आणि ज्यांच्यावर मी थोडंथोडं प्रेमही करू लागलीय, ती माझी वाट पाहत उभी आहेत आणि मी कोणत्याही वर्तमानपत्रामागे दडण्याचा प्रयत्न न करता समोर बघतीये. सिडने, या २-३ वर्षांत माझं लिहिणं माझ्या जगण्यापेक्षा अधिक परिपक्व, अधिक चांगलं झालंय. आणि विचार कर, तू माझ्या लिखाणाचं काय करतोस. पानावर मी पूर्णपणे मोहक दिसते, पण ती केवळ मी शिकलेली एक युक्ती आहे. तिला माझ्याशी (व्यक्ती म्हणून) काही देणंघेणं नाही. निदान मी तरी बोट धक्क्याकडे येताना हाच विचार करीत होते. माझ्या भित्रेपणाने उचल खाल्ली, वाटलं लाल केप बोटीवरून पाण्यात फेकून द्यावी आणि आपण दुसरीच कुणीतरी असल्याचं सोंग करावं.

आमची बोट धक्क्यालगत उभी राहिली तेव्हा मला प्रतीक्षा करणाऱ्या माणसांचे चेहरे दिसले आणि मग परत फिरणं नव्हतं. मी त्यांना त्यांच्या पत्रांवरून ओळखत

होते. इझोला विचित्र हॅट घालून आली होती आणि अंगावर झगमगत्या ब्रूचने पिनअप केलेली जांभळी शाल. ती उत्सुकतेमुळे भलतीकडेच पाहून हसत होती आणि मी तत्क्षणी तिच्या प्रेमात पडले. तिच्या शेजारी सुरकुत्यांनी भरलेल्या चेहऱ्याचा एक माणूस होता आणि त्याच्या बाजूला एक वयात येणारा, झपाट्याने उंच होणारा मुलगा होता– एबेन व त्याचा नातू एली. मी एलीला हात केला आणि तो एखाद्या प्रकाशकिरणासारखा हसला आणि आपल्या आजोबांना त्याने कोपराने ढोसलं. तेव्हा मीच लाजले आणि जहाजाच्या मार्गिकेच्या फळीवर रेटारेटी करून उतरणाऱ्या गर्दीत हरवून गेले.

एका कालव्यांच्या टोपलीवरून उडी मारून इझोला पहिल्यांदा माझ्याकडे पोहोचली आणि तिने मला घट्ट मिठीत इतकं जखडून ठेवलं, की जमिनीवरचे माझे पाय सुटून मी अधांतरी उचलली गेले. "ओहो, लाडके!" ती किंचाळली माझे पाय लटकत असताना.

ते हवंहवंसं वाटणारं नव्हतं का? माझ्या निःश्वासाबरोबर माझा सगळा अस्वस्थपणा निघून गेला. बाकीचे सगळे जण माझ्याकडे अधिक शांतपणे पण तितक्याच आपुलकीने आले. एबेननं हस्तांदोलन केलं आणि हसला. एके काळी तो रुंद हाडापेराचा आणि कणखर असावा, पण आता तो खूपच बारीक झालाय. मात्र एकाच वेळी तो भारदस्तही दिसतो आणि स्नेहशीलही. हे त्याला कसं काय जमू शकतं? मला असं आढळून आलं की मी त्याच्यावर छाप पाडू पाहतीय.

एली त्याच्या खांद्यावर किटला झुलवत होता आणि ती दोघं एकत्र पुढे आली. किटचे पाय छोटे, मांसल आहेत आणि मुद्रा करारी. काळे कुरळे केस, मोठे घारे डोळे आणि तिला मी मुळीच आवडले नाही. एलीच्या जर्सीवर तासलेल्या लाकडाच्या भुशाचे डाग पडले होते आणि त्याच्या खिशात माझ्यासाठी एक नजराणा होता– एक आवडण्यासारखा छोटा उंदीर. अक्कडबाज मिशा; अक्रोडातून कोरलेला. मी त्याच्या गालाचा मुका घेतला तेव्हा किट रागीटपणे, टवकारून बघत होती... वाचले! एका चार वर्षांच्या मुलीच्या मानानं तिच्या वागण्याची तऱ्हा प्रसन्न करणारी नक्कीच नव्हती.

नंतर डॉसीनं त्याचे हात पुढे केले. मला तो 'चार्ल्स लॅंब'सारखा दिसत असेल अशी अपेक्षा होती आणि तो किंचित तसा दिसतोही. त्याची नजर तशीच शांत आहे. त्याने मला बुकरने पाठवलेला कार्नेशनचा गुच्छ दिला. बुकर एका तालमीच्या वेळी बेशुद्ध पडला होता आणि रात्रभर हॉस्पिटलमध्ये देखरेखीखाली होता, त्यामुळे येऊ शकला नव्हता. डॉसी काळा आणि पीळदार शरीराचा आहे. त्याच्या चर्येवर शांत, दक्ष भाव असतात, जोपर्यंत तो हसत नाही तोपर्यंतच. तुझी एक बहीण सोडली तर त्याच्याइतकं मधुर हास्य मी दुसरं कुणाचंच पाहिलं नाही. आणि मला आठवलं, ॲमेलियानं लिहिलं होतं, की त्याला मन वळवण्याची दुर्मीळ देणगी मिळाली आहे. मी यावर विश्वास ठेवू शकते. एबेन किंवा इथल्या प्रत्येकासारखा तोही खूप कृश आहे. पण एके काळी तो धट्टाकट्टा असावा हे तुम्ही सांगू शकता. त्याचे केस पिकू लागलेत.

डोळे पिंगट, गहिरे आहेत... इतके गडद की ते काळेच वाटतात. त्याच्या डोळ्यांभोवतालच्या रेषांमुळे तो हसत नसतानाही त्याला हसू फुटतंय असा भास होत होता. परंतु मला नाही वाटत तो चाळिशीच्या पुढचा आहे. माझ्याहून थोडासाच उंच आहे आणि किंचित लंगडतो. पण तो मजबूत आहे. त्याने माझं सगळं सामान उचललं. मला, ॲमेलियाला आणि किटला उचलून त्याच्या घोडागाडीत ठेवलं; अगदी सहजगत्या.

मी त्याच्या हातात हात मिळवले. तो काही बोलला का ते मला आठवत नाहीय आणि ॲमेलियाकरता तो बाजूला झाला. ती अशा काही स्त्रियांपैकी आहे ज्या ऐन विशीपेक्षाही साठीला अधिक सुंदर दिसतात. (बाई गं, एखाद्या दिवशी मलाही असं कुणी म्हणेल म्हणून केवढी आस लावून बसलीय मी!) लहानखुरी, बारीक चेहऱ्याची, ओठांवर छानसं स्मित, पांढरे केस वेण्या घालून त्यावर वर्तुळाकार फुलं खोचून सजवलेले. तिनं माझा हात घट्ट पकडला आणि म्हणाली, "ज्युलिएट, मला खूप आनंद झालाय. शेवटी तू आलीस इथे. तुझं सामान घेऊ या आणि घरी जाऊ या." ऐकायला इतकं छान वाटलं ना, जसं काही ते खरंच माझं घर होतं.

आम्ही धक्क्यावर उभे होतो तेव्हा कुठूनतरी प्रकाशाची तिरीप माझ्या डोळ्यांवर पडत होती आणि नंतर गोदीच्या आसपास तो प्रकाश फिरत होता. इझोला गुरगुरली आणि म्हणाली, की ती ॲडलेड ॲडिसन आहे. खिडकीशी उभी राहून ती तिच्या दुर्बिणीतून आमची प्रत्येक हालचाल टिपत होती. इझोलानं त्या चकचकीत, डोळे दिपवणाऱ्या प्रकाशाकडे बघून जोरजोरानं हातवारे केले आणि तो थांबला.

त्यावरून आम्ही हसत होतो तेव्हा डॉसी माझ्या बॅगांवर लक्ष ठेवून होता आणि किट धक्क्यावरून खाली पडत नाही ना याची खात्रीही करून घेत होता. एकंदरीतच इतरांच्या उपयोगी पडत होता. मला लक्षात येऊ लागलं, तो हेच तर करत असतो आणि प्रत्येक जण त्याच्यावर त्या कामासाठीच विसंबून असतो.

डॉसीच्या घोडागाडीत बसून आम्ही चौघं – ॲमेलिया, किट, डॉसी आणि मी ॲमेलियाच्या शेताकडे जायला निघालो. बाकी सगळे चालत निघाले. ते फारसं दूर नव्हतं. फक्त निसर्ग बदलला, कारण आम्ही सेंट पीटरच्या बाहेर ग्रामीण भागाकडे निघालो होतो. एकामागून एक उलगडत जाणारी कुरणं होती. ती अचानक कड्यांपाशी येऊन संपायची. सभोवताली समुद्राचा दमट, खारट गंध होता. आम्ही जेव्हा निघालो तेव्हा सूर्यास्त झाला आणि धुकं वर उठलं. तुला माहितीय, दाट धुक्यामध्ये कुठल्याही आवाजाची तीव्रता कशी वाढते ते? होय, ते तसंच होतं. प्रत्येक पक्ष्याची किलबिल वजनदार आणि प्रतिकात्मक वाटत होती. कड्यांवर ढग चळवळ करीत होते आणि आम्ही मॅनॉर हाऊसला पोहोचेपर्यंत शेतं करड्या रंगात गुरफटून गेली होती. पण मला काही भयावह आकार दिसले. मला वाटतं ते टोड्ट कामगारांनी बांधलेले सिमेंटचे बंकर्स असावेत.

किट घोडागाडीमध्ये माझ्या पलीकडे बसली होती अणि डोळ्यांच्या कोपऱ्यातून

माझ्याकडे तिरके कटाक्ष टाकत होती. तिच्याशी बोलण्याचा प्रयत्न करण्याइतकी मी मूर्ख नव्हते, पण मी माझी तुटलेल्या अंगठ्याची करामत केली; अशी करामत ज्यामध्ये तुमचा अंगठा तुटून वेगळा झाल्यासारखा दिसतो. तुला तर ते माहितीये.

मी ती हातचलाखी पुन्हा पुन्हा करत राहिले. अगदी सहज, तिच्याकडे न बघता. ती माझ्यावर बहिरी ससाण्याच्या पिल्लासारखं लक्ष ठेवून होती. उत्सुकतेनं बघत होती आणि आकर्षित झाली होती, पण सहज फसण्याइतकी देखील नाही किंवा खुदुखुदु हसण्याइतकीसुद्धा नाही. शेवटी ती इतकंच म्हणाली, ''मला दाखव कसं करतेस ते.''

जेवताना ती माझ्या पलीकडे बसली आणि हाताने जोरात ढकलून तिनं पालक खायला नापसंती दर्शवली. हात एखाद्या पोलिसासारखा सरळ वर. ''मला नको,'' ती म्हणाली आणि मी खात्रीनं तिचं ऐकलं असतं. तिनं खुर्ची डॉसीच्या जवळ ओढली आणि त्याच्या हातावर घट्टपणे मनगट रोवून खाऊ लागली, त्याला चिमटे काढू लागली. त्यामुळे त्याला चिकन कापणं जड जात असलं तरी त्यानं ते फारसं मनावर घेतल्याचं दिसलं नाही आणि जेवण झाल्यावर ती लगेच त्याच्या मांडीवर चढली. अर्थात ते तिचं हक्काचं सिंहासन आहे आणि डॉसी संभाषणाकडे लक्ष देतोय, असं वरपांगी दिसलं तरी मी त्याला नॅपकिनचा ससा पुढे लोटताना चोरून पाहिलंच. तेव्हा जर्मन वर्चस्वाच्या काळातील अन्नधान्याच्या दुर्भिक्ष्याविषयी आमच्या गप्पा चालल्या होत्या. तुला ठाऊक होतं का, जर्मन वर्चस्व संपेपर्यंत बेटावरील रहिवासी पिंजऱ्यातल्या पक्ष्यांना घालायचे दाणे दळून त्यांचं पीठ करून खात होते.

बहुधा माझी परीक्षा घेतली जात आहे, याची मला कल्पना नव्हती. पण त्या परीक्षेत मी उत्तीर्ण झाले असणार, कारण किटनं मला तिला तिच्या गादीवर झोपवायला आणि पांघरूण घालायला सांगितलं. तिला फेरेटची गोष्ट ऐकायची होती. तिला पिकाची नासाडी करणारे प्राणी आवडायचे... मला? मी उंदराचा कधी पापा घेतला असता का? मी म्हटलं, ''कधीच नाही.'' आणि त्या उत्तराने उघडच तिची मर्जी संपादन केली. मी सरळ सरळ भित्री भागूबाई होते, पण ढोंगी नक्कीच नव्हते. मी तिला एक गोष्ट सांगितली आणि तिने मी चुंबन घ्यावं याकरता तिचा गाल थोडासा पुढे केला.

केवढं लांबलचक पत्र! आणि त्यात फक्त विसातल्या पहिल्या चार तासांचंच वर्णन आहे. तुला राहिलेल्या सोळा तासांसाठी प्रतीक्षा करावी लागेल.

सस्नेह,
ज्युलिएट

ज्युलिएटकडून सोफीला

२४ मे १९४६

प्रियतम सोफी,

होय, मी इथे आहे. मार्कनं सर्वतोपरी मला थांबवण्याचे प्रयत्न केले, पण मी हेकटपणे त्याचा प्रतिकार केला, अगदी त्यांचा कडवट शेवट होईपर्यंत. मी नेहमीच दुराग्रह हा माझा सर्वांत कमी आवडणारा गुणविशेष मानत आलीय, पण तोच गेल्या आठवड्यात मोलाचा ठरला.

जेव्हा बोट बंदरातून निघाली आणि उंच, कपाळाला आठ्या घातलेल्या आणि काही करून माझ्याशी विवाह करण्यास उत्सुक असलेल्या अशा त्याला मी जेव्हा धक्क्यावर उभं राहिलेलं पाहिलं, तेव्हाच मला वाटू लागलं कदाचित त्याचं बरोबर होतं. मी साफ खुळचट, मूर्ख असणं शक्य आहे. मला त्याच्यासाठी वेड्या झालेल्या तीन स्त्रिया माहीत आहेत – एका क्षणात त्याचे तीन तुकडे होतील आणि मी माझी उतरणीची वर्षं एका उदास खुराड्यात कंठीन. माझे दात एकामागून एक पडत असतील. अरे देवा! मी ते सगळं या क्षणी पाहू शकते – कुणी माझी पुस्तकं खरेदी करणार नाही. मी माझ्या जीर्ण, फाटक्या, वाचायला कठीण अशा हस्तलिखित प्रती देऊन सिडनेला सळो की पळो करून सोडीन. त्याला माझी दया येईल आणि मी त्या प्रकाशित करेन, अशी तो माझी खोटी खोटी समजूत घालेल. वृद्धत्वामुळे मान लटलटतीय आणि तोंडाने पुटपुटणं चाललंय, अशी मी, माझी केविलवाणी टर्निप्स एका बटव्यात घेऊन आणि वर्तमानपत्रं माझ्या बुटांत अडकवून गल्लीबोळांत फिरत राहीन. तू मला ख्रिसमसला सदिच्छापूर्वक प्रेमळ भेटकार्ड पाठवशील. (हो ना?) मी परक्या माणसासमोर प्रौढी मिरवेन की माझा एके काळी दिग्गज प्रकाशक मार्कहॅम रेनॉल्ड्सशी जवळजवळ वाङ्‌निश्चय झाला होता. ते माना डोलवतील – बिचारी म्हातारी बिछान्यातल्या ढेकणासारखी; क्षणिक उत्साही पण अर्थातच निरुपद्रवी.

अरे देवा, असं असतं तर हे वेड!

गर्नसी सुंदर आहे आणि माझ्या नवीन मित्रांनी माझं इतक्या उत्साहाने आणि प्रेमाने स्वागत केलंय की, मला इथे येऊन मी योग्यच केलं याविषयी तिळमात्र शंका नाही. एका क्षणापूर्वी फक्त मी माझ्या बोळक्याविषयी विचार करू लागले, तोपर्यंत मला माझा निर्णय उचित वाटत होता. पण आता मी त्याविषयी विचार करणं थांबवणार आहे. अगदी माझ्या दरवाजाच्या बाहेरच पसरलेल्या कुरणांमध्ये पाऊल टाकणार आहे, जिथे सर्वत्र रानफुलं उमललेली आहेत आणि नंतर जितक्या वेगानं धावता येईल तितक्या वेगानं कड्याकडे धावत जाणार आहे. नंतर खाली गवतावर लोळण घेऊन

आकाशाकडे बघत बसणार आहे. ते आता दुपारी मोत्यासारखं मंदपणे चमकतंय. गवताचा उन्मादक सुगंध श्वासात भरून घेणार आहे आणि असा आव आणणार आहे की मार्कहॅम व्ही. रेनॉल्ड्स अस्तित्वातच नाही.

नुकतीच मी घरात शिरलीये. कित्येक तासांनंतर, अस्ताला जाणाऱ्या सूर्याने ढगांभोवती आगीसारखं लालबुंद कडं केलंय आणि डोंगरकड्यांच्या तळाचा समुद्र कण्हतोय. मार्क रेनॉल्ड्स? कोण आहे तो?

सदैव प्रेमपूर्वक,
ज्युलिएट

ज्युलिएटकडून सिडनेला

२७ मे १९४६

प्रिय सिडने,

एलिझाबेथचं कॉटेज एखाद्या उच्चपदस्थ पाहुण्याला राहण्यासाठी बांधल्याचं स्पष्ट कळत होतं, कारण ते अगदी प्रशस्त आहे. त्यात एक मोठी बैठकीची खोली, एक बाथरूम, एक मांस वगैरे ठेवण्याचं कपाट आणि मोठं स्वयंपाकघर हे सगळं खालच्या मजल्यावर आहे. वर तीन बेडरूम्स आणि एक बाथरूम आहे आणि सर्वांत उत्कृष्ट म्हणजे सर्वत्र खिडक्या आहेत. त्यामुळे समुद्रावरची हवा प्रत्येक खोलीत घुसू शकते.

एक लिहिण्याचं टेबल मी माझ्या बैठकीच्या खोलीमधल्या सर्वांत मोठ्या खिडकीजवळ हलवलं आहे. या रचनेतली एकमेव उणीव म्हणजे सतत बाहेर जायची आणि कड्याच्या टोकापर्यंत चालत जायची लागणारी ओढ. पाच मिनिटं काही इथला समुद्र आणि ढग स्थिर राहत नाहीत. ते सतत बदलत असतात आणि मला भीती वाटते की मी चार भिंतींमध्ये राहिले तर माझं काहीतरी बघायचं राहून जाईल. आज सकाळी मी उठले तेव्हा समुद्रात सन-पेनीजची फुलं (पिवळी, तेजस्वी फुलं) उमलली होती आणि आता तो लिंबासारख्या पिवळ्या पडद्याने झाकला गेल्यासारखा दिसतोय. लेखकांनी त्यांच्या हातून काही काम व्हावंसं वाटत असेल तर भूमध्य प्रदेशात तरी राहावं किंवा शहरातल्या उकिरड्याजवळ! नाहीतर ते बहुधा माझ्यापेक्षा खंबीर मनाचे असणं आवश्यक आहे.

एलिझाबेथचं आकर्षण वाटण्यासाठी मला समजा काही उत्तेजन मिळण्याची गरज असती (तशी मला भासली नाही), तर तिच्या मालकीच्या चीजवस्तूंनी ते काम माझ्यासाठी केलं असतं. जर्मन सर ॲम्ब्रोजचं घर ताब्यात घेण्यासाठी आले आणि त्यांनी तिला तिचं सामानसुमान काढून कॉटेजमध्ये हलवण्यासाठी फक्त सहा तास दिले. इझोला म्हणाली, की एलिझाबेथनं फक्त काही भांडी, तवे, कटलरी, कढया आणि चिनी मातीच्या किचनमधील आवश्यक वस्तू, तिच्या कलाकुसरीच्या वस्तू, एक जुना पुराणा फोनोग्राफ, काही रेकॉर्ड्स आणि हातात मावणार नाहीत एवढी पुस्तकं आणली. (जर्मनांनी चांदीच्या वस्तू, क्रिस्टलवेअर, स्फटिकाच्या वस्तू, चिनी मातीच्या महाग वस्तू आणि वाईन आपल्याकडे ठेवून घेतली.) सिडने, पुस्तकं तर इतकी आहेत की मला त्यांच्याकडे बघायला खरंच वेळ मिळालेला नाही. दिवाणखान्यातल्या फळ्यांवर पुस्तकं, तसंच किचनमधली केबिनही पुस्तकांनी भरलेली. सोफ्याच्या कडेलाही तिनं पुस्तकांचा एक ढीग

रचला आहे... त्याचा टेबल म्हणून वापर करण्यासाठी. किती हुशार होती नाही ती?

प्रत्येक कोपऱ्यात मला छोट्या छोट्या गोष्टी मिळताहेत, ज्या मला तिच्याविषयी सांगून जातात. सिडने, ती माझ्याचसारखी सूक्ष्म अवलोकन करणारी होती, कारण सगळ्या फळ्यांवर शिंपले, पक्ष्यांची पिसं, समुद्रावरचं वाळलेलं गवत, गोटे, अंड्यांची कवचं आणि कशाचा तरी सांगाडा – वटवाघूळ असेल बहुतेक – रांगेनं मांडून ठेवलंय. जमिनीवर पडलेले हे सगळे लहानसहान तुकडे – कोणीही सहज त्यांच्यावर पाय दिला असता; पण एलिझाबेथला त्यातलं सौंदर्य दिसलं आणि ती ते घरी घेऊन आली. तिनं त्यांची स्थिर चित्रं काढली असतील का, असा विचार मनात येतो. तिची स्केचबुक्स इथे कुठे आहेत का असाही विचार मग डोकावतो. फिरून बारकाईने शोध घ्यायला हवा. आधी काम, पण आठवड्यातले सातही दिवस ख्रिसमसपूर्व संध्या असावी, असंच वाटतंय.

एलिझाबेथ सर ॲम्ब्रोजनं काढलेलं एक पेंटिंगही येताना घेऊन आली होती. ते तिचं रेखाचित्रं आहे, माझ्या कल्पनेप्रमाणे तेव्हा ती आठ वर्षांची असावी. ती एका झोपाळ्यावर बसलीये. झोका उंच घेऊन जायच्या पवित्र्यात, पण सर ॲम्ब्रोजना चित्रं रंगवायचं होतं म्हणून निश्चल बसून राहावं लागलंय. तिच्या भुवयांवरून तुम्ही सांगू शकता तिला ते आवडलं नाहीये. 'टवकारून पाहणं' वंशपरंपरेने येत असणार, कारण तिचं आणि किटचं 'टवकारून पाहणं' अगदी एकसारखं आहे.

माझं कॉटेज फाटकातून आत शिरल्यावर लगेच आहे. (खरंखुरं तीन लाकडी पट्ट्यांचं, शेतात असतं तसं फाटक) बंगलीच्या सभोवताली असलेलं कुरण विखुरलेल्या रानफुलांनी भरून गेलंय... पार कड्याच्या टोकापर्यंत, तिथे मात्र रानफुलांची जागा टोचणारं गवत आणि गॉर्सची पिवळी फुलं घेतात.

'मोठ्ठं घर' (याहून अधिक चांगलं नाव न सुचल्याने) तेच घर आहे; जे सर ॲम्ब्रोजसाठी एलिझाबेथ बंद करायला आली होती. कॉटेजपासून गाडीच्या रस्त्याने वर गेलं की ते लागतं आणि ते फार सुंदर घर आहे. दुमजली, एल आकाराचं, सुंदर निळ्या-करड्या दगडांनी बनलेलं, मऊ दगडांचं (Slate) उतरतं छप्पर, त्यालगतच्या उभ्या खिडक्या, (L) एल च्या वळणापासून त्याच्या लांबीपर्यंत पसरलेली ऐसपैस गच्ची. त्या वळणदार शेवटाच्या माथ्यावर एक खिडकी असलेला मनोरा आहे आणि तो समुद्राकडे तोंड करून उभा आहे. जळणासाठी बरीच मोठी झाडं कापावी लागली पण श्री. डिल्वीननं एबेन आणि एलीला चेस्टनट आणि ओकची नवी झाडं लावायला सांगितलंय. बागेतील विटांच्या भिंती पुन्हा बांधून झाल्याबरोबर त्या भिंतींलगत पीचची झाडं ओळीनं लावून ते बागेची शोभा वाढवणार आहेत.

दगडी गच्चीवर उघडणाऱ्या रुंद, उंच खिडक्यांनी घराला रेखीव प्रमाणबद्धता आलीय. हिरवळीवरील गवत पुन्हा हिरवंगार आणि जोमानं वाढतंय. जर्मन ट्रक्स आणि गाड्यांची चाकोरी त्यानं झाकली गेलीय.

गेल्या पाच दिवसांत मी वेगवेगळ्या वेळी एबेन, एली, डॉसी किंवा इझोलाबरोबर बेटावरील दहा पॅरिश चर्च पाहिली. गर्नसी त्याच्या सर्व विविधतेमध्ये सुंदर आहे– शेतं, जंगलं, कुंपणाच्या मेरेवर ओळीनं लावलेली छोटी झुडपं, वृक्षराजींनी भरलेल्या छोट्या दऱ्या, जहागिरीत मिळालेली भूमी, दफनभूमी, भिववणारे हिंस्त्र कडे, चेटकिणींचे कोपरे, विवाह संस्मरणीय करण्यासाठी विवाहस्थळं आणि दगडांनी बांधलेली नॉर्मन लोकांची सुबक, छोटी कुटीरं. गर्नसीच्या इतिहासाविषयी बोलायचं तर (कागदोपत्रीचा नाही) जवळजवळ प्रत्येक जागेशी आणि इमारतीशी जोडल्या गेलेल्या आख्यायिका आहेत.

गर्नसीच्या समुद्रावरील चाच्यांची अभिरुची अति उत्तम होती. त्यांनी सुंदर सुंदर घरं आणि प्रभाव पाडणाऱ्या सार्वजनिक इमारती बांधल्या. दु:खाची गोष्ट म्हणजे त्या सगळ्या भग्नावस्थेत आहेत आणि त्यांची दुरुस्ती होणं गरजेचं आहे. पण ते काही का असेना, त्यांचं गृहशिल्पशास्त्रीय सौंदर्य त्यातूनही प्रकट होतंय. डॉसी मला एका छोट्या चर्चमध्ये घेऊन गेला. त्याचा प्रत्येक इंच संगमरवरी दगडाचे व काचेचे तुकडे बसवून घडवला आहे. एका धर्मोपदेशकानंच हे काम स्वत: पूर्णत्वास नेलं. ग्रामीण धर्मोपदेशकाचं कर्तव्य त्याने हातात लोहाराचा हातोडा घेऊन पार पाडलं असेल.

इथल्या देखाव्यांइतकेच माझे वाटाडेही पुष्कळ आहेत. इझोला मला किनाऱ्यावर धुऊन सफेद केलेल्या, हाडांनी भरलेल्या शापित समुद्रचाच्यांच्या पेट्यांविषयी आणि श्री. हॅलेटनं त्यांच्या धान्य कोठारात काय लपवून ठेवलंय तेही सांगत असते. तो म्हणतो ते एक वासरू आहे, पण आम्हाला चांगलंच माहितीये. एबेन युद्धापूर्वी गोष्टी कशा होत्या त्याची वर्णनं करून सांगत असतो. एली एकाएकी गायब होतो, नंतर पीच ज्यूस आणि चेहऱ्यावर देवदूताचं निर्मळ हास्य घेऊन परत येतो. डॉसी सर्वांत कमी बोलतो, पण तो मला एकेक आश्चर्य बघायला घेऊन जातो – त्या छोट्याशा चर्चसारखं. नंतर तो मागे उभा राहतो आणि मला हवा तितका वेळ त्याचा आनंद घेऊ देतो. त्याच्याइतका मुळीच घाई न करणारा माणूस मला दुसरा भेटला नाही. काल आम्ही रस्त्यावरून चालत जात होतो तेव्हा माझ्या लक्षात आलं, तो रस्ता कड्यांच्या फार जवळून जात होता आणि तिथून किनाऱ्याकडे खाली जाणारी एक पायवाट दिसत होती. "याच जागी तुला ख्रिश्चन हेलमन भेटला का?" मी विचारलं. तो दचकलेला दिसला आणि म्हणाला, "हो, हीच ती जागा होती."

"तो कसा दिसायचा?" मी विचारलं, कारण मला ते दृश्य डोळ्यांसमोर रेखाटायचं होतं. पुरुष मंडळी एकमेकांचं वर्णन करू शकत नाहीत, हे गृहीतच असल्यानं ती विनंती निष्फळ ठरेल, असं मला वाटलं. पण डॉसीला तो कसा होता ते माहीत होतं. "तुझ्या कल्पनेतला एखादा जर्मन दिसतो तसाच तोही दिसायचा... उंच, सोनेरी केस, निळे डोळे. फरक इतकाच होता की त्याला वेदना जाणवायची."

अॅमेलिया आणि किटबरोबर मी कित्येकदा चहासाठी नगरात फिरत फिरत गेले होते. सेंट पीटर पोर्टमध्ये से से ला जलपर्यटनाचा जो आनंद मिळायचा तो बरोबरच होता. हे बंदर आणि सरळ उभी कंटाळवाणी चढण चढून आकाशाला भिडणारं हे नगर, अख्ख्या जगातल्या सर्वांत रम्य स्थळांपैकी एक असेल. 'हाय स्ट्रीट' आणि 'पोलेट'वरल्या दुकानांच्या खिडक्या इतक्या स्वच्छ आहेत की त्या चमकताहेत आणि नवनव्या मालाने दुकानं भरायला सुरुवात झाली आहे. अगदी या क्षणी सेंट पीटर पोर्ट मलूल असेल, बऱ्याच इमारतींना पुनरुज्जीवनाची जरूरही आहे, पण बिचारं लंडन शहर मेल्यासारखं दमलेलं दिसतं तसं ते दिसत नाही. याचं कारण प्रत्येक गोष्टीवर पडणारा लख्ख प्रकाश, स्वच्छ, शुद्ध हवा आणि शेतांमध्ये, कड्यांवर, फटींमध्ये, फुटपाथवरच्या दोन दगडांच्या मध्ये सर्वत्र उमलणारी फुलं असावीत.

हे जग योग्य रितीनं पाहण्यासाठी खरंच किटच्या उंचीचं असायला हवं होतं. काही गोष्टी ती इतकी छान निदर्शनास आणून देते, ज्या अन्यथा माझ्या बघायच्या राहून गेल्या असत्या. फुलपाखरं, कोळी, जमिनीलगत उमलणारी इवली इवली फुलं – विशेषत: तळपत्या फ्युजिया (लाल, जांभळी, पांढरी खालच्या बाजूला लोंबणारी फुलं) आणि बोगनवेलीच्या भिंतीसमोर तुम्ही असाल तर ती फुलं दिसणं कठीणच आहे. काल मी अचानक किट व डॉसीला फाटकाच्या पलीकडे चोरासारखं गुपचूप लपून बसलेलं पाहिलं. ते चोरी करायला आलेले नव्हते, तर एक ब्लॅकबर्ड (युरोपमधला एक गाणारा पक्षी) जमिनीतून एका किड्याला ओढून काढत होता ते पाहत होते. किड्याने चांगली झुंज दिली आणि आम्ही तिघं शांतपणे तिथं बसलो होतो – ब्लॅकबर्डच्या घशात अखेरीस तो कीटक उतरेपर्यंत. ही सगळी प्रक्रिया मी यापूर्वी कधीच पाहिली नव्हती. ती अतिशय दु:खकारक आहे.

आम्ही शहरात जातो तेव्हा किटच्या जवळ काही वेळा एक छोटी पेटी असते. दोरीने घट्ट बांधलेली आणि लाल धाग्याची मूठ असलेली पुठ्ठ्याची पेटी. अगदी आम्ही चहा घेत असतानासुद्धा तिच्या मांडीवर ती धरून ठेवते आणि तिला फार जपते. त्या पेटीला हवा जाण्यासाठी छिद्रं नाहीत त्याअर्थी ते फेरेट असू शकत नाही. किंवा, अरे देवा! ते कदाचित मेलेलं फेरेट असू शकेल. त्यामध्ये काय आहे ते जाणून घ्यायला मला आवडलं असतं, पण अर्थातच मी विचारू शकत नाही.

मला इथे आवडतं आणि आता कामाला प्रारंभ करण्याइतपत मी स्थिरस्थावर झालीये. एबेन आणि एलीसह दुपारी मासे पकडून आले की ताबडतोब मी माझ्या कामाला आरंभ करीन.

तुला व पियर्सला प्रेमपूर्वक,
ज्युलिएट

ज्युलिएटकडून सिडनेला

३० मे १९४६

प्रिय सिडने,

तुला आठवतं का 'सिडने स्टार्क स्कूलच्या परिपूर्ण स्मृतिवर्धना'च्या पंधरा सत्रांना तू मला उपस्थित राहायला लावलं होतंस ते? तू म्हणालास, की मुलाखतीच्या दरम्यान नोंदी खरडायला बसणारे लेखक उर्मट, आळशी आणि अकार्यक्षम असतात आणि मी तुला कधीच काळिमा फासणार नाही याची तू खात्री करून घेणार होतास. तुझा हा उर्मटपणा सहन न होण्याइतका होता आणि मी तेव्हा किती तिरस्कार केला होता तुझा... पण मी तुझे धडे चांगले गिरवले आणि आता तू तुझ्या मेहनतीची फळं पाहू शकतोस.

काल रात्री मी 'द गर्नसी लिटररी अँड पोटॅटो पील पाय सोसायटी'च्या माझ्या पहिल्या मीटिंगला गेले. ती क्लोव्हिस व नॅन्सी फॉसेच्या दिवाणखान्यात भरली होती. (किचनमध्ये सगळी सांडासांड झाली होती.) त्या संध्याकाळचा वक्ता जोनास स्कीटर नावाचा एक नवीन सभासद होता. तो 'द मेडिटेशन्स ऑफ मार्क्स ऑरेलियस' या पुस्तकावर बोलणार होता.

श्रीमान स्कीटर ढेंगा टाकत आम्हा सगळ्यांच्या समोर आला, आम्हा सर्वांकडे टवकारून पाहिलं आणि त्यानं जाहीर केलं की त्याला तिथे यायचं नव्हतं आणि त्यानं मार्क्सचं मूर्ख, रद्दी पुस्तक वाचण्याचं एकमेव कारण म्हणजे त्याचा जुना, सर्वांत प्रिय आणि सर्वांत वृद्ध मित्र वुड्रो कटरनं हे लज्जास्पद काम करण्यास त्याला भाग पाडलं होतं. प्रत्येक जण वुड्रोकडे बघण्यासाठी वळला आणि वुड्रो अर्थातच दिङ्मूढ होऊन, तोंड वासून तिथेच बसलेला होता. जोनास स्किटर पुढं सांगू लागला, "वुड्रो माझ्या शेतावर आला. तिथे मी कंपोस्ट खतासाठी खड्ड्यात भर घालत होतो. हे छोटं पुस्तक त्यानं हातात धरलं होतं आणि तो म्हणाला त्यानं ते नुकतंच वाचून संपवलंय. मीसुद्धा वाचलेलं त्याला आवडेल. तो म्हणाला, ते फार गहन ज्ञान आहे.

"वुड्रो, मला प्रकांड पंडित व्हायला वेळ नाही, मी म्हटलं. तो म्हणाला, जोनास, तू वेळ काढायला हवास. तू जर ते वाचलंस तर आपल्याला 'क्रेझी इडाज'मध्ये बोलण्यासारख्या अधिक चांगल्या गोष्टी मिळतील. आपल्याला पिंटभर (१/८ गॅलन) दारू पिताना अधिक मजा येईल.

"आता, हे ऐकल्यावर मी दुखावलो. नाही, दुखावलो असं सांगणं चांगलं नाही. माझा बालमित्र काही वेळापुरता का होईना, स्वत:ला माझ्यापेक्षा श्रेष्ठ समजत होता. या सगळ्याचं कारण तो तुम्हा लोकांसाठी पुस्तकं वाचायचा आणि मी नाही. म्हणून

मी पूर्वी म्हणायचो जाऊ दे, ज्याचं त्याच्याजवळ. माझी आई नेहमी असं म्हणायची. पण आता तो फारच पुढे गेला होता. त्यानं माझा अपमान केला होता. संभाषणात त्याने स्वत:ला माझ्यापेक्षा उच्च दर्जाचा ठरवलं.

"तो म्हणाला, जोनास, मार्क्स एक रोमन सम्राट आणि बलशाली योद्धा होता. हे पुस्तक म्हणजे तो तिकडे 'क्वादी' समुदायामध्ये असताना त्याला जे विचार सुचले त्याचं फलस्वरूप आहे. ते रानटी लोक सगळ्या रोमन्सना ठार मारायच्या संधीची वाट पाहत जंगलात दबा धरून बसले होते आणि त्या 'क्वादी'कडून खूप दडपण आल्यामुळे मार्क्सनं त्याच्या विचारांचं हे छोटं पुस्तक लिहायला वेळ घेतला. त्याचे विचार सखोल होते आणि जोनास, आपण त्यातले काही वापरू शकतो.

"म्हणून मी माझ्या भावना दडपून टाकल्या आणि ते रटाळ पुस्तक हाती घेतलं. पण आज इथे सगळ्यांसमोर मी हेच सांगायला आलोय, की वुड्रो धिक्कार असो तुझा, धिक्कार असो! तू बालपणीच्या मित्रापेक्षा पुस्तकाचं मोल अधिक केलंस.

"परंतु मी ते पुस्तक वाचलं आणि हे माझे त्यावरचे विचार : मार्क्स ऑरेलियस एखाद्या म्हाताऱ्या बाईसारखाच होता. सदैव मनाचा कल मापणारा; नेहमी आपण काय केलं किंवा काय नाही याचा विचार करणारा. तो बरोबर वागला की चुकीचं? बाकीचं जग चुकीचं वागलं का? जगाऐवजी त्याची चूक झाली का? नाही; तो सोडून बाकीचा प्रत्येक जण चुकीचा वागला आणि त्याने त्यांच्या चुका सुधारल्या. अंडी उबवणारी कोंबडी होती ती. त्याच्या मनातला एकही लहानसहान विचार असा नव्हता, ज्याचं त्यानं प्रवचनात रूपांतर केलं नव्हतं. इतकचं कशाला, मी तर पैज लावून सांगतो, तो माणूस मुतूही शकला नसेल..."

कुणीतरी श्वास रोखून धरला, "मूत? तो स्त्रियांच्या समक्ष मूत बोलला!"

"त्याला माफी मागायला लावा." दुसरा ओरडला.

"त्याने माफी मागायची जरूर नाही. त्याला जे वाटतं ते बोलायला तो मोकळा आहे आणि त्याला असंच वाटतं. तुम्हाला ते आवडो किंवा न आवडो!"

"वुड्रो, तू तुझ्या मित्राला इतकं दुखवू कसं शकलास?"

"वुड्रो, किती लाजिरवाणं!"

वुड्रो उभा राहिल्यानंतर सगळे शांत झाले. फरशीच्या मधोमध दोघं जण भेटले – जोनासने त्याचा हात वुड्रोच्या दिशेनं पुढे केला. वुड्रोनं जोनासच्या पाठीवर थाप मारली आणि दोघं जण हातात हात घालून 'क्रेझी इडाज'कडे जायला निघाले. मला आशा आहे तो दारूचा गुत्ताच असेल; एखादी बाई नाही.

प्रेमपूर्वक,
ज्युलिएट

ता. क. – डॉसी मंडळाचा एकमेव सदस्य होता, ज्याला बहुतेक काल रात्रीची

मीटिंग मजेदार वाटली. तो इतका सुसंस्कृत आहे की तो मोठ्यानं हसला नाही, पण त्याचे खांदे गदागदा हलताना मी पाहिले. मला इतरांकडून कळलं की ती संध्याकाळ समाधानकारक होती पण असाधारण मुळीच नाही.

पुन्हा प्रेमपूर्वक
ज्युलिएट

ज्युलिएटकडून सिडनेला

३१ मे १९४६

प्रिय सिडने,

कृपया सोबत पाठवलेलं पत्र वाच. आज सकाळी ते माझ्या दाराखालून सरकवलेलं आढळलं.

प्रिय मिस ॲशटन,

मिस प्रिबीनं मला सांगितलं, की तुम्हाला जर्मन लष्कराने अलीकडच्या काळात गर्नसीचा ताबा घेतला होता त्याविषयी जाणून घ्यायचं आहे म्हणून हे पत्र.

मी एक सामान्य माणूस आहे आणि माझी आई जरी म्हणत असली 'तू कधीच कर्तृत्व गाजवलं नाहीस,' तरी तसं नाहीय. मी कर्तृत्व गाजवलं होतं. फक्त मी तिला त्याविषयी सांगितलं नाही. मी शीळ घालण्यात निष्णात आहे. मी शीळ वादनाच्या स्पर्धा जिंकल्या आहेत आणि बक्षीसंही मिळवली आहेत. जर्मन अंमल असताना मी माझं हे कौशल्य त्याच्या सैन्याला नामर्द करण्यासाठी वापरलं.

आई झोपल्यावर मी हळूच बाहेर निसटत असे आणि सॉमरेझ स्ट्रीटवरील जर्मनांच्या वेश्या वस्तीकडे हळूच पावलं वळवीत असे. (या शब्दाबद्दल मला क्षमा करा.) एखादा सैनिक त्याच्या संकेतस्थळापासून बाहेर पडेपर्यंत मी सावल्यांमध्ये लपत असे. स्त्रियांना हे ठाऊक आहे की नाही मला ठाऊक नाही, पण अशा प्रसंगानंतर पुरुष शारीरिक दृष्ट्या तितकेसे सक्षम नसतात. सैनिक त्याच्या निवासस्थानी (क्वार्टरकडे) परत जाऊ लागायचा; बरेचदा शिटी वाजवत. मी हळूहळू तीच धून शिळेवर वाजवत (पण कितीतरी चांगली) चालू लागायचो. तो शीळ घालणं थांबवायचा... पण मी नाही थांबायचो. तो क्षणभर थबकायचा – त्याला जो प्रतिध्वनी वाटला होता तो तसा नसून खरंतर काळोखात कुणीतरी त्याचा पाठलाग करतंय असं त्याला वाटायचं. पण कोण? तो मागे वळून बघायचा. मी एखाद्या इमारतीच्या प्रवेशद्वारात सटकलेला असायचो. त्याला कुणीच दिसायचं नाही. तो पुन्हा आपल्या मार्गाने जाऊ लागायचा – पण शीळ न घालता. मी पुन्हा चालू लागायचो आणि शीळ वाजवू लागायचो. तो थांबायचा – मी

थांबायचो. तो घाईघाईनं चालू लागायचा पण मी शीळ वाजवतच राहायचो, त्याच्या मागोमाग दाणदाण पावलं टाकत. सैनिक त्याच्या क्वार्टरकडं धावत सुटायचा आणि मी वेश्या वस्तीकडे परत फिरायचो... दुसरा जर्मन सैनिक तोऱ्यात यायची वाट पाहायला. मला खात्री आहे की दुसऱ्या दिवशी आपलं कर्तव्य बजावताना त्या सैनिकाच्या अंगी पूर्वीची तडफ राहिली नसेल. असे कितीतरी सैनिक मी अकार्यक्षम केले. बघितलंत?

आता तुम्ही मला क्षमा केलीत तर मी वेश्यागृहांविषयी अधिक बोलेन. मला नाही वाटत त्या तरुण स्त्रिया स्वेच्छेने तिथे आल्या होत्या. युरोपातील जर्मनव्याप्त प्रांतांमधून त्यांना इकडे धाडण्यात आलं होतं, जसं टोड्ट श्रमिक गुलामांना इकडे पाठवण्यात आलं होतं. ते काही चांगलं काम असू शकत नाही. मात्र सैनिकांना एका गोष्टीचं श्रेय द्यायलाच हवं. बेटावरील इतर कष्टांची कामं करणाऱ्यांप्रमाणेच त्या स्त्रियांनाही जादा धान्य भत्ता द्यावा, अशी मागणी त्यांनी जर्मन अधिकाऱ्यांकडे केली. याही पुढे जाऊन मी यातल्याच काही स्त्रियांना त्यांचं जेवण टोड्ट कामगारांबरोबरच वाटून घेताना पाहिलं. त्या बिचाऱ्या टोड्ट कामगारांना कधीकधी रात्रीच्या वेळेस अन्नाचा शोध घेण्यासाठी त्यांच्या छावणीच्या बाहेर सोडलं जाई.

माझ्या आईची बहीण जर्सीला राहते. आता युद्ध संपलंय तेव्हा ती आम्हाला येऊन भेटू शकते... जितकी जास्त वेळा, तेवढं वाईट. ती ज्या प्रकारची बाई आहे त्यावरून सांगतो. तिनं आम्हाला एक वाईट गोष्ट सांगितली.

डी-डे (डूम्स डे) नंतर जर्मनांनी त्यांच्या वेश्यागृहातील बायकांना फ्रान्सला परत पाठवायचं ठरवलं. तेव्हा त्यांनी सेंट मालोला जाणाऱ्या एका बोटीवर सगळ्यांना चढवलं. आता ते पाणी फारच चंचल, खवळलेलं आणि धोकादायक असतं. त्यांची बोट एका खडकावर आपटली आणि बोटीवरचे सगळे बुडून मेले. बुडालेल्या त्या बिचाऱ्या स्त्रिया – त्यांचे पिवळे केस... ('तोंड रंगवलेल्या त्या हलकट स्त्रिया', असं माझी मावशी त्यांना म्हणायची) पाण्यात त्यांची शवं पसरली, खडकांवर आपटू लागली. रंगरंगोटी धुऊन जाऊ लागली.

"बरं झालं, चांगली अद्दल घडली... त्या वेश्या!" माझी मावशी उद्गारली व ती आणि माझी आई दोघी हसल्या.

ते सहन होण्याजोगं नव्हतं! मी खुर्चीतून उडी मारली आणि जाणून बुजून चहाचं टेबल त्यांच्यावर उलथवलं. त्यांना घाणेरडी, म्हातारी, वटवाघळं म्हणालो.

माझी मावशी म्हणते ती पुन्हा आमच्या घरात पाऊल टाकणार नाही आणि त्या दिवसापासून आई माझ्याशी एक शब्द बोलली नाहीय. मला मात्र आता सारं कसं शांत, शांत वाटतंय.

तुमचा प्रामाणिक,
हेन्री ए तुसाँ

ज्युलिएटकडून सिडनेला

६ जून १९४६

श्री. सिडने स्टार्क
स्टीफन्स आणि स्टार्क मर्यादित,
२१, सेंट जेम्स प्लेस,
लंडन साऊथ वेस्ट १.

प्रिय सिडने,

माझा विश्वासच बसेना काल रात्री लंडनहून फोन करणारा तो तूच आहेस यावर! तू विमानानं येतोयस हे मला सांगितलं नाहीस, हा तुझा केवढा शहाणपणा. तुला माहितीय बॉम्ब टाकत नसली तरी मला विमानांची किती भीती वाटते. तू आता माझ्यापासून पाच समुद्र दूर नाहीस, हे ऐकायला मस्त वाटतंय. बस्स, खाडीच्या पलीकडेच! लवकरात लवकर जमेल तेव्हा तू आम्हाला भेटायला इकडे येशील का?

दुडक्या चालीने चालणाऱ्या घोड्यापेक्षा इझोला अधिक वेगवान आहे. मला जर्मन अधिपत्याच्या गोष्टी सांगण्यासाठी तिने सात जणांना समोर आणून उभं केलं आणि माझ्याकडे असणाऱ्या मुलाखतींच्या नोंदींचं बाड दिवसागणिक फुगतंय. पण या क्षणापुरतं बोलायचं तर ती केवळ टाचणं आहेत. मला अजूनही कळत नाहीय पुस्तक लिहिणं शक्य होईल का किंवा ते शक्य झालं तर कशा स्वरूपात असावं?

किट काही वेळा सकाळची इकडे असते. ती दगड नाही तर शिंपले आणते आणि शांतपणे, खरंतर माफक शांतपणे फरशीवर बसते आणि मी काम करत असताना खेळत राहते. माझं आटोपलं की लंच घेऊन आम्ही किनाऱ्यावर पिकनिकला जातो. फारच धुकं असलं तर घरातच ब्युटी पार्लरचा खेळ खेळतो. एकमेकींचे केस तडतडेपर्यंत विंचरत राहायचे किंवा डेड ब्राईड : मृत वधू.

हा सापशिडीसारखा गुंतागुंतीचा खेळ नाही. तो अगदी साधा आहे. लेसच्या बुरख्यात वधू स्वतःला अवगुंठित करून घेते आणि कपड्यांच्या प्रचंड मोठ्या बास्केटमध्ये स्वतःला कोंबून घेते, तिथे मेल्यासारखी पडून राहते. इकडे दुःखी झालेला नवरदेव तिचा शोध घेत राहतो. शेवटी जेव्हा त्याला ती कपड्यांच्या बास्केटमध्ये (थडग्यात) ठेवलेली दिसते, तेव्हा तो जोरजोरात आक्रोश करू लागतो. त्याच वेळी लगेचच ती उडी मारते, किंचाळते, 'सरप्राईज!' आणि त्याला घट्ट धरून ठेवते. नंतर मग सगळा आनंदी आनंद; हसणं आणि चुंबनं. खाजगीत सांगते, मी असं लग्न कधीच करणार नाही.

मला माहीत होतं की सगळी मुलं भयंकर असतात, पण हे समजत नाही की त्यांना अशा खेळांबाबत उत्तेजन द्यावं की नाही. सोफीला हे विचारायची मला भीती वाटतीये, की 'मृत वधू' हा चार वर्षांच्या मुलींसाठी एक विकृत खेळ आहे किंवा काय? ती 'हो' म्हणाली तर हा खेळ आम्हाला थांबवावा लागेल आणि मला तो थांबवायचा नाहीये. मला आवडतो तो खेळ.

एखाद्या लहान मुलाबरोबर तुम्ही राहत असाल तर खूप खूप प्रश्न उद्भवतात. उदा. एखाद्याला डोळे तिरळे करायला खूप आवडतं, पण मग ते कायमचे तसेच अडकून राहतील का? की ही फक्त एक अफवा आहे? माझी आई म्हणायची, ते तसेच राहतील आणि मी तिच्यावर विश्वास ठेवायचे. पण किट जास्त हट्टी आहे आणि या गोष्टीच्या खरेपणावर ती शंका घेते.

माझ्या आईवडिलांच्या, मुलांना वाढवायच्या कल्पना काय होत्या ते आठवायचा मी खूप प्रयत्न करतीये. पण ते मूल आता मोठं झालंय, त्यामुळे मी क्वचितच चांगली न्यायाधीश बनू शकेन. टेबलाच्या पलीकडे बसलेल्या मिसेस मॉरिसच्या पुढ्यात माझे वाटाणे थुंकून टाकल्याबद्दल मला थोबाडीत मारलेलं माहितीय.... पण मला तितकंच आठवतंय. कदाचित तिची तीच लायकी होती. किटवर मंडळाच्या सभासदांनी थोडी इकडे, थोडी तिकडे अशी वाढवल्यामुळे काही दुष्परिणाम झालेले दिसत नाहीत. त्यामुळे ती नक्कीच भीतिदायक आणि एकलकोंडी झालेली नाही. मी काल ॲमेलियाला यासंबंधी विचारलं. ती हसली आणि म्हणाली, की एलिझाबेथचं मूल भीतीदायक आणि एकलकोंडं असणं शक्यच नाही. नंतर तिनं एक छानशी गोष्ट सांगितली, तिचा मुलगा इयान आणि एलिझाबेथ दोघं लहान असताना घडलेली. त्याला इंग्लंडला शाळेत पाठवणार होते आणि त्याला याचा अजिबात आनंद झाला नव्हता. तेव्हा त्यानं घरातून पळून जायचं ठरवलं. त्यानं जेन आणि एलिझाबेथचा सल्ला घेतला. एलिझाबेथनं त्याच्या सुटकेसाठी तिची बोट विकत घ्यावी म्हणून त्याचं मन वळवलं, अडचण इतकीच होती की तिच्याकडे बोटच नव्हती. पण पठ्ठीनं त्याला तसं सांगितलं नाही. त्याऐवजी तिने स्वत:च तीन दिवसांत एक बोट तयार केली. ठरलेल्या दिवशी दुपारी त्यांनी ती किनाऱ्यावर जोर लावून खेचत आणली आणि इयान निघाला. एलिझाबेथ आणि जेन किनाऱ्यावरून रुमाल फडकवत होत्या. पाण्यात अर्धा मैल गेल्यावर बोट वेगानं बुडायला लागली. जेन तिच्या वडिलांना बोलवण्यासाठी सैरावैरा धावत होती. पण एलिझाबेथ म्हणाली, वेळ नव्हता आणि तो सर्वस्वी तिचाच दोष असल्याने तिनेच त्याला वाचवणं क्रमप्राप्त होतं. तिनं पायातले बूट काढले, लाटांमध्ये सूर मारला आणि इयानकडे पोहत गेली.

दोघांनी मिळून त्या उद्ध्वस्त गलबताचा सांगाडा ओढत ओढत किनाऱ्यावर आणला आणि इयानला कोरडं करायला ती सर ॲम्ब्रोज यांच्या घराकडे घेऊन आली. तिनं त्याचे पैसे परत केले आणि ते जेव्हा शेकोटीसमोर ऊब घेत बसले, तेव्हा ती

त्याच्याकडे वळली आणि म्हणते कशी उदासपणे, 'आपल्याला केवळ एक गलबत चोरावं लागेल, बस!' इयाननं त्याच्या आईला सांगितलं, की इतकं सगळं करण्यापेक्षा इंग्लंडच्या शाळेत जाणं अगदी सोपं असा निर्णय त्याने घेतला होता.

मला कल्पना आहे, तुझं इतक्या दिवसांचं तुंबलेलं काम निपटायला, पुरं करायला तुला अफाट वेळ लागणार आहे. पण एक क्षण तुझ्याकडे असेल तर, माझ्यासाठी तू कागदी बाहुल्यांचं पुस्तक मिळवू शकतोस का? एखादं आकर्षक इव्हिनिंग गाऊन्सचं पुस्तक... प्लीज!

मला कळतंय, किटला मी आवडू लागलीये. येता-जाता ती माझ्या गुडघ्यावर थोपटत असते.

प्रेमपूर्वक,
ज्युलिएट

ज्युलिएटकडून सिडनेला

१० जून १९४६

प्रिय सिडने,

मला नुकतंच तुझ्या नव्या सेक्रेटरीकडून छानसं पार्सल मिळालं. तिचं नाव खरंच बिली बी जोन्स आहे का? ते जाऊ दे. काही असलं तरी ती प्रतिभावान आहे. तिनं किटसाठी दोन कागदी बाहुल्यांवरची पुस्तकं मिळवली आणि अशा तशा कागदी बाहुल्या नव्हेत, तर चक्क 'ग्रेटा गार्बो' आणि 'गॉन विथ द विंड' सिनेमातल्या नट्यांच्या कागदी बाहुल्या... सुंदर गाऊन्स, फर, हॅट्स, गळपट्टे यांनी भरलेली पानं... अरे वा! मस्तच आहेत. बिली बी नं बोजड नाकाची एक कात्री पण पाठवली आहे... कल्पकतेचा उत्तम नमुना... मला हे कधीच सुचलं नसतं. किट आता ती वापरतीये.

हे पत्र नाही, तर आभारप्रदर्शक चिठ्ठी आहे. मी एक चिठ्ठी बिली बी ला सुद्धा लिहिणार आहे. तुला इतकी कार्यतत्पर सेक्रेटरी कशी काय मिळाली? मला आशा आहे ती गुबगुबीत आणि आईसारखी प्रेमळ असणार. कारण माझ्या कल्पनेत तिचं चित्र तसंच आहे. तिनं सोबत एक चिठ्ठीही पाठवली होती. त्यात लिहिलं होतं, की डोळे कायमचे तिरळे राहत नाहीत. ती जुन्या बायकांची समजूत आहे. त्यामुळे किट रोमांचित झालीये आणि रात्रीच्या जेवणापर्यंत डोळे तिरळे ठेवायचा बेत आखतीये.

प्रेमपूर्वक,
ज्युलिएट

ता. क. – तुझ्या शेवटच्या पत्रातील काही वक्रोक्तिपूर्ण शेऱ्यांच्या विरुद्ध असलेल्या काही गोष्टी मला तुला दाखवून द्यायच्या आहेत. या पत्रातून डॉसी अॅडम्स महाशय डोकावत नाहीत. शुक्रवारी दुपारी तो किटला घ्यायला आला होता, त्यानंतर मी त्याला पाहिलेलं नाही. तो आला तेव्हा आम्ही आमच्या जवळच्या सर्वोत्तम दागिन्यांनी सजलो होतो आणि 'पॉम्प अँड सर्कमस्टॅन्स'च्या अंत:करण हेलावून टाकणाऱ्या भावनोत्तेजक सुरांवर खोलीभर कवायत करीत होतो. ग्रामोफोनवर ती रेकॉर्ड लावली होती. किटनं त्याला झटपट डिशच्या टॉवेलची केप बनवून दिली आणि तोही आमच्याबरोबर नाचू लागला. मला वाटतं त्याच्यामध्ये खानदानी वारसा दडलाय. तो एखाद्या ड्यूकप्रमाणे सर्वसामान्यांवर सदिच्छापूर्ण नजर टाकू शकतो.

पत्र गर्नसीमध्ये १२ जून १९४६ रोजी मिळालं.

प्रति – 'एबेन' किंवा 'इझोला' किंवा गर्नसीवरील एका पुस्तकप्रेमी मंडळाचा कोणताही सभासद; गर्नसी, चॅनल आयलंड्स, ग्रेट ब्रिटन.
(एबेनला १४ जून १९४६ रोजी मिळालं.)

प्रिय गर्नसी पुस्तकप्रेमी मंडळ,

माझी मैत्रीण एलिझाबेथची प्रिय माणसं म्हणून मी तुम्हाला अभिवादन करते. मी तुम्हाला तिच्या राव्हेन्सब्रुक छळछावणीतच झालेल्या मृत्यूची बातमी सांगण्यासाठी लिहीत आहे. मार्च १९४५ मध्ये तिला देहान्त शासन दिलं गेलं.

रशियन लष्कर या छावणीतील कैद्यांची सुटका करण्यासाठी आलं, त्या आधीच्या दिवसात एस.एस. ट्रक्स भरभरून वर्तमानपत्रं दहनभूमीत वाहून आणीत होते आणि तिथल्या भट्ट्यांमध्ये ती वर्तमानपत्रं जाळीत होते म्हणून मला भीती वाटली की तुम्हाला कदाचित एलिझाबेथचा तुरुंगवास आणि तिचा मृत्यू यांविषयी कधीच कळणार नाही.

एलिझाबेथ बरेच वेळा माझ्याशी ॲमेलिया, इझोला, डॉसी, एबेन आणि बुकर यांच्याविषयी बोलायची. मला आडनावं आठवत नाहीत, पण इझोला व एबेन ही नेहमीच्या ख्रिश्चन नावांपेक्षा वेगळी नावं आहेत, तेव्हा गर्नसीवर तुम्ही सहज सापडू शकाल अशी आशा आहे.

मला हेही माहितीय की तिनं तुम्हाला तिच्या हृदयात कुटुंबासारखं स्थान दिलं आणि तिला तुमच्याबद्दल कृतज्ञता वाटायची, तसंच तिची मुलगी किट तुमच्या निगराणीखाली मोठी होतीय, या विचारानं तिला समाधान मिळायचं. त्यामुळेच मी तुम्हाला आणि किटलासुद्धा, तिच्याविषयी, तसंच छावणीत तिनं जे धैर्य दाखवलं, त्याविषयी समजेल म्हणून हे लिहीत आहे. आम्ही कुठे होतो हे थोड्या वेळासाठी का होईना, पण विसरायला लावण्याचं आत्मिक बल आणि योग्यता तिच्याकडे होती. एलिझाबेथ माझी मैत्रीण होती आणि तसल्या ठिकाणी माणूस म्हणून शिल्लक राहायला मैत्रीचाच आधार होता.

मी सध्या हॉस्पिस ला फोरे या नॉर्मंडीमधल्या 'लूव्र' गावातल्या अनाथाश्रमात राहतीये. माझं इंग्लिश अजून कच्चं आहे, म्हणून सिस्टर ऑविए माझी वाक्यं उतरवून घेताना त्यामध्ये सुधारणा करतीये.

मी आता २४ वर्षांची आहे. १९४४ मध्ये ब्रिटॅनीमधल्या 'प्लौहा' इथं एका गेस्टापोनं मला पकडलं... माझ्या बनावट रेशन कार्डाच्या पाकिटासहित. मला प्रश्न

विचारले गेले, फक्त मारच पडला आणि 'राव्हेन्सब्रुक' इथल्या छळछावणीत माझी रवानगी झाली. अकरा नंबरच्या ब्लॉकमध्ये मला ठेवण्यात आलं आणि इथेच मला एलिझाबेथ भेटली.

आम्ही कशा भेटलो ते मी तुम्हाला सांगते. एकदा संध्याकाळी ती माझ्याकडे आली आणि तिनं माझं नाव उच्चारलं, एमी. माझं नाव ऐकताना मला खूप आनंद झाला. ती म्हणाली, "चल माझ्याबरोबर. मला तुला एक अद्‌भुत नवल दाखवायचंय." मला तिच्या बोलण्याचा अर्थ कळला नाही, पण मी तिच्याबरोबर बराकींच्या पाठीमागे पळाले. तिथली एक तुटलेली खिडकी कागद ठासून बंद केली होती. तिनं ते कागद बाहेर काढले, आम्ही चढून बाहेर आलो आणि लागरस्ट्रासच्या दिशेने धावलो.

तिथं ज्याला ती अद्‌भुत नवल म्हणत होती, ते मला पूर्णपणे दिसलं. भिंतीच्या वर दिसणारं आभाळ आग लागल्यासारखं दिसत होतं – खालून उडणारे लाल, जांभळे ढग, त्यांच्या खालच्या कडा गर्द सोनेरी रंगानं उजळून निघालेल्या. आकाशात शर्यत लागली होती त्यांची आणि आकाशभर धावताना ते आकार आणि छटा बदलत होते. आम्ही तिथे हातात हात घालून उभ्या राहिलो, अगदी काळोख पडेपर्यंत. मला नाही वाटत, याचं माझ्या दृष्टीनं काय महत्त्व होतं, ते अशा जागेबाहेरच्या जगातल्या कुणाला कळू शकेलसं; निःस्तब्धपणे असा एखादा क्षण एकत्र घालवणं यातलं सौख्य!

आमचं घर, ब्लॉक नं. ११, त्यात सुमारे ४०० स्त्रियांना ठेवलं होतं. प्रत्येक बराकीच्या समोर अर्धवट जळालेल्या कोळशाने बनवलेला छोटा रस्ता होता. तिथे दिवसातून दोनदा आमची हजेरी घेतली जाई, पहाटे ५:३० ला आणि काम संपल्यावर संध्याकाळी. प्रत्येक बराकीतल्या स्त्रिया चौरस करून उभ्या राहत. प्रत्येक चौरसात शंभर स्त्रिया – दहा रांगांमध्ये दहा जणी. ते चौरस आमच्या उजव्या डाव्या बाजूला इतके विस्तारायचे की आम्हाला धुक्यामध्ये बरेचदा त्यांचा शेवटही दिसायचा नाही.

आमचे बिछाने लाकडी फळ्यांवर होते. तीन प्लॅटफॉर्म्सवर बांधलेले. गवताची चटई असायची झोपायला... आंबूस वास मारणारी आणि पिसवा आणि उवांनी जिवंत झालेली. रात्री आमच्या पायांवरून भल्यामोठ्या पिवळ्या घुशी पळत असायच्या. ही एक चांगली गोष्ट होती, कारण आमच्यावर लक्ष ठेवणाऱ्या मुकादमांना घुशी आणि त्या दुर्गंधीचा इतका तिटकारा होता की, निदान रात्री उशिरा तरी त्यामुळे आम्हाला त्यांच्यापासून स्वातंत्र्य मिळायचं.

नंतर एलिझाबेथनं तुमचं गर्नसी बेट आणि तुमच्या साहित्य मंडळाविषयी सांगितलं. या गोष्टी मला स्वर्गासारख्या वाटायच्या. आमच्या बिछान्यांवर आम्ही श्वास घ्यायचो ती हवा आजारानं आणि घाणीनं भरलेली असायची. पण जेव्हा एलिझाबेथ बोलायची, तेव्हा त्या समुद्रावरच्या ताज्या, स्वच्छ हवेची आणि तीव्र उन्हाळ्यातल्या फळांच्या मधुर सुवासाची मी कल्पना करायचे. हे खरं असणं शक्यच नाही, तरीपण

राव्हेन्सब्रुकवर एक दिवससुद्धा सूर्य तळपताना पाहिल्याचं मला स्मरत नाही. तुमचं वाचक मंडळ कसं अस्तित्वात आलं हेसुद्धा मला ऐकायला आवडायचं. तिनं जेव्हा भाजलेल्या डुकराची गोष्ट सांगितली होती, तेव्हा मी हसायच्या बेतात होते, पण हसले नाही, कारण बराकींमध्ये अशा हसण्यानं आफत ओढवली असती. तशा घटना घडल्या होत्या.

तिथे आमच्यासाठी अंघोळीला स्टँडला अडकवलेले थंड पाण्याचे खूप पाईप होते. आठवड्यातून एकदा आम्हाला शॉवर घेण्यासाठी नेलं जाई आणि साबणाचा एकेक तुकडा दिला जाई. आमच्यासाठी ते आवश्यक होतं, कारण आम्ही सर्वांत जास्त अस्वच्छ राहणीला आणि तिथे सडण्याला भ्यायचो. आमच्यात आजारी पडण्याची हिंमत नव्हती, कारण आम्ही अंथरूण धरलं असतं तर काम करू शकलो नसतो. जर्मनांच्या दृष्टीनं निरुपयोगी, कुचकामी ठरलो असतो आणि त्यांनी आम्हाला चिरनिद्राच दिली असती.

एलिझाबेथ आणि मी आमच्या गटाबरोबर रोज सकाळी सहा वाजता सिमेन्स फॅक्टरीत जायला चालत निघायचो. तिथे आम्ही काम करीत असू. ती तुरुंगाच्या भिंतीच्या बाहेर होती. एकदा तिकडे गेलो, की हातगाड्या रेल्वेलाइनीच्या जादा रुळांवर ढकलायचो आणि धातूचे जड पत्रे गाड्यांवर चढवायचो. आम्हाला दुपारी गव्हाचा लगदा आणि वाटाणे दिले जायचे आणि छावणीकडे हजेरीसाठी संध्याकाळी सहा वाजता परतायचो. रात्री टर्निप सूप दिलं जायचं.

गरजेप्रमाणे आमची कामं बदलायची. एक दिवस आम्हाला हिवाळ्यासाठी बटाटे साठवायला खंदक खणायचा आदेश दिला गेला. आमची मैत्रीण अलिनानं एक बटाटा चोरला. पण तिच्या हातून तो खाली जमिनीवर पडला. मुकादमाने चोराला पकडेपर्यंत सगळं खोदकाम थांबवलं.

अलिनाच्या डोळ्यांच्या बाहुलीवरील पडद्यावर चरे पडले होते आणि हे मुकादमाच्या नजरेस न येणं गरजेचं होतं. कारण मग त्यांना ती आंधळी होतीय असा संशय आला असता. एलिझाबेथनं झटकन सांगितलं तिनं तो बटाटा घेतला होता आणि तिला एका आठवड्यासाठी खास उभ्या केलेल्या 'शिक्षेच्या कोठडी'मध्ये डांबण्यात आलं.

या 'बंकर' मधल्या कोठड्या फार लहान होत्या. एक दिवस, एलिझाबेथ तिथे असताना एका गार्डनं प्रत्येक कोठडीचं दार उघडलं आणि उच्च दाबाचे पाण्याचे पाईप कैद्यांवर फवारले. पाण्याचा दाब इतका तीव्र होता की एलिझाबेथ फरशीवर पडली. परंतु तिच्या सुदैवाने पाणी तिच्या घडी केलेल्या ब्लँकेटपर्यंत पोहोचलं नाही. अखेर तिला उठता आलं आणि हुडहुडी थांबेपर्यंत ती ब्लँकेट गुरफटून पडून राहिली. पण शेजारच्याच कोठडीतली एक तरुण गर्भवती मुलगी इतकी सुदैवी किंवा उठून बसण्याइतकी धडधाकट नव्हती. ती त्या रात्रीच, फरशीवरच गोठून मरून पडली.

मी बहुतेक जास्तच बोलतीये. अशा गोष्टी तुम्हाला ऐकायची इच्छा नसेल. परंतु

एलिझाबेथ कशी जगली आणि तिची सहृदयता आणि तिचं धैर्य कसं शेवटपर्यंत तिला साथ देत राहिलं, हे मी सांगायलाच हवं. तिच्या मुलीलाही ते समजलं तर मला आवडेल.

आता मला तिच्या मृत्यूचं कारण सांगितलं पाहिजे. कैकदा छावणीत भरती झाल्यावर बऱ्याच स्त्रियांची पाळी बंद व्हायची, पण काहींची नाही. छावणीच्या डॉक्टरांनी कैद्यांच्या या दिवसांच्या स्वच्छतेचा काहीच विचार केला नव्हता. तशा सुविधा पुरवल्या नव्हत्या. फडकी नाहीत, सॅनिटरी नॅपकिन्स नाहीत, साबण नाहीत. ज्यांची पाळी यायची, त्यांच्या पायांवरून रक्त तसंच ओघळत राहायचं.

मुकादमांना हे दृश्य आवडायचं नाही. 'आह्, हे ओंगळ रक्त!' त्यांना किंचाळायला, मारहाण करायला अजून निमित्त पुरायचं. बिंता नावाची मुकादम आमची संध्याकाळी हजेरी घ्यायची. एकदा तिनं एका रक्तस्राव होत असलेल्या मुलीवर डाफरायला सुरुवात केली. तिच्यावर संतापली, हातातला दंडुका वर उगारून तिला धमकी दिली आणि नंतर ती त्या मुलीला मारायला लागली.

एलिझाबेथ आमची रांग मोडून वेगानं, प्रचंड वेगानं बाहेर पडली. बिंताच्या हातातला दंडुका तिनं पकडला आणि तिच्यावरच तो उगारला. तिला मारतच सुटली. पहारेकरी धावत आले आणि त्यातल्या दोघांनी रायफल्सचे दणके देऊन तिला खाली पाडलं. एका ट्रकमध्ये तिला फेकलं अणि पुन्हा 'शिक्षेच्या कोठडीत' घेऊन गेले.

त्यातल्या एका पहारेकऱ्यानं मला सांगितलं – दुसऱ्या दिवशी सकाळी सैनिकांनी एलिझाबेथभोवती संरक्षक कडं केलं आणि तिच्या कोठडीतून तिला घेऊन गेले. छावणीच्या बाहेर पॉप्लर वृक्षांची राई होती. वाटेच्या दुतर्फा पॉप्लरची झाडं होती. तिथे ती कुणाचीही मदत न घेता स्वत:हून चालत गेली. मैदानात गुडघे टेकून बसली आणि त्यांनी तिच्या डोक्याच्या मागच्या भागात गोळी घातली.

मी आता थांबते. छावणीतून मुक्त झाल्यावर मी आजारी पडले, तेव्हा माझी मैत्रीण माझ्याजवळ असल्याचं मला खूपदा जाणवलंय. मला सतत ताप असायचा आणि मी कल्पना करायचे की एलिझाबेथ आणि मी एका छोट्या बोटीतून गर्नसीला जातोय. राव्हेन्सब्रुकमध्ये असतानाच आम्ही हे योजून ठेवलं होतं. तिच्या मुलीबरोबर, किटबरोबर आम्ही एकत्र कशा राहू ते सुद्धा. त्याचा मला झोप येण्यासाठी उपयोग व्हायचा.

माझ्याप्रमाणेच तुम्हालाही तुमच्याजवळ एलिझाबेथचं सान्निध्य जाणवेल, अशी मला आशा वाटते. तिची ताकद, तिचं आत्मबल तिला सोडून नाही गेलं... कधीच नाही. तिनं फक्त एका क्रौर्याची विविध रूपं पाहिली.

कृपा करून माझ्या शुभेच्छांचा स्वीकार करा.
एमी जेराँ

सिस्टर सिसिल ऑविएकडून चिट्ठी, एमीच्या पत्राबरोबर पाकिटात ठेवलेली

सिस्टर सिसिल ऑविए, नर्स, तुम्हाला लिहीत आहे. मी एमीला आता सक्तीनं विश्रांती घ्यायला पाठवलंय. इतकं प्रदीर्घ पत्र लिहायला माझी संमतीच नव्हती, पण तिनं ते लिहायचा आग्रह धरला.

ती किती आजारी आहे ते ती सांगणार नाही, पण मी सांगते. रशियनांचं राव्हेन्सब्रुकला आगमन होण्यापूर्वी काही दिवस अगोदर त्या घाणेरड्या नाझींनी हुकूम सोडला – जो कुणी आपापल्या पायांनी चालू शकतो त्यांनी निघून जावं. त्यांनी फाटकं उघडली आणि त्यांना उद्ध्वस्त खेड्यांमध्ये स्वैर सोडून दिलं. ''जा,'' त्यांनी फर्मावलं ''निघा, दोस्तांच्या सैन्याची कुठली तुकडी तुम्हाला भेटतीय का बघा.''

त्या थकलेल्या, उपासमारीने खंगलेल्या स्त्रियांना त्यांनी वाऱ्यावर सोडून दिलं. मैलोन्मैल अन्नपाण्याविना चालण्यासाठी. कापणीचा हंगाम झाल्यावर उरतं तितकंसुद्धा धान्य, त्या ज्या शेतांजवळून जायच्या त्या शेतांमध्ये उरलेलं नसायचं. मग त्यांचं हे चालणं मृत्यूची कवायत व्हावी यात नवल ते काय? रस्त्यावर शेकडो स्त्रिया मरून पडल्या.

कितीतरी दिवसांनंतर एमीचे पाय आणि शरीर, दुष्काळी सुजेनं इतके सुजले होते की तिला पुढे चालताच येईना. म्हणून मग ती रस्त्यातच पडून राहिली मरण्यासाठी! सुदैवाने अमेरिकन सैन्याच्या तुकडीला ती सापडली. त्यांनी तिला काही खाऊ घालण्याचा प्रयत्न केला, पण तिच्या शरीरानं ते स्वीकारलं नाही. ते तिला लष्करी रुग्णालयात घेऊन गेले. तिथे तिला एक बेड दिला गेला आणि शरीरातून १/४ गॅलन इतकं पाणी काढण्यात आलं. खूप महिने रुग्णालयात राहिल्यानंतर 'लूव्र'मधल्या या अनाथाश्रमात पाठविण्याइतकी ती बरी झाली. मी तुम्हाला सांगते, ती इथे आली तेव्हा तिचं वजन साठ पौंडांपेक्षा कमी भरलं. नाहीतर तिनं या आधीच तुम्हाला लिहिलं असतं.

मला विश्वास वाटतो की तिनं एकदा हे पत्र लिहून पूर्ण केलं की तिची ताकद परत भरून येईल आणि मग ती तिच्या मैत्रिणीचं दुःख हळूहळू विसरायला लागेल. तुम्ही अर्थातच तिला लिहू शकता, पण कृपया तिला राव्हेन्सब्रुकविषयी प्रश्न विचारू नका. ते तिनं विसरून जावं हेच चांगलं.

तुमची प्रामाणिक,
सिस्टर सिसिल ऑविए

ॲमेलियाकडून एमी जेरॉंला

१६ जून १९४६

मिस एमी जेरॉं
हॉस्पिस ला फोरे,
लूव्र,
फ्रान्स.

प्रिय मिस जेरॉं,

तू आम्हाला लिहिलंस हे खूप चांगलं केलंस. तू खरंच चांगली आणि दयाळू आहेस. एलिझाबेथचा मृत्यू आम्हाला कळवताना तुझ्या स्वत:च्या शहारे आणणाऱ्या स्मृतींना बोलतं करणं सोपी गोष्ट नव्हती. आम्ही सतत प्रार्थना करत होतो, की तिनं परतून यावं... पण अनिश्चिततेत जगण्यापेक्षा सत्य कळणं केव्हाही चांगलं. तुझी एलिझाबेथशी झालेली मैत्री आणि तुम्ही दोघींनी एकमेकींना दिलेला आनंद याचा विचार करताना आमच्या मनात कृतज्ञता दाटली.

डॉसी ॲडॅम्स आणि मी तुला भेटायला लूव्रला येऊ का? आम्हाला यायला फारच आवडेल. पण आमच्या येण्यानं तुझी मन:स्थिती ढळणार असेल तर नाही. आम्हाला तुझ्याशी ओळख करून घ्यायचीये आणि आमच्या मनात तुझ्यापुढे एक प्रस्ताव मांडायचा आहे. पण पुन्हा सांगते, तुला आम्ही येऊ नये असं वाटत असेल तर आम्ही येणार नाही.

तू जो दयाळूपणा आणि धैर्य दाखवलंस, त्याबद्दल आमचे आशीर्वाद तुझ्या पाठीशी असतील.

मन:पूर्वक,
ॲमेलिया मॉगेरी

ज्युलिएटकडून सिडनेला

१६ जून १९४६

प्रिय सिडने,

तुझं ते 'बापरे! अरे देवा!' ऐकताना माझं दु:ख थोडं हलकं झालं. आपण तेवढंच प्रामाणिकपणे म्हणू शकतो, नाही का? एलिझाबेथचा मृत्यू हे एक घृणास्पद सत्य

आहे आणि तशी दुसरी कोणतीच गोष्ट नसेल.

विचित्रच आहे, नाही? तुम्हाला एखादं माणूस कधीच भेटलं नाहीये आणि तरीदेखील त्याच्या जाण्याचा तुम्ही शोक करताय. पण मी खरोखर शोकात बुडालीय. मला एलिझाबेथची उपस्थिती सगळीकडे जाणवली आहे. मी प्रवेश करते त्या प्रत्येक खोलीत ती रेंगाळत असते. केवळ तिच्या घरातच नाही, तर ॲमेलियाच्या वाचनालयात, जे तिनं पुस्तकांनी भरून टाकलं, इझोलाच्या स्वयंपाकघरात, जिथं ती औषधी रसायनं ढवळायची. प्रत्येक जण नेहमी तिच्याविषयी बोलत असतो, अगदी आत्तासुद्धा... तेही वर्तमानकाळात आणि माझी खात्री पटली होती की ती परत येईल. मला तिला इतकं जाणून घ्यायचं होतं.

इतरांची मन:स्थिती तर अधिकच वाईट आहे. मी काल एबेनला बघितला. तो पूर्वीपेक्षा जास्त म्हातारा दिसायला लागलाय. यातच समाधान आहे की एली त्याच्याबरोबर आहे. इझोला तर अदृश्य झालीय. ॲमेलिया म्हणते, काळजी करू नकोस. ती जेव्हा उदास, हळवी होते तेव्हा ती तशी वागते.

डॉसी आणि ॲमेलियानं लूब्रला जाण्याचा निर्णय घेतलाय. ती दोघं मिस जेराँचं गर्नसीला येण्याविषयी मन वळवणार आहेत. तिच्या पत्रात एक भावविभोर, हृदयस्पर्शी क्षण होता. एलिझाबेथ तिला आपले गर्नसीमधील भविष्याचे बेत ऐकवून झोपी जायला मदत करायची. ती म्हणाली होती की ते वर्णन स्वर्गासारखं वाटत होतं. बिचाऱ्या त्या मुलीचा आता स्वर्गावर थोडा अधिकार आहे. नरकात ती अगोदरच जाऊन आली आहे.

ती दोघं गेल्यावर मी किटला सांभाळणार आहे. तिच्याबद्दल इतकं वाईट वाटतंय – तिला तिची आई कधीच कळणार नाही. ऐकीव गोष्टींचा अपवाद वगळता! मला तिच्या भविष्याचीसुद्धा चिंता लागून राहिलीय, कारण ती आता अधिकृतपणे अनाथ झालीय. श्री. डिल्वीन मला म्हणाले, की निर्णय घ्यायला भरपूर वेळ आहे. या क्षणी तरी ते सोडून देणं चांगलं. मी ऐकलेल्या एखाद्या बँकर किंवा ट्रस्टीसारखे ते दिसत नाहीत. देव त्यांना सुखात ठेवो.

माझं सगळं प्रेम,
ज्युलिएट

ज्युलिएटकडून मार्कला

१७ जून १९४६

प्रिय मार्क,

काल रात्री आपल्या संभाषणाचा शेवट वाईट पद्धतीने झाला याबद्दल मला माफ

कर. टेलिफोनवरून जोरजोरात ओरडून बोलत असताना अर्थाच्या छटा दुसऱ्यापर्यंत पोहोचवणं फार कठीण असतं. तू या शनिवार-रविवारी यावंस असं मला वाटत नाहीये हे खरं आहे, पण त्याचा तुझ्याशी काही संबंध नाही. माझ्या इथल्या मित्रांवर नुकताच एक भयानक आघात झालाय. एलिझाबेथ इथल्या वर्तुळाचा केंद्रबिंदू होती आणि तिच्या मरणाच्या बातमीने आम्ही सगळे हादरून गेलोय. किती विचित्र आहे. तू हे वाक्य वाचत असतानाचं तुझं चित्र मी डोळ्यांसमोर आणतीय. मला तुझ्या मनातलं आश्चर्य दिसतंय. या बाईच्या मृत्यूचा माझ्याशी किंवा तुझ्याशी किंवा वीकएंडला तुझ्या इकडे येण्याच्या प्लॅनशी काय संबंध असावा? हो आहे, संबंध आहे. माझी अशी भावना झालीये, की माझ्या फार जवळचं कुणीतरी गेलंय. मी सध्या दु:खात आहे.

आता तरी तुला थोडसं अधिक चांगल्या रितीने कळलं का?

तुझी,
ज्युलिएट

डॉसीकडून ज्युलिएटला

२१ जून १९४६

मिस ज्युलिएट ॲशटन
ग्रँड मॅनॉयर, कॉटेज
ला बूव्हे,
सेंट मार्टिन्स, गर्नसी

प्रिय ज्युलिएट,

आम्ही इथे 'लूव्र'मध्ये आलोय, मात्र एमीला अजून भेटायला गेलो नाही. प्रवासाने ॲमेलिया खूपच शिणली आहे आणि तिला तिकडे अनाथाश्रमात जाण्यापूर्वी रात्रभर विश्रांती हवी आहे.

नॉर्मंडी पार करतानाचा प्रवास फारच खडतर होता. स्फोटात उद्ध्वस्त झालेल्या दगडी भिंती आणि वाकड्या झालेल्या, चेपलेल्या धातूंचे ढिगारे जागोजाग दिसत आहेत. दोन इमारतींमधल्या जागेत खूप अंतर पडलंय आणि ज्या शिल्लक उरल्यात त्या काळवंडलेल्या, तुटलेल्या दातांसारख्या दिसतात. घरांचे दर्शनी भाग गेलेत आणि तुम्ही थेट आत पाहू शकता – फुलांचे वॉलपेपर्स आणि कलंडलेल्या पलंगांच्या धातूच्या/लाकडी चौकटी कशाबशा फरशांना धरून उभ्या राहिलेल्या. आत्ता मला समजतंय, गर्नसी युद्धकाळात किती नशीबवान होतं ते.

कित्येक लोक अद्यापि रस्त्यावरच आहेत, विटा आणि दगड, चाकांच्या गाड्यांवरून किंवा खटाऱ्यातून जोर लावून खेचत नेत आहेत. जाड तारांच्या जाळ्या ढिगाऱ्यांवर टाकून त्यांनी रस्ते बनवलेत आणि त्यांच्यावर ट्रॅक्टर्स चालवताहेत. शहरांच्या बाहेर वैराण शेतं, बॉम्बनं जमिनीत पडलेली भगदाडं आणि भेगाळलेली जमीन आणि कुंपणं दिसतात.

झाडांकडे पाहणं फार क्लेशकारक आहे. मोठे पॉप्लर्स, एल्म्स, चेस्टनट्स नाहीत. उरल्या आहेत त्या दयनीय, काळ्या ठिक्कर पडलेल्या, वाढ खुंटलेल्या काड्या; सावली न देणाऱ्या!

इथल्या खानावळीचे मालक पियाजेट महोदय आम्हाला सांगत होते, की जर्मन अभियंत्यांनी शेकडो सैनिकांना पूर्ण जंगलं आणि छोट्या जागेत एकत्र वाढणारी झाडं तोडायची आज्ञा दिली होती. नंतर त्यांनी फांद्या छाटल्या, खोडांना लाकूड जतन

करायला लावतात तो जाडसर तेलकट द्रव पदार्थ माखला आणि शेतांमध्ये त्यांनी खड्डे खणले होते त्यात ते उभे बसविले. त्या झाडांना ते 'रोमेल्स ॲस्परॅगस'[१२] असं संबोधत आणि त्यांचा उपयोग शत्रूपक्षाच्या ग्लायडर्सना उतरता येऊ नये किंवा सैनिकांना पॅरॅशूटिंग करता येऊ नये यासाठी होता.

ॲमेलिया संध्याकाळी जेवण झाल्यावर लगेच झोपायला गेली, म्हणून मी लूव्रमधून फिरत राहिलो. तिथली स्थळं प्रेक्षणीय, सुंदर आहेत... तरी त्यातली बरीचशी बॉम्बिंगमध्ये उद्ध्वस्त झाली होती आणि जर्मनांनी माघार घेताना ते पेटवून दिलं होतं. ते पुन्हा गजबजलेलं, चैतन्यमय शहर कसं होईल याची कल्पना मला येत नाहीये.

मी परत आलो. मिट्ट काळोख होईपर्यंत उद्याचा विचार करीत गच्चीवर बसलो.

किटला माझ्यातर्फे आलिंगन दे.

सदैव तुझा,
डॉसी

---

१२. रोमेल्स ॲस्परॅगस : शत्रूपक्षाच्या ग्लायडर्सनी आणि पॅरॅशूटधारी सैनिकांनी जमिनीवर उतरू नये यासाठी जर्मनांनी शेतांच्या खड्ड्यांमध्ये तिरकस, धारदार टोक असलेले खांब रोवले होते. त्याला सैनिकांनी दिलेलं नाव.

ॲमेलियाकडून ज्युलिएटला

२३ जून १९४६

प्रिय ज्युलिएट,

आम्ही काल एमीला भेटलो. तिला भेटताना मला गलितगात्र झाल्यासारखं वाटत होतं. परंतु डॉसीला तसं काही नाही वाटलं, याबद्दल देवाचे आभार मानते.

त्याने शांतपणे हिरवळीवरच्या खुर्च्या पुढे ओढल्या. आम्हाला एका झाडाच्या सावलीखाली बसवलं. नर्सला विचारलं, आम्हाला चहा मिळेल का म्हणून.

एमीला आम्ही आवडावं, आमच्या सहवासात तिला सुरक्षित वाटावं, असं मला वाटत होतं. एलिझाबेथविषयी अधिकाधिक जाणून घ्यायचं होतं, पण मला एमीच्या नाजूक अवस्थेची भीती वाटत होती आणि सिस्टर ऑविएनं दिलेल्या ताकिदीचीही! एमी लहानखुरी आणि अति कृश आहे. तिचे गडद कुरळे केस डोक्यालगत, बारीक कापलेत, डोळे टपोरे आणि चिंताग्रस्त, भकास. सुखाच्या दिवसांत ती लावण्यवती होती हे बघणाऱ्याला कळू शकतं. पण आता ती काचेसारखी नाजूक झालीय. तिचे हात खूप थरथरतात आणि ती ते मांडीवर ठेवायची काळजी घेते. तिला शक्य होतं तितपत तिनं आमचं स्वागत केलं. पण किटविषयी विचारेपर्यंत ती अगदी तोलून मापून बोलत होती. तिने विचारलं, "किट सर ॲम्ब्रोजकडे लंडनला गेली होती का?"

डॉसीनं तिला सर ॲम्ब्रोजच्या मृत्यूविषयी सांगितलं आणि आम्ही किटला कसे वाढवतोय तेही. त्याने तिला तुझा आणि किटचा फोटो दाखविला. डॉसी नेहमी तो फोटो जवळ बाळगून असतो. तेव्हा ती हसली आणि म्हणाली, "ती एलिझाबेथची मुलगी आहे. ती निरोगी, खंबीर आहे का?" आमच्या हरपलेल्या एलिझाबेथचा विचार आला आणि मी बोलू शकले नाही. पण डॉसी म्हणाला, "हो, खूप खंबीर, धीट आहे ती." आणि तिला किटच्या फेरेट्सच्या वेडाबद्दल सांगितलं. त्याचं तिला पुन्हा हसू आलं.

एमी या दुनियेत एकटी आहे. तिचे वडील युद्धापूर्वी बरेच आधी गेले. १९४३ मध्ये तिच्या आईला सरकारच्या शत्रूला आश्रय देण्याच्या आरोपावरून ट्रांसी इथे पाठविण्यात आलं आणि ती नंतर 'आऊश्विट्झ'मध्ये वारली. एमीचे दोघं भाऊ बेपत्ता आहेत. तिला जेव्हा राव्हेन्सब्रुकला नेलं जात होतं, तेव्हा त्यातल्या एकाला तिनं जर्मन रेल्वे स्टेशनवर पाहिल्याचं तिला वाटत होतं. पण जेव्हा तिने ओरडून त्याला हाक मारली तेव्हा त्यानं वळूनही बघितलं नाही. दुसऱ्या भावाला तर तिनं १९४१ पासून पाहिलं नाहीये. ते दोघं मेले असणार अशी तिची खात्री झालीये. डॉसीजवळ तिला प्रश्न विचारण्याइतका धीटपणा होता याचा मला आनंद झाला. तिच्या कुटुंबाविषयी

बोलताना एमीचं दु:ख हलकं झालेलं वाटलं.

शेवटी एमीनं गर्नसीला माझ्याजवळ येऊन काही दिवस राहावं, या विषयाला मी हात घातला. ती परत कोशात गेली आणि तिनं स्पष्ट केलं की, ती तो अनाथाश्रम लवकरच सोडणार होती. फ्रेंच सरकार छळछावण्यांमधून जिवंत राहिलेल्यांना पेन्शन देतंय; बहुधा त्या छावण्यांमधून वाया गेलेला बहुमोल काळ, त्या कायमस्वरूपी जखमा आणि त्यांच्या यातनांची जाणीव सरकारला आहे हे कळावं म्हणून. ज्या कुणाला आपलं शिक्षण पूर्ण करायचं असेल त्यांनादेखील छोटीशी रक्कम वेतन म्हणून देण्यात येतीये.

सरकारी वेतनाव्यतिरिक्त, 'द असोसिएशन नॅसिओनेल देझ अँसिए देपोर्टी ए आँतर्ने द ला रेझिस्ताँ' एमीला खोलीचं भाडं भरायला मदत करेल किंवा वाचलेल्या इतर लोकांबरोबर ती एखादा फ्लॅट शेअर करू शकते. म्हणून तिनं पॅरिसला जायचा आणि एखाद्या बेकरीत शिकाऊ उमेदवार म्हणून संधी मिळतीय का हे शोधण्याचा निर्णय घेतलाय.

आपल्या प्लॅन्सविषयी ती आग्रही होती, म्हणून मी तो विषय तिथेच सोडला. पण मला नाही वाटत, डॉसी तसं करण्यास राजी आहे. त्याला वाटतं, एमीला आसरा देणं हे एलिझाबेथचं आमच्यावर असलेलं नैतिक ऋण आहे. बहुतेक त्याचं म्हणणं बरोबर असेल किंवा कदाचित आमची विवशतेची भावना कमी करण्याचा तो केवळ एक मार्ग असेल.

काही का असेना, उद्या त्यानं परत तिच्याकडे जायचं ठरवलंय. तो एमीला कालव्याच्या काठाकाठाने फिरायला नेणार आहे आणि लूव्रमध्ये त्यानं पाहिलेल्या केक्स आणि पेस्ट्रीजच्या दुकानाला भेटही देणार आहे. काही वेळा मला नवल वाटतं, आमचा पूर्वीचा लाजराबुजरा डॉसी कुठे गेला.

मला बरं वाटतंय... जरी अभूतपूर्व थकवा आला असला तरी. माझं लाडकं नॉर्मंडी असं उद्ध्वस्त झालेलं पाहून आलेला तो थकवा असेल. माझ्या लाडके, मी घरी परतायला आतुर झाले आहे.

तुला आणि किटला एकेक चुंबन,
ॲमेलिया

ज्युलिएटकडून सिडनेला

२८ जून १९४६

प्रिय सिडने,

काय मन प्रफुल्लित करणारी गिफ्ट पाठवलीस तू किटला – लाल सॅटिनचे चमकदार टिकल्या लावलेले टॅप नृत्यासाठीचे खास बूट! मिळाले तरी कुठे तुला?

आणि माझे कुठेत?

फ्रान्सहून परत आल्यापासून ॲमेलिया दमलीये. तेव्हा या घडीला किटनं माझ्याबरोबरच राहावं हे उत्तम. विशेषत: अनाथाश्रम सोडल्यावर एमीनं तिच्याकडे यायचं ठरवलं तर... किटलासुद्धा ही कल्पना आवडलेली दिसतीये. खरंच देवाचे त्याबद्दल आभार. किटला कळलंय, तिची आई आता देवाघरी गेलीये. डॉसीनं तिला सांगितलं. त्याबद्दल तिला काय वाटतं ते मला नीटसं सांगता येणार नाही. ती काहीच बोलली नाहीये आणि मी स्वप्नातही तिच्यावर जबरदस्ती करणार नाही. मी उगीच गरजेपेक्षा जास्त तिच्याभोवती घुटमळत नाही किंवा तिच्यासाठी खास पदार्थ करत नाही. आईबाबा गेल्यावर श्री. सिम्प्लेसच्या स्वयंपाकीण बाईनं मला केकचे मोठे तुकडे आणून दिले आणि ती तिथे उभी राहिली. मी ते गिळायचा प्रयत्न करीत असताना ती माझ्याकडे दयार्द्र नजरेनं पाहत होती. तेव्हा माझे आईवडील गमावून बसल्याच्या दु:खाची, ही बया केक देऊन, कशी का होईना नुकसानभरपाई करू पाहतीये, या विचाराने मी तिचा रागराग केला. अर्थात, मी तेव्हा बारा वर्षांची, फार दु:खी होते आणि किट केवळ चार वर्षांची आहे. तिला कदाचित जास्तीचा केक आवडेलही – पण तुला समजलं ना मला काय म्हणायचंय ते.

सिडने, माझ्या पुस्तकाबाबत मी अडचणीत आलीये. स्टेट्सच्या कागदपत्रांतून मला बरीच माहिती मिळालीये आणि 'जर्मन अधिपत्या'ची कहाणी सुरू करायला खूप जणांच्या वैयक्तिक मुलाखतीही घेतल्या आहेत. पण त्या मला आवडतील अशा स्वरूपात एकत्र गुंफू शकत नाही. सरधोपट जसं घडलं तसं त्या क्रमाने लिहिणं फारच कंटाळवाणं आहे. मी माझं बाड पॅक करून तुझ्याकडे पाठवून देऊ का? त्या लिखाणाला माझ्यापेक्षा अधिक सूक्ष्म आणि अधिक निरपेक्ष दृष्टीची जरूरी आहे. आता त्यांच्यावर नजर टाकायला तुला वेळ आहे का, की तुझ्या ऑस्ट्रेलियाच्या दौऱ्यामुळे राहिलेलं काम अजूनही बरंच शिल्लक आहे?

ते तसं असलं तरी काळजी नसावी. मी काम करतेच आहे आणि काहीतरी चमकदार सुचेलही मला.

सस्नेह,
ज्युलिएट

ता. क. – मार्क उर्सुला फेंटसह नृत्य करतानाच्या सुंदर फोटोचं पेपरातील कात्रण पाठवल्याबद्दल धन्यवाद. तुला जर मी मत्सरानं बिथरेन असं वाटत असेल, तर तो तुझा प्रयत्न अयशस्वी ठरलाय. विशेषत: मार्कनं मला अगोदरच हे सांगण्यासाठी फोन केला होता, की उर्सुला एखाद्या प्रेमज्वर झालेल्या शिकारी कुत्र्यासारखी त्याचा पाठलाग करतीये. बघितलंस? तुम्हा दोघांमध्ये काहीतरी सामायिक आहे. तुम्हा दोघांना मी दु:खीकष्टी व्हायला हवंय. दोघं मिळून एखादा क्लब सुरू करू शकता.

सिडनेकडून ज्युलिएटला

१ जुलै १९४६

प्रिय ज्युलिएट,

तुझी लिहिलेली पानं पाकिटात घालून बंद करू नकोस. मला स्वत:ला गर्नसीला यायचंय. या शनिवार-रविवारी. तुला चालेल का?

मला अनुक्रमे तुला, किटला आणि गर्नसीला भेटायचंय. तू माझ्यासमोर येरझारा घालत असताना तुझं लिखाण वाचायचा माझा इरादा नाही. मी लंडनला परत येताना ते घेऊन येईन. शुक्रवारी संध्याकाळी पाचच्या विमानानं मी तिथे येऊ शकतो आणि सोमवार संध्याकाळपर्यंत राहीन. माझ्यासाठी हॉटेलमध्ये एखादी खोली आरक्षित करशील का? शिवाय, एखादी संध्याकाळची छोटीशी पार्टी तू आयोजित करू शकतेस का? मला एबेन, इझोला, डॉसी आणि अ‍ॅमेलियाला भेटायचंय. मी वाईन घेऊन येईन.

सस्नेह,
सिडने

ज्युलिएटकडून सिडनेला

बुधवार

प्रिय सिडने,

फारच छान! तू खानावळीत राहायचं म्हणतोस. पण इझोला तुझं मुळीच ऐकणार नाही. (तिनं तिथं बिछान्यात ढेकूण असतात असा इशारा दिलाय.) तिला तुला स्वत:च्या घरीच ठेवून घ्यायचंय आणि हे जाणून घ्यायची निकड भासतीये की पहाटेचे गोंगाट तुला त्रासदायक वाटतात का? म्हणजे असं, त्या वेळी तिची शेळी एरियल जागी होते. तिचा पोपट झेनोबिया उशिरा झोपतो.

डॉसी आणि मी त्याची गाडी घेऊन तुला विमानतळावर भेटू. इकडे शुक्रवार लवकर लवकर उजाडो.

सस्नेह,
ज्युलिएट

इझोलाकडून ज्युलिएटला
(ज्युलिएटच्या दाराखाली सरकवलेलं)

शुक्रवार, पहाटेच्या सुमारास

लाडके, मी थांबू शकत नाही. माझ्या मंडईतल्या ठेल्याकडे मला घाईनं जायला हवं. तुझा मित्र माझ्याकडे राहणार याचा मला खूप आनंद झालाय. त्याच्या चादरीवर मी लव्हेंडरच्या डहाळ्या ठेवल्या आहेत. मी बनवत असलेलं एखादं अमृततुल्य पेय त्याच्या नकळत कॉफीमध्ये घातलेलं तुला आवडेल का? मार्केटमध्ये येशील तेव्हा माझ्याकडे पाहून मान हलव म्हणजे मला समजेल तुला यातलं कोणतं अभिप्रेत आहे.

XXX,
इझोला

सिडनेकडून सोफीला

६ जुलै १९४६

प्रिय सोफी,

मी एकदाचा गर्नसीवर आलोय. ज्युलिएट माझ्या बरोबर आहे आणि तू मला शोधून काढायला सांगितलेल्या तीन किंवा चार डझन गोष्टी सांगायला मी तयार आहे.

सर्वांत प्रथम, तुला आणि मला ज्युलिएट जितकी आवडते, तितकीच किटलाही ती आवडते असं दिसतंय. ती एक छोटी चैतन्यमूर्ती आहे. प्रेमळ पण हातचं राखून प्रेम करणारी (हे दिसतं तसं विसंगत नाही) आणि वाङ्मय मंडळाच्या एखाद्या दत्तक पालकासमवेत असली की पटकन स्मित करते.

तिचे गोल-गोबरे गाल, कुरळे केस आणि गोलाकार डोळे यांमुळे ती आवडण्यासारखीच आहे. तिला मिठीत घेण्याचा अनावर मोह होतो, पण तिच्या आत्मसन्मानाचा तो अनादर ठरेल आणि मी तो प्रयत्न करण्याएवढा शूर नाहीय. तिला न आवडणारं कुणी भेटलं की ती अशा नजरेनं त्याच्याकडे बघत राहते की मेडिआलाही[१३] सुरकुत्या पडतील. इझोला म्हणते, की हा कटाक्ष तिनं त्यांच्या कुत्र्याला मारणाऱ्या क्रूर अशा स्मिदी महोदयांसाठी राखून ठेवलाय आणि एलिझाबेथला नाक खुपसणारी संबोधणाऱ्या आणि जिथून आली तिथे लंडनला परत जायला सांगणाऱ्या मिसेस गिल्बर्टसाठीही!

१३. मेडिआ – ग्रीक पुराणांतील लावण्यखनी राणी, जादूटोण्यात पारंगत.

मी तुला किट आणि ज्युलिएटची एक गोष्ट सांगतो. डॉसी (त्याच्याविषयी अधिक नंतर) किटला घेऊन जायला आला; एबेनचा मासेमारीचा पडाव बंदरात येणार होता तो पाहायला. किट ज्युलिएटला गुड-बाय म्हणाली, भुर्रकन पळाली – पुन्हा आत आली, ज्युलिएटकडे धावली, तिचा स्कर्ट पाव इंच वर उचलला आणि तिच्या नीकॅपचं चुंबन घेतलं आणि पुन्हा भुर्रकन उडाली. ज्युलिएट अचंबित, दिङ्मूढ होऊन बघत राहिली आणि नंतर तू किंवा मी तिला जितकं आनंदी पाहिलंय, तितकी आनंदली.

मला माहितीये, मागच्या हिवाळ्यात तू जेव्हा तिला पाहिलंस, तेव्हा ती थकलेली, कंटाळलेली, तणावाखाली असल्यासारखी आणि निस्तेज दिसत होती असं तुला वाटतंय. ते चहापान समारंभ, त्या मुलाखती किती तापदायक असू शकतात ते तुला समजू शकेलसं मला नाही वाटत. आता मात्र ती घोड्यासारखी

धष्टपुष्ट आणि पूर्वीच्याच उत्साहाने परिपूर्ण दिसतीये. इतकी उत्साही की, सोफी, मला वाटतंय तिला पुन्हा लंडनमध्ये राहावंसं वाटणार नाही... मात्र तिला अजून हे जाणवलेलं नाहीये. समुद्राची ताजी हवा, सूर्यप्रकाश, हिरवी शेतं, रानफुलं, सतत रंग बदलणारं आकाश आणि समुद्र; आणि याहीपेक्षा महत्त्वाचं, इथल्या लोकांनी तिला शहरी जीवनापासून दूर ग्रामीण जीवनाची भुरळ घातलेली दिसतीये.

ते हे काम कसं करू शकले, हे मला सहज कळतंय. गर्नसी हे ठिकाण इतकं घरगुती, तुमचं स्वागतच करणारं आहे. इझोलासारखी यजमानीण तुम्हाला एखाद्या खेड्यात भेटावी अशी तुमची सदैव इच्छा असते, पण तशी कधीच भेटत नाही. ज्या गोष्टींमध्ये मला मुळीच गम्य नाही अशा गोष्टी तिनं पहिल्याच दिवशी सकाळी उठवून मला करायला लावल्या. उदाहरणार्थ – गुलाबाच्या पाकळ्या सुकवणं, ताक घुसळून लोणी काढणं, काहीतरी (देव जाणे काय आहे ते!) मोठ्या कढईत ढवळणं, एरियलला खाऊ घालणं आणि मासळीबाजारात जाऊन तिच्यासाठी ईल मासा घेऊन येणं... हे सगळं करीत असताना झेनोबिया पोपट माझ्या खांद्यावर बसलेला असतो.

आता डॉसी ॲडॅम्सविषयी. सूचनांप्रमाणे मी त्याचं निरीक्षण केलंय. मी जे पाहिलं, ते मला आवडलं. तो शांत, सक्षम आणि विश्वासू आहे – अरे देवा, माझ्या वर्णनावरून तो कुत्रा वाटेल – आणि त्याच्याकडे विनोदबुद्धी आहे. थोडक्यात, तो ज्युलिएटच्या इतर कोणत्याही तरुण प्रेमींसारखा नाही, तो खरंच कौतुकास पात्र आहे. आमच्या पहिल्या भेटीत तो फारसं बोलला नाही; किंवा त्यानंतर झालेल्या भेटींमध्येही. पण असा विचार केला तर – त्याला एखाद्या खोलीत प्रवेश करू दे, खोलीतला प्रत्येक जण सुटकेचा छोटासा निःश्वास टाकतो. माझ्या आयुष्यात माझा असा परिणाम कोणावर झाला नाहीये. का? याची कल्पना नाही. ज्युलिएट त्याच्या आसपास असताना थोडी नर्व्हस, भांबावलेली वाटते. त्याचं मौन किंचित घाबरवणारं असतं. आणि तो काल किटला भेटायला आला, तेव्हा तिनं चहाच्या बाबतीत जो काही

गोंधळ घातला! पण ज्युलिएटनं नेहमीच चहाचे कप फोडलेत. तिनं आईच्या 'स्पोड'चं काय (स्पोड – इंग्लंडची प्रसिद्ध जुनी कंपनी, टेबलवेअर, टी-सेट इ. बनविणारी.) केलं होतं, आठवतं का? तेव्हा ते महत्त्वाचं नाही. त्याचं विचारशील तर डॉसी तिला गहिऱ्या, स्थिर नजरेनं न्याहाळत असतो, ती त्याच्याकडे बघेपर्यंत आणि नंतर नजर दूर हटवतो. (मला नक्कीच आशा वाटतीये, तू माझ्या निरीक्षण कौशल्याला दाद देत असशील.)

एक गोष्ट मात्र मी नि:संदिग्धपणे सांगू शकतो, डॉसी डझनभर मार्क रेनॉल्ड्सच्या तोडीचा आहे. मला माहितीये, तुला वाटतंय, मी असं बोलून रेनॉल्ड्सवर अन्याय करतोय, पण तू त्याला भेटली नाहीस. मार्क दिसायला एकदम मदनाचा पुतळा, गोडबोल्या पण तितकाच (आतून) स्वार्थी आहे. त्याला हवं ते सगळं तो मिळवतो. ते त्याच्या काही थोड्या तत्त्वांपैकी एक आहे. त्याला ज्युलिएट हवी आहे कारण ती सुंदर आहे आणि बुद्धिमानही. त्याला वाटतं त्यांची जोडी आकर्षक, उठावदार दिसेल. तिनं जर त्याच्याशी लग्न केलं तर तिचं उर्वरित आयुष्य ती थिएटर आणि क्लबमध्ये, तसंच वीकएंड्सना लोकांना स्वत:ला दाखवून घेण्यात व्यतीत करेल आणि कधीच दुसरं पुस्तक लिहिणार नाही. तिचा संपादक या नात्याने मी त्या विचारानं उदास होतो, पण तिचा मित्र म्हणून माझं मन भयकंपित होतं. आपल्या ज्युलिएटचा तो अंत असेल.

ज्युलिएटला रेनॉल्ड्सविषयी काय वाटतं ते सांगणं कठीण आहे... जर काही वाटत असेल तर! मी तिला विचारलं तिला त्याची आठवण येते का? तर ती म्हणाली, "मार्क? मला तसं वाटतं." जसा काही तो तिचा दूरचा काका होता आणि त्यातही आवडता वगैरे नाही. ती त्याच्याविषयी सगळं काही विसरली तर मला आनंदच होईल. पण मला नाही वाटत तो तिला तसं काही करू देईल.

पुन्हा 'जर्मन अधिपत्य' आणि ज्युलिएटचं पुस्तक या किरकोळ विषयांकडे वळू. आज दुपारी बऱ्याच रहिवाशांनी तिच्याबरोबर मलाही यायचं आमंत्रण दिलं होतं. गर्नसीचा मुक्तिदिन गेल्या वर्षी नऊ मे ला झाला, त्या विषयावर ती मुलाखती घेणार होती.

काय सकाळ असेल ती! लोकांचे घोळकेच्या घोळके सेंट पीटर पोर्टच्या बंदरावर जमले होते. शांत, अगदी शांतपणे लोकांचा जमाव रॉयल नेव्हीच्या बंदराच्या बाहेरच स्थानापन्न होऊन जहाजांकडे बघत होता. नंतर जेव्हा ब्रिटिश शिपाई उतरले आणि किनाऱ्यावर कवायत करू लागले, तेव्हा एकच गोंधळ उडाला : मिठ्या, चुंबन, रडणं, किंचाळणं.

उतरणाऱ्या सैनिकांपैकी बरेचसे गर्नसीचे रहिवासी होते. त्या पुरुषांनी आपल्या कुटुंबाला गेल्या पाच वर्षांत पाहिलं नव्हतं किंवा त्यांच्याविषयी एक शब्दही ऐकला नव्हता. तू कल्पना करू शकतेस, कवायत करताना त्यांचे डोळे गर्दीमधून आपल्या कुटुंबीयांना शोधत होते... आणि त्यांच्या पुनर्भेटीचा तो आनंद.

श्री. लेब्रन या निवृत्त पोस्टमननी आम्हाला सर्वांत वेगळी गोष्ट सांगितली. काही

ब्रिटिश जहाजांनी सेंट पीटर पोर्टमधल्या ताफ्याची रजा घेतली आणि उत्तरेला काही मैल सेंट सँप्सन्स हार्बरकडे निघाली. तिकडे गर्दी जमली होती. उतरणारं जहाज जर्मनांचे रणगाडे प्रतिबंधक अडथळे उखडून किनाऱ्यावर कधी येतंय याची लोक वाट बघत होते. जेव्हा जहाजाचे दरवाजे उघडले तेव्हा सैनिकांची तुकडी बाहेर आली नाही; आला तो एक एकांडा माणूस, इंग्लिश 'जंटलमन'चं सोंग घेतलेला... चट्टेरी पट्टेरी पायजमा, सकाळी घालायचा कोट, डोक्यावरची हॅट, गुंडाळलेली छत्री आणि कालच्या 'टाइम्स'ची एक प्रत हातात घट्ट धरलेली... तो विनोद आकलन होण्यापूर्वीची निमिषभर शांतता आणि नंतर त्या जमावाने आरोळ्या ठोकल्या. त्याला जमावानं घेरलं, पाठीवर थाप मारली, त्याचं चुंबन घेतलं आणि चौघांच्या खांद्यावरून त्याला रस्त्यावरून मिरवत नेलं. कोणीतरी किंचाळलं, ''समाचार-समाचार! प्रत्यक्ष लंडनहून!'' आणि त्याच्या हातातला 'टाइम्स' हिसकावून घेतला. तो जो कोणी सैनिक होता, भलताच हुशार होता आणि पदकाच्या योग्यतेचा!

बाकीचे सैनिक बाहेर आले तेव्हा ते चॉकोलेट्स, संत्री, सिगारेटी, टी-बॅग्ज घेऊन आले होते. त्यांनी त्या वस्तू जमावाकडे भिरकावल्या. ब्रिगेडियर स्नोनं जाहीर केलं, की इंग्लंड-गर्नसी दरम्यानची केबल दुरुस्त केली जात आहे आणि लवकरच ते इंग्लंडमध्ये विस्थापित झालेल्या त्यांच्या मुलांशी आणि कुटुंबीयांशी बोलू शकतील. जहाजांमधून टनावारी अन्न, औषधं, पॅरॅफिन, जनावरांचे खाद्यपदार्थ, कपडे, कापड-चोपड, बी-बियाणं आणि बूटही आणले होते.

तीन पुस्तकं भरतील इतक्या गोष्टी असतील. फक्त विविध सूत्रांकडून माहिती गोळा करण्याचा प्रश्न आहे. पण ज्युलिएट वेळोवेळी अस्वस्थ, बेचैन वाटली तर चिंता नसावी. ती तशी झालीच पाहिजे. ते काम तसं नाउमेद करणारंच आहे.

आता मला थांबलं पाहिजे आणि ज्युलिएटच्या सपर पार्टीसाठी तयार झालं पाहिजे. इझोलानं स्वतःला तीन शालींमध्ये गुरफटून घेतलंय आणि डोक्याला लेसचा फॅशनेबल स्कार्फ बांधलाय आणि तिला माझा अभिमान वाटला पाहिजे.

तुम्हाला सर्वांना खूप खूप प्रेम,
सिडने

ज्युलिएटकडून सोफीला

७ जुलै १९४६

प्रिय सोफी,

ही चिठ्ठी तुला फक्त सांगायला की सिडने इथे आहे आणि आपण त्याची काळजी करणं सोडू शकतो... आणि त्याच्या पायाचीही. तो देखणा दिसतोय; उन्हाने काळवंडलेला,

निरोगी आणि लक्षात येण्यासारखं लंगडणंही नाही. खरंतर आम्ही त्याची वेताची छडी समुद्रात फेकून दिली. एव्हाना ती फ्रान्सच्या निम्म्या अंतरावर नक्कीच पोहोचली असेल.

मी त्याच्यासाठी संध्याकाळची छोटी मेजवानी आयोजित केली होती. मी एकटीनेच सगळे पदार्थ बनविले आणि ते खाण्याजोगेही होते. विल थिस्बीने 'द बिगिनर्स कुक-बुक फॉर गर्ल्स गाईड्स' हे पुस्तक मला दिलं. जे हवं होतं तेच. लेखक गृहीत धरून चाललाय की तुम्हाला स्वयंपाकातलं काही येत नाही आणि उपयुक्त सूचना देतो, 'पदार्थांत अंड्याचा वापर करताना प्रथम त्याची कवचं फोडा.'

इझोलाच्या घरचा पाहुणा म्हणून सिडनेचा वेळ मस्त मजेत चाललाय. अर्थातच ते काल रात्री उशिरापर्यंत बोलत बसले होते. इझोलाला कमी बोलणं मंजूर नाही आणि वातावरणात सहजता यावी यासाठी ती काही करायला तयार असते. तिनं त्याला विचारलं, की आमचा दोघांचा वाङ्निश्चय झालाय का? नसेल तर का नाही? सगळ्यांना स्पष्ट दिसत होतं की आमचा एकमेकांवर फार जीव आहे.

सिडनेनं तिला सांगितलं, खरंच त्याचं माझ्यावर खूप प्रेम होतं. नेहमीच असणार आहे, पण आम्हा दोघांना समजून चुकलं होतं की आमचं लग्न होऊ शकणार नाही. कारण तो समलिंगी आहे. सिडने मला म्हणाला, इझोलानं हे ऐकून श्वास रोखून धरला नाही. ना तिला चक्कर आली, ना तिच्या डोळ्याचं पातं लवलं. तिनं केवळ डोळे विस्फारून त्याच्याकडे बघितलं आणि विचारलं, "आणि ज्युलिएटला हे माहीत आहे?"

जेव्हा तो म्हणाला, हो, मला आधीपासून ते ठाऊक होतं तेव्हा इझोलाने उडी मारली. त्याच्यावर झडप घातली; त्याच्या कपाळाचं अवघ्राण केलं आणि म्हणाली, 'किती छान! माझ्या प्रिय बुकरसारखंच! मी कुणालाही सांगणार नाही. तू माझ्यावर विसंबून राहू शकतोस.'

नंतर ती पुन्हा खाली बसली आणि ऑस्कर वाईल्डच्या नाटकांविषयी बोलू लागली. ती नाटकं वेदनादायी नव्हती का? सोफी, तुला दुसऱ्यांचं नकळत निरीक्षण करायला आवडलं नसतं का? मला आवडलं असतं.

यजमाणीन बाई इझोलासाठी काही भेटवस्तू आणायला मी आणि सिडने आत्ता दुकानात चाललोय. मी म्हटलं तिला एखादी उबदार, रंगीत शाल आवडेल, पण त्याला तिला एक 'कक्कू क्लॉक' घेऊन द्यायचंय. का बरं???

सस्नेह,
ज्युलिएट

ता. क. – मार्क लिहिण्याच्या भानगडीत पडत नाही; तो टेलिफोन करतो. मागच्याच आठवड्यात त्यानं मला फोन केला. संपर्कात इतके अडथळे येत होते की आम्हा दोघांना परस्परांचं बोलणं थांबवून सतत 'काय' म्हणून ओरडायला लागत होतं.

पण घरी यावं आणि त्याच्याशी विवाहबद्ध व्हावं हे संभाषणाचं सार मला उमगलं. मी त्या गोष्टीला नम्रपणे नकार दिला. एका महिन्यापूर्वी नकार देताना दुःख झालं असतं, त्यापेक्षा या वेळी मला बराच कमी त्रास झाला.

इझोलाकडून सिडनेला

८ जुलै १९४६

प्रिय सिडने,

माझ्या घरी आलेला तू फार छान पाहुणा होतास. मला तू आवडतोस तसा झेनोबियालाही तू आवडलास, नाहीतर तो उडून तुझ्या खांद्यावर बसला नसता आणि तुझ्याकडून इतका वेळ गोंजारून घेतलं नसतं.

तुला उशिरापर्यंत बसायला आणि गप्पा मारायला आवडतात म्हणूनही मी खूश झाले. मलाही संध्याकाळी तसंच आवडतं. आत्ता मी मॅनॉरकडे (ॲमेलियाच्या घरी) चाललीय, तू मला सांगितलेलं पुस्तक शोधायला. ज्युलिएट आणि ॲमेलियानं कधीच माझ्याजवळ जेन ऑस्टिनचा उल्लेख कसा काय केला नाही?

मला आशा आहे, की तू गर्नसीला पुन्हा भेट देशील. तुला ज्युलिएटच्या हातचं सूप आवडलं का? ते चवदार होतं, नाही का? ती लवकरच पाय-क्रस्ट आणि रस्सा बनवू लागेल. (पाय-क्रस्ट : पेस्टच्या आवरणात मांस, फळं/फिश घालून बेक करणं) स्वयंपाक करताना धीमेपणा जायला पाहिजे, अन्यथा त्याचा भूक मारणारा बेचव, काहीतरी पातळ पदार्थ तयार व्हायचा.

तू गेल्यानंतर मला एकटं एकटं वाटत होतं. कुणाची तरी सोबत मिळावी यासाठी काल मी डॉसी आणि ॲमेलियाला चहाला बोलवलं. जेव्हा ॲमेलिया म्हणाली, की तिला वाटतंय तू आणि ज्युलिएट लग्न करणार आहात, तेव्हा मी कसा चकार शब्दही काढला नाही तोंडातून, ते तू बघायला हवं होतंस. मी अगदी मानही डोलावली आणि डोळे मिचकावले. जसं काही त्यांना ठाऊक नसलेलं असं काहीतरी मला माहिती होतं, पण त्यांना त्याचा सुगावा लागू नये याकरिता.

मला माझं कक्कू क्लॉक खूप आवडतं. किती आनंदी आहे ते. ते पाहायला मी किचनमध्ये धावते. मला माफ कर. झेनोबियानं त्या छोट्या पक्ष्याचं डोकं चावून टाकलं. त्याचा स्वभाव मत्सरी आहे. पण एली म्हणाला, की तो मला दुसरं डोकं करून देईल, अगदी नव्यासारखं. त्याची छोटी आडवी दांडी अजूनही दर तासाला झपकन वर येते.

प्रेमानं, तुझी यजमानीण,
इझोला प्रिबी

ज्युलिएटकडून सिडनेला

९ जुलै १९४६

प्रिय सिडने,

मला ठाऊक होतं. मला पक्कं ठाऊक होतं तुला गर्नसी आवडेल म्हणून. इतक्या थोड्या काळासाठी का होईना तू इथे आलास, ही माझ्या इथे येण्यानंतर घडलेली दुसरी सर्वोत्तम गोष्ट आहे. तुला आता माझे सारे मित्र परिचित झालेत आणि त्यांना तू, याचा मला आनंद झालाय. विशेषत: किटचा सहवास तुला आवडला याचा मला विशेष आनंद वाटतो. पण मला हे सांगताना वाईट वाटतंय की तू तिचा लाडका होण्याचं महत्त्वाचं कारण, तू तिला दिलेलं 'एलस्पेथ द लिस्पिंग बनी' हे पुस्तक आहे. तिला एलस्पेथचं एवढं कौतुक वाटतंय की ती देखील बोबडं बोलायला लागलीये आणि मला हे सांगताना दु:ख होतंय, पण ती त्यात अगदी निपुण झालीय.

डॉसी नुकताच किटला घरी घेऊन आला. त्याच्या डुकराच्या नव्या पिल्लाला भेटायला ते जात असतात. किटनं मला विचारलं की मी 'थिडने'ला लिहितीये का? मी 'हो' म्हटल्यावर ती म्हणाली, ''त्याला तांग मला तो तौकल पलत यायला हवाय,'' तुला तमजतंय ना मला एलस्पेथबद्दल काय म्हणायचंय ते?

डॉसीला त्याचं हसू आलं. मला त्याचा आनंद झाला. मला वाईट वाटतंय, या वीकएंडला, तू इथे आला असताना डॉसीमधलं जे सर्वोत्तम आहे ते तुला पाहायला मिळालं नाही. तो माझ्या संध्याकाळच्या मेजवानीला जरा अधिकच शांत होता. कदाचित माझ्या सूपमुळे असेल, पण अधिक शक्यता ही आहे की तो एमीच्या विचारात गुरफटला आहे. ती आराम करण्यासाठी गर्नसीला येत नाही तोवर तिला बरं वाटणार नाही, असं त्याच्या मनानं घेतलंय.

तू माझं लिखाण घरी वाचायला घेऊन गेलास बरं वाटलं. त्याच्यात काय कमी आहे हे अचूक सांगण्यात मी कमी पडतीय. मला इतकंच समजतंय, काहीतरी चुकतंय.

तू इझोलाला असं सांगितलंस तरी काय? 'प्राईड अँड प्रेज्युडीस' आणायला जाताना वाटेत ती माझ्याकडे थांबली आणि डार्सी व एलिझाबेथ बेनेटचा कधीच उल्लेख न केल्याबद्दल रागे भरू लागली. याहून चांगल्या प्रेमकथा आजूबाजूला आहेत हे तिला का समजलं नव्हतं? अशा कथा, ज्यांत यातना नाहीत, मरण नाही, स्मशानं नाहीत, तडजोडी करू न शकणारे पुरुष नाहीत आणि या साऱ्यांची गुंतागुंत नाही. तिच्यापासून दुसरं काय लांब ठेवलं होतं आपण?

अशी चूक झाल्याबद्दल मी तिची क्षमा मागितली आणि म्हटलं, ''तुझं अगदी बरोबर आहे. 'प्राईड अँड प्रेज्युडीस' आत्तापर्यंत लिहिल्या गेलेल्या सर्वोत्कृष्ट प्रेमकथांपैकी एक आहे.'' नाहीतर ती खरोखरच अनिश्चिततेनं पुस्तक संपवण्यापूर्वीच मरायची.

इझोला म्हणाली, झेनोबिया तुझ्या जाण्याने उदास झालाय. त्यानं खाणं-पिणं सोडलंय. तसं माझंही झालंय; पण तू मुळात येऊ शकलास याबद्दल मी कृतज्ञ आहे.

स्नेहांकित,
ज्युलिएट

सिडनेकडून ज्युलिएटला

१२ जुलै १९४६

प्रिय ज्युलिएट,

तुझी प्रकरणं मी बरेचदा वाचली आहेत आणि तुझं बरोबर आहे... ती चालणार नाहीत. सैल, विस्कळीत कथासूत्रांनी पुस्तक बनत नसतं.

ज्युलिएट, तुझ्या पुस्तकाला एक केंद्रबिंदू असणं आवश्यक आहे. माझ्या म्हणण्याचा अर्थ असा नाही, की तू अधिक विस्तारानं मुलाखती घ्याव्यात. मला म्हणायचंय, की एका माणसाचा आवाज, त्याच्या आसपास काय घडतंय ते सांगणारा आवाज हवा. आत्ता जे लिहिलंयस ते, त्या सत्य घटना रोचक आहेत; परंतु तितकेच ते विस्कळीत, विखुरलेले प्रसंग वाटतात.

एक गोष्ट नसती तर, तुला हे पत्र लिहिणं मला खूप क्लेशकारक झालं असतं. तुझ्याजवळ अगोदरच गाभा आहे. तुला फक्त ते अजून उमजलेलं नाहीय.

मी एलिझाबेथ मॅकिनाबद्दल बोलतोय. तुझ्या कधीच लक्षात आलं नाही का, तू ज्यांच्या ज्यांच्या मुलाखती घेतल्यास त्या सर्वांनी, आधी किंवा नंतर, एलिझाबेथचा विषय काढला हे? परमेश्वरा, अगं ज्युलिएट, बुकरचं रेखाचित्र कोणी रंगवलं आणि त्याचे प्राण कोणी वाचवले आणि त्याच्याबरोबर रस्त्यातून नाचत कोण गेलं? वाङ्मय मंडळाची थाप कुणी मारली आणि नंतर ते खरंखुरं अस्तित्वात कुणी आणलं? गर्नसी काही तिचं घर नव्हतं, पण तिनं त्याच्याशी जुळवून घेतलं आणि त्याबदल्यात तिच्या स्वातंत्र्याची किंमतही मोजली, कसं? तिला सर ॲम्ब्रोज आणि लंडनची आठवण तर येतच असणार. पण ती कधीच – माझ्या समजुतीप्रमाणे तितकं – त्याविषयी गळा काढून रडली नाही. ती राव्हेन्सब्रुकला गेली. एका श्रमिक गुलामाला आश्रय दिल्याबद्दल ती का आणि कशी मेली हेही पाहा.

एक कलेची विद्यार्थिनी, जिनं आयुष्यात कधीही नोकरी केली नाही, ती मुलगी कशी काय नर्स बनली? आठवड्यातले सहा दिवस ती रुग्णालयात काम करीत होती. तिला तिचे आवडते मित्र-मैत्रिणी होते, पण सुरुवातीला तरी प्रत्यक्षात तिचं स्वत:चं असं म्हणायला कुणी नव्हतं. ती शत्रूच्या अधिकाऱ्याच्या प्रेमात पडली आणि त्यालाही गमावून बसली. युद्ध चालू असताना ती आणि तिचं एकमेव बाळ. किती भीतिदायक असेल ते सगळं! तिचे सज्जन मित्र जवळ होते तरीही. मित्र जबाबदाऱ्या उचलू शकतात; पण तेही एका मर्यादेपर्यंतच.

मी तुझं कच्चं लेखन आणि तू मला पाठवलेली पत्रं परत पाठवीत आहे. ती पुन्हा वाच आणि बघ एलिझाबेथचा विषय कितीदा निघालाय ते. स्वत:लाच विचार का ते. डॉसी आणि एबेनशी बोल, इझोला, ॲमेलियाशी बोल, श्री. डिल्विनशी आणि तिला जे चांगली ओळखत होते त्या कुणाशीही बोल.

तू तिच्या घरात राहतेस. तिची पुस्तकं बघ, तिच्या वस्तू बघ. मला वाटतं तू तुझं पुस्तक एलिझाबेथला केंद्रस्थानी ठेवून गुंफावंस. किटला तिच्या आईची गोष्ट फार मौल्यवान वाटेल. नंतर ती मोठी झाल्यावर तिला तिचा आधारही मिळेल. तेव्हा एकतर सगळं सोडून दे किंवा एलिझाबेथला चांगली समजून घे.

यावर खूप विचार कर-चिंतन कर आणि मला सांग, एलिझाबेथ तुझ्या पुस्तकाची संभाव्य नायिका असेल का?

तुला आणि किटला खूप खूप प्रेम,
सिडने

ज्युलिएटकडून सिडनेला

१५ जुलै १९४६

प्रिय सिडने,

यावर विचार करण्यासाठी मला अधिक वेळेची आवश्यकता नाही. ज्या क्षणी मी तुझं पत्र वाचलं, त्या क्षणी मला समजलं की तू म्हणतोस ते बरोबरच आहे. किती मंदबुद्धी मी! इथे मी एलिझाबेथला ओळखत असते तर अशी इच्छा करतीये, तिला मी ओळखत असल्याप्रमाणे तिची आठवण काढतीये. मला एकदाही तिच्यावर लिहावंसं का वाटलं नाही?

मी उद्याच सुरुवात करीन. प्रथम मला डॉसी, ॲमेलिया, एबेन आणि इझोलाशी बोलायचंय. मला वाटतं ती इतरांपेक्षा त्यांच्या जास्त जवळ आहे आणि मला त्यांचे आशीर्वाद हवेत.

एकदाची एमी गर्नसीला यायला तयार झाली. डॉसी तिला सतत लिहितोय आणि

मला माहीत होतं, तो तिचं इथे येण्यासाठी मन वळविण्यात यशस्वी होईल. त्यानं बोलायचं ठरवलं ना, तर तो स्वर्गस्थ देवदूतालासुद्धा बोलायला लावेल. ते माझ्या सोयीचं नाही. एमी ॲमेलियाकडे राहील, त्यामुळे मला किटला माझ्याजवळ ठेवता येईल.

अमर्त्य प्रेम आणि कृतज्ञतेसह,
ज्युलिएट

ता. क. – तुला नाही वाटत एलिझाबेथ रोजनिशी ठेवायची असं?

ज्युलिएटकडून सिडनेला

१७ जुलै १९४६

प्रिय सिडने,

दैनंदिनी नाही मिळाली, पण आनंदाची बातमी अशी आहे की तिचे कागद आणि पेन्सिली संपेपर्यंत ती चित्रं काढत होती. बैठकीच्या खोलीतल्या पुस्तकांच्या कपाटात तळाच्या कप्प्यात एक मोठ्ठी चित्रं ठेवण्याची केस ठेवली होती. तिच्यात काही चित्रं, काही स्केचेस कोंबलेली आढळली. झटपट रेषाकृती होत्या त्या. मला ती अप्रतिम रेखाचित्रं वाटतात. इझोला कशावरतरी एका लाकडी चमच्याने आघात करीत होती तेव्हा तिचं लक्ष नसताना तिला चित्रात बंदिस्त केलंय; डॉसी बागेमध्ये खोदताना, एबेन आणि ॲमेलिया दोघं जण डोक्याला डोकं भिडवून बोलताना...

मी खाली फरशीवर बसले, ती चित्रं एकामागून एक पाहत होते, तितक्यात ॲमेलिया सहज भेटायला आली. आम्ही दोघींनी मिळून मग बरेच मोठे कागद ओढून काढले. त्यांच्यावर एकामागून एक किटची रेखाटनं होती. झोपलेली किट, किट रांगताना, मांडीवर, ॲमेलिया किटला जोजवताना, तिच्या पावलांनी मंत्रमुग्ध झालेली, ती तोंडाने फुगे काढत असताना हर्षभरीत झालेली. कदाचित प्रत्येक आई आपल्या बाळाकडे त्या नजरेनं बघत असावी. त्याच कमालीच्या एकाग्रतेने, पण एलिझाबेथनं ते सगळं कागदावर उतरवलं. त्यामध्ये एक अस्थिर हातांनी काढलेलं छोट्या, सुरकुत्या असलेल्या किटचं चित्र होतं... तिचा जन्म झाल्यानंतर दुसऱ्याच दिवशी काढलेलं, असं ॲमेलियानं सांगितलं. नंतर मला एका पुरुषाचं स्केच मिळालं. चांगला, निरोगी, मजबूत थोडासा रुंदच चेहरा. तो आरामात दिसतोय आणि उत्सुकतेनं चित्रकर्तीकडे बघून हसतोय असं दिसतंय. मला लगेच लक्षात आलं, तो ख्रिश्चन होता. तो आणि किटच्या शरीरावर एकाच ठिकाणी केसांचा पुंजका उगवलाय. ॲमेलियानं ते चित्र आपल्या हातात घेतलं. मी तिला यापूर्वी त्याच्याविषयी बोलताना कधी ऐकलं

नव्हतं आणि तिला विचारलं की तिला तो आवडला होता का.

"गरीब बिचारा," ती म्हणाली, "मी त्याच्या इतकी विरोधात होते. एलिझानं त्याला निवडलं होतं. हे मला वेडेपणाचं वाटत होतं. एक शत्रू, तोही जर्मन... आणि मला तिच्यासाठी, तसंच आम्हा इतरांसाठीही भीती वाटत होती. मला वाटायचं ती कुणावरही पटकन विश्वास टाकणारी होती आणि त्यानं तिला, आम्हालासुद्धा फसवलं असतं. म्हणून मी तिला सांगितलं तिनं त्याच्यापासून वेगळं व्हावं, साफ तोडून टाकावेत संबंध. मी त्या वेळी फार निष्ठुरपणे वागले तिच्याशी.

"एलिझाबेथनं त्यावर नुसती हनुवटी पुढे काढली. बोलली काहीच नाही. पण दुसऱ्या दिवशी तो मला भेटायला आला. बाई गं! मी तर घाबरलेच होते. मी दार उघडलं आणि दारात एक प्रचंड, गणवेशधारी जर्मन माझ्यासमोर उभा. माझी खात्रीच पटली, की माझं घर ताब्यात घ्यायचा त्याला हुकूम आलेला असेल आणि मी त्याचा निषेध करायला सुरुवात केली. तेवढ्यात त्यानं फुलांचा गुच्छ पुढे केला. फुलं बिचारी घट्ट धरल्याने मलूल झाली होती. तेव्हा माझ्या लक्षात आलं, तो नर्व्हसही दिसत होता. म्हणून मग मी आरडाओरडा थांबवला आणि त्याचं नाव विचारलं. 'कॅप्टन ख्रिश्चन हेलमन,' त्यानं उत्तर दिलं आणि एखाद्या मुलासारखा लाजला. त्याच्या मनात काय होतं, याबद्दलचा माझा संशय अजूनही फिटला नव्हता. मी त्याला त्याच्या येण्याचं कारण विचारलं. तो अजूनच लाजला आणि मृदू आवाजात म्हणाला, 'माझा उद्देश सांगायला मी आलोय.'

" 'माझ्या घरासंबंधी?' मी करवादून विचारलं.

" 'नाही, एलिझाबेथसाठी,' तो म्हणाला आणि त्यानं तेच केलं – जशी काही मी व्हिक्टोरियन काळातल्या मुलीचा बाप होते आणि तो कुणी इच्छुक नवरदेव. माझ्या दिवाणखान्यातल्या एका खुर्चीच्या कडेला तो टेकला आणि मला म्हणाला की युद्ध संपताक्षणी गर्नसीला परत येऊन एलिझाबेथशी लग्न करायचा, फ्रीजियाची फुलशेती करायचा, वाचन करायचा आणि युद्धाविषयी सारं काही विसरून जायचा त्याचा मनोदय होता. त्याचं बोलणं संपेपर्यंत मी स्वत:च त्याच्या प्रेमात पडले होते."

ॲमेलियाचे डोळे अश्रूंनी भरून आले. म्हणून आम्ही ती चित्रं बाजूला ठेवली आणि मी तिला थोडासा चहा करून दिला. तितक्यात किट छिन्न-भिन्न झालेलं गल पक्ष्याचं अंडं घेऊन तिथे आली. तिला ते तुकडे चिकटवून हवे होते आणि देवदयेनं आमच्या त्या विषयाला कलाटणी मिळाली.

काल विल थिस्बी माझ्या दाराशी... प्लेटमध्ये केक्स (त्याच्यावर मनुका फेटून त्यांचं आयसिंग केलेलं) घेऊन आला. तेव्हा मी त्याला चहाला बोलावलं. त्याला माझ्याशी दोन वेगळ्या बायकांविषयी सल्लामसलत करायची होती आणि मी पुरुष असते तर, (जी मी नव्हते) त्यातल्या कुणाशी लग्न केलं असतं हे विचारायचं होतं. (तुला सरळपणे, नीट समजलं का?)

मिस ‘क्ष’ कायम द्विधा मन:स्थितीत असते, दहा महिन्यांचं बाळ होती तेव्हापासून आणि लौकिकार्थानं तिच्यात काहीच सुधारणा नाहीय. जर्मन लष्कर येतंय असं तिला जेव्हा कळलं तेव्हा तिनं तिच्या आईची चांदीची चहादाणी एका वृक्षाखाली पुरली आणि आता तो वृक्ष कोणता तेच तिला आठवत नाहीय. ती सगळ्या बेटावर खड्डे खणतीये. तिनं शपथ घेतलीय की तिला ती चहादाणी मिळेपर्यंत ती थांबणार नाही. ‘असा दृढ निश्चय,’ विल म्हणाला, ‘तिच्या स्वभावाला न साजेसा’ (विल काहीतरी गूढ बोलतोय असं दाखवण्याचा प्रयत्न करीत होता. पण मिस ‘क्ष’ ही दुसरी तिसरी कोणी नसून डॅफ्ने पोस्ट आहे. तिचे डोळे गायीसारखे वाटोळे, भावरहित आहेत आणि ती चर्च कॉयरमधल्या तिच्या थरथरणाऱ्या तार स्वराबद्दल प्रसिद्ध आहे.)

आणि दुसरी आहे मिस ‘य’, स्थानिक शिलाईकाम करणारी स्त्री. जर्मनांचं आगमन झालं तेव्हा त्यांनी एकच नाझी ध्वज गुंडाळून आणला होता. तो त्यांना त्यांच्या प्रमुख कार्यालयावर लावायचा होता. परंतु त्यामुळे ध्वजस्तंभावर फडकविण्यासाठी त्यांच्याकडे काहीच शिल्लक राहिलं नाही. तो ध्वज बेटवासीयांना याचं स्मरण करून देण्यासाठी होता की ते जर्मनांकडून पराभूत झाले होते.

ते मिस ‘य’ कडे गेले आणि त्यांनी तिला एक नाझी झेंडा शिवण्याचा हुकूम दिला. तिने तो शिवलाही. घाणेरड्या, मळकट जांभळ्या, तांबूस रंगाच्या वर्तुळात काळं, अमंगल स्वस्तिक, त्याच्या भोवताली लाल, तांबडं रेशमी वस्त्र नव्हतं तर बाळाच्या दुपट्याचं गुलाबी रंगाचं फ्लॅनेलचं कापड होतं. “तिच्या जहरील्या द्वेषातही तिनं कल्पकता दाखवली.” विल म्हणाला “इतकी जबरदस्त!” (मिस ‘य’ ही मिस लेरॉय आहे. तिच्या सुईसारखीच कृश अंगलटीची, कंदिलासारखा उभा जबडा आणि घट्ट मिटलेले ओठ...)

एखाद्या पुरुषाच्या सरत्या आयुष्यात त्याला यातली कोण उत्तम साथ देईल? मिस ‘क्ष’ की मिस ‘य’? मी त्याला सांगितलं, यातली कोणती असं विचारावं लागलं तर त्याचा अर्थ बहुधा कोणतीच नाही असा होतो.

यावर विलने उद्‌गार काढले, “डॉसी मला अगदी हेच म्हणाला. अगदी हेच शब्द.” इझोला म्हणाली, की मिस ‘क्ष’ तुला रडायची पाळी येईल इतका वैताग आणेल आणि मिस ‘य’ मला सारखी मरेपर्यंत ‘टाकून बोलेल.’

“थँक यू. थँक यू. मी माझा शोध जारी ठेवीन. ती आहे तिथंच कुठेतरी.”

त्यानं त्याची टोपी घातली. किंचित झुकला आणि निघून गेला. सिडने, तो कदाचित सगळ्या बेटाची मतं गोळा करत असेल, परंतु मला इतकं सुखावह, माझी खुशामत केल्यासारखं वाटलं. माझा समावेश त्यानं ‘त्याच्या’ माणसांमध्ये केला होता. मी कुणी बाहेरून आलेली परकी नव्हते, अशी सुखद अनुभूती मला झाली.

प्रेमपूर्वक
ज्युलिएट

ता. क. – डॉसीची लग्नाविषयी काही मतं आहेत हे ऐकून औत्सुक्य वाटलं. माझी इच्छा आहे, मला त्याच्याविषयी अजून कळावं.

ज्युलिएटकडून सिडनेला

१९ जुलै १९४६

प्रिय सिडने,

एलिझाबेथच्या कहाण्या सर्वत्र आहेत. केवळ मंडळाच्या सभासदांमध्येच आहेत असं नाही. आता हे ऐक – किट आणि मी आज संध्याकाळी चर्चच्या बंदिस्त परिसरात फिरत होतो. किट थडग्यांमध्ये खेळता खेळता थोडी दूर गेली होती आणि मी श्रीमान एडविन म्युलिसच्या थडग्यावर पसरले होते. ते टेबल-टॉप प्रकाराचं थडगं आहे. त्याला चार मजबूत पाय आहेत. तेवढ्यात त्या दफनभूमीची देखभाल करणारा जुना व्यवस्थापक, सॅम विदर्स तिकडे आला. माझ्याजवळ थांबला आणि म्हणाला, की मी त्याला मिस मॅकिनाची आठवण करून दिली. ती तेव्हा तरुण मुलगी होती. त्याच शिळेवर ती सूर्यस्नान घेत असायची; आक्रोडासारखी श्यामवर्ण व्हायची.

मी बाणासारखी सरळ उठून बसले आणि एलिझाबेथला तो जवळून ओळखत होता का, म्हणून विचारलं.

सॅम म्हणाला, ''वेल, खरं तर इतकी चांगली ओळख नव्हती; पण मला ती आवडायची. ती आणि एबेनची मुलगी, जेन दोघी जणी इथे याच थडग्याच्या शिळेपाशी यायच्या. त्यावर कापड पसरायच्या आणि पिकनिकचा डबा खायच्या – अगदी म्युलिसच्या मृतदेहावर.''

सॅम पुढे त्या दोघी चिमुरड्या कशा 'म्यांव' असा आवाज काढणाऱ्या, नक्कल करणाऱ्या कॅटबर्ड पक्ष्यासारख्या होत्या, सतत काहीतरी खोड्या करीत असायच्या, त्यांनी एकदा एका भुताला उठवायचा प्रयत्न केला आणि पाद्र्याच्या बायकोची भीतीनं कशी गाळण उडाली असं काहीबाही सांगत गेला. नंतर त्यानं पलीकडे खेळणाऱ्या किटकडे पाहिलं. ती एव्हाना चर्चच्या फाटकापर्यंत पोहोचली होती. आणि तो म्हणाला, ''ती खात्रीनं तिची आणि कॅप्टन हेलमनची गोड छोटी छकुली आहे.''

हे ऐकताक्षणी मी त्यावर झडप घातली. तो कॅप्टन हेलमनला ओळखत होता का? त्याला तो आवडायचा का?

त्याने टक लावून माझ्याकडे पाहिलं आणि म्हणाला, ''होय, मी ओळखत होतो. तो एक भला सज्जन माणूस होता, एक जर्मन असूनही. तू या कारणाने मिस मॅकिनाच्या छोट्या मुलीला झिडकारून टाकणार नाहीस ना?''

''स्वप्नातही नाही,'' मी म्हटलं.

त्यानं हाताची तर्जनी माझ्यासमोर नाचवली. ''मिस, तसं केलं नाहीत तरच बरं!

'जर्मन अधिपत्या'वर एखादं पुस्तक लिहायचा प्रयत्न करण्यापूर्वी तुम्ही काही प्रकरणांमधलं सत्य जाणून घ्यावं हेच उत्तम. मीसुद्धा 'जर्मन अमला'चा तिरस्कार केला. त्याचा विचार आला तरी वेडंपिसं व्हायला होतं. त्यातली काही पीडा देणारी माणसं खरोखर अधम होती. दरवाजा न ठोठावता तुम्हाला ढकलून सरळ घरात घुसायची. ज्यांना पूर्वी कधी वर्चस्व गाजवायला मिळालं नाही, पण तसं करणं आवडत होतं, अशी माणसं होती. पण सगळीच काही तशी नव्हती – अगदी स्वैर तर्क केला तरी.''

सॅमच्या सांगण्यानुसार ख्रिश्चन त्यातला नव्हता. सॅमला तो आवडायचा. एकदा त्याची आणि एलिझाबेथची चर्चच्या दफनभूमीत सॅमशी गाठ पडली. सॅम कबर खोदायच्या प्रयत्नात होता. जमीन बर्फासारखी कडक, टणक आणि सॅमसारखी थंडगार होती. ख्रिश्चननं त्याचं फावडं उचललं आणि सॅमला त्याच्यावर विसंबून राहायला भाग पाडलं. ''तो ताकदवान माणूस होता आणि त्यानं सुरुवात केल्या केल्या काम संपवलंसुद्धा.'' सॅम म्हणाला, ''मी त्याला म्हटलं की तो कधीही माझ्याकडे नोकरीला येऊ शकतो. यावर तो मोठ्यांदा हसला.''

दुसऱ्या दिवशी एलिझाबेथ थर्मासमधून गरम गरम कॉफी घेऊन आली. अस्सल बियांपासून बनवलेली अस्सल कॉफी. ख्रिश्चननं त्या बिया तिच्यासाठी आणल्या होत्या. तिनं त्याला ख्रिश्चनचा उबदार स्वेटरही दिला.

सॅम म्हणाला, ''सत्य हे आहे की, जर्मनांची सत्ता असेपर्यंत मला एकापेक्षा एक भले जर्मन सैनिक भेटले. पाच वर्षं जवळजवळ दररोज त्यांना भेटल्यावर कुणीही चांगलं वागलंच असतं. परस्परांना शुभेच्छा देणं तर अपरिहार्यच होतं.

''शेवटी शेवटी त्यांच्यातल्या काही जणांविषयी वाईट वाचल्यावाचून राहायचं नाही. ते इथे अडकून पडलेले आणि त्यांचे आप्त, मित्र तिकडे घरी बॉम्ब वर्षावात चाळणी झालेले. त्या वेळेला युद्ध कुणी सुरू केलं या गोष्टीनं काहीच फरक पडणार नव्हता. निदान मला तरी.

''फार काय, त्यांच्या लॉऱ्या बटाटे घेऊन आर्मीच्या कँटीन हॉलकडे जात असायच्या, तेव्हा सैनिक लॉरीच्या मागच्या भागात पहारा द्यायला उभे असत. काही थोडे बटाटे रस्त्यावर पडतील या आशेनं मुलं त्यांच्या मागोमाग जात. सैनिक सरळ समोर बघत असायचे. कठोर, निर्दयी असल्यासारखे आणि नंतर हेतुतः ढिगातले बटाटे फटकाऱ्याने खाली पाडायचे.

''हीच गोष्ट ते संत्र्यांच्या बाबत करायचे. तेच कोळशाच्या ढिगाबाबत. बापरे, ते तर (कोळसे) आमच्यापाशी काहीच इंधन शिल्लक राहिलं नाही तेव्हा इतके मौल्यवान झाले होते. असे बरेच प्रसंग घडले. मिसेस गॉडफ्रेला तिच्या मुलाचा किस्सा विचार तर खरी! त्याला न्यूमोनिया झाला होता आणि त्याच्या काळजीनं ती अर्धमेली झाली होती. कारण ती त्याला पुरेशी ऊबही पुरवू शकत नव्हती किंवा खायला पौष्टिक अन्नही देऊ शकत नव्हती. एक दिवस दारावर थाप पडली आणि तिनं दार उघडलं तेव्हा

जर्मन हॉस्पिटलमधला एक शिपाई पायरीवर उभा. आत डोकावूनही न पाहता त्यानं तिला सल्फोनामाईडची छोटी कुपी दिली, टोपी कलती केली आणि चालायला लागला. त्यानं ती कुपी तिच्यासाठी दवाखान्यातून चोरून आणली होती. नंतर त्यांनी त्याला आणखी काही चोरताना पकडलं आणि जर्मनीच्या तुरुंगात त्याला धाडलं गेलं. फासावरही दिलं असावं. कोणत्या तुरुंगात ते आम्हाला कळलं नसतंच.''

त्याने अचानक माझ्याकडे पुन्हा रोखून पाहिलं. ''आणि मी म्हणतो, जर कुणा शिष्ट ब्रिटला स्वतःला 'मानवी सहकार्य' वगैरे म्हणवून घ्यायचं असेल, तर त्याला माझ्याशी आणि मिसेस गॉडफ्रेशी पहिल्यांदा बोलावं लागेल.''

मी निषेध नोंदवण्याचा प्रयत्न केला पण सॅम पाठ वळवून निघून गेला. मी किटला उचललं आणि घरी परतले. ॲमेलियासाठी आणलेली कोमेजलेली फुलं आणि सॅम विदर्ससाठी आणलेली कॉफी, या दोन्ही गोष्टींवरून मला वाटू लागलं की, मी किटच्या बाबांना थोडी थोडी ओळखू लागलीये... आणि मला समजतंय, ती का त्याच्या प्रेमात पडली होती ते.

पुढच्या सप्ताहात एमी गर्नसीला येईल. डॉसी मंगळवारी तिला आणायला फ्रान्सला चाललाय.

प्रेमपूर्वक
ज्युलिएट

ज्युलिएटकडून सोफीला

२२ जुलै १९४६

प्रिय सोफी,

हे पत्र जाळून टाक. तुझ्या पत्रांच्या संग्रहात ते दिसलं तरी मला त्याची फिकीर नाही.

अर्थातच मी तुला डॉसीविषयी बोलले आहे. तो इथला पहिला माणूस, ज्यानं मला पत्र लिहिलं, ज्यानं मला आपल्याला चार्ल्स लँब आवडतो असं सांगितलं आणि तो किटला वाढवताना कशी मदत करतोय आणि ती त्याचा कसा आदर करते हेही सांगितलं.

मी तुला सांगितलं नाहीये ते हे की, या बेटावर उतरल्यानंतर त्याच संध्याकाळी ज्या क्षणी डॉसीने त्याचे दोन्ही हात माझ्यासमोर धरले, त्याच क्षणी मला शब्दांत सांगता येणार नाही असा धक्का बसला. कमालीची उत्तेजित झाले मी. डॉसी इतका शांत आणि स्थिरचित्त आहे की मला कल्पना नाही आली की ती उत्तेजना फक्त मलाच झाली होती

की काय? म्हणून मी गेले दोन महिने सयुक्तिक, सहजतेने आणि नेहमीसारखीच वागण्यासाठी जिवाचा आटापिटा करत होते आणि अगदी आज रात्रीपर्यंत माझं छान चाललं होतं.

लूव्रला जाण्यासाठी सूटकेस उसनी मागायला डॉसी माझ्याकडे आला. तो एमीला घ्यायला चाललाय आणि तिला इकडे आणणार आहे. कोणत्या प्रकारच्या पुरुषाकडे एक साधी सूटकेसदेखील नसते? किट गाढ झोपली होती. म्हणून मी माझी सूटकेस त्याच्या गाडीत ठेवली आणि आम्ही समुद्राकडे जाऊन मिळणाऱ्या चढणीच्या रस्त्याने चालू लागलो. चंद्र वर येत होता आणि आकाश मोतिया रंगानं रंगलं होतं; एखाद्या शिंपल्याच्या अंतरंगासमान. समुद्र कधी नव्हे तो शांत होता, फक्त क्वचितच उठणारे रुपेरी तरंग. वारा पडलेला. ह्या विश्वात अशी शांतता पूर्वी कधी न ऐकलेली आणि मला एकाएकी साक्षात्कार झाला, माझ्या शेजारून चालणारा डॉसी स्वत: तितकाच शांत होता. आत्तापर्यंत कधी नव्हते इतकी मी त्याच्या निकट होते. म्हणून मी त्याच्या मनगटांकडे आणि हातांकडे विशेष बारकाईने बघू लागले. मला त्यांना स्पर्श करायचा होता आणि त्या विचारानं मला थोडं गरगरायला झालं. पोटात अस्वस्थतेनं, भीतीनं खड्डा पडला होता – तुला तर अनुभव आहेच.

अकस्मात डॉसी वळला. त्याच्या चेहऱ्यावर सावली पडली होती. पण मी त्याचे डोळे पाहू शकले. गडद, गहिरे डोळे – मला निरखणारे... प्रतीक्षेत. कोण जाणे पुढे काय घडलं असतं – एखादं चुंबन? मस्तकावर प्रेमाने थोपटणं? काहीच नाही? कारण पुढच्या क्षणाला आम्ही वॅली बिऑलच्या टांग्याचा आवाज ऐकला. (ती आमची स्थानिक टॅक्सी आहे.) माझ्याच बंगलीकडे येत होता आणि वॅलीच्या उतारूनं हाक मारली, "लाडके, सरप्राईज!"

तो मार्क होता – मार्कहॅम व्ही. रेनॉल्ड्स ज्युनियर. उत्कृष्ट शिवलेल्या सूटमध्ये तो तेजस्वी दिसत होता. हातात लाल गुलाबांचा भला मोठा गुच्छ.

सोफी, त्या क्षणी तो मरून जावा असं मनापासून वाटलं.

पण मी काय करू शकत होते? मी त्याचं स्वागत करायला पुढे आले आणि त्यानं माझं चुंबन घेतलं तेव्हा माझ्या मनात एकच विचार होता, 'नको, डॉसीच्या समोर तरी नको!' त्यानं ते गुलाब माझ्या हातावर ठेवले आणि डॉसीकडे बघून त्यानं नीरस, थंड स्मित केलं. म्हणून मी त्या दोघांचा परिचय करून दिला. माहीत नाही का, पण त्या वेळी मला धरणीत गडप होण्याची मनापासून इच्छा होत होती. डॉसीनं त्याच्याशी हस्तांदोलन केलं, माझ्याकडे वळून म्हणाला, 'सूटकेसबद्दल आभार, ज्युलिएट, गुड-नाईट.' त्याच्या गाडीत चढला आणि निघून गेला. हे सगळं मी बधिर होऊन पाहत होते. दुसरा शब्दही न बोलता, मागे वळूनही न बघता डॉसी गेला.

मला रडावंसं वाटत होतं. त्याऐवजी मी मार्कला घरात बोलवलं आणि नुकताच सुखद धक्का बसलाय अशा स्त्रीसारखं दिसायचा प्रयत्न केला. घोडागाडीच्या आवाजानं

आणि एकमेकांच्या ओळखी करून देण्याच्या आवाजानं किट जागी झाली होती. ती मार्ककडे संशयानं बघू लागली आणि तिला डॉसी तिचं चुंबन न घेता, गुड-नाईट न म्हणता कुठे गेला हे जाणून घ्यायचं होतं. मलाही ते मिळालं नव्हतं. मी स्वत:शीच विचार केला.

मी किटला पुन्हा बिछान्यात ठेवलं आणि मार्क ताबडतोब रॉयल हॉटेलवर गेला नाही तर माझं नाव बदनाम होईल हे सांगून त्याचं मन वळवलं. त्याने माझं ऐकलं; पण फार वाईट तऱ्हेनं. त्याला शोभणार नाही अशा पद्धतीनं आणि मला सकाळी सहा वाजता माझ्या दाराशी येण्याच्या पुष्कळ धमक्या देऊन.

तो गेल्यावर मी खाली बसले. तीन तास बोटांची नखं कुरतडत होते. आपण डॉसीच्या घरी जावं का आणि आमच्या हातून जे निसटलं ते पुन्हा उचलून घ्यायचा प्रयत्न करावा का? पण आम्ही कुठे काय सोडलं होतं? मला खात्री नाहीये. मला स्वत:ची फसगत करून घ्यायची नाहीये. त्याने जर माझ्याकडे काहीच न समजल्याचा भोळसट कटाक्ष टाकला, तर? किंवा त्याहून वाईट म्हणजे माझी दया येऊन कनवाळूपणे बघितलं तर?

आणि त्याही व्यतिरिक्त, मी कसला विचार करतीय? मार्क इकडे आलाय. मार्क श्रीमंत, उमदा, देखणा तरुण आहे. त्याला माझ्याशी लग्न करायचंय. मार्क – ज्याच्याशिवाय माझं छान चाललं होतं. मी डॉसीबद्दल विचार करणं थांबवत का नाहीये? डॉसी, जो कदाचित माझी मुळीच पर्वा करत नाहीये. पण काय सांगावं, कदाचित असेलही. असंही असू शकतं, मौनाच्या त्या पलीकडच्या बाजूला काय होतं ते त्या क्षणी मला गवसणार होतं.

शी, काय वैताग आहे नुसता!!

पहाटेचे दोन वाजलेत. माझ्या बोटांची सगळी नखं चावून झालीये आणि मी कमीत कमी शंभर वर्षांची जख्खड म्हातारी दिसतीये. मार्क मला पाहील तेव्हा कदाचित माझ्या निस्तेज चर्येकडे बघून मागे सरेल. कदाचित मला लाथाडेल. त्याने तसं केलं तर माझी निराशा होईल की नाही माहिती नाही.

प्रेमपूर्वक,
ज्युलिएट

ॲमेलियाकडून ज्युलिएटला
(ज्युलिएटच्या दाराखाली सरकवलेलं)

२३ जुलै १९४६

प्रिय ज्युलिएट,

माझ्या रास्पबेरीज पूर्ण बहराला आल्या आहेत. अमाप पीक आलंय यंदा. आज सकाळी मी त्या खुडणार आहे आणि दुपारी त्याचे पाय बनवणार आहे. तुला आणि किटला आज दुपारी चहाला (पायसाठी) यायला आवडेल का?

तुझी प्रेमळ,
ॲमेलिया

ज्युलिएटकडून ॲमेलियाला

२३ जुलै १९४६

प्रिय ॲमेलिया,

मला क्षमा कर. मी येऊ शकत नाही. माझ्याकडे एक पाहुणा आलाय.

सस्नेह,
ज्युलिएट

ता. क. – किट ही चिठ्ठी तुझ्याकडे पोहोचती करतीये – थोडा पाय खायला मिळेल या आशेनं. तू तिला दुपारी ठेवून घेऊ शकतेस का?

ज्युलिएटकडून सोफीला

२४ जुलै १९४६

प्रिय सोफी,

मागच्या पत्रासारखंच हेही पत्र तू जाळावंस. मी अखेर मार्कला नकार दिला आहे

आणि ती आता काळ्या दगडावरची रेघ आहे. यामुळे मला झालेला आनंद अशोभनीय आहे. माझ्यावर जर तारुण्यात योग्य ते संस्कार झाले असते, तर मी पडदे ओढून आतमध्ये हे असं कसं घडलं याचं चिंतन करीत बसले असते. परंतु मी तसं नाही करू शकत. मी मुक्त आहे! आज सकाळी मी उडी मारून बिछान्यातून उठले तीच मुळी एखाद्या आनंदाने बागडणाऱ्या कोकरासारखी. किट आणि मी सगळी सकाळ कुरणांमध्ये शर्यती लावण्यात घालवली. ती जिंकली, पण याचं कारण ती चीटिंग करते.

कालचा दिवस भयानक होता. मार्क दिसला तेव्हा मला कसं वाटलं ते तुला माहितीच आहे. पण दुसऱ्या दिवसाची सकाळ त्याहून वाईट होती. सातच्या ठोक्याला तो माझ्या दारात उभा होता – आत्मविश्वासाने झळकत आणि त्याला खात्रीच होती की दुपारपर्यंत आम्ही लग्नाची तारीख पक्की करू. या बेटावर, जर्मन वर्चस्वामध्ये, किंवा एलिझाबेथमध्ये किंवा मी इथे आल्यापासून काय करीत होते या कशातच त्याला काडीमात्र रस नव्हता. यापैकी कशाबद्दलही त्यानं एकही प्रश्न विचारला नाही. नंतर किट ब्रेकफास्ट घ्यायला आली. त्याचं त्याला आश्चर्य वाटलं. आदल्या रात्री खरं तर त्यानं तिची दखलच घेतली नव्हती. तो तिच्याशी छान वागला. ते दोघं कुत्र्यांविषयी बोलले. पण काही मिनिटांनी, तो किट इथून कधी टळतीय याची वाट पाहत होता ते उघड उघड दिसत होतं. मला वाटतं त्याचा अनुभव असाच असेल. मुलांना सांभाळणाऱ्या दाया, मुलांनी आईबापांना छळण्यापूर्वीच त्यांना तिथून घेऊन जात असतील. अर्थातच, मी त्याच्या वैतागाकडे दुर्लक्ष करण्याचा प्रयत्न केला आणि किटला नेहमीसारखा ब्रेकफास्ट घेऊ दिला. पण त्याच्या नाराजीचे तीव्र पडसाद खोलीभर उमटत होते आणि ते मला जाणवत होतं. एकदाची किट बाहेर खेळायला गेली आणि तिच्यामागे दरवाजा बंद करताक्षणी मार्क उद्‌गारला, "तुझे नवीन मित्र चांगलेच चलाख दिसताहेत! दोन महिन्यांच्या आतच त्यांच्या जबाबदाऱ्या तुझ्या गळ्यात टाकण्यात ते यशस्वी झालेत." त्यानं त्याची मान हलवली... मी इतक्या सहजासहजी फसवली गेल्याबद्दल माझी कीव करत...

मी फक्त एकटक त्याच्याकडे पाहत राहिले.

"ती एक गोड मुलगी आहे. पण तिचा तुझ्यावर काही हक्क नाहीये. तुला याविषयी मन घट्ट करायला हवं. तिला एखादी छानशी बाहुली किंवा तसंच काही घेऊन दे आणि गुड-बाय कर. तू तिची पुढच्या आयुष्यात काळजी घेणार आहेस असा विचार तिच्या डोक्यात यायच्या आधीच हे पाऊल तुला उचलायला हवं."

तेव्हा मला इतका संताप आला की मी काही बोलू शकले नाही. मी तिथे किटचा लापशीचा वाडगा हातात घेऊन उभी राहिले होते. मोठ्या मुश्किलीनं मी स्वत:वर संयम ठेवला होता. त्याच्या दिशेनं मी जवळजवळ तो वाडगा भिरकावणारच होते, पण तसं केलं नाही. परिणामत: वाडगा घट्ट दाबून धरल्यामुळे माझी बोटं पांढरीफटक पडली. अखेरीस मी जेव्हा बोलू शकले, तेव्हा मी कुजबुजले, "चालता हो."

"क्काय?"

"मला पुन्हा तुझं तोंड बघायची इच्छा नाहीये."

"ज्युलिएट?"

त्याला खरंच कल्पना नव्हती मी काय बोलत होते त्याची. म्हणून मी सगळं स्पष्ट करून सांगितलं. त्या क्षणाला मला जरा बरं वाटल्यानं मी त्याला सांगितलं की जो किटवर, गर्नसीवर आणि चार्ल्स लँबवर प्रेम करणार नाही, त्याच्याशी मी कधीच लग्न करणार नाही... मग तो मार्क असो किंवा दुसरा कुणी.

"चार्ल्स लँबचा या सगळ्याशी काय संबंध?" तो कर्कश स्वरात ओरडला (जितकं किंचाळणं शक्य होतं तितका).

मी अधिक खुलासा करण्याचं टाळलं. त्यानं माझ्याशी वाद घालायचा प्रयत्न केला; माझी हळुवारपणे समजूत घालायचा प्रयत्न केला. माझं चुंबन घ्यायचा प्रयत्न केला. नंतर पुन्हा हुज्जत घालू लागला. पण ते संपलं होतं आणि मार्कलासुद्धा कळलं ते. फेब्रुवारीमध्ये पहिल्यांदा आमची भेट झाली, तेव्हापासून आजतागायत पहिल्यांदा माझी खात्री झाली, की मी पूर्णपणे योग्य तेच केलं होतं. मी त्याच्याशी कधीतरी लग्नाचा विचार तरी कसा करू शकले असते? एक वर्ष त्याची बायको म्हणून आणि त्यानंतर मी त्या सामान्य, थरथर कापणाऱ्या स्त्रियांपैकी एक झाले असते; ज्यांना कुणी एखादा प्रश्न विचारला तर उत्तरासाठी त्या नवऱ्याकडे बघतात. बायकांचा तो प्रकार मला नेहमीच अप्रिय वाटत आलाय, पण मला आता समजतंय की हे कसं घडतं.

दोन तासांनंतर, मार्क एअरपोर्टच्या मार्गावर होता... पुन्हा कधीही न येण्यासाठी (मला आशा आहे) आणि मी? अशोभनीयरित्या, प्रेमभंग न झालेली, ॲमेलियाच्या घरी रास्पबेरी पाय मचमच आवाज करीत खात होते. काल रात्री मी एखाद्या बाळासारखी आरामात झोपले आणि आज सकाळी मला फिरून बत्तीस वर्षांची झाल्यासारखं वाटतंय, शंभरीच्या ऐवजी.

किट आणि मी दुपारी माणकं शोधायला किनाऱ्यावर जाणार आहोत. किती सुरेख, सुंदर दिवस आहे.

सस्नेह,
ज्युलिएट

ता. क. – या साऱ्याचा डॉसीशी काहीएक संबंध नाही. माझ्या तोंडून 'चार्ल्स लँब' नाव योगायोगानं बाहेर पडलं. डॉसी जाण्यापूर्वी निरोप घ्यायलासुद्धा आला नाही. मी जितका जास्त यावर विचार करते, तितकी माझी खात्री पटते की तो कड्यावर माझ्याकडे, मी त्याला माझी छत्री थोड्या वेळापुरती देऊ शकेन का, हे विचारायला वळला होता.

ज्युलिएटकडून सिडनेला

२७ जुलै १९४६

प्रिय सिडने,

एका टोड्ट कामगाराला आसरा दिल्याबद्दल एलिझाबेथला अटक झाली होती हे मला ठाऊक होतं, पण काही दिवसांपूर्वीपर्यंत हे नव्हतं माहिती की तिच्या या गुन्ह्यात एक भागीदारही होता. जेव्हा एबेनच्या बोलण्यात 'जो एलिझाबेथबरोबर पकडला गेला' असा पीटर सॉयरचा उल्लेख आला, तेव्हा मला ते कळलं. 'काय' मी चीत्कारले आणि एबेन म्हणाला, की तो याविषयी पीटरलाच माझ्याशी बोलायला सांगेल.

पीटर सध्या 'व्हेल'मधल्या 'ल ग्राँ आवरे'जवळच्या एका शुश्रूषागृहात राहतोय म्हणून मी त्याला फोन केला. तो म्हणाला, मला भेटायला त्याला खूप आवडेल, विशेषत: माझ्याकडे थोडीफार ब्रँडी असली तर.

''कधीही,'' मी म्हणाले.

''फारच सुंदर. उद्या ये.'' त्याने उत्तर दिलं आणि फोन ठेवून दिला.

पीटर व्हीलचेअरवर असतो, पण काय कसलेला ड्रायव्हर आहे तो. एखाद्या वेड्यासारखी तो ती व्हीलचेअर अतिशय वेगाने इकडे तिकडे पळवतो. सफाईनं वळणं घेतो आणि तीसुद्धा अगदी छोट्या अंतरावर. आम्ही बाहेर गेलो, एका लताकुंजात बसलो आणि बोलत असताना तो दारू पिऊन झिंगला होता. नेमक्या याच वेळी सिडने, मी टिपणं घेतली. एक शब्दही गमावून चालणार नव्हतं मला.

पीटर आधीपासूनच चाकाच्या खुर्चीला जखडलेला आहे, परंतु जेव्हा त्याला तो टोड्ट कामगार लुई यारूझ्की सापडला होता, तेव्हा पीटर त्याच्या सेंट सॅम्प्सनच्या घरातच राहत होता. तो कामगार एक सोळा वर्षांचा पोलिश पोरगा होता.

बऱ्याच टोड्ट कामगारांना काळोख पडल्यावर त्यांच्या बंदीगृहातून अन्नासाठी दारोदार फिरण्याची परवानगी होती. दुसऱ्या दिवशी ते परत येत तोपर्यंत हे चालत होतं. सकाळी त्यांना कामावर हजर राहावं लागे आणि ते हजर राहिले नाहीत तर त्यांची शोध मोहीम सुरू व्हायची. हा 'पॅरोल' म्हणजे जर्मनांचा स्वत:जवळचं अन्न या श्रमिकांवर फारसा खर्च न करता त्यांना उपाशी राहू न देण्याचा एक मार्ग होता.

बेटावरील जवळजवळ प्रत्येक रहिवाशाच्या बगिच्यात भाज्यांचे वाफे असत. काही जणांकडे कोंबड्यांची खुराडी तर काहींकडे सशांची घरटी. अन्न शोधणाऱ्यांसाठी हे मुबलक पीकच. आणि ते टोड्ट श्रमिक गुलाम, तेच तर होते अन्नाचे याचक.

बेटावरील बरेचसे रहिवासी रात्री त्यांच्या बगिच्यांवर लक्ष ठेवायचे. काठ्या किंवा सोटे घेऊन भाज्यांची राखण करायचे.

पीटरसुद्धा रात्री बाहेर त्याच्या कुक्कुटपालनगृहाच्या सावल्यांमध्ये राहायचा. त्याच्याकडे सोटा नव्हता, पण एक मोठा लोखंडी फ्रायिंग पॅन आणि त्याच्यावर आघात करायला धातूचा चमचा असायचा. वेळ पडल्यास शेजाऱ्यांनी धावत यावं, म्हणून घंटानाद करायचा.

एके रात्री त्यानं ऐकलं आणि मग पाहिलं, लुडला, त्याच्या कुंपणावर लावलेल्या झुडपांच्या फटीतून सरपटत येताना. पीटर थांबला. त्या मुलानं उभं राहायचा प्रयत्न केला, पण तो पडला. त्याने पुन्हा उठायचा प्रयत्न केला, पण नाही जमलं. तो नुसताच तिथे पडून राहिला. पीटर व्हीलचेअरवरून तिकडे गेला आणि खाली पडलेल्या त्या मुलाकडे न्याहाळून बघू लागला.

"ज्युलिएट, तो कोवळा पोरगा होता गं... केवळ एक मूल... घाणीत तोंड माखलेलं, दुबळा. अरे देवा, इतका दुबळा, चिंध्या पांघरलेला, गलिच्छ, त्याच्या अंगावर किडे चढलेले होते. ते त्याच्या केसांतून बाहेर आले, तोंडावर फिरू लागले, त्याच्या पापण्यांवरही फिरू लागले. त्या बिचाऱ्या मुलाला त्याची संवेदनाही होत नव्हती. पापणीची फडफड नाही. काही नाही. त्याला काय हवं होतं तर एक किरकोळ बटाटा! आणि तो खणून काढण्याइतकीसुद्धा शक्ती त्याच्यात नव्हती. हे इतकं क्रौर्य मुलांबाबत!

"मी तुला सांगतो, मी अगदी अंत:करणापासून त्या जर्मनांचा तिरस्कार केला. त्याचा श्वास चालू आहे की नाही हे पाहण्यासाठी मी खाली वाकू शकत नव्हतो, पण मी खुर्चीच्या पायडलवरचे माझे पाय उचलले आणि त्याला ढोसण्यात आणि टोचण्यात यशस्वी झालो. त्याचे खांदे माझ्याकडे वळेपर्यंत मी त्याला ढोसत राहिलो. आता माझे दंड मजबूत आहेत. तेव्हा मी त्या मुलाला मांडीपर्यंत अर्धा ओढला. कसाबसा, त्याला घेऊन माझ्या भिंतीच्या सपाटीला जोडणाऱ्या उतरत्या पातळीवरून किचनमध्ये आणण्यात यशस्वी झालो. तिथे त्याला मी फरशीवर पडू दिला. शेकोटी पेटवली, ब्लँकेट आणलं, पाणी तापवलं; त्याचा दीनवाणा चेहरा पुसला, हात पुसले आणि त्याच्या अंगावरून गोचिडी, अळया सगळ्या धुऊन काढल्या."

पीटर शेजाऱ्यांकडे मदत मागायला जाऊ शकत नव्हता. कुणी सांगावं, ते त्याचा खबर जर्मनांना द्यायचे. जर्मन कमांडटनं सांगितलं होतं, की जो कुणी टोड्ट मजुरांना आश्रय देईल, त्याला छळछावणीत पाठवलं जाईल किंवा जिथे असेल तिथे त्याला गोळी घातली जाईल.

एलिझाबेथ दुसऱ्या दिवशी त्याच्याकडे येणार होती. ती त्याची मदतनीस परिचारिका होती आणि आठवड्यातून एकदा यायची, कधीकधी जास्त वेळा. तो एलिझाबेथला चांगली ओळखत होता आणि त्याला पूर्ण खात्री होती, की ती त्या मुलाला जिवंत ठेवायला मदत करेल आणि त्याविषयी मौन बाळगेल.

"दुसऱ्या दिवशी ९-१०च्या सुमारास ती आली. मी तिला दारातच भेटलो आणि

सांगितलं, आतमध्ये संकट वाट पाहतंय आणि तिला ते ओढवून घ्यायचं नसेल तर तिनं आत येऊ नये. तिला समजलं मला काय म्हणायचं होतं ते. तिने मान हलवून संमती दिली आणि आत पाऊल टाकलं. जेव्हा ती लुडपाशी गुडघे टेकून फरशीवर बसली, तेव्हा तिचा जबडा घट्ट मिटला गेला. त्याच्या अंगाला भयानक घाण येत होती, पण ती तिच्या कामाला लागली. तिनं त्याचे कपडे फाडले आणि जाळून टाकले. त्याला अंघोळ घातली, त्याच्या केसांना डांबराच्या साबणाचा शांपू केला. तो एक विनोदी गोंधळच होता. तुझा विश्वास बसणार नाही, पण आम्ही त्या वेळेस हसलो. त्यानं म्हण किंवा थंड पाण्यानं म्हण, त्याला जाग आली. तो दचकला. आम्ही कोण आहोत ते समजेपर्यंत घाबरून गेला होता. एलिझाबेथ त्याच्याशी सौम्य शब्दांत बोलत राहिली. त्यातला एक शब्दही त्याला कळला नाही ते सोडा, पण तो शांत झाला. आम्ही त्याला ओढत ओढत माझ्या बेडरूममध्ये आणला. शेजारी चुकून आतमध्ये आले तर त्याला बघतील, म्हणून मी त्याला माझ्या स्वयंपाकघरात ठेवू शकत नव्हतो, तर एलिझाबेथनं त्याची सेवा शुश्रूषा केली. तिला एकही औषध मिळू शकलं नाही. पण काळ्या बाजारात तिला मांसाच्या कढणासाठी हाडं आणि खरा पाव मिळाला. माझ्याकडे अंडी होती. दिवसेंदिवस, हळूहळू त्याला त्याची ताकद परत आली. तो खूप झोपायचा. काही वेळा एलिझाबेथला काळोख पडल्यावर; पण संचारबंदी लागू व्हायच्या आधी यावं लागायचं. माझ्या घरी तिचं वारंवार येणं कुणाच्या डोळ्यावर येऊन चाललं नसतं. जर्मनांची मेहेरबानी किंवा अन्न मिळविण्यासाठी लोक त्यांच्या शेजाऱ्यांची चहाडीही करायचे.

"पण कुणाच्यातरी ते लक्षात आलंच आणि कुणीतरी सांगितलंच, कोण होतं ते मला माहीत नाही. त्यांनी क्षेत्रीय पोलीस कळवलं. त्या मंगळवारच्या रात्री ते आले. एलिझाबेथनं थोडं चिकन आणून वाफेवर शिजवलं होतं आणि ती लुडला भरवत होती. मी त्याच्या बिछान्याच्या बाजूला बसलो होतो.

"त्यांनी माझ्या घराला वेढा घातला. आत येईपर्यंत ते अगदी शांत होते. वेल, आम्ही पकडले गेलो. अचूक डाव साधला त्यांनी. त्या रात्री ते आम्हा सगळ्यांना घेऊन गेले आणि त्या मुलाचं त्यांनी काय केलं, देवच जाणे. चौकशी झालीच नाही. दुसऱ्या दिवशी सेंट मालोला जाणाऱ्या बोटीवर आम्हाला चढवलं गेलं. त्या दिवशी मी एलिझाबेथला पाहिलं ते अखेरचं. तुरुंगातला एक पहारेकरी तिला पुढे घालून बोटीवर घेऊन चालला होता. ती इतकी शांत, निर्विकार दिसत होती. मी तिला आम्ही फ्रान्सला पोहोचल्यावर पाहिली नाही आणि त्यांनी तिला कुठे पाठवली, हेही मला समजलं नाही. काऊण्टान्सेसमधल्या मध्यवर्ती कारागृहात त्यांनी मला पाठवलं खरं, परंतु व्हीलचेअरवर बसणाऱ्या अशा कैद्याचं काय करायचं ते त्यांनाच समजलं नाही, म्हणून त्यांनी एक आठवड्यानंतर मला पुन्हा घरी पाठवून दिलं. वर त्यांच्या या औदार्याबद्दल मी त्यांचं ऋणी राहावं असंही बजावलं."

पीटर सांगत होता, एलिझाबेथ जेव्हा जेव्हा त्याच्या घरी यायची तेव्हा ती किटला ॲमेलियाकडे सोडून यायची. कुणालाही माहिती नव्हतं, एलिझाबेथ टोड्ट मजुराला मदत करीत होती. त्याला असं खात्रीनं वाटतं– तिनं सगळ्यांना असंच भासवलं की तिला हॉस्पिटलची ड्यूटी होती.

सिडने, वस्तुस्थिती ही अशी आहे. पण पीटरनं मला मी पुन्हा येणार का म्हणून विचारलं. मी म्हटलं, "हो, मला परत यायला नक्कीच आवडेल." आणि त्याने मला ब्रँडी न आणता नुसतीच ये असंही सुचवलं. तो हेही म्हणाला की काही सचित्र मासिकं माझ्याजवळ असली, त्याला देण्यासाठी; तर ती बघायला त्याला आवडेल. त्याला रीटा हेवर्थ कोण आहे हे जाणून घ्यायची उत्सुकता आहे.

सस्नेह,
ज्युलिएट

डॉसीकडून ज्युलिएटला

२७ जुलै १९४६

प्रिय ज्युलिएट,

लवकरच अनाथाश्रमातून एमीला घेऊन यायची वेळ होईल, पण माझ्याकडे काही मिनिटांचा अवधी असल्याने ती मिनिटं मी तुला पत्र लिहिण्यासाठी उपयोगात आणतोय.

मागच्या महिन्यापेक्षा आता एमीची तब्येत सुधारल्यासारखी वाटतीये, पण ती अजूनही खूप अशक्त, नाजूक आहे. सिस्टर ऑव्हिएनं मला बाजूला नेऊन तिला व्यवस्थित खायला-प्यायला मिळेल, ती पुरेशा उबदार, गरम कपड्यांमध्ये राहील, ती अस्वस्थ नसेल, याकडे लक्ष द्यायला बजावलं. तिच्याभोवती माणसं हवीत, शक्य असेल तर आनंदी, उत्साही.

एमीला पौष्टिक अन्न मिळेल आणि ॲमेलिया तिला पुरेसे उबदार कपडे आहेत ना हे बघेल, याबद्दल मला मुळीच शंका नाही. पण मी आनंद, उत्साह कुठून आणायचा? विनोद वगैरे करणं माझ्या स्वभावात नाही. तेव्हा सिस्टरला काय सांगावं मला कळेना. म्हणून मी नुसती मान हलवली आणि आनंदी दिसण्याचा प्रयत्न केला. मला यश आलंसं वाटत नाहीये. कारण सिस्टरनं तीक्ष्ण नजरेनं माझ्याकडे बघितलं.

तेव्हा मी माझ्या परीनं शक्य तितकं करीनच. पण सुदैवाने तू हसरी, खेळकर स्वभावाची आहेस, त्यामुळे तिचं मन तू माझ्यापेक्षा अधिक चांगल्या प्रकारे रिझवू शकशील. त्यामुळे तिच्या सोबतीला तूच चांगली. आम्ही जसं तुला गेले काही महिने

स्वीकारलंय, तशीच तीही तुला स्वीकारेल, याबद्दल मला तिळमात्र शंका नाही आणि तू तिचं कल्याणच करशील.

किटला माझ्यातर्फे आलिंगन दे आणि चुंबन घे. मंगळवारी मी तुम्हा दोघींना भेटेन.

डॉसी

ज्युलिएटकडून सोफीला

२९ जुलै १९४६

प्रिय सोफी,

मी डॉसी ॲडॅम्सविषयी आत्तापर्यंत जे काही बोलले त्याकडे कृपया दुर्लक्ष कर. मी मूर्ख आहे.

मला नुकतंच डॉसीचं पत्र आलंय. त्यात त्यानं माझ्या संजीवक, आनंदी, उमद्या स्वभावाचं आणि खेळकर वृत्तीचं कौतुक केलंय. नुसतं कौतुक नाही, तर त्या गुणांचा एमीला बरं वाटावं यासाठी उपयोग होईल असा विश्वासही व्यक्त केलाय!

आनंदी स्वभाव? खेळकर वृत्ती? माझा असा अपमान यापूर्वी कधी झाला नव्हता. माझ्या शब्दकोशात पोरकटपणा ही मठ्ठपणाच्या अलीकडली पायरी आहे. डॉसीच्या दृष्टीनं निरर्थक वटवट करणारी विदूषक आहे मी.

माझी मानखंडनाही झालीय. चंद्रप्रकाशात फिरत असताना सुरीसारख्या धारदार आकर्षणाची भावना माझ्या मनात जागी होत होती, तेव्हा तो मात्र एमीविषयी आणि माझं पोरकट बोलणं तिचं कसं मनोरंजन करील याचाच विचार करीत होता.

नाही, हे स्पष्ट आहे की मला भ्रम झाला होता आणि डॉसी माझी मुळीच फिकीर करत नाहीय.

मला आता इतका वैताग आलाय की पुढे लिहवत नाहीय.

सदैव प्रेम करणारी,
ज्युलिएट

ज्युलिएटकडून सिडनेला

१ ऑगस्ट १९४६

प्रिय सिडने,

अखेरीस एमी इकडे येऊन पोहोचली. ती लहानखुरी, आकर्षक बांध्याची आहे, पण कमालीची कृश. आखूड काळे केस आणि डोळेही काळे म्हणता येतील असे. मी कल्पना केली होती तशी ती जखमी वगैरे दिसत नाहीय. फक्त थोडीशी लंगडत चालते, ती सुद्धा चालण्याच्या केवळ अनिच्छेनं आणि तिची मान आखडल्यासारखी हलवण्याची स्टाईल.

माझ्या आत्तापर्यंतच्या वर्णनानं ती अनाथ मुलगी वाटेल, पण ती खरंच तशी नाहीय. तुला लांबून कदाचित तसं वाटेल, परंतु जवळून पाहिलंस तर मुळीच नाही. ती कमालीची गंभीर वाटते; इतकी की त्या गांभीर्याच्या तीव्रतेनं आपण जवळजवळ नि:स्त्राण होतो. ती थंडही नाही तसंच मैत्री न करण्यासारखी देखील नाही, परंतु तिच्यामध्ये स्वाभाविकतेचा, सहजतेचा अभाव जाणवतो. मला वाटतं मी जर तिच्या अनुभवातून गेले असते तर मीही तशीच झाले असते. दैनंदिन आयुष्यातून किंचित बाजूला पडलेली.

मात्र जेव्हा एमी किटच्या संगतीत असते, तेव्हा या सगळ्या वर्णनावर तू फुली मारू शकतोस. पहिल्यांदा किटशी गप्पा मारायच्याऐवजी तिचे डोळे किटचा वेध घ्यायचे. पण जेव्हा किटनं तिला बोबडं कसं बोलायचं ते शिकवायची तयारी दाखवली, तेव्हा ते बदललं. एमी दचकल्यासारखी दिसली, पण तिनं ते धडे घ्यायचं मान्य केलं आणि दोघी मिळून ॲमेलियाच्या हरितगृहाकडे गेल्या. तिच्या बोबड्या बोलण्यात तिच्या उच्चारांचा मोठाच अडसर येतो, पण किट ते फारसं मनाला लावून घेत नाही आणि औदार्याने तिने एमीला जास्तीच्या सूचना दिल्या आहेत.

एमी आल्याच्या संध्याकाळी ॲमेलियानं छोटी डिनरपार्टी आयोजित केली होती. प्रत्येक जण तिच्याशी आपापल्या परीने छान वागत होता. इझोला काखेत टॉनिकची मोठी बाटली घेऊन आली, पण एमीला पाहिल्यावर तिनं विचार बदलला. 'हे टॉनिक तिला मारू शकेल,' किचनमध्ये ती माझ्याजवळ पुटपुटली आणि ती बाटली तिनं कोटाच्या खिशात कोंबली. एली तिच्याशी हस्तांदोलन करताना बावरला होता. तो लगेच मागे झाला. मला वाटतं चुकून आपल्याकडून तिला इजा झाली तर, या विचारानं तो घाबरला होता. एमी ॲमेलियाबरोबर आरामात होती हे बघून आनंद झाला. दोघी जणी एकमेकींच्या सहवासात मजेत राहतील. पण डॉसी तिचा आवडता आहे. तो बैठकीच्या खोलीत आला तेव्हा, इतरांपेक्षा थोडा उशिरा आला तो, ती निर्धास्त झालेली दिसली आणि त्याच्याकडे बघून हसलीसुद्धा.

काल थंडी होती आणि धुकंही. पण एमी, किट आणि मी एलिझाबेथच्या छोट्याशा किनाऱ्यावर वाळूचा किल्ला बांधला. तो बांधण्यात आम्ही खूप वेळ घालविला आणि तो सुंदर, उंच किल्ला साकार झाला. मी कोकोचा थर्मास भरून आणला होता. आम्ही तो पीत बसलो आणि भरतीची लाट आत कधी येतीय आणि किल्ला कधी जमीनदोस्त करतीय याची उतावीळपणे वाट पाहत बसलो.

किट पुळणीवर वरखाली धावत होती, अधिक पुढे आणि वेगाने येण्यासाठी पाण्याला जणू चिथावत होती. एमीनं माझ्या खांद्याला स्पर्श केला आणि स्मित केलं. 'एलिझाबेथ एकेकाळी अशीच असणार,' ती म्हणाली, 'सागरसम्राज्ञी.' माझी अशी भावना झाली, जणू तिनं मला एक बक्षीस दिलंय. अगदी स्पर्शासारखी छोटीशी कृतीसुद्धा विश्वासातून उगम पावते आणि तिला माझ्या सान्निध्यात सुरक्षित वाटतंय, या जाणिवेने मी हर्षभरीत झाले.

किट लाटांमध्ये नाचत होती तेव्हा एमी एलिझाबेथविषयी बोलत होती. तिनं मनाशी ठरवलं होतं की मान खाली घालायची, जी थोडीफार ताकद उरलीय ती वाचवायची आणि युद्ध संपल्यावर जितकं लवकर घरी येता येईल तितक्या लवकर यायचं. "आम्हाला वाटत होतं हे शक्य होईल. आम्हाला आक्रमणाविषयी समजलं होतं. आमच्या छावणीवरून दोस्त राष्ट्रांची बॉम्बफेकी विमानं जाताना पाहिली होती. बर्लिनमध्ये काय घडतंय ते आम्हाला ठाऊक होतं. पहारेकरी त्यांना वाटणारी भीती आमच्यापासून लपवू शकत नव्हते. दररोज रात्री आम्ही पडून राहायचो पण झोप यायचीच नाही. दोस्त राष्ट्रांच्या रणगाड्यांचा फाटकाशी आवाज येईल, याची वाट बघत असायचो. उद्या आपण स्वतंत्र होऊ, असं एकमेकींशी कुजबुजायचोसुद्धा. आम्ही मरून जाऊ यावर आमचाच विश्वास नव्हता."

त्यानंतर फारसं काही बोलण्यासारखं राहिलंच नव्हतं. पण मी विचार करीत होते, एलिझाबेथनं अजून काही आठवडे तग धरला असता तर ती घरी, तिच्या किटकडे परत येऊ शकली असती. का, का म्हणून पर्वसमाप्तीच्या इतक्या जवळ आल्यानंतर तिनं त्या मुकादम स्त्रीवर हल्ला चढवला?

एमी समुद्राचे ते श्वासोच्छ्वास पाहत होती. मग म्हणाली, "इतकं कोवळं हृदय नसतं तर किती बरं झालं असतं."

खरंय, पण आम्हा सर्वांसाठी याहून वाईट!

तितक्यात लाट आली! प्रमुदित चीत्कार, किंकाळ्या आणि किल्ल्याची नामोनिशाणीही नाही.

सस्नेह,
ज्युलिएट

इझोलाकडून सिडनेला

१ ऑगस्ट १९४६

प्रिय सिडने,

मी 'द गर्नसी लिटररी अँड पोटॅटो पील पाय सोसायटी'ची नवी सचिव आहे. मला वाटलं तुला कदाचित माझ्या पहिल्या सारांशाचा एक नमुना पाहायला आवडेल, कारण ज्युलिएटला ज्या ज्या गोष्टींमध्ये रस असतो, त्या त्या गोष्टींमध्ये तुलादेखील तितकाच असतो ना. तो सारांश खालीलप्रमाणे :

३० जुलै १९४६, संध्याकाळचे ७.३०

थंडीची रात्र. महासागर गर्जना करतोय. विल थिस्बी यजमान होता. घराची साफसफाई केलेली, पण पडदे धुवायला हवेत.

मिसेस विन्स्लोनं तिच्या आत्मचरित्रातलं एक प्रकरण वाचलं.

पुस्तकाचं नाव 'द लाईफ अँड लव्ह्ज ऑफ डिलायला डॉब्स.' श्रोते लक्षपूर्वक ऐकत होते – पण नंतर शांत. विन्स्लोखेरीज, त्याला घटस्फोट हवाय.

सगळे गोंधळलेले, म्हणून ज्युलिएट आणि ॲमेलियानं अगोदरच बनवून ठेवलेली डेझर्ट दिली. सुंदर रिबन केक, अस्सल चिनीमातीच्या प्लेट्समधे... ज्यांच्यासाठी आमच्या कुणाकडे पुरेसा पैसा नसतो.

नंतर मिस मायनॉर, आम्ही स्वत: लेखक म्हणून कधीतरी सुरुवात करणार आहोत की नाही, हे विचारायला उठली. तसेच ती तिच्या स्वत:च्या विचारांच्या एका पुस्तकातून काही वाचून दाखवू शकते का, हेही तिनं विचारलं. तिच्या मूळ पुस्तकाचे शीर्षक आहे, 'द कॉमनप्लेस बुक ऑफ मेरी मार्गारिट मायनॉर'

मेरीचे प्रत्येक गोष्टीविषयी काय विचार आहेत याची प्रत्येकाला आधीपासूनच कल्पना आहे, पण आम्ही 'होऽऽऽ' म्हटलं. कारण आम्हा सर्वांना ती आवडते. मात्र विल थिस्बीनं, 'बहुतेक मेरी तिच्या लिखाणाचं संपादन स्वत:च करील, कारण तिनं बोलण्यात कधीच कमी केलं नाहीय. तेव्हा ते तितकंसं वाईट नसेल,' एवढं बोलायचं धाडस मात्र केलं.

मी प्रस्ताव मांडला– पुढच्या आठवड्यात आपण एक खास मीटिंग बोलावली आहे, तेव्हा मला जेन ऑस्टीनवर बोलायला वाट

पाहायला नको. डॉसीनं याला दुजोरा दिला. सगळे 'हो' म्हणाले. मीटिंग बरखास्त झाली.

मिस इझोला प्रिबी
'द गर्नसी लिटररी अँड पोटॅटो पील पाय सोसायटी'ची
अधिकृत सचिव

आता मी अधिकृत सचिव असल्याने तुलाही सभासदत्वाची शपथ देऊ शकते, जर तुला आवडत असेल तर. ते नियमांविरुद्ध आहे, कारण तू या बेटाचा रहिवासी नाहीस, पण मी ते गुपचूप करू शकते.

तुझी मैत्रीण,
इझोला

ज्युलिएटकडून सिडनेला

३ ऑगस्ट १९४६

प्रिय सिडने,

कोणीतरी आणि मला अंदाज नाही येत आहे कुणी, इझोलाला स्टीफन्स अँड स्टार्ककडून एक प्रेझेंट पाठवलंय. ते पुस्तक १८०० च्या मध्यावर प्रकाशित झालं होतं आणि त्याचं नाव आहे *'द न्यू इलस्ट्रेटेड सेल्फ इन्स्ट्रक्टर इन फ्रेनॉलॉजी अँड सायकिआट्री : वुईथ साईझ अँड शेप टेबल्स अँड ओव्हर वन हंड्रेड इलस्ट्रेशन्स'* इतकं पुरेसं नाही म्हणून की काय त्याला एक उपशीर्षकही आहे *'फ्रेनॉलॉजी : द सायन्स ऑफ इंटरप्रिटिंग बम्प्स ऑन द हेड.'*

काल रात्री मी, किट, डॉसी, इझोला, विल, ॲमेलिया आणि एमी इतके जण एबेनकडे जेवायला होतो. इझोला तक्ते, पत्रकं, रेखाटनं, ग्राफ पेपर, एक मोजायची टेप, व्यास मोजण्याचं उपकरण आणि एक नवी कोरी वही घेऊन आली. नंतर तिनं तिचा घसा साफ केला आणि पहिल्या पानावरची जाहिरात वाचली. 'तुम्हीसुद्धा डोक्यावरच्या टेंगळांचा अभ्यास करू शकता! तुमच्या मित्रांना आश्चर्यचकित करा. शत्रूंना त्यांच्याकडच्या मानवी शक्तीसामर्थ्याचं किंवा त्याच्या उणिवांचं ज्ञान पाजळून बुचकळ्यात टाका.'

तिनं ते पुस्तक दाणकन टेबलावर आदळलं. 'मी लवकरच पारंगत होणार आहे या कलेत' तिनं घोषणा केली, 'हार्वेस्ट फेस्टिव्हलपर्यंत[१४], अगदी योग्य वेळेवर.'

१४. हार्वेस्ट फेस्टिव्हल – कापणीच्या हंगामात पीक उत्तम आलं म्हणून सण साजरा करतात.

तिनं पाद्री एलस्टोनना सांगून ठेवलंय, की ती यापुढे अंगावर शाली पांघरणार नाही आणि तळहात बघून भविष्य वर्तवण्याचा आव आणणार नाही. नाही, यापुढे ती भविष्य शास्त्रोक्त पद्धतीने बघेल, डोक्यावरची टेंगळं वाचून! चर्च ही टेंगळं वाचून, मिस सिबिल तिच्या बूथवर जेवढे पैसे मिळवते, त्याच्या कितीतरी पटीने जास्त पैसे मिळवेल.

सिबिल बेडोसकडून एक चुंबन जिंका.

विल म्हणाला, तिचं अगदी तंतोतंत बरोबर होतं. मिस बेडोस काही चांगलं, रसरशीत चुंबन घेणारी नव्हती आणि अगदी 'स्वीटचॅरिटी' संगीतिकेच्या प्रेमापोटीसुद्धा त्याला तिची चुंबनं घ्यायचा कंटाळा आला होता.

सिडने, तुला समजतंय का, तू गर्नसीवर काय घोळ घातलाहेस ते? इझोलानं श्रीयुत सिंगलटनच्या मस्तकावरचे उंचवटे अगोदरच वाचले आहेत. (मंडईत त्याचा स्टॉल तिच्या स्टॉलच्या पुढेच आहे.) आणि त्याला सांगितलं, की त्याचा सहकारी प्राण्यांविषयीच्या प्रेमाचा जो उंचवटा आहे, त्याला मध्यभागापर्यंत उथळ खाच आहे. कदाचित म्हणून तो त्याच्या कुत्र्याला पुरेसं खायला घालत नसावा.

तुला दिसतंय का हे प्रकरण कुठपर्यंत जाणार आहे? एक दिवस तिला कोणीतरी डोक्यावर सुप्त मारेकऱ्याची गाठ असलेला माथेफिरू भेटेल आणि तो तिला गोळी घालेल... जर मिस बेडोसनं तिला आधी गाठलं नाही तर!

तुझ्या प्रेझेंटमुळे एक मजेदार, अनपेक्षित गोष्ट घडून आली. डेझर्ट खाल्ल्यावर इझोलानं एबेनच्या शिरावरील टेंगळांचा अभ्यास सुरू केला... एकीकडे मला कवटीची मापं लिहून घ्यायचं फर्मान सोडत!

मी पलीकडे बसलेल्या एमीकडे कटाक्ष टाकला. एबेनचे भीतीनं ताठ उभे राहिलेले केस आणि इझोलाचं त्यातून संशोधन करणं याविषयी तिला काय वाटत असेल, असा विचार मनात आला. ती हसू दाबायचा प्रयत्न करीत होती, पण तिला ते जमलं नाही आणि ती एकदम खो खो हसत सुटली. डॉसी आणि मी अवाक होऊन तिच्याकडे पाहतच बसलो.

ती इतकी शांत असते, की आमच्यापैकी कुणीच तिच्याकडून अशा हास्याची कल्पना केली नव्हती. ते पाण्यासारखं खळाळतं होतं. मला आशा आहे ते पुन्हा ऐकायला मिळेल.

डॉसी आणि मी एकमेकांशी पूर्वीसारख्या सहजतेने वागत नाही. तो अजूनही किटला भेटायला येतो किंवा एमीला फिरायला नेण्यासाठी आम्हाला भेटतो. एमीचं हसू ऐकताना जवळजवळ पंधरवड्याने पहिल्यांदाच आम्ही एकमेकांच्या नजरेला नजर भिडवली. पण बहुधा तो माझ्या संगतीत राहून तिच्यात माझा आनंदी स्वभाव कसा उतरलाय अशी प्रशंसा करत असेल. सिडने, काही जणांच्या नजरेतून माझा स्वभाव खरोखरीच उत्फुल्ल आहे. तुला हे माहिती होतं का?

बिली बीनं पीटरला 'स्क्रीन जेम्स' मासिकाची एक प्रत पाठवली. त्यात रीटा हेवर्थवर सचित्र निबंध होता. पीटर भलताच खूश झाला. मात्र मिस हेवर्थला तिच्या

नाईट ड्रेसमध्ये पोज देताना बघून त्याला आश्चर्यही वाटलं. गादीवर ओणवी होऊन बसलेली असतानाचा फोटो! जग कुठे चाललंय?

सिडने, बिली बीला माझी वैयक्तिक कामं धावपळ करून करायचा कंटाळा नाही आला का?

सस्नेह,
ज्युलिएट

सुझन स्कॉटकडून ज्युलिएटला

५ ऑगस्ट १९४६

प्रिय ज्युलिएट,

तुला माहितीच आहे की, सिडने तुझी पत्रं त्याच्या हृदयाशी घट्ट धरून ठेवीत नाही, तर उघडलेली पत्रं तशीच त्याच्या डेस्कवर सोडून जातो. ती कुणीही वाचावीत. तेव्हा अर्थातच मी ती वाचते.

बिली बी तुझी खाजगी कामं करायला इकडे-तिकडे धावत असते, त्याविषयीची तुझी चिंता दूर करण्यासाठी हे पत्र लिहीत आहे. सिडने स्वतःहून ही कामं तिला सांगत नाही. तीच तुझी किंवा त्याची किंवा त्या गोड मुलीची कोणतीही लहान-मोठी सेवा मला करू द्या, अशी विनवणी त्याच्यापाशी करते, तीही इतक्या प्रेमानं, सौम्य शब्दांत आणि मी तिला गप्प बसवते. सोंजा हेनी[१५] स्केटिंग करताना घालते तशी एक छोटी अंगोरा कॅप[१६] ती घालते. मी अजून काही बोलायला हवंय का?

त्याचप्रमाणे, सिडनेला वाटतं तशी ती स्वर्गातून थेट उतरलेली देवदूत किंवा परी वगैरे नाहीय. ती एका 'एम्प्लॉयमेंट एजन्सी'कडून आलीय. ही तिची तात्पुरती नोकरी होती. तिने स्वतःला कामात इतकं बुडवून घेतलं की आता ती नोकरीत कायमची चिकटलीय आणि अपरिहार्यही बनलीय. सिडनेचं तिच्यावाचून पान हलत नाही. किटला 'गॅलापॅगोस'वरचा एखादा जिवंत प्राणी जवळ बाळगायला आवडेल, अशा एखाद्या प्राण्याचं नाव तुला सुचतंय का? बिली बी त्याच्यासाठी पुढच्याच लाटेवर आरूढ होऊन तिथे जाईल आणि कित्येक महिने तिथेच असेल. जर तिथल्या एखाद्या प्राण्यानं तिला खाल्लं तर, कायमचीच तिथे असण्याची शक्यता आहे.

माझ्या तुला आणि किटला शुभेच्छा.

सुझन

---

१५. सोंजा हेनी : विख्यात नॉर्वेजियन कलावंत. ती स्केटिंग चॅंपियन होती.
१६. अंगोरा कॅप : हनुवटीवर बो असतो.

इझोलाकडून सिडनेला

५ ऑगस्ट १९४६

प्रिय सिडने,

मला ठाऊक आहे, *'द न्यू इलस्ट्रेटेड सेल्फ इन्स्ट्रक्टर इन फ्रेनॉलॉजी अँड सायकिआट्री : वुईथ साईझ अँड शेप टेबल्स अँड ओव्हर वन हंड्रेड इलस्ट्रेशन्स'* हे पुस्तक तूच पाठवलंस. ते फारच उपयुक्त आहे आणि त्याबद्दल मी तुझे आभार मानते. मी कसून अभ्यास करतीय आणि तो करायलाच हवा, म्हणजे डोकंभर विखुरलेल्या टेंगळांवर बोटं फिरवून मी भविष्य वर्तवू शकते. पुस्तकात तीन किंवा चारपेक्षा अधिक वेळा चोरून न बघता! चर्चसाठी मी हार्वेस्ट फेस्टिवलच्या उत्सवात पैशांची टांकसाळ उघडू शकेन अशी मला आशा आहे. कारण आपल्या मनातल्या सर्वांत गुह्य भागाचं कार्य, चांगलं किंवा सडकं, कसं चाललंय ते मस्तकसामुद्रिकाच्या अभ्यासानं प्रकट होणार असेल, तर ते कुणाला बरं नको असेल? कुणालाच नाही. तेच तर, असं कुणीच नसेल.

हे मस्तकसामुद्रिकशास्त्र खरंच विजेचा लोळ आहे. माझ्या यापूर्वीच्या उभ्या आयुष्यात कळलं नव्हतं इतकं मला गेल्या तीन दिवसांत कळलंय. मिसेस गिल्बर्ट नेहमीच नाठाळपणे वागत आलीय, पण आता मला कळलं की त्या गोष्टीला तिचा काही इलाज नाही. तिच्या मस्तकी दयाळूपणाच्या जागी एक मोठ्ठा खड्डा आहे. लहानपणी खाणीत पडली होती ती आणि माझा असा एक तर्क आहे, त्या अपघातात तिचा दयाळूपणाचा जो उंचवटा आहे त्याला तडा गेला. तेव्हापासून तो पूर्वीसारखा कधीच झाला नाही.

अगदी माझे आपले मित्रदेखील मला आश्चर्यचकित करताहेत. एबेन वाचाळ आहे. मला स्वप्नातही त्याच्याविषयी तसं कधी वाटलं नसतं, पण त्याच्या डोळ्यांखाली फुगीर उंचवटे आहेत आणि त्याबद्दल कसलाच संदेह नाही. मी हे मृदू भाषेत त्याच्यापाशी उघडं केलं. ज्युलिएट तर सुरुवातीला तयारच नव्हती तिची टेंगळं अभ्यासू द्यायला, पण अखेरीस ती विज्ञानाच्या आड येतीय असं मी तिला म्हटल्यावर ती तयार झाली. ती प्रेमात बुडून गेलीय आणि वैवाहिक प्रेमसुद्धा. मी तिला म्हटलं, एवढ्या मोठ्या टेकड्या असताना तिचं लग्न झालं नव्हतं हेच आश्चर्यकारक होतं.

विल व्यर्थ बडबडतो, 'ज्युलिएट, तुझा श्रीमान स्टार्क नशीबवान आहे.' ज्युलिएट लाजून टोमॅटोसारखी लालबुंद झाली आणि त्याला फारसं माहीत नाही, हे सांगायचा मला अगदी मोह झाला होता. श्री. स्टार्क समलिंगी आहे. पण मला एकदम आठवण झाली आणि तुझं रहस्य तुला वचन दिल्याप्रमाणे अबाधित ठेवलंय.

तेव्हा डॉसी अचानक उठला आणि निघून गेला. म्हणून त्याची टेंगळं काही बघायला मिळाली नाहीत. पण मी लवकरच त्याला पकडीन. मला वाटतं डॉसीचं वागणं काही काही वेळा मला खटकतं. काही दिवसांपूर्वी तो अगदी मनमोकळ्या गप्पा मारत असे. आता...? सलग दोन शब्द निघत नाहीत त्याच्या तोंडून.

या सुंदर पुस्तकाबद्दल धन्यवाद.

तुझी मैत्रीण,
इझोला

सिडनेची ज्युलिएटला तार

६ ऑगस्ट १९४६

काल गुंथर्समध्ये डॉमनिकसाठी एक छोटा बॅगपाईप खरेदी केला. किटला तसा आवडेल का? लवकरात लवकर कळव, कारण त्यांच्याकडे एकच शिल्लक आहे. लिखाण कसं चाललंय? तुम्हा दोघींना खूप खूप प्रेम.

सिडने

ज्युलिएटकडून सिडनेला

७ ऑगस्ट १९४६

प्रिय सिडने,

किटला खूप आवडेल बॅगपाईप, पण मला नाही. मला वाटतं माझं काम सुंदर चाललंय, पण त्यातली दोन प्रकरणं तुला पाठवायला आवडेल. तू ती वाचल्याशिवाय मला चैन पडणार नाही. तुला वेळ आहे का?

प्रत्येक चरित्र त्या त्या नायकाच्या पुढच्या एका पिढीपर्यंत लिहिलं गेलं पाहिजे, तो किंवा ती स्मृतीत जिवंत असेपर्यंत. विचार कर, ॲनी ब्राँटच्या शेजाऱ्यांशी मला बोलायला मिळालं असतं, तर मी तिच्यासाठी काय करू शकले असते? ती कदाचित स्वभावाने गरीब किंवा उदास नसेलही. काय माहीत, तिचा स्वभावविशेष किंचाळणं हा असेल आणि ती नियमितपणे आठवड्यातून एकदा क्रोकरी जमिनीवर आदळून फोडतही असावी? देव जाणे!

दररोज मला एलिझाबेथविषयी नवनवीन कळत असतं. माझी तिच्याशी प्रत्यक्ष ओळख असती तर? मी जेव्हा लिहीत असते तेव्हा मी तिचा माझी मैत्रीण म्हणूनच विचार करत असते. मी स्वत: जणू तिथे असल्याप्रमाणे तिने केलेल्या गोष्टी आठवताना मीच मला पकडत असते. ती इतकी समरसून, भरभरून जीवन जगली की मला स्वत:ला ती मेली आहे याची आठवण करून द्यावी लागते आणि त्या जाणिवेनं माझं अंत:करण पुन्हा एकदा तिला गमावल्याच्या वेदनेनं पिळवटून निघतं.

आज मी तिच्याबद्दलची एक गोष्ट ऐकली. ऐकताना खाली लोळण घ्यावी आणि

रडावं असं वाटलं. आज संध्याकाळी आम्ही एबेनबरोबर जेवण घेतलं. नंतर एली आणि किट गांडुळं खणून काढायला बाहेर पळाले. (हे काम करण्यासाठी चंद्राचा प्रकाश असलेला उत्तम.) एबेन आणि मी कॉफी घेऊन बाहेर आलो आणि प्रथमच त्याला एलिझाबेथविषयी माझ्याशी बोलावसं वाटलं.

हे सगळं शाळेपाशी घडलं. एली आणि बाकीची मुलं त्यांना घेऊन जाणाऱ्या जहाजांची वाट बघत होती. एबेन तिथे नव्हता, कारण कुटुंबीयांना यायची परवानगी नव्हती. पण इझोलानं ते दृश्य पाहिलं आणि त्याविषयी त्याला त्या रात्री सांगितलं.

ती म्हणाली, खोली मुलांनी भरून गेली होती. एलिझाबेथ एलीच्या कोटाची बटणं लावत होती. तेव्हा त्यानं तिला सांगितलं की, त्याला बोटीवर चढायची, आईपासून आणि घरापासून दूर जाण्याची भीती वाटत होती. त्यांच्या जहाजावर बॉम्ब पडला असता तर? त्यानं विचारलं तो कुणाला 'गुड-बाय' म्हणणार होता, कुणाचा निरोप घेणार होता?

इझोला म्हणाली, की एलिझाबेथनं उत्तर द्यायला थोडा वेळ घेतला, जणू काही ती त्याच्या प्रश्नाचा अभ्यास करीत होती. नंतर तिनं तिचा स्वेटर काढला. ब्लाऊजला लावलेली पिन काढली. ते तिच्या बाबांचं पहिल्या महायुद्धातलं शौर्यपदक होतं आणि ते ती सदैव अंगावर बाळगत असे.

तिनं ते हातात धरलं आणि त्याला समजावून सांगितलं की तो एक जादूचा बिल्ला होता. त्याने तो धारण केल्यावर त्याचं काहीही वाईट झालं नसतं. नंतर तिनं त्याला त्याच्यावर दोनदा थुंकायला सांगितलं... म्हणजे ते मंत्रभारित झालं. इझोलानं एलिझाबेथच्या समोर उभ्या एलीकडे उत्सुकतेनं पाहिलं आणि एबेनला सांगितलं की त्याच्या कोवळ्या चेहऱ्यावर सुंदर प्रकाश पडला होता; लहान, निष्पाप मुलांच्या पडतो तसा. ती वयात येऊन, आईवडिलांच्या, मोठ्यांच्या अपेक्षांचे गुलाम बनण्यापूर्वी पडतो तसा.

युद्धामध्ये घडलेल्या सर्व घटनांपैकी ही एक... मुलांना सुरक्षित ठेवण्यासाठी त्यांना तुमच्यापासून दूर पाठवणं... (केवढा विरोधाभास!) ही सर्वांत वाईट घटना होती. मला समजत नाहीय त्यांनी मुलांच्या वियोगाचं दुःख कसं सोसलं असेल. अशा घटना आपल्या पिल्लाचं रक्षण करण्याच्या उपजत प्रवृत्तीवर घाला घालतात. मी स्वत:ला किटच्या अवतीभोवती अस्वलीसारखी फिरत असताना पाहते. जेव्हा ती डोळ्यांसमोर नसते, तेव्हाही माझं लक्ष असतंच. ती एखाद्या संकटात असली तर (तशी ती बरेचदा असते... तिची चढण्याची आवड पाहता!) माझे केस रागानं अथवा भीतीनं उभे राहतात. मला माहितीदेखील नव्हतं की माझ्या अंगावर काटा येतो आणि मी तिच्या सुटकेसाठी धावते. जेव्हा तिचा शत्रू, पाद्र्याचा पुतण्या तिच्या अंगावर आलूबुखार फेकीत होता तेव्हा मी त्याच्यावर ओरडले आणि कोणत्यातरी अनाकलनीय उपजत बुद्धीनं मला ती कुठे असेल ते नेहमीच समजतं. मला माझे हात कुठे आहेत,

ते माहितीय, तसंच हेही माहीत होतं आणि तसं माहिती नसतं तर मी काळजीनं आजारी पडले असते. मला वाटतं, याच पद्धतीने एखादी जमात पृथ्वीतलावर टिकून राहत असेल, पण युद्धानं या सगळ्या नियमांना धाब्यावर बसवलं आणि सारी मानवजात दु:खाच्या खाईत लोटली गेली. गर्नसीवरल्या आया; आपली मुलं कुठे, कशी आहेत यांविषयी अनभिज्ञ होत्या, तरी त्या कशा जगत राहिल्या? माझ्या आकलनापलीकडचं आहे सारं.

सस्नेह,
ज्युलिएट

ता. क. – किटला बासरी दिली तर?

ज्युलिएटकडून सोफीला

९ ऑगस्ट १९४६

सोफी लाडके,

काय छान बातमी दिलीस! नवा पाहुणा! वंडरफुल!! या वेळी तुला कोरडी बिस्किटं खावी लागणार नाहीत आणि लिंबू चोखावं लागणार नाही, अशी मला आशा आहे. तुम्हा दोघांना येणारं बाळ कसं, काय, कोण असेल याची काळजी नाही हे मला माहितीय. पण मला मात्र मुलगी आवडेल. त्या दृष्टीनं मी छोटं मॅटिनी जॅकेट विणतीय. तसंच गुलाबी लोकरीची टोपीसुद्धा विणतीय. ॲलेक्झांडरला अर्थातच आनंद झालाय, पण डॉमनिकचं काय?

मी इझोलाला तुझी 'गुड न्यूज' दिली आणि ती तुला प्रसूतिपूर्व टॉनिकची बाटली पाठवेल, अशी मला भीती वाटतीये. सोफी, कृपा करून ती पिऊ नकोस किंवा कुत्र्यांना सापडू शकेल अशा ठिकाणी तिची विल्हेवाट लावू नकोस. वास्तविक विषारी असं काही तिच्या टॉनिकमध्ये नसेलही, पण मला नाही वाटत तू कसला धोका पत्करावास.

तुझी दिशाभूल झालीय. डॉसीची चौकशी तू किटकडे किंवा एमीकडे करावीस. मला तो माणूस क्वचितच दिसतो आणि जेव्हा तो दिसतो तेव्हा गप्प असतो. तो रोमॅंटिक मूडमध्ये किंवा कुणाच्या चिंतनात मग्न असतो (श्रीमान रोचेस्टरसारखा) असं नाही, तर भारदस्त आणि नेमस्त पद्धतीचं मौन असतं ते... त्याची नापसंती दर्शविणारं. मला कळत नाहीय, खरंच कळत नाहीय काय समस्या आहे. मी जेव्हा गर्नसीला

आले, तेव्हा डॉसी माझा मित्र होता. आम्ही चार्ल्स लँबविषयी बोलायचो, बेटावर सर्वत्र एकत्र भटकायचो आणि मी परिचित असणाऱ्यांच्या सहवासाचा आत्तापर्यंत जसा आनंद लुटलाय तसाच त्याच्याही सहवासाचा लुटला. नंतर त्या कड्यावरील भयाण रात्रीनंतर तो माझ्याशी काहीही झालं तरी, बोलेनासा झाला. खरंच घोर निराशा झालीय माझी. आम्ही परस्परांना समजून घेतलंय ही भावना म्हणजे शुद्ध फसवणूक होती... सगळा भासच होता मला झालेला.

मी स्वत: गप्प गप्प नसते, त्यामुळे अशा मौनीबाबांविषयी मला प्रचंड उत्सुकता वाटते. डॉसी स्वत:विषयी बोलत नाही, माझ्याशी तर मुळीच नाही. म्हणूनच त्याच्या पूर्वायुष्याबद्दल काही कळण्यासाठी इझोलाला त्याच्या डोक्यावरील टेंगळांविषयी विचारण्याखेरीज माझ्यापुढे दुसरा पर्याय राहिला नाही. पण इझोलाला भीती वाटू लागलीय की हे उंचवटे खोटंही बोलू शकतात आणि त्याचा पुरावा म्हणून तिनं ही वस्तुस्थिती सांगितली – हिंसेकडे कल असलेली डॉसीच्या मस्तकावरली गाठ जितकी हवी तितकी मोठी नाहीय... त्यानं एडी मियर्सला मारमारून अर्धमेला केला होता हे लक्षात घेता!!!!

ही उद्‌गारवाचक चिन्हं माझी आहेत. इझोला त्याविषयी काही विचार करतीय असं काही वाटलं नाही.

असं दिसतंय, एडी मियर्स भलादांडगा आणि हलकट माणूस होता आणि जर्मनांची मेहेरबानी मिळवण्यासाठी त्यांच्या अधिकाऱ्यांना तो माहिती पुरवायचा, विकायचा आणि त्या बदल्यात काहीतरी पदरात पाडून घ्यायचा. प्रत्येक जण हे जाणत होता, अर्थात त्याची त्याला फिकीर नव्हती, कारण तो बारमध्ये प्रौढी मिरवायला आणि त्याची नवी संपत्ती दाखवायला जायचा. पांढऱ्या ब्रेडचा एखादा स्लाईस (तुकडा), सिगारेटी, स्त्रियांचे रेशमी मोजे – ज्यासाठी बेटावरली कुणीही मुलगी नक्कीच त्याची कृतज्ञ राहील, असं तो म्हणायचा.

''एलिझाबेथ आणि पीटरला अटक झाल्यावर एका आठवड्याने तो त्याच्या जवळच्या चांदीच्या सिगारेट-केसचं प्रदर्शन करीत होता आणि हेच सुचवत होता की पीटर सॉयरच्या घरी जे काही घडत होतं ते त्यानं पाहिलं होतं आणि अधिकाऱ्यांना जाऊन सांगितलं होतं, त्याबद्दलचं ते बक्षीस होतं.

''डॉसीनं ते ऐकलं आणि दुसऱ्या दिवशी रात्री 'क्रेझी इडाज' बारकडे गेला. उघडच आहे, तो आतमध्ये शिरला, एडी मियर्सकडे चालत गेला, त्याच्या शर्टाची कॉलर पकडली, तो बसला होता त्या स्टुलावरून वर उचललं आणि त्याचं डोकं बारवर आपटायला सुरुवात केली. त्यानं एडीला नालायक, बदमाश अशा शिव्या दिल्या. प्रत्येक दोन शिव्यांच्या मध्ये त्याचं डोकं खाली आपटत राहिला. नंतर त्यानं एडीला स्टुलावरून जोरानं खाली खेचलं आणि मग फरशीवर दोघांची मारामारी सुरू झाली.''

इझोलाच्या सांगण्यानुसार डॉसीचा जो काही अवतार झाला होता... ''नाका-

तोंडातून रक्त गळत होतं, एक डोळा भप्प सुजून मिटला होता, एक बरगडी मोडली होती. पण एडी मियर्सची अवस्था तर याहून वाईट होती. दोन्ही डोळे सुजून काळे झालेले, दोन बरगड्या मोडलेल्या आणि असंख्य टाके. कोर्टाने डॉसीला गर्नसीच्या कारागृहात तीन महिन्यांची शिक्षा ठोठावली, पण एका महिन्यातच सोडून दिलं. जर्मनांना त्यांच्या तुरुंगातील जागा काळा बाजार करणारे, लष्कराच्या लॉरीतून पेट्रोल चोरणारे असे अनेक गंभीर गुन्हे करणाऱ्या गुन्हेगारांसाठी मोकळी हवी होती.

"आणि आजतागायत जेव्हा जेव्हा एडी मियर्स लपूनछपून डॉसीला 'क्रेझी इडाज'च्या दारातून आत येताना पाहतो, तेव्हा तेव्हा त्याचे डोळे संशयाने मिचमिचे होतात, हातातली बीअर सांडते आणि पाच मिनिटांच्या आत तो मागच्या दरवाजाने बाहेर पडलेला असतो." इझोलानं समारोप केला.

साहजिकच तो किस्सा ऐकून मी हुरळून गेले आणि उत्सुकतेनं तिने आणखी काही सांगावं अशी विनंती केली. टेंगळांविषयी तिचा भ्रमनिरास झाला असल्याने इझोला वस्तुस्थितीकडे वळली.

डॉसीचं बालपण काही फारसं सुखाचं नव्हतं. तो अकरा वर्षांचा असताना त्याचे वडील वारले आणि श्रीमती ॲडॅम्स, जी नेहमी आजारी असायची, विचित्र वागायला लागली. पहिल्यांदा तिला शहरात जाण्याची भीती वाटायला लागली, नंतर तिच्या स्वत:च्या अंगणात जाण्याची आणि शेवटीशेवटी तर ती घरातून बाहेरच पडेनाशी झाली. नुसती किचनमध्ये बसून राहायची, खुर्चीत डोलत, शून्यात नजर लावून... डॉसीला कधीच दिसलं नाही ती काय पाहत असायची ते. युद्ध सुरू होण्याच्या थोडे दिवस अगोदरच ती वारली.

इझोला म्हणाली की त्याची आई, पशुपालन आणि एके काळी खूपच वाईट असलेलं त्याचं तोतरेपण... हे जे काही त्याच्या वाट्याला आलं, त्यामुळे डॉसी नेहमीच लाजरा बुजरा राहिला. फक्त एबेन सोडला तर त्याला कोणी मित्र नव्हते. इझोला, ॲमेलियाशी ओळख होती, पण ते तितकंच.

तर एलिझाबेथ येईपर्यंत एकंदरीत असं चाललं होतं. ती आली आणि तिनं त्याच्याशी मैत्री केली. त्याच्यावर वाचक मंडळात येण्याची अक्षरश: जबरदस्तीच केली आणि त्यानंतर तो किती खुलला! आता त्याच्याकडे स्वाईन फीव्हर (डुकरांना येणारा ताप) हा एकच विषय नसून अनेक विषय असायचे. तो पुस्तकांवर बोलायचा आणि गप्पा मारायला मित्रही झाले होते. इझोला म्हणते की तो जितका जास्त बोलू लागला तितकं त्याचं तोतरेपण मावळत गेलं.

तो एक रहस्यमय प्राणी आहे; नाही का? बहुधा, तो श्रीमान रोचेस्टरसारखाच आहे. त्याला काहीतरी अनामिक दु:ख असावं किंवा तळघरात डांबलेली एखादी वेडी बायको? मला वाटतं काहीही शक्य आहे. परंतु युद्धकाळात एकाच शिधापत्रिकेवर एका वेड्या बायकोलाही जेवू घालणं कठीणच झालं असतं. अरे देवा! आम्ही पुन्हा

एकमेकांचे मित्र झालो तर? (डॉसी आणि मी, त्याची वेडी बायको नव्हे.)

डॉसीला संक्षिप्त एक-दोन वाक्यांत गुंडाळायचं होतं मला, पण बघते तर त्यानेच कितीतरी ताव भरलेत माझे. आता मात्र मला मंडळाच्या आज रात्रीच्या मीटिंगसाठी नीटनेटकी, आकर्षक दिसण्यासाठी पळायला पाहिजे. माझ्याकडे मोजून एकच चांगला स्कर्ट आहे आणि मला गावंढळ असल्यासारखं वाटतंय. एमी, इतकी अशक्त आणि दुबळी असूनही प्रत्येक वेळी इतकी स्टायलीश दिसते. फ्रेंच स्त्रियांच्या या दिसण्याचं रहस्य काय असावं बरं?

अधिक मजकूर लवकरच.

सस्नेह,
ज्युलिएट

ज्युलिएटकडून सिडनेला

११ ऑगस्ट १९४६

प्रिय सिडने,

एलिझाबेथच्या चरित्राबाबत मी केलेली प्रगती पाहून तुला आनंद झाला याचं मला समाधान आहे, पण त्याविषयी सविस्तर नंतर – कारण मला तुला असं काही सांगायचंय की ते मी आत्ताच, या क्षणी लिहायला हवं. माझा माझ्यावरच विश्वास बसत नाहीय, पण ते खरंय. मी ते माझ्या स्वतःच्या डोळ्यांनी पाहिलं.

मी जर (लक्षात घे, 'जर') बरोबर असेन तर 'स्टीफन्स अँड स्टार्क' कंपनी या शतकात प्रकाशन क्षेत्रात क्रांती घडवेल. पेपर्स लिहिले जातील, पदव्या बहाल केल्या जातील आणि विद्वान मंडळी, विद्यापीठं, ग्रंथालयं आणि पश्चिम गोलार्धातील अतिश्रीमंत खाजगी संग्राहक झाडून सगळे जण इझोलाचा पिच्छा पुरवतील.

घडलं ते असं – काल रात्रीच्या मंडळाच्या सभेत इझोला 'प्राईड अँड प्रेज्युडिस'वर बोलणार होती, पण जेवणाच्या आधीच एरियलनं तिच्या नोट्स खाऊन टाकल्या. म्हणून जेनच्या जागी, घाईघाईनं तिनं तिच्या प्रिय आजीला, ग्रॅनी फीनला (जोसेफीनचा शॉर्टफॉर्म) आलेली काही पत्रं, हाताला लागली ती उचलून आणली. त्या पत्रांनीच हा इतिहास घडवला.

तिनं ती पत्रं तिच्या खिशातून काढली आणि गुलाबी, रेशमी वस्त्रात गुंडाळलेली, सॅटिन बोनं बांधलेली ती पत्रं पाहून विल थिस्बी किंचाळला, "प्रेमपत्र! मला नक्की खात्री आहे, त्यात काही गुपितं असतील का? काही अत्यंत सलगीचे क्षण? सभ्य पुरुषांनी खोली सोडून जावं का?"

इझोलानं त्याला गप्प केलं आणि खाली बसवलं. ती म्हणाली, ती पत्रं तिच्या ग्रॅनी फीनला ती लहान मुलगी असताना एका अनोळखी, पण फार दयाळू माणसानं लिहिली होती. ग्रॅनीनं ती एका बिस्किटाच्या डब्यात ठेवली होती आणि इझोलाला झोपवताना गोष्ट म्हणून वाचून दाखवली होती.

सिडने, ती आठ पत्रं होती आणि मी त्यांच्यातल्या मजकुराचं वर्णन करण्याचा प्रयत्न करणार नाही. मी तोंडघशी पडीन.

इझोलानं आम्हाला सांगितलं की, जेव्हा ग्रॅनी फीन नऊ वर्षांची होती तेव्हा तिच्या वडिलांनी तिची मांजर बुडवून टाकली. मफिन टेबलावर चढून जिभेनं लपलप लोण्याचा गोळा मटकावत होती. फीनच्या पशुसमान क्रूर बापासाठी एवढं निमित्त पुरेसं होतं. त्यानं मफिनला एका ज्यूटच्या पोत्यात कोंबलं, त्यात काही दगड घातले, पोतं बांधून टाकलं आणि मफिनला समुद्रात भिरकावून दिलं. नंतर फीन शाळेतून घरी येत असताना त्याला भेटली, आपण काय केलं ते त्यानं तिला सांगितलं आणि वर बरं झालं, पीडा गेली, असंही म्हणाला.

नंतर तो दुडक्या चालीनं फीनला तशीच रस्त्याच्या मधोमध सोडून पथिकाश्रमाकडे गेला. ती मटकन खाली बसली आणि हुंदके देऊन रडू लागली.

एक घोडागाडी फार वेगानं येत होती, थोडंसंच अंतर राहिलं होतं. ती गाडीखाली सहज चिरडली असती. बग्गीचा चालक त्याच्या आसनावरून उठला आणि तिला शिव्या देऊ लागला, पण आतल्या उंचपुऱ्या, फरची कॉलर असलेला गडद रंगाचा कोट घातलेल्या उतारूने बाहेर उडी मारली. चालकाला शांत राहायला सांगितलं. फीनजवळ वाकून तो तिला काही मदत करू शकतो का म्हणून विचारपूस करू लागला.

ग्रॅनी फीन 'नाही' म्हणाली. ती मदतीच्या पलीकडे गेली होती. तिची मांजर मेली होती. तिच्या बाबांनी मफिनला बुडवली होती आणि ती कायमचीच निघून गेली होती.

तो दयाळू माणूस म्हणाला, "अर्थातच मफिन मेली नाहीय. तुला तर माहितीच आहे मांजरीचे नऊ जन्म असतात. हो नं?" फीन 'हो' म्हणाली. तिनं हे पूर्वी ऐकलं होतं. तेव्हा तो म्हणाला, "खरं तर मला समजलंय, हा तुझ्या मफिनचा तिसराच जन्म होता. अजून तिचे सहा जन्म शिल्लक आहेत."

फीननं त्याला हे कसं कळलं, म्हणून विचारलं. तो म्हणाला 'असंच.' त्याला नेहमीच माहिती असायचं – ती त्याला मिळालेली एक जन्मजात देणगी होती. त्याला कसं किंवा का घडायचं ते ठाऊक नव्हतं, पण मांजरी त्याच्या नेहमी मनात यायच्या आणि त्याच्याबरोबर गप्पा मारायच्या. वेल, अर्थातच शब्दांत नाही पण चित्रांमधून.

नंतर तो रस्त्यात तिच्या शेजारीच बसला आणि म्हणाला, आपण स्तब्ध राहू या... एकदम स्तब्ध. 'मफिनला त्याला भेटायला आवडलं असतं का' हे तो बघणार होता. बरीच मिनिटं ती दोघं निश्चल बसली आणि एकाएकी त्या माणसानं फीनचा हात धरला.

"ओहो... अरेच्या! ती बघ तिथे... या क्षणाला तिचा जन्म होतोय. एका हवेलीत...

नाही, एका किल्ल्यात. मला वाटतं ती फ्रान्समध्ये आहे... हो फ्रान्समध्येच आहे ती. एक छोटा मुलगा सांभाळतोय तिला... तिची लव कुरवाळतोय. आधीपासूनच प्रेम जडलंय तिच्यावर आणि तो तिला एक नावही देणार आहे... किती विचित्र... तो तिचं नाव सोलांज ठेवणार आहे. एका मांजरीचं असं नाव अजबच वाटतं ना? पण तरीसुद्धा ती दीर्घायुषी होणार आहे आणि छानसं धाडसी आयुष्य जगणार आहे. ही सोलांज एकदम चैतन्यमूर्ती, प्रचंड उत्साही असणार आहे. मी अगोदरच सांगू शकतो.''

ग्रॅनी फीननं इझोलला सांगितलं की, मफिनच्या नव्या भाग्योदयानं ती इतकी आनंदली की तिचं रडू थांबलं. पण तिनं त्या माणसाला तरीदेखील तिला मफिनची खूप आठवण येईल असं सांगितलं. त्या माणसानं तिला उचलून घेतलं आणि म्हणाला अर्थातच, तिला आठवण येणारच आणि तशी यायला हवी, कारण मफिन इतकी गुणी मांजर होती. त्यामुळे तिचं दुःख अजून काही काळ ताजं राहणार.

तरीपण तो म्हणाला, अधूनमधून तो सोलांजला बोलवेल आणि विचारेल तिचं कसं काय चाललंय आणि तिचा काय करायचा विचार आहे. त्यानं ग्रॅनी फीनला तिचं नाव विचारलं. ती ज्या शेतात राहत होती त्याचं नाव विचारलं, तिची उत्तरं एका छोट्या वहीत चांदीच्या पेन्सिलीनं लिहिली. तिला सांगितलं की त्याच्याकडून तिला खबरबात कळेल. मग तिच्या हाताचं चुंबन घेतलं आणि घोडागाडीत जाऊन बसला आणि निघून गेला.

सिडने, हे सगळं हास्यास्पद वाटतंय, पण ग्रॅनी फीनला पत्रं येत होती. एका वर्षात आठ लांबलचक पत्रं... सगळी मफिनच्या नव्या जीवनाबद्दल... फ्रेंच मांजर 'सोलांज'बद्दल, स्पष्टच आहे. ती मार्जार जातीतली बंदूकधारी सैनिक का काय म्हणतात ना तशी होती. उगीच गाद्यागिरद्यांवर लोळत पडणारी, साय मटकावणारी ऐदी मांजर नव्हती काही! एकामागून एक साहसी कृत्यं करीत होती... जिला 'लीजन ऑफ ऑनर' हा फ्रान्सचा सर्वोच्च बहुमान दिला जावा... (पदक आणि त्याबरोबर छोटी लालचुटूक रिबीन) अशी एकमेव मांजर होती.

फीनसाठी काय कथा रचली या माणसानं. जिवंत, विनोदी, नाट्यपूर्ण आणि रहस्यमय ! मी केवळ त्या गोष्टीचा माझ्यावर आणि इतरांवर झालेला परिणाम सांगू शकते. आम्ही मंत्रमुग्ध होऊन बसून राहिलो... अगदी विलसुद्धा मूक झाला.

पण इथे, शेवटी मला एक ठिकाणावर असलेलं डोकं आणि शांत चित्ताने दिलेला सल्ला का हवाय ते सांगते. कार्यक्रम संपला. (त्याला छानच दाद मिळाली) तेव्हा मी इझोलाला विचारलं की, मी ती पत्रं बघू शकते का आणि तिनं ती माझ्या हातात दिली.

सिडने, त्या लेखकानं मोठ्या अलंकारिक शैलीत त्या पत्रांवर सह्या केल्या होत्या.

तुझा अत्यंत प्रामाणिक,
ओ. एफ. ओ'एफ. डब्ल्यू. डब्ल्यू.

सिडने, तुला वाटतं, ती इझोलाकडे वारसाहक्कानं आलेली, ऑस्कर वाईल्डनं लिहिलेली आठ पत्रं आहेत असं? तशी शक्यता असेल का? अरे देवा, मी... भावनातिरेकानं माझा स्वत:वरचा ताबा गेलाय.

मी यावर विश्वास ठेवते, कारण मला विश्वास ठेवावासा वाटतोय. पण कुठे, कधीतरी गर्नसीवर ऑस्कर वाईल्डनं पाऊल ठेवलं होतं याची नोंद झालीय का? स्पेरान्झाला देव सुखात ठेवो... इतकं धडधडीत वेड्यासारखं नाव आपल्या मुलाला दिल्याबद्दल.

ऑस्कर फिंगल ओ'फ्लॅहर्टी विल्स वाईल्ड.

मी घाईत आहे... आणि तुला प्रेम. कृपया त्वरित सल्ला दे. मला श्वास घ्यायला त्रास होतोय.

ज्युलिएट

सिडनेचं ज्युलिएटला रात्री लिहिलेलं पत्र

१३ ऑगस्ट १९४६

आपण यावर विश्वास ठेवू या. बिलीनं थोडं संशोधन केलं आणि शोधून काढलं की, ऑस्कर वाईल्डनं जर्सीला १८९३ मध्ये एका आठवड्यासाठी भेट दिली होती. तेव्हा तो गर्नसीला आला असण्याची शक्यता आहे. प्रसिद्ध अक्षरतज्ज्ञ सर विल्यम ओटीस शुक्रवारी तिथे ऑस्कर वाईल्डची विद्यापीठातल्या संग्रहातली काही पत्रं घेऊन येतील. मी त्यांच्यासाठी रॉयल हॉटेलमधल्या खोल्या आरक्षित केल्या आहेत. तो फार प्रतिष्ठित माणूस आहे आणि मला शंका आहे, झेनोबियानं त्याच्या खांद्यावर आपला निवारा केलेला त्याला आवडेल का.

विल थिस्बीला त्याच्या भंगारात 'होली ग्रेल' (ख्रिस्तानं 'लास्ट सपर'च्या वेळी वापरलेले डिश, कप इ. ज्यांच्यात अद्भुत शक्ती होती) जरी मिळालं तरी मला कळवू नकोस. माझं हृदय याहून मोठा धक्का नाही सहन करू शकत.

सस्नेह तुला, किटला, इझोलाला,
सिडने

इझोलाकडून सिडनेला

१४ ऑगस्ट १९४६

प्रिय सिडने,

ज्युलिएट म्हणते की, तू ग्रॅनी फीनची पत्रं वाचायला आणि ती ऑस्कर वाईल्डनंच लिहिली होती की नाही त्यावर निर्णय द्यायला हस्ताक्षरतज्ज्ञ पाठवतोयस. मी पैजेवर सांगते, ती त्यानेच लिहिली आहेत आणि त्यानं जरी नसली लिहिली तरी मला वाटतं तू सोलांजच्या गोष्टीची प्रशंसा करशील. मी केली, किटनं केली आणि मला ठाऊक आहे, ग्रॅनी फिननंही केली होती. ती तिच्या थडग्यात आनंदानं गिरक्या घेईल... त्या सज्जन माणसाविषयी आणि त्याच्या मजेदार कल्पनांविषयी इतर बऱ्याच जणांना कळलं म्हणून!

ज्युलिएटनं मला सांगितलं की, वाईल्ड महाशयांनी ती पत्रं लिहिली असली तर बऱ्याच शिक्षकांमध्ये, शाळांमध्ये, वाचनालयांमध्ये ती हस्तगत करायची चुरस लागेल आणि ते त्यासाठी मला पुष्कळ पैसा देऊ करतील. खात्रीनं देतील आणि ती पत्रं एका सुरक्षित, कोरड्या आणि योग्य तऱ्हेने थंड केलेल्या जागेत ठेवतील.

मी त्या गोष्टीला नकार देतीय – ती पत्रं आत्ताही सुरक्षित, कोरडी आणि थंडगार आहेत. ग्रॅनीनं ती तिच्या बिस्किटांच्या डब्यात ठेवली होती आणि ती तिथेच राहतील. अर्थात, ज्याला ती येऊन बघायची असतील तो मला इथे येऊन भेटू शकतो आणि मी ती त्याला बघायला देईन. ज्युलिएट म्हणाली की खूप विद्वान मंडळी येतील. कदाचित माझ्यासाठी आणि झेनोबियासाठी ते चांगलंच आहे. कारण आम्हा दोघांनाही माणसं आवडतात.

तुला एखाद्या पुस्तकासाठी ती पत्रं हवी असतील तर तू ती घेऊ शकतोस. मात्र मला आशा आहे, ज्युलिएट ज्याला प्रस्तावना म्हणते, ती तू मला लिहायला देशील. मला ग्रॅनी फीनविषयी सांगायला आवडेल. माझ्याकडे तिचा आणि मफिनचा एक फोटोदेखील आहे, पंपाजवळ काढलेला. ज्युलिएटनं मला मानधनाची कल्पना दिली आहे. त्यातून मी साईडकार असलेली एक मोटारसायकल घेऊ शकेन. लेनॉक्सच्या गॅरेजमध्ये एक लाल रंगाची, वापरलेली मोटरसायकल आहे.

तुझी मैत्रीण,
इझोला

ज्युलिएटकडून सिडनेला

१८ ऑगस्ट १९४६

प्रिय सिडने,

सर विल्यम आले आणि गेले. इझोलानं त्यांच्या तपासणीच्या वेळी मला उपस्थित राहण्याचं आमंत्रण दिलं आणि मी अर्थातच उडी मारून ही संधी पकडली. नऊच्या ठोक्याला सर विल्यम किचनच्या पायऱ्यांवर उभे, सौम्य काळ्या रंगाचा सूट घातलेला – त्यांना पाहताक्षणीच भीतीनं माझी गाळण उडाली. ग्रॅनी फीनची पत्रं केवळ एखाद्या कल्पक शेतकऱ्याची कारागिरी असली तर त्यांचा अमूल्य वेळ वाया घालवल्याबद्दल सर विल्यम आमचं आणि तुझं काय करतील?

ते इझोलाने पसरलेल्या हेमलॉक आणि हिसॉपच्या शेजेवर बसले. माणूस उग्र वाटतो. पांढऱ्याशुभ्र रुमालाने हात स्वच्छ पुसले. एका डोळ्यावर एक छोटं भिंग बसवलं आणि हळूच बिस्किटाच्या डब्यातलं पहिलं पत्र काढलं.

त्यानंतर प्रदीर्घ शांतता. इझोला आणि मी एकमेकींकडे बघितलं. सर विल्यमनं बिस्किटाच्या डब्यातलं दुसरं पत्र घेतलं. आमचे दोघींचे श्वास रोखले गेले. सर विल्यमनं सुस्कारा सोडला. आम्ही आखडलो. 'हंऽऽऽ' ते पुटपुटले. आम्ही त्यांच्याकडे पाहून उत्तेजनार्थ मान हलवली. पण त्याचा काही उपयोग नव्हता. पुन्हा एकदा शांतता – ही शांतता तर खूप काळ टिकली.

नंतर त्यांनी आमच्याकडे बघितलं आणि मान डोलवली. "येस?" मी विचारलं. माझा जणू श्वासच थांबला होता.

"मॅडम, तुमच्या ताब्यात ऑस्कर वाईल्डनं लिहिलेली आठ पत्रं आहेत यावर शिक्कामोर्तब करण्यात मला खूप आनंद होतोय." किंचितसं झुकून ते इझोलाला म्हणाले.

"ग्रेट! फारच छान!" इझोला ओरडली आणि टेबलाला वळसा घालून तिनं सर विल्यमना घट्ट मिठी मारली. पहिल्यांदा ते दचकलेले दिसले, पण नंतर हसले आणि त्यांनी सावधपणे तिच्या पाठीवर थोपटलं.

त्यांनी त्या पत्रातलं एक पान अन्य 'वाईल्ड' तज्ज्ञांची त्यांच्या मताला पुष्टी मिळावी यासाठी आपल्याबरोबर घेतलं. पण मला म्हणाले की ते सगळं शुद्ध 'देखाव्यासाठी' आहे. त्यांना त्यांचं बरोबर असल्याची खात्री होती.

ते कदाचित तुला हे सांगणार नाहीत, की इझोला त्यांना श्रीयुत लेनॉक्सच्या मोटरसायकलवर वाहन परीक्षेसाठी घेऊन गेली होती. इझोला गाडी चालवत होती, ते साईडकारमध्ये आणि त्यांच्या खांद्यावर झेनोबिया. बेपर्वाईने वाहन चालवल्याबद्दल

त्यांना कोर्टात हजर राहण्याचा हुकूमही आला. सर विल्यमनं तेव्हा इझोलाला आश्वासन दिलं की जो काही दंड असेल, 'तो भरण्यात त्यांना धन्यता वाटेल.' इझोला म्हणते त्याप्रमाणे एक सुविख्यात अक्षरतज्ज्ञ असूनही ते भलतेच खेळकर वृत्तीचे आहेत.

परंतु ते तुझी जागा घेऊ शकत नाहीत. तू स्वत: ती पत्रं पाहायला आणि मलाही भेटायला कधी येणार आहेस? किट तुझ्या सन्मानार्थ टॅप नृत्य करेल आणि मी शीर्षासन करीन. तुला माहितीय, मी अजूनही करू शकते.

आणि हे केवळ तुला छळायला– मी काही बातमी देणार नाही. त्यासाठी तुलाच यावं लागेल आणि तुझी तुलाच ती बातमी काय आहे ते शोधून काढावं लागेल.

सस्नेह,
ज्युलिएट

बिली बीकडून ज्युलिएटला तार

२० ऑगस्ट १९४६

प्रिय श्रीयुत स्टार्क अचानक रोमला गेले. या गुरुवारी तिथे येऊन मला पत्रं घेऊन यायला सांगितलंय. तुझ्या वेळापत्रकात बसत असेल तर मला तार कर. त्या सुंदर बेटावर छोटी सुट्टी घालवायला मी कधीची उत्सुक आहे.

बिली बी जोन्स

ज्युलिएटची बिली बी ला तार

मला खूप आनंद होईल. कृपया येण्याची वेळ कळव आणि मी तुला भेटेन.

ज्युलिएट

ज्युलिएटकडून सोफीला

२२ ऑगस्ट १९४६

प्रिय सोफी,

तुझा भाऊ माझ्या दृष्टीनं फारच आदरणीय, महान वगैरे वगैरे झालाय. ऑस्कर वाईल्डची पत्रं ताब्यात घेण्यासाठी त्यानं खास दूत पाठवला आहे. बिली बी सकाळच्या डाक घेऊन येणाऱ्या बोटीनं आली आहे. तो प्रवास फारच खडतर होता म्हणून आली तेव्हा तिचे पाय लटलट कापत होते आणि चेहरा फिकुटलेला, पण एखादं जोखमीचं काम करायला उत्सुक! दुपारचं जेवण काही ती घेऊ शकली नाही, पण सगळ्यांसोबत रात्रीच्या जेवणासाठी आली आणि आजच्या मंडळाच्या बैठकीतली ती चैतन्यमय पाहुणी होती.

एकच अवघडलेला क्षण. किटला ती आवडलेली दिसत नाहीय. जेव्हा बिलीनं तिचा मुका घ्यायचा प्रयत्न केला, तेव्हा ती मागे झाली आणि म्हणाली, ‘‘मी नाही चुंबन घेणार.’’ सोफी, जेव्हा डॉमनिक उर्मटासारखा वागतो तेव्हा तू काय करतेस? तिथल्या तिथे त्याला शिक्षा करतेस, ज्यामुळे तिथे उपस्थित प्रत्येकाला ओशाळवाणं वाटतं, की सगळे गेल्यानंतर मिळणाऱ्या एकांताची वाट पाहतेस? बिली बीनं त्या सगळ्यावर सुंदर तऱ्हेनं पांघरूण घातलं. पण त्यातून तिचे चांगले शिष्टाचार दिसतात, किटचे नव्हे; पण मला याविषयी तुझं मत जाणून घ्यायला आवडेल.

ज्या क्षणी मला कळलं, एलिझाबेथला देवाज्ञा झाली असून किट अनाथ झालीय, तेव्हापासून मला तिच्या भविष्याची चिंता लागून राहिलीये आणि तिच्यावाचून माझ्या भविष्याचीसुद्धा. मला वाटतं ते जगणं असह्य होईल. श्री. डिल्वीन आणि त्यांच्या पत्नी सुट्टीवरून घरी परत आल्यावर एक दिवस त्यांच्या भेटीची वेळ ठरवून घेणार आहे. ते तिचे कायदेशीर पालक आहेत आणि मी किटचं पालकत्व घेऊ शकते का, तिची काळजीवाहू पालक बनू शकते का या साऱ्या शक्यतांची त्यांच्याबरोबर चर्चा करणार आहे. अर्थात, मला सरळ दत्तक घ्यायला आवडेल, पण श्री. डिल्वीन एका अविवाहित, जिचं उत्पन्न अनियमित आहे, जिला स्वत:चं घर नाही, अशा स्त्रीला एक पालक या जबाबदारीसाठी कितीसे पात्र ठरवतील माहिती नाही.

मी याबद्दल एक शब्दसुद्धा इथल्या कुणाशी किंवा सिडनेशीही बोलले नाहीय. निर्णय घेणं कठीण व्हावं अशा कितीतरी गोष्टी आहेत. ॲमेलिया काय म्हणेल? किटला ही कल्पना आवडेल का? तिचं ती ठरवण्याइतपत ती मोठी आहे का?

आम्ही राहणार कुठे? मी तिला तिच्या आवडत्या गर्नसीपासून दूर लंडनला घेऊन जाऊ शकते का? बोटींमधून इकडे तिकडे फिरणं आणि दफनभूमीत शिवाशिवी खेळणं यांच्याऐवजी तिला एका शहरातलं बंदिस्त, मर्यादित आयुष्य मानवेल का? किटपाशी इंग्लंडमध्ये तू, मी आणि सिडने असू, पण तिच्या इथे असलेल्या तमाम कुटुंबीयांचं काय? डॉसी, ॲमेलियाचं काय? त्यांची जागा कुणी घेईल हे असंभव. इझोलाच्या अंगी जशी नैसर्गिक आवड आणि कौशल्य आहे, तसं लंडनच्या नर्सरी शाळेतल्या एकातरी शिक्षिकेकडे असेल का? अर्थातच नाही.

मी स्वत:शी वादविवाद करीत या प्रश्नाच्या एका टोकापर्यंत जाते आणि पुन्हा मूळपदी येते. दिवसातून असं बऱ्याच वेळा घडतं. मात्र एक गोष्ट नक्की– मला किटची सदैव काळजी घ्यायचीय.

सस्नेह,
ज्युलिएट

ता. क. – जर श्री. डिल्वीन ते शक्य नाही असं म्हणाले तर मी किटला पळवून नेईन आणि तुझ्या धान्याच्या कोठारात येऊन लपून बसेन.

ज्युलिएटकडून सिडनेला

२३ ऑगस्ट १९४६

प्रिय सिडने,

तुला एकाएकी रोमला जावं लागलं ना? तुझी पोपच्या पदी नियुक्ती झाली काय? ते तुझ्याऐवजी बिली बी ला पत्र घ्यायला पाठवायचं चांगलं निमित्त झालं असतं. आणि पत्रांच्या ट्रेस पेपरनं काढलेल्या प्रती का चालणार नाहीत ते मला कळत नाहीय. बिली बी म्हणते की, ओरिजिनल पत्रंच पाहायचा तुझा हट्ट आहे. इझोलानं दुसऱ्या कुणा ऐऱ्या-गैऱ्याच्या या विनंतीला धुडकावूनच लावलं असतं, पण तुझ्यासाठी ती तेही करेल. सिडने, कृपा करून त्या पत्रांची अतिशय काळजी घे. ती तिच्या मर्मबंधातली ठेव आहे आणि तू स्वत: येऊन ती परत करशील असं पाहा.

असं नाहीये की बिली बी आम्हाला आवडत नाही. ती फार उत्साही पाहुणी आहे. या घटकेला ती बाहेर रानफुलांची चित्रं काढतीये. इथून मला तिची गवतात लपलेली लहानशी टोपी दिसतीये. काल रात्री वाङ्मयप्रेमी मंडळात तिची ओळख करून दिल्यावर तिनं त्याचा पूर्ण आनंद लुटला. सभेच्या शेवटी तिनं छोटंसं भाषण केलं आणि विल थिस्बीला त्याच्या स्वादिष्ट ॲपल पफची पाककृतीही विचारली. हे

सौजन्यशील वागणं जरा अतीच होत होतं. कारण ती कणीक नीट फुलली नव्हती, मध्यभागी पिवळसर पदार्थ आच्छादलेला आणि वर सर्वत्र बिया पसरलेल्या.

मला या गोष्टीचं वाईट वाटतंय की तू या सभेला उपस्थित नव्हतास. कारण संध्याकाळचा वक्ता होता 'ऑगस्टस सारे' आणि तो तुझ्या आवडत्या पुस्तकावर बोलला, 'द कॅंटरबरी टेल्स'. त्याने पहिल्यांदा वाचण्यासाठी 'धर्मोपदेशकाची गोष्ट' निवडली होती. कारण धर्मोपदेशकाला जगण्यासाठी काय करावं लागतं हे त्याला माहीत होतं आणि ते पुस्तकातल्या इतर व्यावसायिकांप्रमाणे नाही : इस्टेटीचं भाडं वसूल करणारा बेलिफ, फुकटात जमीन मिळालेला जमीनदार (सरदार, अमीर/उमराव नव्हे) किंवा एखादा पापांच्या कबुलीसाठी प्रार्थनामंदिराच्या दरबारात बोलावणं धाडणारा कनिष्ठ वर्गातील नोकर. 'धर्मोपदेशकाची गोष्ट' वाचून त्याला इतका उबग आला की तो पुढे वाचूच शकला नाही.

तुझ्या सुदैवाने मी मनाशी काळजीपूर्वक नोंदी केल्या. त्यामुळे तुला त्यांचा सारांश देऊ शकते. म्हणजे असं – ऑगस्टस त्याच्या मुलाला कधीही चॉसर वाचू देणार नाही. त्यामुळे तो एकंदरीतच जीवनापासून आणि विशेषत: ईश्वरापासून दूर जाईल. एक धर्मोपदेशक ते सांगताना ऐकणं – जीवन हे एक डबकं आहे (किंवा जवळपास तसंच) जिथे माणसाने शक्य तितक्या चांगल्या पद्धतीने त्या घाणीतून मार्ग काढला पाहिजे. वाईट प्रवृत्ती नेहमी त्याला धुंडाळत राहणार आणि तो नेहमी वाईट प्रवृत्तींना सापडत राहणार. (तुला नाही वाटत ऑगस्टस च्या आत एक कवी दडलाय? मला वाटतं तसं.)

गरीब बिचारा म्हातारा सदैव प्रायश्चित्त घेत असेल किंवा उपवास करीत असेल किंवा गाठीच्या दोरांनी स्वत:ला फटके मारून घेत असेल. हे सगळं यासाठी की तो पापाच्या खाईत जन्माला आला आणि त्याच्या आयुष्याच्या अंतिम क्षणापर्यंत तो तिथंच राहणार आहे. त्यानंतर त्याला देवाच्या अतुल दयेचा लाभ होईल.

''मित्रांनो, याचा विचार करा.'' ऑगस्टस म्हणाला, ''तुम्हाला एकही श्वास सहजगत्या घेऊ न देणाऱ्या ईश्वरासोबत जन्मभराचं दु:ख भोगायचं आणि नंतर तुमच्या शेवटच्या घटकांमध्ये तुम्हाला त्याची दया प्राप्त होते. नामर्द! मी तर म्हणतो, काहीच न केल्याबद्दल धन्यवाद.

''इतकंच नाही मित्रांनो, माणसानं स्वत:विषयी कधी चांगला विचार करू नये. त्याला म्हणतात अहंकाराचं पाप. मित्रांनो, मला एक तरी माणूस दाखवा जो स्वत:चा द्वेष करतो आणि मी तुम्हाला असा एक माणूस दाखवीन जो त्याच्या शेजाऱ्यांचा अधिक तिरस्कार करतो. त्याला करावाच लागेल – जे तुम्हाला स्वत:ला मिळू शकत नाही ते तुम्ही दुसऱ्या कुणालाही देणार नाही – प्रेम, दयाळूपणा, आदर काही नाही. म्हणून मी म्हणतो, पाद्र्याचा धिक्कार असो! चॉसर मुर्दाबाद!''

ऑगस्टस टेबलावर बुक्के मारून खाली बसला.

ईश्वरी संकेताने काही आत्म्यांना अगोदर मुक्ती मिळते (प्रि-डेस्टिनेशन) आणि मूलभूत पाप (ओरिजनल सिन) अर्थात, मानव स्खलनशील असल्यामुळे त्याच्या वाटेला येणारी दु:खं या विषयांवर दोन तास उत्साहात, खमंग चर्चा झाली. शेवटी एमी बोलायला उठली. तिनं यापूर्वी असं कधीच केलं नव्हतं आणि खोलीत एकदम शांतता पसरली. ती सौम्यपणे म्हणाली, ''देवाच्या अनुज्ञेने (ईश्वरी संकेतानुसार) जर काही जणांना अगोदर मुक्ती मिळणार असेल, तर देव हाच सैतान आहे.'' यावर कुणीच वाद घालू शकलं नाही. कोणत्या ईश्वरानं हेतुपूर्वक 'राव्हेन्सब्रुक'ची निर्मिती केली असती?

इझोलाकडे आज रात्री आमच्यापैकी बरेच जण जेवायला आहेत. बिली बी सन्माननीय पाहुणी आहे. इझोला म्हणाली, तिला परक्या व्यक्तीच्या केसात हात घालायला आवडत नसलं तरी ती बिली बी च्या मस्तकावरचे उंचवटे अभ्यासेल, तिचा प्रिय मित्र सिडने ह्याच्यावर मेहेरबानी म्हणून.

सस्नेह,
ज्युलिएट

सुझन स्कॉटकडून ज्युलिएटला तार

२४ ऑगस्ट १९४६

प्रिय ज्युलिएट,

माझी पाचावर धारण बसलीय... बिली बी गर्नसीला पत्रं न्यायला आलीय. थांबव! तिच्यावर... मी पुन्हा सांगते... तिच्यावर मुळीच विश्वास ठेवू नकोस. तिला काहीही देऊ नकोस. आयव्हर, आपला नवा उप-संपादक, त्याने बिली बी आणि गिली गिल्बर्टला (तोच लंडन 'ह्यू अँड क्राय'चा, ज्याला तू चहादाणी फेकून मारलीस तो) बागेमध्ये अखंड वटवट करताना आणि मधूनमधून प्रदीर्घ चुंबनं घेताना पाहिलं. ती दोघं एकत्र येणं आपल्यासाठी दु:चिन्ह आहे. तिला गाशा गुंडाळायला लाव... 'वाईल्ड'च्या पत्रांशिवाय.

सस्नेह, सुझन

ज्युलिएटकडून सुझनला

२५ ऑगस्ट १९४६
पहाटे दोन वाजता

प्रिय सुझन,

तू बहादूर स्त्री आहेस. इझोला या पत्राबरोबरच तुला 'द गर्नसी लिटररी अँड पोटॅटो पील पाय सोसायटी'चं सन्माननीय सभासदत्व बहाल करत आहे आणि किट तुझ्यासाठी एक खास गिफ्ट तयार करतीय; ज्याच्यात वाळू आणि खळ असेल (ते पार्सल तुला घराबाहेरच उघडावंसं वाटेल).

तुझी तार ऐन वेळेत पोहोचली. इझोला आणि किट औषधी वनस्पती गोळा करायला जरा लवकरच गेल्या होत्या. बिली बी आणि मी दोघीच घरात होतो – म्हणजे मला तसं वाटलं – जेव्हा तुझी तार वाचली, तेव्हा मी जिन्यावरून तीरासारखी धावले आणि तिच्या खोलीत जाऊन बघते तर – ती गेलेली, तिची सुटकेस गेलेली, तिची हँडबॅग गेलेली आणि पत्रं? तीही गेलेली!

मी गर्भगळीत झाले. जिना उतरून खाली धावले आणि डॉसीला फोन करून सांगितलं, लवकर ये बाबा आणि मला तिचा शोध घ्यायला मदत कर. त्यानं मदत केली, पण त्याआधी त्यानं बुकरला बोलावलं आणि त्याला बंदरावर तपास करायला सांगितलं. काही करून बिली बीला गर्नसी सोडून जाण्यापासून रोखायचं होतं.

डॉसी लगेच आला आणि आम्ही शहराकडे जाणाऱ्या रस्त्यावर घाईघाईने निघालो.

त्याच्यामागे मी अर्धवट दुडक्या चालीने चालत होते. कुंपणावर लावलेल्या झुडपांमध्ये तसेच झुडपांमागेदेखील बघत होते. आम्ही इझोलाच्या शेताच्या दिशेने गेलो तेव्हा अचानक डॉसी चालता चालता थांबला आणि जोरजोरात हसायला लागला.

तिथे इझोलाचं 'स्मोकहाऊस'[१७] आहे. त्याच्यासमोरच जमिनीवर किट आणि इझोला बसल्या होत्या. किट एका हातात तिचा कापडी फेरेट (बिली बीनं दिलेला) आणि दुसऱ्या हातात मोठं खाकी पाकीट धरून बसली होती. इझोला बिली बीच्या सूटकेसवर बसली होती. दोघी जणी निर्व्याजतेचं मूर्तिमंत प्रतीक जणू आणि तेव्हा स्मोकहाऊसमधून मोठमोठ्यांदा ओरडण्याचा आवाज येत होता.

---

१७. 'स्मोकहाऊस': फ्रीज नव्हते त्या काळात धुरावर मांस सुकवून टिकवून ठेवायची पद्धत होती, त्याला स्मोकहाऊस म्हणतात.

मी किटला मिठी मारायला आणि ते पाकीट ताब्यात घ्यायला धावले, तर डॉसीनं 'स्मोकहाऊस'च्या कडीचा लाकडी कोयंडा काढला. तिथे एका कोपऱ्यात भीतीनं शरीराचं मुटकुळं करून बिली बी लपून बसली होती. ती असहायपणे शिव्या देत होती. इझोलाचा पोपट झेनोबिया तिच्याभोवती फडफडत होता. त्यानं बिली बीची छोटी टोपी अगोदरच खेचून घेतली होती आणि अंगोरा लोकरीचे तुकडे हवेत सर्वत्र तरंगत होते.

डॉसीनं तिला उठवली आणि बाहेर घेऊन आला. बिली संपूर्ण वेळ किंचाळत होती. एका बेलगाम, हिंस्त्र चेटकिणीनं तिच्यावर अकस्मात हल्ला केला होता. तिच्या परिचितांनी हल्ला केला होता – त्यात एक लहान मुलगी पण... नक्कीच ते सैतानाचं पोर असणार आणि या साऱ्याचा तुम्हाला पश्चाताप होईल. कोर्टात खटले भरीन, तुम्हाला अटक होईल, तुमच्यापैकी बऱ्याच जणांना तुरुंगाची

हवा खावी लागेल. तुम्ही काही पुन्हा सूर्यप्रकाश पाहू नाही शकणार.

"तुलाच सूर्यप्रकाश दिसणार नाही. चोरटी, लुटारू, दुसऱ्यांच्या मेहेरबानीवर जगणारी." इझोला ओरडली.

"तू ती पत्रं चोरलीस." मी किंचाळले, "तू ती इझोलाच्या बिस्किटांच्या डब्यातून चोरलीस आणि त्यांच्यासह पळ काढायचा प्रयत्न केलास. तू आणि गिली गिल्बर्ट काय करणार होतात त्या पत्रांचं?"

बिली बी बेंबीच्या देठापासून किंचाळली, "त्याच्याशी तुला काय करायचंय? थोडी थांब. मी त्याला सांगतेच, तू माझ्याशी कशी वागलीस ते."

"तू ते छोटंसं काम कर," मी तिला फटकारलं "तुझ्याविषयी आणि गिलीविषयी उभ्या जगाला ओरडून सांग... मला या क्षणी पेपरातले मथळे दिसताहेत... 'गिलीनं त्याच्या प्रेयसीला गुन्हेगारी जगताची भुरळ घातली.' 'प्रेमाच्या घरट्याकडून बेड्यांकडे...तुरुंगाकडे...!' 'पेज थ्री[१८] बघा.' "

माझ्या त्या बोलण्याने ती क्षणभर चूप बसली आणि तितक्यात एखाद्या नटासारखी अचूक वेळ साधत आणि उपस्थिती दर्शवत बुकरचं आगमन झालं. जुन्या लष्करी कोटामध्ये तो महाकाय आणि बराचसा लष्करी अधिकारी वाटत होता. त्याच्याबरोबर एमी होती – एक कुदळ घेऊन. बुकरनं एकूण प्रसंग पाहिला आणि बिली बीकडे इतक्या जळजळीत नजरेनं बघितलं की, मलाच तिच्याबद्दल किंचितसं वाईट वाटलं.

त्यानं तिचा दंड पकडला आणि म्हटलं, "आता तुझी स्वत:ची जी चीजवस्तू आहे ती गोळा कर आणि निरोप घे. मी तुला अटक नाही करणार. निदान या वेळी तरी नाही. पण तुला बंदरापर्यंत घेऊन जाईन आणि इंग्लंडला जाणाऱ्या पुढच्या बोटीत स्वत: बसवून देईन."

---

१८. पेज थ्री : सोशलाईट्स, पार्टी-ॲनिमल्स व सेलिब्रिटीजच्या खुसखुशीत बातम्या व चित्रं देणारं पेपरातलं पान.

बिली बी अडखळत पुढे झाली. तिची सूटकेस आणि हँडबॅग उचलली आणि अकस्मात किटवर झडप घातली. तिच्या हातातलं फेरेट खेचून घेतलं. "मला फार खेद होतो मी तुला ते दिल्याचा, कारटे!"

तिच्या थोबाडीत मारायची इतकी तीव्र इच्छा झाली म्हणून मी मारलीही. आणि मला खात्री आहे की त्यामुळे तिचे मागचे दात सैल झाले असणार. मला माहीत नाही, पण बेटावरचं जीवन मला कसं घडवतंय बघ.

माझ्या डोळ्यांवर प्रचंड झोप लोटलीये, पण किट आणि इझोला सकाळी लवकरच वनस्पती गोळा करायला गेल्या त्याचं कारण तुला सांगायलाच हवं.

इझोलानं बिली बीच्या डोक्यावरची टेंगळं काल रात्री चाचपली आणि त्याचा जो निष्कर्ष आला तो काही तिला फारसा आवडला नाही. बिली बीच्या डोक्यावरील 'हेतुत: फसवणुकी'चा उंचवटा हंस पक्ष्याच्या अंड्याएवढा मोठा होता. नंतर किटनं तिला सांगितलं, तिनं बिली बीला स्वयंपाकघरात शेल्फमध्ये लपूनछपून शोधाशोध करताना बघितलं होतं. इझोलासाठी तितकं पुरेसं होतं आणि त्यांनी टेहळणी करण्याची योजना आखली. ती अमलातही आणली. आज त्या बिली बीचा पाठलाग करणार होत्या आणि पाहणार होत्या, काय पाहायला मिळतंय ते.

त्या दोघी लवकर उठल्या, झुडपांमागे हळूच लपल्या. त्यांनी पाहिलं बिली बी माझ्या घराच्या मागच्या दारानं पाऊल न वाजवता मोठं पाकीट घेऊन बाहेर पडली. ती इझोलाच्या शेतापर्यंत येईतोवर त्यांनी तिचा पाठलाग केला. इझोलानं तिला झडप घालून पकडलं... ढकलत, मारत स्मोकहाऊसमध्ये ढकललं. किटनं बिली बीच्या सगळ्या वस्तू चिखलातनं उचलल्या आणि इझोला झेनोबियाकडे गेली. झेनोबिया, ज्याला बंदिस्त जागेची फार भीती वाटते, त्याला बिली बीच्या सोबतीला त्या खोलीत सोडून दिलं.

पण सुझन, ती आणि गिली गिल्बर्ट त्या पत्रांचं करणार तरी काय होते? आपल्यावर चोरीचा आळ येईल याची पण काळजी वाटली नाही त्यांना?

मी तुझी आणि आयव्हरची अत्यंत ऋणी आहे. त्याचे प्रत्येक गोष्टीसाठी आभार मान. त्याची तीक्ष्ण नजर, त्याचं संशयी मन आणि प्रगल्भ समज. याहीपेक्षा चांगलं म्हणजे त्याचं माझ्या वतीनं चुंबन घे. तो वंडरफुल आहे. सिडनेनं त्याला उप-संपादकाच्या पदावरून प्रमुख संपादक या पदावर बढती द्यावी; नाही का?

सस्नेह,
ज्युलिएट

सुझनकडून ज्युलिएटला

२६ ऑगस्ट १९४६

प्रिय ज्युलिएट,

होय, आयव्हर भन्नाट आहे आणि मी त्याला तसं सांगितलंय. मी त्याचं तुझ्या वतीनं चुंबन घेतलं आणि पुन्हा एकदा माझ्यातर्फेही! सिडनेनं त्याला पदोन्नती दिली आहे. प्रमुख संपादक म्हणून नाही, पण माझ्या कल्पनेप्रमाणे तो त्या मार्गावर आहे.

बिली बी आणि गिल्बर्टचा प्लॅन काय होता? तू आणि मी दोघी, 'चहादाणी'च्या प्रसंगाला ठळक बातम्यांमध्ये प्रसिद्धी मिळाली तेव्हा लंडनमध्ये नव्हतो. लंडनमध्ये जो गदारोळ उडाला तो आपण पाहिला नाही. गिली आणि 'द लंडन ह्यू अँड क्राय' न आवडणाऱ्या प्रत्येक पत्रकार आणि प्रकाशकाला – आणि असे बरेच आहेत – या बातमीने आनंदच झाला.

त्यांना ते सगळं विनोदी वाटलं आणि सिडनेने पत्रकार परिषदेत दिलेल्या निवेदनानं प्रकरण काही फारसं थंडावलं नाही. त्यांना फक्त अजूनच हास्याच्या उकळ्या फुटल्या. खरं तर, गिली किंवा एल.एच. अँड सी. दोघांचाही क्षमा करण्यावर विश्वास नाही. त्यांचा उद्देश सूड घेणे हा आहे. शांत राहा, उतावळेपणा न करता प्रतीक्षा करा त्या दिवसाची, ज्या दिवशी अपमानाचा प्रतिशोध घेता येईल आणि तो दिवस नक्कीच येईल.

बिली बी, बिचारी गिलीची प्रिया; तिला मूर्ख बनवलं गेलं. तिला या प्रकरणाची लाज अधिकच तीव्रतेने वाटणं साहजिकच होतं. तुला दोघं जण परस्परांना खेटून सूडाचा कट आखताना दिसत नाहीत का? बिली बी 'स्टीफन्स अँड स्टार्क'मध्ये हळूहळू स्वत:चा शिरकाव करून घेणार होती आणि तुला नि सिडनेला दुखावेल असं काहीही शोधून काढणार होती किंवा याहून स्पष्ट सांगायचं तर तुम्हा दोघांना टिंगलीचा विषय बनवणार होती.

प्रकाशनविश्वात अफवा कशा वणव्यासारख्या पसरतात ते तू चांगलंच जाणतेस. प्रत्येकाला माहितीये तू सध्या गर्नसीमध्ये आहेस आणि 'जर्मन अधिपत्या'वर एक पुस्तक लिहित आहेस आणि गेल्या दोन-एक आठवड्यांतच लोक कुजबुजायला लागलेत की तू तिथे नव्यानं ऑस्कर वाईल्डचं लिखाण शोधून काढलंयस. (सर विल्यम फार यशस्वी आणि प्रशंसनीय असतीलही; पण ते वागण्या-बोलण्यात सावध नाहीत.)

गिलीला नाही म्हणणं शक्य झालं नाही, इतका तो कट परिपूर्ण होता. बिली बी पत्रं चोरणार होती. 'द लंडन ह्यू अँड क्राय' ती छापणार होतं आणि अप्रत्यक्षपणे तू

आणि सिडने त्यांच्या हाती घबाड मिळवून देणार होतात. किती मजा आली असती नाही त्यांना! कोर्टकज्जे, खटले वगैरेची चिंता त्यांनी नंतर केली असती आणि अर्थातच, इझोलाचं काय झालं असतं ते कशाला मनावर घ्यायचं?

ते यशाच्या किती समीप आले होते या जाणिवेनंच माझ्या पोटात ढवळून निघतं. आयव्हर आणि इझोलाची समयसूचकता आणि बिली बीची 'हेतुत: फसवणुकीची टेंगळं' या साऱ्यांबद्दल ईश्वराचे आभार!

मंगळवारी आयव्हर विमानानं तिकडे येईल... ती पत्र नकलून घ्यायला. त्याला किटसाठी एक पिवळा मखमाली फेरेट मिळालाय... पाचूसारखे हिरवे भेदक डोळे, हस्तिदंती सुळे असलेला. मला वाटतं त्याबद्दल तिला त्याची पापी घ्यावीशी वाटेल. तू सुद्धा त्याचा मुका घेऊ शकतेस, पण थोडक्यातच आटप. ज्युलिएट, मी धमकी देत नाहीये, पण आयव्हर माझा आहे.

सस्नेह,
सुझन

सिडनेची ज्युलिएटला तार

२६ ऑगस्ट १९४६

मी पुन्हा शहर सोडून जाणार नाही. इझोला आणि किट शौर्य पदकास पात्र आहेत. तशीच तूही...

सस्नेह,
सिडने

ज्युलिएटकडून सोफीला

२९ ऑगस्ट १९४६

प्रिय सोफी,

आयव्हर आला आणि गेला आणि ऑस्कर वाईल्डची पत्रं पुन्हा इझोलाच्या बिस्किटाच्या डब्यात सुरक्षित आहेत. मी शक्य तितकी स्थिरस्थावर झालीय... सिडने ती वाचेपर्यंत तरी. त्याला त्या पत्रांविषयी काय वाटतं हे जाणून घ्यायची मला फार उत्कंठा लागून राहिली आहे.

आम्ही ते साहस केलं त्या दिवशी मी फार शांत होते. किटला झोपवल्यानंतरच मला अस्वस्थ वाटू लागलं, कसली तरी अनामिक भीती वाटू लागली आणि मी येरझारा घालायला सुरुवात केली.

तेवढ्यात दारावर थाप पडली. मला आश्चर्य वाटलं आणि डॉसीला खिडकीतून बघताना थोडं गोंधळल्यासारखंही झालं. मी त्याचं स्वागत करायला दार सताड उघडलं आणि पाहते तर काय, तो आणि एमी पुढच्या पायरीवर उभे. मी कशी आहे ते बघायला ती दोघं आली होती. किती दयाळू! किती कंटाळवाणे!

मनात विचार येतो, एमीला आत्तापर्यंत आपल्या घराची, फ्रान्सची ओढ लागली नसेल का? जिझेल पेलेसिएर नावाच्या स्त्रीनं लिहिलेला एक लेख मी वाचतीय. तिला पाच वर्षं राजकीय कैदी म्हणून राव्हेन्सब्रुकच्या कारागृहात डांबलं होतं. छळछावणीतून जिवंत बाहेर आल्यावर जीवन जगणं किती कठीण असतं त्यावर ती लिहिते. फ्रान्समध्ये कुणालाच; अगदी मित्र, कुटुंबीय, कुणाकुणालाच छावणीतलं आयुष्य कसं होतं याविषयी ऐकायचं नाहीये आणि त्यांना वाटतं तुम्हीसुद्धा जितक्या लवकर हे मनाबाहेर काढून टाकाल (आणि त्यांना न ऐकवाल) तेवढे तुम्ही आनंदी राहाल.

मिस पेलेसिएरच्या लेखानुसार तुम्हाला काही कुणाला तपशिलाचा मारा करून गुदमरून टाकायचं नाहीये, पण ते तुमच्याबाबत घडलं होतं आणि तुम्ही ते घडलंच नाही असा आव नाही आणू शकत. फ्रान्स कंठशोष करून सांगतंय 'जे घडलंय ते सगळं मागे टाकू या.' प्रत्येक गोष्ट – युद्ध, फ्रान्सचं जुलै १९४० ते १९४४ मधलं शासन, ड्रांसीची फ्रान्समधली छावणी जिथून हजारोंच्या संख्येने ज्यू लोक कत्तलखान्यात पाठविले गेले आणि ज्यू जमात... सगळं सगळं संपलंय आता. शेवटी प्रत्येकालाच भोगावं लागलंय, फक्त तुम्हालाच नव्हे. ती लिहिते, की या सामुदायिक विस्मरणाच्या पार्श्वभूमीवर एकच गोष्ट तुम्हाला साहाय्य करू शकते, ती म्हणजे जे जगले-वाचले त्या तुमच्या सहकाऱ्यांबरोबर बोलून मन मोकळं करणं. त्यांना छावण्यांमधलं आयुष्य कसं होतं याची कल्पना आहे. तुम्ही बोला – ते पण प्रतिसाद देऊ शकतात. ते बोलतात, शिव्या देतात, रडतात, एकामागून एक आपल्या कहाण्या सांगत राहतात... काही करुण, काही मनोरंजक. काही काही वेळा तर ते एकत्र हसतातदेखील. त्यातून मिळणारा दिलासा फार मोठा असतो, असं ती लेखिका म्हणते.

कदाचित एमीच्या दुःखावर अन्य जगल्या-वाचल्या समदुःखी सहकाऱ्यांशी संपर्क साधणं हा बेटावरच्या ग्रामीण जीवनापेक्षा अधिक परिणामकारक उतारा असू शकतो. ती आता शरीराने पूर्वीपेक्षा सशक्त झालीये. तिला पाहून धक्का बसावा, इतकी ती कृश दिसत नाही, परंतु अजूनही ती सावरली नाहीये. अजूनही ती भकास वाटते.

श्री. डिल्वीन सुट्टी संपवून परत आलेत आणि मला लवकरात लवकर किटविषयी त्यांच्याशी बोललं पाहिजे. त्यांची भेट घेणं मी पुढे ढकलायला बघतीये. कारण मला खूप भीती वाटतीये की ते या गोष्टीचा विचार करण्यासही नकार देतील. मी मातेसमान

वत्सल वगैरे दिसले असते तर किती बरं झालं असतं. त्यासाठी एखादं फिचू (खांदे व मान झाकणारी स्त्रियांची त्रिकोणी शाल) खरेदी करावं का? त्यांनी जर चारित्र्याचा दाखला देण्याची विनंती केली तर तू साक्ष देशील का? डॉमनिक मुळाक्षरं ओळखू लागला का एव्हाना? तसं असेल तर तो असं लिहू शकतो.

प्रिय श्री. डिल्वीन,

ज्युलिएट ड्रायहर्स्ट ॲशटन फार चांगली स्त्री आहे. विवेकी, स्वच्छ, नीटनेटकी आणि जबाबदार. तुम्ही किट मॅकिनाचा ताबा तिला एका आईच्या नात्याने अवश्य द्यावा.

तुमचा मन:पूर्वक,
जेम्स डॉमनिक स्ट्रॅचन

मी तुला श्री. डिल्वीनचे, किटला गर्नसीवर वारसाहक्काने ज्या गोष्टी मिळाल्या आहेत त्याविषयीचे प्लॅन सांगितले नाहीत ना... की सांगितले? त्यांनी या कामासाठी डॉसीची नियुक्ती केली आहे आणि डॉसी त्यासाठी लागणाऱ्या लोकांची निवड करणार आहे. मोठ्या घराचं नूतनीकरण करण्यात येणार असून कठड्यांचे गज बदलणं, भिंतीवरचा आणि चित्रांवरचा मजकूर पुसून टाकणं, मोडकळीला आलेलं प्लम्बिंग नवं करून घेणं, खिडक्या बदलणं, धुरांडी आणि नळकांडी स्वच्छ करणं, वायरिंगची तपासणी आणि गच्चीवरची फरसबंदी टोकदार करणं... किंवा तुम्ही जुन्या, झिजलेल्या दगडांचं जे काही करता ते करण्यासाठी डॉसी माणसं निवडणार आहे. श्री. डिल्वीन अजून ग्रंथालयातल्या लाकडी तावदानांचं काय करायचं याविषयी संभ्रमात आहेत. त्याच्या वरच्या भागावर फळांची, वेलींची सुरेखशी नक्षी कोरली होती जिचा जर्मन सैनिक नेमबाजीच्या सरावासाठी उपयोग करीत होते.

पुढची काही वर्षं तरी कुणालाही सुट्टीमध्ये युरोपला जायची इच्छा होणार नाही, म्हणून डिल्वीनना आशा आहे, की चॅनेल आयलंडवरील बेटं प्रवाशांसाठी कदाचित पुन्हा एकदा अतिरम्य विश्रांतिस्थान होऊ शकतात आणि किटचं घर कुटुंबांना भाड्याने देता येईल. त्यांच्यासाठी ते सुट्टीतलं रमणीय घर असेल!

पण आता काही विचित्र प्रसंगांविषयी– बेनॉईट भगिनींनी आज मला आणि किटला दुपारच्या चहाचं आमंत्रण दिलं आहे. मी त्यांना यापूर्वी कधीच भेटले नव्हते आणि ते अगदी विचित्र निमंत्रण होतं. त्यांनी मला विचारलं, "किटची नजर स्थिर आहे

का आणि तिचा नेम चांगला आहे का? तिला कर्मकांडं आवडतात का?''

मी भांबावून गेले आणि एबेनला तो या बहिणींना ओळखतो का म्हणून विचारलं – त्या शहाण्या आहेत ना? किटला तेथे नेणं सुरक्षित आहे का? एबेननं त्यावर गडगडाटी हास्य केलं आणि म्हणाला, "हो, त्या बहिणी शहाण्या असून त्यांच्यापासून काही धोका नाही.'' त्यानं सांगितलं की, जेन आणि एलिझाबेथ त्यांना पाच वर्षं प्रत्येक उन्हाळ्यात भेटत असत. त्या मुली नेहमी स्टार्च केलेले पिनॅफोर घालायच्या, पायांमध्ये पॉलिश केलेले कोर्ट शूज आणि नाजूक लेस लावलेले हातमोजे. तो म्हणाला, आमचा वेळ मस्त मजेत जाईल आणि जुन्या परंपरा फिरून परत येत आहेत हे बघून त्याला आनंद झाला. आम्हाला साग्रसंगीत चहा मिळेल, त्यानंतर आमची करमणूक करणारा कार्यक्रम होईल, तेव्हा आम्ही आवर्जून जावं.

यापैकी कशातूनच आपल्याला काय बघायला मिळेल, कसली अपेक्षा करायची याचा बोध मला झाला नाही. त्या जुळ्या बहिणी आहेत. वयाची ऐंशी वर्षं पूर्ण केलेल्या आहेत. खूप नखरेल बाईसारखा घोट्यापर्यंत पोहोचणारा काळा जॉर्जेटचा गाऊन दोघींनी परिधान केला होता. वक्षस्थळावर आणि काठाला काळे मणी लावलेले. पांढरे केस फेटलेल्या सायीच्या भोवऱ्यासारखे मस्तकावर बांधलेले होते. इतक्या आकर्षक ना, सोफी. आम्ही चहा घेतला आणि मी जेमतेम माझा कप खाली ठेवतीय ना ठेवतीय तोच योन (१० मिनिटांनी मोठी) म्हणाली, "येट, मला वाटतं एलिझाबेथची मुलगी अजून खूपच लहान आहे.'' येट म्हणाली, "मला वाटतं ताई तुझं बरोबर आहे. कदाचित मिस ॲशटन आपल्यावर कृपा करतील?''

"मला फार आनंद होईल,'' हे माझं म्हणणं, तेही त्या कसला प्रस्ताव मांडताहेत त्याची यत्किंचितही कल्पना नसताना धाडसाचं होतं, असं मला वाटतं.

"तो तुमचा दयाळूपणा असेल, मिस ॲशटन. युद्धकाळामध्ये आम्ही सर्व सुखांपासून लांब राहिलो. काही तरी कारणानं राजद्रोही बनलो. आता आमचा संधिवात फारच बळावला आहे. इतका की, आम्ही या विधींमध्ये तुमच्यात सहभागी पण होऊ शकत नाही. तुम्हाला बघणं हेच आमचं सौख्य असेल.''

येट जेवणाच्या खोलीच्या भिंतीशी असलेलं खाद्यपदार्थ, ताटं, बशा, इत्यादी ठेवण्याच्या कपाटाकडे गेली; ड्रॉवर उघडला, तर योनने त्यांचा दिवाणखाना आणि भोजन कक्षाचा मधला दरवाजा सरकवला; नजीकच्या भिंतीच्या कक्षात उघडणारा. पूर्वीच्या गुप्त तावदानाला टेपनं चिकटवलेलं वर्तमानपत्रातलं पूर्ण पानभर रोटोग्रेव्हर प्रिंटमधलं डार्क ब्राऊन रंगामधलं डचेसचं – विंडसरच्या डचेसचं – चित्र होतं ते... मिसेस वॉलीस सिम्प्सन जशी होती; तसं. 'बाल्टिमोर सन'च्या सन १९३० च्या उत्तरार्धातलं. माझा असा तर्क आहे, ते वाङ्मय मंडळाच्या पानांमधून कापून घेतलेलं असावं. येटनं माझ्या हातात चांदीची अग्रं असलेले, सुंदर समतोल साधलेले पण भयंकर दिसणारे चार बाण दिले.

"डोळ्यांवर नेम धर गं बाई," ती म्हणाली. मी तसं केलं

"अप्रतिम, सुंदर! ताई, चारांपैकी तीन. प्रिय जेनइतकंच चांगलं. एलिझाबेथ शेवटच्या क्षणाला नेहमीच चाचपडत असायची, पुढच्या वर्षी पुन्हा प्रयत्न करायला तुला आवडेल का?"

ती एक साधी पण करुण कहाणी आहे. येट आणि योन दोघी प्रिन्स ऑफ वेल्सची पूजा करायच्या. "लहानपणी गोल्फरच्या ड्रेसमध्ये किती गोड दिसायचा!" "तरुणपणी किती सुंदर वॉल्ट्झ नृत्य करायचा." "इव्हिनिंग ड्रेसमध्ये किती राजबिंडा दिसायचा?" असं सगळं सरळ, छान चाललं होतं. त्या एकनिष्ठ होत्या राजघराण्याशी – ती हलकट स्त्री त्याच्या आयुष्यात येईपर्यंत. "त्याला सिंहासनावरून खाली खेचलं तिनं... त्याचा राजमुकुट गेला." त्या दोघींना फार फार दु:ख झालं. किटचं या सगळ्या प्रकारानं चित्त वेधून घेतलं होतं, अर्थात तिच्या वयाला शक्य होतं तितकं! यापुढे मी नेमबाजीचा सराव करणार आहे. चाराला चार हे माझं आयुष्यातलं नवं ध्येय असणार आहे. तुला नाही वाटत आपण लहानाच्या मोठ्या होत असताना आपल्याला या बेनॉईट भगिनी भेटायला हव्या होत्या असं?

सस्नेह आणि XXX,
ज्युलिएट

ज्युलिएटकडून सिडनेला

२ सप्टेंबर १९४६

प्रिय सिडने,

आज दुपारी काहीतरी घडलं. त्याचा शेवट चांगलाच झाला, पण जे घडलं ते अस्वस्थ करणारं होतं आणि आता मला झोप येत नाहीय. मी सोफीऐवजी तुला लिहितीये कारण ती गरोदर आहे आणि तू नाहीस. मन:स्वास्थ्य ढळण्याइतकी तुझी अवस्था नाजूक नाही आणि सोफीची आहे. माझी व्याकरणाची पकडही सैल झालीय.

किट इझोलाबरोबर होती. त्यांनी आल्याचा स्वाद असलेली गोड कुकी बनवली होती आणि तिला माणसाचा आकार देत होत्या. एमी आणि मला थोडी शाई हवी होती आणि डॉसीला 'मोठ्या घरासाठी' सिमेंटची लांबी. म्हणून आम्ही सगळे सेंट पीटर्स पोर्टच्या दिशेने चालू लागलो.

फर्मेन बेच्या जवळच्या कड्याच्या रस्त्याने आम्ही जाऊ लागलो. तो मार्ग चालण्यासाठी नितांत रमणीय आहे. तो रस्ता खडबडीत आहे आणि वरवर कड्यांना वळसे घालत चढत जातो. रस्ता अरुंद होता म्हणून मी थोडी पुढे होते. एमी आणि

डॉसी मागून येत होते.

एक उंच, तांबड्या केसांची स्त्री रस्त्यातल्या वळणावर एका मोठ्या तुटलेल्या खडकापाशी वळून आमच्या दिशेनं आली. तिच्याबरोबर एक कुत्रा होता – अल्सेशियन, चांगला धिप्पाड. त्याला साखळीनं बांधलं नव्हतं आणि मला बघून तो भलताच खूश झाला. मी त्याच्या चाळ्यांना हसत होते आणि त्या स्त्रीनं हाक मारून सांगितलं, 'घाबरू नका, तो कधीच चावत नाही.' त्याचे पंजे माझ्या खांद्यापर्यंत पोहोचले आणि त्याने लाळघोटेपणा करीत जिभेनं माझा चेहरा चाटायचा प्रयत्न केला.

तेवढ्यात, माझ्यामागे मी कसलासा आवाज ऐकला. कुणीतरी गुदमरलंय, धापा टाकतंय, तोंडात बोळा कोंबल्यावर कसं एखादं माणूस बोलायला धडपडतं, तसा आवाज येत राहिला. मला नाही त्याचं वर्णन करता येत. मी मागे वळून बघितलं – ती एमी होती, नेहमीपेक्षा दुपटीने वाकली होती आणि ओकत होती. डॉसीने तिला धरून ठेवली होती आणि तिला पोट ढवळून टाकणाऱ्या वांत्या होत असताना, तिच्या उलट्या त्या दोघांच्याही अंगावर पडत असताना तिला घट्ट पकडून होता. ते पाहणं आणि ऐकणं भयंकर होतं.

डॉसी किंचाळला, "ज्युलिएट, त्या कुत्र्याला दूर घालव. आत्ताच्या आत्ता."

मी जिवाच्या निकराने त्या कुत्र्याला दूर लोटला. ती बाई रडत होती आणि माफी मागत होती. ती स्वत:च प्रचंड अस्वस्थ झाली होती, इतकी की तिलाच फेफरं आलं असतं. मी कुत्र्याची मानगूट धरली आणि तिला सांगत राहिले, "ठीक आहे, ठीक आहे. हा काही तुमचा दोष नाही. कृपा करून निघा. जा." शेवटी ती गेली. त्या बिचाऱ्या गोंधळलेल्या, गरीब कुत्र्याला त्याच्या गळ्यातल्या पट्ट्याने ओढत. एमी तोपर्यंत शांत झाली होती. फक्त धापा टाकत होती. डॉसीनं तिच्याकडे आपादमस्तक पाहिलं आणि उद्गारला, "तिला आपण तुझ्या घरी नेऊ या ज्युलिएट. तुझंच घर सर्वांत जवळ आहे." त्याने तिला वर उचलून घेतलं आणि तिला घेऊन तो चालू लागला. मी मागे फरफटत चाललेली. असहाय, घाबरीघुबरी.

एमी थंडगार पडली होती. थरथर कापत होती. म्हणून मी तिला अंघोळ घातली आणि तिच्यात थोडी ऊब आल्यावर तिला गादीवर ठेवली. ती अगोदरच अर्धवट झोपेत होती. म्हणून तिचे कपडे गोळा करून त्यांचं बोचकं बांधलं आणि खाली गेले. डॉसी खिडकीपाशी उभा होता... बाहेर बघत.

मागे वळूनही न बघता तो म्हणाला, "एकदा तिनं मला सांगितलं होतं, की ते पहारेकरी मोठ्या धिप्पाड कुत्र्यांना बाळगायचे. त्यांना भडकवायचे आणि हजेरीसाठी रांगेत उभ्या राहिलेल्या त्या स्त्रियांवर मोकाट सोडून द्यायचे... मुद्दामच केवळ मजा बघण्यासाठी. जीझस! मी अगदीच अडाणी माणूस आहे, ज्युलिएट, मला वाटलं इथे आपल्याबरोबर ती राहिली तर सगळा भूतकाळ विसरायला तिला मदत होईल. पण तसं नाहीये.

"नुसती सदिच्छा असणं पुरेसं नाही, हो ना ज्युलिएट? नाहीच आहे ते पुरेसं."

"नाही," मी म्हटलं, "तेवढं नाही पुरेसं," तो त्यावर अधिक काही बोलला नाही. त्यानं नुसतीच मान हलवली माझ्याकडे बघून आणि निघून गेला. मी ॲमेलियाला एमी कुठे आणि का आहे ते सांगायला फोन केला आणि कपडे धुऊ लागले. इझोलानं किटला परत आणून सोडलं. आम्ही जेवलो आणि झोपेची वेळ होईपर्यंत पत्त्यांचा डाव खेळत बसलो.

पण मला झोप येत नाहीये.

मला स्वत:चीच इतकी लाज वाटतीये. मला खरंच वाटलं होतं, का एमी तिच्या घरी जाण्याइतपत बरी झालीये असं? की मला तिने घरी जावं असंच वाटत होतं? फ्रान्सला परत जाणं तिच्यासाठी केवळ एक वेळ घालवण्याचं साधन होतं, तिनं त्या साधनाबरोबर जुळवून घ्यावं, जो काही वेळ असेल तो घालवायला शिकावं असं तर माझ्या मनात नव्हतं ना? होय, मला तसंच वाटत होतं आणि ते उबग आणणारं आहे.

तुझी प्रेमळ,
ज्युलिएट

ता. क. – एवीतेवी मी माझ्या पापाची कबुली देतीच आहे, तर तुला आणखीही काही सांगून टाकते. एमीचे घाणेरडे कपडे आणि डॉसीचे खराब झालेले कपडे धरून उभी असताना त्या दुर्गंधीमुळं तिथं उभं राहणं नकोसं होत होतं. तेव्हा हाच विचार मनात घोळत होता.

तो म्हणाला, "सदिच्छा... केवळ सदिच्छा पुरे नसते, हो ना?" याचा अर्थ त्याला तिच्याविषयी इतकंच वाटतं? सारी संध्याकाळ तोच एक चुकार विचार मी चघळत राहिलीये.

सिडनेनं ज्युलिएटला रात्री लिहिलेलं पत्र

४ सप्टेंबर १९४६

प्रिय ज्युलिएट, तो चुकार विचार म्हणजे दुसरं तिसरं काही नसून, तू डॉसीच्या प्रेमात पडली आहेस. आश्चर्य वाटलं? पण मला नाही. तुझ्या हे लक्षात यायला इतका वेळ का लागला तेच समजत नाही. समुद्रावरली ताजी हवा खरं तर बुद्धीवरचा गंज काढून टाकते असं म्हणतात. मला तिथे प्रत्यक्ष येऊन तुला भेटायचंय आणि ऑस्कर वाईल्डची पत्रं पण पाहायची आहेत. पण तेरा तारखेपर्यंत मी इथून हलू शकत नाही. ठीक आहे?

सस्नेह,
सिडने

ज्युलिएटची सिडनेला तार

५ सप्टेंबर १९४६

प्रिय सिडने, तुला सहन करणं अशक्य आहे, विशेषत: जेव्हा तुझं म्हणणं बरोबर असतं तेव्हा. ते काही का असेना, तू तेरा तारखेला येतोयस. तुला भेटून खूप बरं वाटेल.

तुझी प्रेमळ,
ज्युलिएट

इझोलाकडून सिडनेला

६ सप्टेंबर १९४६

प्रिय सिडने,

ज्युलिएट म्हणते, तू स्वत: येऊन तुझ्या डोळ्यांनी ग्रॅनी फीनची पत्रं बघणार आहेस म्हणून आणि मी सांगते ती वेळ आलेली आहे. आयव्हर आलेला मला आवडलं नाही असं नाही. तो छान माणूस आहे. मात्र त्यानं ते 'बो'च्या छोट्या आकारात नेकटाय बांधणं सोडून द्यावं – मी त्याला सांगितलं. त्यामुळे फारसं काही साध्य होणार नाही, पण तो मला बिली बी चा संशय कसा आला, मी तिच्या मागावर कशी राहिले आणि स्मोकहाऊसमध्ये तिला कोंडून कसं ठेवलं हे ऐकण्यातच जास्त रस घेत होता. तो म्हणाला की, ती गुप्तहेरानं करावी तशी नामी कामगिरी होती आणि मिस मार्पलही याहून अधिक छान कामगिरी करू शकली नसती.

मिस मार्पल त्याची कुणी मैत्रीण नाही, तर काल्पनिक पुस्तकांमधली ती एक स्त्री गुप्तहेर आहे, जी तिच्या मानवी स्वभावाच्या ज्ञानाचे रहस्य उलगडण्यासाठी आणि पोलीस करू शकत नाहीत अशा गुन्ह्यांची उकल करण्यासाठी वापर करते.

त्यानं मला विचारास प्रवृत्त केलं. मीच रहस्यं सोडवली तर किती छान होईल. फक्त मला अशी काही रहस्यं ठाऊक असायला हवीत.

आयव्हर म्हणाला, अप्रामाणिक माणसं सर्वत्र असतात आणि मी माझ्या सूक्ष्म अंत:प्रेरणांच्या साहाय्याने स्वत:ला प्रति मिस मार्पल घडवू शकते. 'तुमच्याजवळ अप्रतिम निरीक्षण कौशल्यं आहेत हे स्पष्टच आहे, आता तुम्हाला गरज आहे ती केवळ सरावाची. प्रत्येक गोष्टीची नोंद ठेवा आणि ती लिहून घ्या.'

मी ॲमेलियाकडे गेले आणि मिस मार्पलची काही पुस्तकं तिच्याकडून वाचायला

घेऊन आले. ती म्हणजे मूर्तिमंत सावधपणा आहे, नाही का? शांतपणे तिथे नुसती बसलेली असते विणकाम करीत, पण दुसऱ्या कुणालाही न दिसलेल्या गोष्टी तिला दिसतात. जे मला नीटसं ऐकायला येत नाही त्यासाठी मी माझे कान टवकारू शकते. डोळ्यांच्या कोपऱ्यातनं गोष्टी पाहू शकते. लक्षात घे, आमच्या गर्नसीवर एकही न उलगडलेलं रहस्य नाही, पण मला असं नाही म्हणायचं, की तसा एकही दिवस येणार नाही आणि जेव्हा तो दिवस उगवेल, मी सज्ज असेन.

मी अजूनही तू पाठविलेल्या डोक्यावरच्या टेंगळांच्या पुस्तकांचा आस्वाद घेत आहे आणि मला आशा आहे, जर मी तुला सांगितलं, की मला दुसऱ्या व्यवसायाकडे वळायचंय तर तुझ्या भावना दुखावल्या जाणार नाहीत. त्या मस्तिष्क सामुद्रिकावर, त्यातल्या सत्यतेवर माझा अजूनही विश्वास आहे. केवळ इतकंच की मी ज्यांच्यावर प्रेम करते किंवा जी माझी आवडती माणसं आहेत त्या सर्वांच्या उंचवट्यांचा मी अभ्यास केला आहे... तू सोडून आणि ते कंटाळवाणं ठरू शकतं.

ज्युलिएट म्हणते की तू पुढच्या शुक्रवारी येशील. तुला विमानतळावर भेटायला मी येऊ शकते आणि माझ्या मोटरसायकलवरून ज्युलिएटकडे घेऊन जाऊ शकते. त्याच्या पुढच्याच रात्री एबेननं समुद्रकिनाऱ्यावर पार्टी आयोजित केली आहे आणि तो म्हणतो तुझं सर्वाधिक स्वागत असो. एबेन क्वचितच पार्टी देतो, परंतु तो म्हणाला, ही पार्टी आम्हाला एक खास आनंदाची बातमी देण्यासाठी आहे. सेलिब्रेशन! आनंदसोहळा. पण कसला? त्याला कोणाच्या लग्नाची घोषणा करायची आहे का? पण कोणाच्या? मला आशा आहे तो स्वत:च चतुर्भुज होत नाहीये. बायका सर्वसाधारणपणे संध्याकाळी आपल्या पतिदेवांना एकट्याला बाहेर जाऊ देत नाहीत आणि तसं झालं तर मी एबेनच्या सहवासाला मुकेन.

तुझी मैत्रीण,
इझोला

ज्युलिएटकडून सोफीला

७ सप्टेंबर १९४६

प्रिय सोफी,

अखेरीस मी धैर्य एकवटलं आणि ॲमेलियाला सांगितलं, की मला किटला दत्तक घ्यायचंय. तिचं मत माझ्या दृष्टीने फार महत्त्वाचं आहे. एलिझाबेथवर ती इतकं प्रेम करायची, ती किटला इतकी चांगली ओळखते आणि मलाही जवळपास पुरेसं चांगलं. तेव्हा तिची संमती मिळावी यासाठी मी उत्सुक होते आणि कदाचित ती

मिळणार नाही या भीतीनं धास्तावलेही होते. चहा पिता पिता माझा कंठ दाटला पण माझ्या तोंडातून एकदाचे शब्द बाहेर पडले. ती आश्वस्त झाली आहे हे दिसतच होतं. मला मात्र धक्का बसला. किटच्या भवितव्याविषयी ती किती चिंतातूर होती ते मला समजलंच नव्हतं.

तिनं बोलायला सुरुवात केली, 'मला एखादी असती तर...' नंतर थांबली आणि पुन्हा सुरुवात केली, 'मला वाटतं तुम्हा दोघींसाठीही ती गोष्ट कल्याणकारी असेल. सर्व शक्यतांमधली ही सर्वोत्तम शक्यता असेल.' त्यानंतर तिला रडू फुटलं आणि तिनं तिचा रुमाल बाहेर काढला. आणि अर्थातच, इतकं झाल्यावर मीसुद्धा माझा रुमाल बाहेर काढला.

आमचं रडणं थांबल्यावर आम्ही एक बेत आखला. ॲमेलिया माझ्याबरोबर श्री. डिल्वीनना भेटायला येईल. 'मी त्याला तो अर्ध्या चड्डीत असल्यापासून ओळखतीय.' ती म्हणाली, 'मला नाही म्हणण्याची त्याला हिंमतच होणार नाही.' ॲमेलिया तुमच्या बाजूनं असणं म्हणजे 'थर्ड आर्मी' (दुसऱ्या महायुद्धातील अमेरिकेचं विजयी सैन्य) तुमच्या पाठीशी असण्यासारखं आहे.

पण काहीतरी आनंददायक – ॲमेलियाची संमती मिळण्यापेक्षाही अधिक आनंददायक – असं घडलं आहे. माझा शेवटचा संशयही वितळून गेलाय. एखाद्या टाचणीच्या टोकाहूनही कमी संशय राहिलाय.

किट तिच्याबरोबर सदैव एक छोटी, दोरीनं बांधलेली पेटी बाळगते, हे मी सांगितल्याचं तुला आठवतं का? तीच पेटी, जिच्यामध्ये एखादं मेलेलं फेरेट असेल असं मला वाटलं होतं? किट आज माझ्या खोलीत सकाळी सकाळी आली आणि मी जागी होईपर्यंत माझ्या चेहऱ्यावर थापट्या मारत राहिली. ती तिची पेटी घेऊन आली होती.

एक अवाक्षर न काढता तिनं ती दोरी सोडायला सुरुवात केली आणि झाकण उघडलं. त्यातला टिश्यू पेपर वेगळा केला आणि पेटी मला दिली. सोफी, ती मागे जाऊन उभी राहिली आणि माझा चेहरा बारकाईने पाहू लागली. मी पेटीतल्या जिनसा वरखाली करत होते आणि नंतर त्या सगळ्या उचलून चादरीवर ठेवल्या. एक छोटी, लहान छिद्रं असलेला अभ्रा घातलेली उशी (लहान बाळाची), एलिझाबेथचा छोटासा फोटो (ज्यात ती बागेत खोदकाम करतीय आणि डॉसीकडे बघून हसतीय), एक स्त्रीचा लिननच्या कापडाचा हातरुमाल, त्याला जुईचा मंद गंध येतोय, एका पुरुषाची अंगठी आणि 'एलिझाबेथसाठी, जी अंधाराचं प्रकाशात परिवर्तन करते –ख्रिश्चन' अशी अक्षरं कोरलेलं 'रिल्क'च्या कवितांचं छोटं चामड्याचं पुस्तक – अशा त्या वस्तू होत्या.

त्या पुस्तकात खूप ठिकाणी दुमडलेला कागदाचा चिटोरा कोंबला होता. किटनं मानेनंच होकार दिला म्हणून मी तो काळजीपूर्वक उघडला आणि त्यातला मजकूर वाचला – 'ॲमेलिया, ती उठली की माझ्या वतीनं तिचा पापा घे. मी सहा वाजेपर्यंत येतीये. एलिझाबेथ.

ताजा कलम : तिचे पाय सर्वांत सुंदर आहेत; नाही का?'

याच्या खाली किटच्या आजोबांचं पहिल्या महायुद्धातलं शौर्यपदक होतं. तोच जादूचा बिल्ला, जो एलिझाबेथनं एलीच्या शर्टाला त्याची पाठवणी इंग्लंडला होत असताना लावला होता. अरे वा!! त्याने तो नक्कीच किटला दिला असणार.

सोफी, किट मला तिचा गुप्त खजिना दाखवत होती. तो दाखवत असताना तिची नजर माझ्या चेहऱ्यावरून अजिबात ढळली नाही. एकदाही नाही. तो अनुभव इतका हृदयंगम होता, आम्ही दोघी कमालीच्या गंभीर झालो होतो आणि मी त्यावेळी रडायला नाही लागले. मी फक्त माझे हात पसरले. किट चढून मिठीतच आली आणि माझ्या पांघरुणामध्ये शिरली. बघता बघता गाढ झोपून गेली. मी नाही, मला झोपच येईना... मला इतका आनंद झाला होता, की मी आमच्या भावी आयुष्याचे बेत आखू लागले.

लंडनमध्ये राहायला नाही मिळालं तरी मला त्याची पर्वा नाही. मला गर्नसी आवडतं आणि एलिझाबेथवरील पुस्तक लिहून पूर्ण झाल्यावरही मला इथेच राहायचं आहे. किट लंडनमध्ये राहतीय, संपूर्ण वेळ तिला बूट घालावे लागताहेत, धावायच्या ऐवजी तिला शिस्तीत चालावं लागतंय आणि भेट द्यायला डुकरं नाहीत – मी कल्पनाच करू शकत नाही. एबेन आणि एलीबरोबर मासे पकडणं नाही, ॲमेलियाकडे जाणं-येणं नाही, इझोलाची औषधी रसायनं ढवळणं नाही आणि या सर्वांहून महत्त्वाचं म्हणजे डॉसीबरोबर चालणं नाही, त्याच्या भेटी-गाठी नाहीत, त्याच्या सहवासातले दिवस नाहीत. मला वाटतं, मी किटची पालक झाले तर आम्ही यापुढेही एलिझाबेथच्या कॉटेजमध्येच राहू आणि 'मोठं घर' ऐदी श्रीमंतांसाठी 'हॉलिडे होम' म्हणून राखून ठेवू. 'इझी'च्या दणदणीत नफ्यातला माझा वाटा मी काढून घेईन आणि किट नि माझ्यासाठी लंडनमध्ये एक फ्लॅट खरेदी करीन... आम्ही तिथे आलो की राहायला.

किटचं घर इथे आहे आणि माझंही होऊ शकतं. लेखक गर्नसीवर लिहू शकतात – व्हिक्टर ह्यूगोकडे बघ. मात्र खरी उणीव भासेल ती लंडनमधल्या सिडने आणि सुझनची. तसंच तिथून जवळ असलेलं स्कॉटलंड, नवनवी नाटकं आणि हॅरॉड्सचा फूड हॉल यांची.

श्री. डिल्वीनच्या समंजसपणासाठी प्रार्थना कर. मला माहितीय त्यांच्याजवळ तो आहे, मला हे देखील माहितीये की त्यांना मी आवडते, तसंच किट माझ्याबरोबर आनंदाने राहते हे त्यांना माहितीये. आणि मी या क्षणी दोघींचा खर्च पेलू शकते हे ही त्यांना ठाऊक आहे आणि सध्याच्या नैतिक अध:पतनाच्या काळात यापेक्षा जास्त चांगलं कोण बोलू शकतं? ॲमेलियाला वाटतं, अविवाहित स्त्रीला दत्तक द्यायला त्यांनी नाहीच म्हटलं, तरी ते तिचं पालकत्व मला अगदी आनंदाने देऊ करतील.

सिडने पुन्हा पुढच्या आठवड्यात गर्नसीला येतोय – तूही आली असतीस तर... मला तुझी खूप आठवण येते.

तुझी प्रेमळ,
ज्युलिएट

ज्युलिएटकडून सिडनेला

८ सप्टेंबर १९४६

प्रिय सिडने,

किट आणि मी कुरणाकडे पिकनिकला गेलो होतो. डॉसी एलिझाबेथच्या घराभोवतीची पडझड झालेली दगडी भिंत पुन्हा बांधायला आरंभ करणार होता. डॉसीवर आणि त्याच्या कार्यपद्धतीवर हेरासारखी नजर ठेवायला ती एक उत्तम सबब होती. त्यानं प्रत्येक दगड निरखून पाहिला, तो किती मजबूत आहे हे चाचपलं, थोडा विचार केला आणि तो भिंतीवर रचला. त्याच्या प्रतिमेतल्या चित्राशी तो जुळला की त्याला हसू फुटत होतं. तसा तो नसला तर तो दगड तो काढून टाकायचा आणि दुसऱ्या दगडाचा तो शोध घ्यायचा. डॉसी चित्तवृत्ती कशा शांत करतो!

आमच्या कौतुकभरल्या नजरांना तो इतका सरावला की त्यानं आम्हाला अपूर्वाईचं रात्रीच्या जेवणाचं आमंत्रण दिलं. किटचं आधीपासून ॲमेलियाकडे जायचं ठरलं होतं, पण मी मात्र ते आमंत्रण मला न शोभणाऱ्या घाईने स्वीकारलं आणि नंतर त्याच्याबरोबर एकटीच असणार या विचाराने हास्यास्पद म्हणावं अशी भावनावश झाले. मी जेव्हा त्याच्याकडे आले तेव्हा दोघंही किंचित, गोंधळल्यासारखे झालो. परंतु त्याला निदान गुंतवून ठेवायला स्वयंपाक तरी होता म्हणून तो स्वयंपाकगृहात गेला. त्यानं माझी कोणतीही मदत नाकारली. मी ही संधी साधली आणि त्याची पुस्तकं चाळू लागले. त्याच्या संग्रहात भारंभार पुस्तकं नाहीत, पण त्याची अभिरुची उच्च दर्जाची आहे. डिकन्स, मार्क ट्वेन, बाल्झॅक, बॉस्वेल आणि लाडका वृद्ध ली हंट. 'दी सर रॉजर दी कॉव्हर्ली पेपर्स,' ॲनी ब्राँटच्या कादंबऱ्या. त्याच्याकडे त्या कशा होत्या याचं मला नवल वाटतंय आणि मी लिहिलेलं तिचं चरित्र. त्याच्याकडे ते होतं हे मला ठाऊक नव्हतं. त्यानं चकार शब्द काढला नव्हता. कदाचित त्याला ते मुळीच आवडलं नसेल.

जेवताना आम्ही जोनाथन स्विफ्ट, डुकरं आणि न्यूरेंबर्गचा खटला यांविषयी चर्चा केली. आम्हाला किती वैविध्यपूर्ण विषयांमध्ये गती होती, हे यातून स्पष्ट होत नाही का? मला वाटतं आम्ही पुरेशा सहजतेने बोलत होतो पण आमच्यापैकी कुणीच फारसं खाल्लं नाही. त्यानं आंबट चुक्याचं सूप चवदार केलं होतं तरीही. (मी नसते इतकं चांगलं करू शकले) कॉफी प्यायल्यानंतर आम्ही फिरत फिरत त्याच्या धान्य कोठाराकडे गेलो, डुकरं बघायला. वाढ झालेली डुकरं ओळख झाल्यावर सुधारत नाहीत, परंतु डुकरांची पिल्लं हे एक वेगळंच प्रकरण असतं. डॉसीची डुकरांची पिल्लं ठिपक्या-ठिपक्यांची आणि लबाड आहेत. दररोज त्याच्या कुंपणाखाली ती नवीन बिळं

तयार करतात. वरवर पाहता तिथून सुटका करून घ्यायला, पण खरंतर डॉसीला ती बिळं बुजवताना पाहायला त्यांना खूप मजा वाटते. तो कुंपणापाशी आल्यावर ती दात विचकून कशी हसली ते तू पाहायला हवं होतंस.

डॉसीचं कोठार अतिशय स्वच्छ आहे. तो त्याचे वाळलेल्या गवताचे भारेदेखील कलात्मक, सुंदर रितीने रचतो.

मला पक्की खात्री आहे, मी भावनाविवश होतीये.

मी अजून पुढे जाते. माझी खात्री झालीये की मी एका फुलबाग फुलवणाऱ्या, लाकडावर कोरीव काम करणाऱ्या, खाणीमध्ये काम करणाऱ्या, सुतारकाम करणाऱ्या, डुकरांचं पालन करणाऱ्या माणसाच्या प्रेमात पडलीये. होय, नक्कीच. उद्या कदाचित तो माझ्यावर प्रेम करत नाही तर एमीवर करतो, या विचारानं मी दु:खीकष्टी होईनही. परंतु आत्ता, या क्षणी मला हर्षवायू झालाय. माझ्या डोक्यात आणि पोटात अगदी विचित्र भावना होतीय.

शुक्रवारी तुला भेटते. मी डॉसीवर प्रेम करते हे शोधून काढल्याबद्दल तू खुशाल स्वत:ला अतिमहत्त्वाची व्यक्ती समजू शकतोस. तू माझ्या उपस्थितीत, अगदी नटण्यावरसुद्धा खूप वेळ घालवू शकतोस आणि आपणच आपली स्तुती करू शकतोस... पण फक्त याच वेळी, पुन्हा नाही.

सस्नेह आणि XXX,
ज्युलिएट

ज्युलिएटची सिडनेला तार

११ सप्टेंबर १९४६

मी पूर्णपणे दु:खात बुडाले आहे. आज संध्याकाळी डॉसीला सेंट पीटर्स पोर्टमध्ये पाहिलं. एमी त्याच्या हातावर रेलली होती. सूटकेस खरेदी चालली होती. दोघंही हसण्यात मग्न. ती सुटकेस त्याच्या मधुचंद्रासाठी आहे का? मी किती मूर्ख, वेडपट आहे. मी तुला दोष देते.

दु:खी अंत:करणाने,
ज्युलिएट

मिस इझोला प्रिबीच्या : गुप्तहेराच्या नोंदी

खाजगी : मेल्यानंतरही वाचू नये

रविवार

ही रोजनिशी मला माझा मित्र सिडने स्टार्ककडून कालच्या डाकेनी मिळाली. त्याच्या मुखपृष्ठावर 'पेन्से' असं सुवर्णाक्षरांत लिहिलं होतं. पण मी ते खरवडून काढलं, कारण तो 'विचार' या शब्दाचा फ्रेंच समानार्थी शब्द आहे आणि मी केवळ जसं घडलं तसं लिहून काढणार आहे. तीक्ष्ण नजर आणि तीक्ष्ण श्रवणेंद्रियांच्या साह्याने हळूहळू अवगत झालेली वस्तुस्थिती. मिळालेलं ज्ञान. सुरुवातीला मी स्वत:विषयी फारशी अपेक्षा बाळगत नाहीय. मला अधिक बारकाईने निरीक्षण करायला शिकलं पाहिजे.

आज मी केलेली काही निरीक्षणं– किटला ज्युलिएटचा सहवास आवडतो. ज्युलिएट खोलीत आली की ती शांत दिसते आणि आता ती लोकांच्या पाठीमागे तोंडं वेडीवाकडी करत नाही. ती तिचे कानही थोडेसे हलवू शकते. ज्युलिएट येण्यापूर्वी तिला ते जमत नसे.

माझा मित्र सिडने ऑस्करची पत्रं वाचायला येणार आहे. यावेळी तो ज्युलिएटजवळ राहील, कारण तिनं एलिझाबेथची साठवणीची खोली स्वच्छ करून ठेवलीये आणि तिच्यामध्ये त्याच्यासाठी एक पलंगही ठेवलाय.

डॅफने पोस्टला काल श्री. फेऽरच्या एल्म वृक्षाखाली मोठ्ठा खड्डा खणताना पाहिलं. ती नेहमी हे काम अमावस्येला करते. मला वाटतं, आम्ही सर्वांनी वर्गणी काढून तिला एक चांदीची चहादाणी घेऊन द्यावी, म्हणजे ती हे सगळं सोडून देईल आणि रात्रीची घरी राहील.

सोमवार

मिसेस टेलरच्या हातांवर पुरळ उठलंय. कशामुळे किंवा कुणामुळे? टमाटे की तिचा नवरा? कसून चौकशी केली पाहिजे.

मंगळवार

आज काही विशेष घडलं नाही.

बुधवार

आजही काही नाही.

गुरुवार

आज एमी मला भेटायला आली. तिच्या फ्रेंच पत्रांवरची तिकिटं तिनं मला दिली. ती इंग्लिश तिकिटांपेक्षा अधिक रंगीबेरंगी आहेत म्हणून मी ती वहीत चिकटवली. तिच्याजवळ एका खाकी पाकिटातून आलेलं एक पत्र आहे. त्या पाकिटाला एक छोटीशी उघडी खिडकी आहे. त्यातून 'फ्रेंच सरकारकडून' इतकं दिसतंय. हे तिला तिच्या मायबाप सरकारकडून मिळालेलं चौथं पत्र. त्यांना नेमकं काय हवं आहे तिच्याकडून? शोधून काढणे.

श्रीमान सॅलीच्या मंडईतल्या ठेल्यामागे मी काही काही निरीक्षणं करायला सुरुवात केली, पण मला पाहिल्याबरोबर ते थांबले. हरकत नाही. एबेनची बीच पार्टी शनिवारी आहे. मला खात्री आहे, तिथे काहीतरी निरीक्षण करायला मिळेल.

मी चित्रकारांविषयी लिहिलेलं एक पुस्तक बघते आहे. त्यांना एखादं चित्र रंगवायचं असेल, तर ते त्याचं मोजमाप कसं काय घेतात? समजा, त्यांना एखाद्या संत्र्यावर लक्ष केंद्रित करायचं आहे, तर ते प्रत्यक्ष त्याचा आकार अभ्यासतात? नाही, ते तसं नाही करत. ते त्यांच्या डोळ्यांना चकवून त्या संत्र्यापलीकडे असलेल्या केळ्याकडे टक लावून पाहतात किंवा त्यांच्या पायांमधून उलट्या दिशेने बघतात. तर अशा प्रकारे त्यांची संत्र्याकडे बघण्याची पद्धती कोरी करकरीत असते.

याला म्हणतात यथादर्शन चित्रकला. तेव्हा मी बघण्याची एक नवी पद्धत अवलंबून बघणार आहे. पायामधून उलट्या दिशेनं नव्हे... तर एखाद्या गोष्टीकडे प्रत्यक्ष रोखून न बघता किंवा सरळ समोर न बघता माझ्या पापण्या किंचित खाली झुकवल्या तर मी माझे डोळे लबाडीने फिरवू शकते. याचा सराव करणे!!!

शुक्रवार

तसं करणं जमतंय – डोक्याकडून सरळ एकटक न बघणं जमतंय. मी डॉसी, ज्युलिएट, एमी आणि किटबरोबर डॉसीच्या घोडागाडीतनं विमानतळावर गेले... प्रिय, लाडक्या सिडनेला भेटायला.

आणि हे माझं निरीक्षण – ज्युलिएटनं त्याला आलिंगन दिलं. त्यानं तिला एखाद्या भावासारखं गरागर फिरवलं. एमीला भेटून त्याला आनंद झाला आणि मी सांगू शकते, तो डोळ्यांच्या कोपऱ्यांतून तिला निरखत होता, जशी मी निरखत होते तसाच. डॉसीनं सिडनेशी हस्तांदोलन केलं, पण आम्ही ज्युलिएटच्या घरी पोहोचलो तेव्हा सफरचंदाचा केक खायला तो आतमध्ये आला नाही. केक मध्ये थोडासा बिघडला होता पण चव छान लागत होती.

रात्री झोपायच्या आधी मला डोळ्यांत औषधाचे थेंब घालावे लागले, सतत डोळ्यांच्या कोपऱ्यातून बघायचं, ताण येणारच. माझ्या पापण्याही अर्धोन्मीलित ठेवायला लागल्यामुळे दुखतात.

शनिवार

एमी, किट आणि ज्युलिएट माझ्याबरोबर समुद्रकिनाऱ्यावर लाकूडफाटा गोळा करायला आल्या. आज संध्याकाळच्या पार्टीसाठी सरपण हवं होतं. ॲमेलियासुद्धा बाहेर ऊन खात होती. ती अधिक स्वस्थचित्त दिसत होती आणि तिला तशी बघून मला आनंद वाटला. डॉसी, सिडने, एलीनं एबेनची मोठी कढई एकमेकांच्या मदतीनं उचलून आणली. डॉसी सिडनेशी नेहमीच छान आणि सभ्यतेनं वागतो आणि सिडने डॉसीबरोबर जितकं प्रसन्न राहता येईल तितका राहतो, पण तो त्याच्याकडे एका विचित्र नजरेनं बघत असतो. असं का?

एमीनं सरपण ठेवलं आणि एबेनशी बोलायला गेली. त्यानं तिच्या खांद्यावर थोपटलं. का? एबेन फारसा थोपटणारा वगैरे कधीच नव्हता. नंतर ती दोघं आपापसांत थोडा वेळ बोलली, पण दुर्दैवाने ते माझ्या कानांवर पडू शकलं नाही.

दुपारच्या जेवणासाठी घरी जायची वेळ झाली तेव्हा एली किनारा पिंजून काढायला गेला. ज्युलिएट आणि सिडने, दोघांनी किटचा एकेक हात धरला आणि तिला कड्याकडे जाणाऱ्या रस्त्याने वर चालवत नेऊ लागले, तो खेळ खेळत – 'एक पाऊल, दुसरं पाऊल, तिसरं पाऊल – वर उचलून घे.'

डॉसी ते तिघं वर जाताना पाहत राहिला, पण तो त्यांच्या मागे गेला नाही. तो किनाऱ्याकडे गेला आणि स्तब्ध उभा राहिला. अथांग पाण्याकडे बघत. मला एकाएकी जाणवलं, डॉसी फार एकाकी झालाय. असंही असेल, तो नेहमी तसाच असतो, पण पूर्वी तो ते फारसं मनावर घ्यायचा नाही आणि आता ते मनाला लावून घेतो... आत्ताच का?

शनिवार रात्र

मी पिकनिकमध्ये काहीतरी पाहिलं, काहीतरी महत्त्वाचं आणि लाडक्या मिस मार्पलसारखी मला त्याच्यावर काही हालचाल केली पाहिजे. ती एक उल्हसित करणारी रात्र होती. आकाश लहरी वाटत होतं. पण ते सुंदर होतं. आम्ही सगळे स्वेटर्स आणि जाकिटं घालून बसलो होतो, कालवं खात होतो आणि बुकरला हसत होतो. तो एका खडकावर उभा होता आणि भाषण देत होता. त्याला ज्याचं वेड आहे– तो रोमन असल्याची बतावणी करीत. मला बुकरची चिंता वाटते. त्यानं एखादं नवीन पुस्तक वाचणं गरजेचं आहे. मला वाटतं मी त्याला जेन ऑस्टीन वाचायला देईन.

मी, सिडने, किट, ज्युलिएट आणि ॲमेलियाबरोबर शेकोटीपाशी सावधपणे (कान-डोळे उघडे ठेवून) बसले होते. आम्ही काटक्या आगीत ढकलत होतो, तेवढ्यात डॉसी आणि एमी मिळून एबेनकडे आणि कालव्यांच्या भांड्याकडे आले. एमी एबेनशी कुजबुजली, तो हसला, त्यानं त्याचा मोठा चमचा उचलला आणि त्या भांड्यावर नाद केला.

'सगळ्यांनी लक्ष द्या.' एबेन किंचाळला, 'मला तुम्हाला काही सांगायचंय.' ज्युलिएटखेरीज सगळे शांत झाले. तिने इतक्या जोरात श्वास घेतला की मला तो ऐकू आला. तिनं तो काही परत सोडला नाही आणि ती एकदम ताठरली, अगदी तिचा जबडासुद्धा. काय भानगड आहे? मला तिची खूपच काळजी वाटू लागली. ॲपेंडिक्सच्या झटक्याने मी अशीच एकदा कोसळले होते. मी माझ्या काळजीत इतकी चूर झाले होते की एबेनचे पहिले काही शब्द मला ऐकूच गेले नाहीत.

'....आणि म्हणून आज रात्री एमीसाठी हा निरोप समारंभ आयोजित केला आहे. ती पुढच्या मंगळवारी पॅरिसमधल्या तिच्या नव्या घरी जाण्यासाठी आपल्याला सोडून चाललीये. ती आणि तिचा मित्रपरिवार, सगळे मिळून फ्लॅटवर राहतील आणि पॅरिसचा प्रसिद्ध कन्फेक्शनर (चॉकलेट, केक बनवणारा विक्रेता) राओल ग्युलिमॉक्स याच्याकडे ती शिकाऊ उमेदवार म्हणून काम करणार आहे. तिनं वचन दिलंय की ती गर्नसीला परत येईल आणि तिचं दुसरं घर, माझं व एलीचं घर असेल. तेव्हा आपण सगळे तिच्या सद्भाग्याबद्दल तिच्या आनंदात सामील होऊन जल्लोष करू या.'

आम्हा सर्वांकडून तिच्यावर शुभेच्छांचा वर्षाव झाला. प्रत्येक जण एमीकडे धावला. सगळे जण तिच्याभोवती गोळा झाले आणि तिचं अभिनंदन करू लागले. ज्युलिएट सोडून सगळे – तिनं हुश्श करून एकदाचा निःश्वास

सोडला आणि धापकन वाळूत पडली. एखाद्या काठीला लावलेल्या लोखंडी हुकाने मोठा मासा पाण्यातून जमिनीवर उतरवावा तशी.

मी इकडेतिकडे निरखून पाहिलं. डॉसीचं निरीक्षण करावं असा विचार केला. तो एमीभोवती घुटमळत नव्हता, पण किती दुःखी दिसत होता तो. एकाएकी मला जाणवलं... मला सापडलं. एमीनं परत जावंसं त्याला मुळीच वाटत नव्हतं. त्याला भीती वाटत होती ती एकदा गेली की परत येणार नाही. तो एमीच्या प्रेमात पडला होता आणि त्याच्या संकोची स्वभावानुसार तिला तसं सांगूही शकत नव्हता.

हो, पण मी तशी संकोची नाही. मी तिला त्याच्या प्रेमाविषयी सांगू शकत होते आणि ती फ्रेंच असल्यामुळे तिला काय करावं ते कळलं असतं. तिनं त्याला सांगितलं असतं, की त्याच्या विवाहाच्या प्रस्तावानं ती धन्य झालीये. नंतर त्यांनी विवाह केला असता आणि मग तिला पॅरिसला जाऊन राहायची आवश्यकता भासली नसती. माझ्याकडे कल्पनाशक्ती नाही आणि मी गोष्टी आहेत तशा स्पष्टपणे पाहू शकते हे माझं केवढं सुदैव आहे.

सिडने ज्युलिएटजवळ आला आणि त्यानं तिला पायानं टोकरलं. 'बरं वाटतंय?' त्यानं विचारलं आणि ज्युलिएट 'हो' म्हणाली. म्हणून मी तिच्याबद्दल काळजी करणं सोडून दिलं. नंतर तो तिला घेऊन एमीकडे गेला, तिनं शिष्टाचार पाळावेत आणि एमीचं अभिनंदन करावं यासाठी. किट माझ्या मांडीवर झोपली होती त्यामुळे मी शेकोटीपाशीच थांबले होते आणि काळजीपूर्वक विचार करू लागले.

एमी बऱ्याचशा फ्रेंच स्त्रियांसारखी व्यवहारी आहे. तिला आपला प्लॅन जबरदस्तीने बदलण्यापूर्वी डॉसीच्या तिच्याविषयी ज्या भावना आहेत त्यांचा पुरावा लागणार ना, तेव्हा तिला हवा असलेला पुरावा मला शोधावा लागणार.

थोड्या वेळानंतर जेव्हा वाईनची बाटली उघडली गेली आणि 'चीअर्स' च्या चीत्कारात ग्लास उंचावले गेले तेव्हा मी डॉसीकडे गेले आणि म्हटलं, "डॉस, मला आढळून आलंय, तुझ्या स्वयंपाकघराची फरशी घाण झालीय. मला येऊन ती घासून द्यायचीय. मी सोमवारी आले तर चालेल का?"

त्याला किंचित आश्चर्य वाटलेलं दिसलं, पण त्यानं होकार दिला. "हे तुला माझ्यातर्फे ख्रिसमसचं अगोदरच दिलेलं प्रेझेंट आहे." मी म्हणाले, "तेव्हा मला पैसे द्यायचा विचारसुद्धा करू नकोस. माझ्यासाठी दार उघडं ठेवून जा."

तर अशा रितीनं सारं व्यवस्थित ठरलं आणि मी सगळ्यांना गुडनाइट म्हणून घरी आले.

रविवार

मी आखलेला बेत उद्यावर आला आहे. मी अस्वस्थ झाले आहे. मी डॉसीचं घर झाडून-पुसून लख्ख करीन. त्याच वेळेला त्याचं एमीवर प्रेम असल्याचे साक्षीपुरावे धुंडाळत राहीन. कदाचित त्यानं रचलेली एखादी कविता 'ओड टू एमी' त्याच्या रद्दीच्या टोपलीत चुरगळून टाकली असेल? किंवा त्याच्या वाण्याच्या यादीमध्ये निरर्थक काढलेल्या रेषा... त्यात सगळीकडे खरडलेलं तिचं नाव...? डॉसीचं तिच्यावर प्रेम आहे याचा ढळढळीत पुरावा (किंवा जवळजवळ तसंच) हवा. मिस मार्पलनं खरोखर कधीच गुपचूप पाळत ठेवली नाही तेव्हा मीसुद्धा ठेवणार नाही. मी काही त्यांना विवाहबंधनात अडकायला भाग पाडणार नाही.

परंतु एकदा का मी डॉसीच्या एमीवरील प्रीतीचा पुरावा दिला की ती मंगळवारी सकाळी पॅरिसला जाणाऱ्या विमानात चढणारच नाही. तिला कळेल काय करायचं ते आणि मग डॉसी खूश होईल.

सोमवारचा संपूर्ण दिवस–
एक गंभीर चूक, एक हर्षोन्मीलित रात्र

मी फारच लवकर उठले आणि कोंबड्यांपाशी खुडबुडत राहिले. डॉसी त्याच्या कामाला 'मोठ्या घरी' जाईपर्यंत मला वेळ काढायचा होता. नंतर मी मधल्या रस्त्याने त्याच्या शेताकडे गेले. वाटेत प्रत्येक झाडाचा बुंधा तपासत होते, कुठे काही हृदयं कोरली आहेत का ते बघायला – काही नाही.

डॉसी गेल्यावर मी त्याच्या घराच्या मागच्या दाराने माझा झाडू, उंच खराटा, बादली आणि फडकी घेऊन आत गेले. दोन तास मी झाडत राहिले, घासत राहिले, धूळ झटकली, फर्निचर चकचकीत केलं, पण मला काही मिळालं नाही. निराशा मला घेरून टाकणार, इतक्यात त्याच्या पुस्तकांचा विचार डोक्यात आला. शेल्फवरची त्याची पुस्तकं... त्यांच्यावरची धूळ मी झटकू लागले. पण कशातून काही सुटे कागद खाली पडले नाहीत. मी बारकाईनं बघत होते. इतक्यात अचानक तिथे मला चार्ल्स लॅंबवरचं त्याचं छोटं लाल रंगाचं पुस्तक दिसलं. ते इथे काय करत होतं? मी त्याला ते लाकडी खजिन्याच्या पेटीत ठेवताना पाहिलं होतं. ही लाकडी पेटी एलीनं त्याच्या वाढदिवसाची भेट म्हणून लाकडातून कोरून दिली होती. पण हे लाल रंगाचं पुस्तक जर इथे शेल्फवर असेल, तर त्याच्या खजिन्याच्या पेटीत

काय होतं? आणि ती कुठे होती? मी भिंतीवर टकटक केलं – कुठूनही पोकळ आवाज आले नाहीत. त्याच्या कणकेच्या मोठ्या डब्यात मी हात खुपसला...अगदी तळापर्यंत पिठाशिवाय काही नाही. ती त्यानं धान्याच्या कोठारात ठेवली असेल का? उंदरांनी, घुशींनी कुरतडून टाकायला? कधीच नाही. आता काय राहिलं? त्याचा पलंग, पलंगाखाली–

मी त्याच्या बेडरूमकडे धावले. गादीच्या खाली शोधाशोध केली आणि ती खजिन्याची पेटी बाहेर ओढली. तिचं झाकण वर उचलून आत डोकावून पाहिलं. माझ्या नजरेस काहीच पडलं नाही. तेव्हा सगळ्या गोष्टी बाहेर बिछान्यावर ओतणं क्रमप्राप्त होतं. तरीही काही नाही. एमीकडून आलेली एखादी चिठ्ठी नाही, तिचा एक फोटो नाही, 'गॉन विथ द विंड' सिनेमाची फाडलेली तिकिटं नाहीत. (मला माहिती होतं तो तिला त्या सिनेमाला घेऊन गेला होता.) त्याने त्याचं काय केलं होतं? कोपऱ्यात 'आर' आद्याक्षर लिहिलेला रुमालही नाही. तसा एक रुमाल तिथे होता, पण तो ज्युलिएटचा सुगंधी रुमाल होता आणि त्याच्यावर 'जे' अक्षर भरतकामात गुंफलं होतं. तिला परत करायला तो नक्की विसरला असणार. बाकीच्या गोष्टी तिथे होत्या पण एमीचं काही नाही.

मी सगळ्या गोष्टी पूर्ववत, पेटीत ठेवून दिल्या. गादीवरची चादर सरळ केली. माझी मोहीम अयशस्वी झाली होती. एमी उद्या त्या विमानात बसणार आणि डॉसी एकटाच राहणार. दुःखानं माझं हृदय पिळवटून निघालं. मी माझे झाडू, बादली सारं गोळा केलं.

पाय ओढत, मोठ्या कष्टानं पावलं टाकत मी घरी निघाले होते, तेव्हा मला ॲमेलिया आणि किट दिसल्या – त्या पक्षी निरीक्षणाला चालल्या होत्या. मलाही येतेस का विचारलं, पण मला ठाऊक होतं, पक्ष्यांची मधुर गाणीसुद्धा मला उल्हसित करू शकणार नव्हती.

पण मला वाटलं ज्युलिएट ते काम करू शकेल. ती बऱ्याचदा दुसऱ्यांना आनंदित करते. मी फार वेळ थांबून तिच्या लेखनात व्यत्यय आणणार नाही. परंतु ती कदाचित मला कपभर कॉफी घ्यायला आत बोलावेल. सिडने आज सकाळीच परत गेला होता, तेव्हा कदाचित तिलाही एकटं एकटं वाटत असेल. तिच्या घराकडे जाणाऱ्या रस्त्याने मी घाईघाईनं चालू लागले.

ती घरातच होती. तिच्या लिहिण्याच्या टेबलवर कागद अस्ताव्यस्त पसरलेले होते, पण ती काहीच करत नव्हती. नुसती बसून होती – खिडकीतून बाहेर बघत.

"इझोला," ती उद्गारली, "अगदी वेळेवर आलीस. मला कुणाच्यातरी सोबतीची गरज होती नेमकी तेव्हाच." ती उठू लागली तेव्हा माझ्या हातातले

झाडू, खराटे, बादल्या तिला दिसल्या. "तू माझं घर स्वच्छ करायला आली आहेस की काय? ते विसर आणि चल, माझ्याबरोबर थोडी कॉफी घे."

नंतर तिनं माझ्या चेहऱ्याकडे बारकाईनं पाहिलं आणि म्हणाली, "काय प्रकार आहे? तू आजारी आहेस का? ये, बस बघू."

माझ्या दु:खी अंत:करणासाठी तो दयाळूपणा फारच होता आणि मी – मी कबूल करते की मी जोरजोरात रडायला लागले. मी म्हटलं, "नाही, नाही मला काही झालेलं नाही. मी अपयशी ठरले आहे. माझ्या मोहिमेत साफ पराभव झालाय माझा आणि आता डॉसी सदैव दु:खी, उदास राहील."

ज्युलिएट मला तिच्या सोफ्याकडे घेऊन गेली. तिने माझ्या हातावर थोपटलं. मी रडायला लागले की मला कायम उचक्या येतात. म्हणून ती पळाली आणि पेलाभर पाणी घेऊन आली. तिचा रामबाण उपाय – नाक दोन्ही अंगठ्यांनी चिमटीत दाबून ठेवा. दोन्ही कान बोटांनी घट्ट झाकून घ्या. दरम्यान तुमची मैत्रीण तुमच्या घशात पेलाभर पाणी बाहेर सांडू न देता ओतत राहील. तुमच्या अगदी घशाशी आलं, की तुम्ही तुमचे दोन्ही पाय दाणदाण आपटा आणि तुमची मैत्रीण तो पेला दूर करेल. प्रत्येक वेळी हा इलाज अचूक काम करतो. चमत्कारच आहे. एकही उचकी नाही.

"आता मला सांग, तू कोणत्या मोहिमेवर गेली होतीस? आणि तुला असं का वाटतं, तू पराभूत झालीस?"

मग मी तिला अथपासून इतिपर्यंतचा वृत्तांत सांगितला. माझी डॉसी एमीच्या प्रेमात पडल्याची कल्पना, मी त्याचं घर कसं स्वच्छ केलं, कसे पुरावे शोधत होते. मला एखादा पुरावा सापडला असता तरी मी एमीला सांगितलं असतं, की त्याचं तिच्यावर प्रेम आहे आणि तेव्हा तिला राहावसं वाटलं असतं. कुणी सांगावं तिनंही पहिल्यांदा तिच्या प्रीतीची कबुली दिली असती... मार्ग निष्कंटक, मोकळा करायला.

"तो इतका लाजराबुजरा आहे ना ज्युलिएट, कायमच तो तसा राहिलाय. मला नाही वाटत कुणी कधी त्याच्या प्रेमात पडली असेल किंवा तोही यापूर्वी कुणावर आसक्त झाला असेल. तेव्हा त्याला त्याबाबत कसं वागायचं हे नीट ठाऊक नसेल. तो आपला त्याच्या स्वभावानुसार स्मृतिचिन्हं लपवून ठेवत राहील आणि कधी चकार शब्द काढणार नाही. मला त्याच्याबद्दल फार वाईट वाटतं गं ज्युलिएट, अगदी मनापासून."

ज्युलिएट म्हणाली, "बरेचसे पुरुष स्मृतिचिन्हं बाळगत नाहीत जवळ, इझोला. नुसती ठेवण्यासाठी ठेवायला नको असतात त्यांना. त्याचा अर्थ असा होत नाही की त्यांचं प्रेमच नाही त्या व्यक्तीवर. पण तू इतकं काय शोधत होतीस?"

''पुरावा; मिस मार्पल शोधून काढते तसा. पण नाही, तिचा एकही फोटो नाहीये. तुझे आणि किटचे एकत्र, तुझे एकटीचे कितीतरी फोटो आहेत. एक तर तुझा त्या लेसच्या पडद्यात गुंडाळलेला, 'मृत वधू' खेळतानाचा आहे. त्यानं तुझी सगळी पत्रं त्या निळ्या रिबीनीत बांधून ठेवली आहेत, तुला ती हरवली होती असं वाटत होतं ना! एमी अनाथाश्रमात असताना त्यानं तिला पत्रं लिहिली होती आणि तिनं त्याची उत्तरं दिलीच असणार. पण नाही, एकही पत्र नाहीये तिच्याकडून. तिचा रुमालसुद्धा नाहीये आणि हो! तुझा एक रुमाल तिथे सापडला; तुला तो परत हवा असेल तर, फार सुरेख आहे तो.''

ती उठली आणि तिच्या टेबलकडे गेली. थोडा वेळ तिथे उभी राहिली. मग तिनं स्फटिकाचा पेपरवेट उचलून घेतला. लॅटिन भाषेत 'कार्प डिएम' किंवा असंच काही त्याच्यावर कोरलेलं होतं. तिनं त्याचं निरीक्षण केलं.

''जीवन भरभरून जगा,'' ती म्हणाली. ''इझोला, हा विचार स्फूर्तिप्रद आहे, नाही?''

''मला असं वाटतं,'' मी म्हटलं, ''तुला इतकंसं कारणही पुरत असेल तर...''

ज्युलिएटनं त्यानंतर मला अचंबित केलं. माझ्याकडे गर्रकन वळून ती गोड हसली; पहिल्यांदा आम्ही भेटलो तेव्हा जशी गोड हसली होती तशीच. तिच्या त्या मधुर हास्यानेच मला ती फार आवडली होती. ''डॉसी कुठाय? वर त्या मोठ्या घरी... हो नं?''

मी मान हलवल्याबरोबर उडी मारून ती दाराबाहेर पडली व गाडीच्या रस्त्याने मोठ्या घराकडे सुसाट धावत सुटली.

खरंच! किती चांगलीय ज्युलिएट. एमीविषयीच्या भावना तिच्याजवळ व्यक्त करणं टाळल्याबद्दल ती डॉसीची चांगली कानउघाडणी करणार होती.

मिस मार्पल कधीच कुठेही धावत जात नाही. ती सावकाश पाठलाग करते... वयस्कर आहे ना. म्हणून मी सुद्धा तसंच केलं. मी तिथे पोहोचेपर्यंत ज्युलिएट त्या घरात शिरली होती.

मी पाय न वाजवता गच्चीवर गेले आणि वाचनालयाच्या भिंतीला लगटून उभी राहिले. फ्रेंच पद्धतीच्या तिथल्या खिडक्या उघड्या होत्या.

ज्युलिएटनं वाचनालयाचं दार उघडताना मी ऐकलं. ''सुप्रभात, सभ्य गृहस्थहो.'' ती म्हणाली. मला टेडी हेकविद (तो गिलावा देतो) आणि चेस्टर (तो सुतार आहे) दोघांचा आवाज ऐकू आला. ''सुप्रभात मिस ॲशटन.''

डॉसी म्हणाला, ''हॅलो, ज्युलिएट.'' तो त्या मोठ्या शिडीच्या एकदम वरच्या पायरीवर उभा होता. अर्थात, मला ते नंतर समजलं, जेव्हा तो खाली येताना मोठा आवाज झाला तेव्हा.

ज्युलिएट म्हणाली, की तिला डॉसीबरोबर थोडं बोलायचं होतं. त्या सभ्य गृहस्थांनी दोघांना थोडा वेळ एकटं सोडलं तर...

ते म्हणाले, नक्कीच आणि खोलीतून बाहेर निघून गेले. डॉसीनं विचारलं, "ज्युलिएट, काय झालंय? किट बरी आहे नं?"

"किट उत्तम आहे. मी... मला तुला काही विचारायचंय."

अरेच्या, माझ्या मनात आलं ती त्याला सांगतीय भिऊ नकोस. सांग, त्याला सांग, त्यानं स्वत:ला भावनोद्दीपीत करावं आणि ताबडतोब एमीकडे जाऊन तिला लग्नाची मागणी घालावी.

पण तिनं तसं काहीच केलं नाही. ती काय म्हणाली माहितीये, "तुला माझ्याशी लग्न करायला आवडेल का?"

मला वाटलं, त्या तिथे उभ्या उभ्या मला मरण यावं.

तिथे शांतता पसरली... संपूर्ण शांतता. काही नाही! आणि कितीतरी वेळ नुसती शांतता.. एक शब्द नाही, कसला आवाज नाही.

पण ज्युलिएट विचलित न होता पुढे बोलत राहिली. तिचा आवाज स्थिर होता. आणि मी... मला छाती भरून श्वास घ्यायला हवेची झुळूकदेखील नव्हती.

"माझं तुझ्यावर प्रेम आहे. म्हणून मी विचार केला, तुला विचारावं."

आणि तेव्हा डॉसी, लाडक्या डॉसीनं शपथ घेतली. परमेश्वराचं नाव उगीचच घेतलं त्याने. "अरे देवा, होऽऽऽऽ" तो किंचाळला आणि धडधडत शिडीवरून खाली आला – त्याच्या फक्त टाचा पायरीला टेकत होत्या आणि त्यामुळेच तर त्याचा घोटा मुरगळला.

मी माझी सदसद्विवेकबुद्धी जागृत ठेवली आणि खोलीत जाऊन डोकावले नाही. खूप मोह झाला होता एवढं मात्र खरं. मी वाट पाहिली. तिथे आतमध्ये शांत होतं म्हणून मी विचार करत करत घरी आले.

मी जर गोष्टी योग्य तऱ्हेने बघू शकत नसेन तर माझ्या डोळ्यांना प्रशिक्षण देणं काय कामाचं? मी सगळं चुकीचंच समजून चालले होते. पण शेवट इतका गोड झाला. पण त्याबद्दल माझे आभार मुळीच मानायचे नाहीत. माझ्याकडे मिस मार्पलची मानवी मनाच्या गुहेमध्ये डोकावून पाहण्याची ग्रहणक्षमता नाहीय. ते क्लेशकारक आहे, पण आता कबूल केलेलं उत्तम.

सर विल्यम मला म्हणाले, की इंग्लंडमध्ये मोटरसायकलच्या शर्यती होतात. वेगाबद्दल, उंचसखल, खडबडीत रस्त्यावर मोटरसायकल चालवण्याबद्दल आणि न पडण्याबद्दल चांदीचे कप दिले जातात. मी त्याचं प्रशिक्षण घेतलं तर? माझ्याजवळ बाईक आहेच. जरूर लागेल फक्त एका हेल्मेटची आणि कदाचित गॉगल्सची.

सध्यापुरतं विचाराल तर किटला मी संध्याकाळी जेवायला बोलावणार आहे आणि रात्री माझ्याबरोबर झोपायला ठेवून घेणार आहे. त्यामुळे ज्युलिएट आणि डॉसीला उपवनात एकमेकांच्या सान्निध्यात राहण्याचं स्वातंत्र्य मिळेल... अगदी डार्सी महाशय आणि एलिझाबेथ बेनेटप्रमाणे!!!

ज्युलिएटकडून सिडनेला

१७ सप्टेंबर १९४६

प्रिय सिडने,

मला माफ कर... तुला मागे फिरून पुन्हा खाडी ओलांडून गर्नसीला यायला लावतीय. पण तुझी उपस्थिती अत्यंत आवश्यक आहे – माझ्या विवाहसमारंभात!

आता दिवस आणि रात्रीसुद्धा माझ्याच आहेत. तू शनिवारी ॲमेलियाच्या परसातल्या बागेत माझा हात नियोजित वराच्या हाती देशील का? एबेन करवला आहे, इझोला करवली होणार आहे (ती माझ्यासाठी या प्रसंगाला शोभेसा गाऊन शिवतीय.) किट गुलाबाच्या पाकळ्या उधळणार आहे.

आणि डॉसी नवरदेव असणार आहे.

तुला आश्चर्य वाटलं का? बहुतेक नाही. पण मला वाटतंय गेले काही दिवस मी सतत विस्मित अवस्थेत असते. वास्तविक आता मी मोजून बघते तर एकच संपूर्ण दिवस, माझ्या वाङ्निश्चयाचा, लग्नाच्या आणाभाका घेण्याचा, पण असं वाटतंय की माझं संपूर्ण आयुष्य गेल्या २४ तासांतच अस्तित्वात आलंय. जरा विचार कर! आम्ही एकमेकांसाठी झुरत राहिलो असतो... सदैव ही गोष्ट लक्षात न आल्याचा बहाणा करत. हे आत्मगौरवाच्या कल्पनेनं सतत भारलेलं मन तुमचं आयुष्य उद्ध्वस्त करू शकतं... तुम्ही त्याला तसं करू दिलंत तर.

इतक्या लवकर चतुर्भुज होणं अनुचित, अशोभनीय आहे का? मला आता अधिक प्रतीक्षा करायची नाहीय, तातडीने नव्या पर्वाचा श्रीगणेशा करायचा आहे. आयुष्यभर मला वाटत आलं, की नायक-नायिकांचा काही विघ्न न येता वाङ्निश्चय झाला की कहाणी संपते. शेवटी जेन ऑस्टिनसाठी जे इष्ट आहे ते इतरांसाठी असणारच. पण हे खोटं आहे. खरी कहाणी आता सुरू होणार आहे आणि प्रत्येक दिवस हा या कहाणीचा नवा हिस्सा असेल. कदाचित माझं पुढलं पुस्तक एका मनमोहक, विवाहित जोडप्याविषयी, तसंच कालांतराने ते एकमेकांविषयी ज्या काही गोष्टी जाणून घेतात त्याविषयी असेल. वाङ्निश्चयाचा माझ्या लिखाणावर जो फायदेशीर परिणाम झालाय, त्याने तू भारावून गेलायस का?

डॉसी नुकताच 'मोठ्या घराकडून' खाली आलाय आणि त्याला मी लगेच

त्याच्याकडे लक्ष द्यायला हवंय. त्याचा तो बहुचर्चित संकोच, भिडस्त स्वभाव अत्तरासारखा उडून गेलाय. मला वाटतं माझी सहानुभूती मिळवण्यासाठी केलेलं ते नाटक होतं.

तुझी प्रेमळ
ज्युलिएट

ता. क. – योगायोगानं सेंट पीटर्स पोर्टमध्ये आज ॲडलेड ॲडिसनची गाठ पडली. अभिनंदन करण्याच्या मिषानं ती म्हणाली, 'मी असं ऐकतीय तू आणि तो डुकरं पाळणारा तुमचे संबंध विवाहसंबंधाने कायदेशीर करताय.'

ईश्वराचा जयजयकार असो!!!